AF619949

அக்கப்போரியல்

அக்கப்போரியல்

பா. ராகவன்

Title: Akkapporiyal
Author's Name: Pa Raghavan
Copyright © R. Ramya 2023
Published by Ezutthu Prachuram

All rights reserved. No part of this publication may be reproduced, stored in a retrieval system, or transmitted, in any form or by any means, electronic, mechanical, photocopying, recording, psychic, or otherwise, without the prior permission of the publishers.

Ezutthu Prachuram
(An imprint of Zero Degree Publishing)
No. 55(7), R Block, 6th Avenue,
Anna Nagar,
Chennai - 600 040

Website: www.zerodegreepublishing.com
E Mail id: zerodegreepublishing@gmail.com
Phone: 89250 61999

Ezutthu Prachuram First Edition: March 2023
ISBN: 978-93-90053-56-8
TITLE NO EP: 428

Cover Design & Layout: Vijayan, Creative Studio
Printed at Clictoprint, Chennai, India

பொருளடக்கம்

சில சொற்கள்

தொண்ணூறுகளின் மத்தியிலிருந்தே பத்தி எழுத்துப் பட்டையொன்று என் நெற்றியில் கட்டப்பட்டது. சொந்தப் பெயரில் எழுதியவை, புனைபெயரில் எழுதியவை என்று அநேகம் பத்திரிகைத் தேவைக்காக எழுதியவை அவை. இரண்டாயிரத்துக்குப் பிறகு சர்வதேச அரசியல் விவகாரங்களை மட்டும் எழுதத் தொடங்கியதும் பத்திப் பட்டையைச் சிறிது கழட்டி வைத்திருந்தேன். அதையே பத்திக் கட்டுரைகளாகவும் எழுத விகடன் அழைத்தபோது (2005) இதனை எழுதும்படி ஆனது. அப்போது இப்பத்திக்கு அளிக்கப்பட்ட தலைப்பு ஓப்பன் டிக்கெட். அநேகமாக சர்வதேச அரசியல் சார்ந்து தமிழ் வார இதழ் ஒன்றில் வெளியான முதல் பத்தி எழுத்து இதுவே.

எழுதி, பதினெட்டு ஆண்டுகள் கழிந்த பின்னர் இன்று இந்தக் கட்டுரைகளின் தேவை என்ன?

இது என்றில்லை. சமகால விவகாரமென்று எதை எழுதினாலும் பிரசுரிக்கத் தருமுன் நான் எழுப்பிக்கொள்ளும் வினா இதுதான். அன்றன்றைய தேவைக்கு எழுதினாலும் என்றைக்குமான பொருத்தம் என்று ஒன்றாவது இல்லாமல் இருக்கக் கூடாது என்பது எழுத்தில் எனக்கு நானே கொண்டிருக்கும் விதி. இந்தக் கட்டுரைகளில் வருகிற அரசியல் தலைவர்கள் சிலர் இன்று உயிருடன் இல்லை. பலர் இருக்குமிடம் தெரியவில்லை. மிகச்சிலர் மட்டும் தீவிர அரசியலில்தான் இருக்கிறார்கள்.

ஆனால், நபர்களல்ல முக்கியம். இவற்றில் சுட்டிக்காட்டப் பட்டிருக்கும் பிரச்னைகளில் பெரும்பாலானவை இன்னும் ஆரோக்கியமாக சுவாசித்துக்கொண்டிருப்பவையே. தலைவர்கள் மாறலாம், தலைமுறை மாறலாம். மனித குலத்தின் அடிப்படைப் பிரச்னைகள் என்றென்றும் அப்படியேதான் இருக்கின்றன.

இது வருத்தத்துக்குரியதுதான் என்றாலும் இத்தனை ஆண்டுகளுக்குப் பிறகு இத்தொகுப்பு மீண்டும் வெளி வருவதற்கான ஒரே நியாயமும் அதுதான்.

இக்கட்டுரைகளைத் தொடராக வெளியிட்ட விகடனுக்கும் புத்தகமாக முதல் பதிப்பினை வெளியிட்ட கிழக்கு பதிப்பகத்துக் கும் இந்தப் பதிப்பைச் செம்மையாக வெளியிடும் ஜீரோ டிகிரி பப்ளிஷிங்குக்கும் என் நன்றி.

பா. ராகவன்

மார்ச் 2, 2023

அன்புடன்

மெய்யூர் ஆதி ரங்கராஜனுக்கு

சீனா தானா?

கர்ணனுடைய கவச குண்டலம் மாதிரி, பிறக்கிறபோதே காதில் மொபைல் தொலைபேசியுடன் பிறக்கிற ஜீவாத்மாக்களின் எண்ணிக்கை என்ன தெரியுமா உங்களுக்கு? இந்த நிமிஷம் வரை 1.8 பில்லியன். 2010ம் ஆண்டு இந்தக் கைத்தொலைபேச்சாளர்கள் எண்ணிக்கை எப்படியும் மூன்று பில்லியன் ஆகிவிடும் என்று யாரோ உட்கார்ந்து வேலை மெனக்கெட்டு ஒரு கணக்கெடுத்திருக்கிறார்கள். சும்மா பத்து நூறு பேரிடம் எடுக்கிற சர்வே இல்லை இது. உலகம் முழுக்க அறிவியல்பூர்வமாக ஆய்வு நடத்திக் கண்டறியப்பட்ட உண்மை. ஒரு பில்லியனுக்கு எத்தனை சைபர் என்று நிதானமாக யோசித்துக்கொள்ளலாம். அது இப்போது அத்தனை முக்கியமில்லை. இந்த மூன்று பில்லியன் மகாத்மாக்களில் நான்கில் ஒரு பங்கு சைனாவில் இருப்பார்கள் என்று சொல்லியிருக்கிறது, நோக்கியா நிறுவனம்.

நோக்கியா சொன்னால் கேட்காமல் இருக்கமுடியுமோ? அப்புறம் காதுகள் கோபித்துக்கொண்டுவிடும். பிரசித்தி பெற்ற பின்லாந்து தேசத்துக் கம்பெனி. சைனாவில் மட்டும் மொத்தம் ஐந்து ஆய்வு மற்றும் விரிவாக்கத் தளங்களை நிறுவியிருக்கும் பிரும்மாண்டமான பன்னாட்டு நிறுவனம். இதன் தலைவரும்

தலைமை நிர்வாக அதிகாரியுமான ஜோர்மா ஒலிலா (*Jorma Ollila*) சமீபத்தில் மேற்சொன்ன விவரங்களை வெளியிட்டு, நோக்கியா ஜீவித்திருப்பதன் பெரும்பங்கு சீனர்களையே சாரும் என்று மிகவும் உணர்ச்சிவசப்பட்டிருக்கிறார்.

கொஞ்சம் யோசித்துப் பார்த்தால் ஆச்சர்யமாக இருக்கும். இந்த மாதிரி எலக்டிரானிக் சமாசாரங்களெல்லாம் அமெரிக்காவிலும் ஐரோப்பாவிலும்தான் அதிகமாகப் புழங்கக்கூடியவை என்று நமக்கெல்லாம் அடி மனத்தில் ஒரு எண்ணம் இருக்கும். சம்பந்தமில்லாமல் சைனா எப்படி குறுக்கே வந்தது?

குளிர்பானங்களை எடுத்துக்கொள்ளுங்கள். மடிக்கணினிகளை எடுத்துக்கொள்ளுங்கள். தலைவலி மாத்திரைகள்? மென்பொருள்கள், மோட்டார் வாகனங்கள், பன்னாட்டு உணவு வகைகள்? மனத்தில் என்ன தோன்றினாலும் எழுதி வைத்து விவரம் தேடிப்பாருங்கள். உலகின் முன்னணிச் சந்தை சீனாவாகத்தான் இருக்கும்! இன்னும் உயிரோடு இருக்கும் ஒரே பெரிய கம்யூனிசக் கோட்டை.

ஆனால் கம்யூனிசமாவது வெங்காயமாவது? 1978ம் ஆண்டே சீன அரசு அந்நிய முதலீடுகளுக்கு வெற்றிலைபாக்கு வைத்துவிட்டது. நாமெல்லாம் ரொம்ப லேட். சத்தம் போடாமல் சைனா தன்னுடைய மூடிய கதவுகளுக்குப் பின்னால் என்னென்னவோ செய்து, இன்றைக்கு எங்கேயோ போயிருக்கிறது. வளர்ந்த நாடுகள் என்று சொல்லப்படும் அனைத்து மேற்கத்திய தேசங்களும் வியாபாரம் என்றாலே ஓடு சீனாவுக்கு என்று மூட்டை கட்டிக்கொண்டிருக்கின்றன. ஆசியாவில் அவர்கள் நம்பிக் களம் இறங்கக்கூடிய ஒரே இடம், சைனா. என்ன கடை விரித்தாலும் விற்கும். எத்தனை விலை வைத்தாலும் விற்கும். அமோகமாக விற்கும். அள்ளிக்கொண்டுவிடுவார்கள், மக்கள்.

இத்தனை வாங்குகிறார்கள் என்றால் எத்தனை வருமானம் இருக்கும்? அத்தனை சம்பளம் தரமுடிகிறதென்றால் எத்தனை வேலை பார்ப்பார்கள்? எத்தனை வாய்ப்புகள் இருக்கும்? எத்தனை துறைகளில் முன்னேறிக்கொண்டிருப்பார்கள்?

சோவியத் யூனியனில் கம்யூனிசம் தோற்று, தேசம் பல துண்டுகளாகச் சிதறியபோது ஏராளமான பிச்சைக்காரர்களைப் புதிதாக உலகம் பார்த்தது. அதுநாள் வரை கோட்டு சூட் போட்டு ஒளித்துவைக்கப்பட்ட பிச்சைக்காரர்கள். சீனாவும் இரும்புக்கோட்டைகளால் சூழப்பட்ட கம்யூனிச தேசம்தான். ஆனால் பிச்சைக்காரர்களையல்ல; பணக்காரர்களையே தொடர்ந்தும் தீவிரமாகவும் உற்பத்தி செய்துகொண்டிருக்கும் தேசம் அது. எப்படி சாத்தியமானது?

சைனாவின் இன்றைய பொருளாதாரம், அறிவியல் மற்றும் தொழில்நுட்ப வளர்ச்சியைப் பார்த்து அமெரிக்கா பிரமிக்கிறது. ஜப்பான் வாய் பிளக்கிறது. ஐரோப்பா கொஞ்சம் மிரள்கிறது. இந்தியா போன்ற வளரும் நாடுகள் ஜாக்கிரதையாக அவர்களது வளர்ச்சிப்பாதையை கவனித்துக்கொண்டிருக்கின்றன. சந்தேகமில்லாமல் அடுத்த வல்லரசு சைனாதான் என்று சத்தியமே செய்ய ஒரு கோஷ்டி காத்திருக்கிறது.

2010ல் நிலவுக்கு ஆளனுப்பும் வேலையில் மிகவும் மும்முரமாக இருக்கிறது சைனா. சும்மா போய் கொடிநட்டுவிட்டு வருவதற்கல்ல. உட்கார்ந்து உருப்படியாகச் சில ஆய்வுகளைச் செய்து முடிக்க. சைக்கிளில் ஆபீசுக்குப் போகும் சப்பை மூக்குக் காரர்கள் என்று இன்னும் கிண்டல் செய்துகொண்டிருப்பதற்கில்லை. இது சீன யுகம். மற்ற யாரைக் காட்டிலும் நாம் மிகவும் நெருக்கமாகவும் நுணுக்கமாகவும் கவனித்தாகவேண்டிய தேசம். பக்கத்து வீடு அல்லவா?

கடந்த மார்ச் மாதம் அமெரிக்க வெளிவிவகாரத்துறை அமைச்சர் காண்டலீஸா ரைஸ் ஒரே நாள் சுற்றுப் பயணமாக சைனாவுக்குப் போய் பேசிய பேச்சுகளைக் கொஞ்சம் கவனமாக ஆராய்ந்தால் அமெரிக்கா இன்று அதிகம் கவலைப்படுவது சீனாவைப் பார்த்துத்தான் என்பது தெளிவாகத் தெரியும். யாராவது ரொம்ப வேகமாக வளர்ந்தால் அமெரிக்காவுக்கு அலர்ஜியாகிவிடுவது வழக்கம்தான் என்றாலும் இந்தமுறை அவர்களுக்கு உண்டாகியிருக்கும் பயம் மிகவும் நியாயமானது. அடுத்த வல்லரசு நான் தான் என்று அத்தனை விதங்களிலும் அமெரிக்காவுக்கு

மௌனமாகச் சவால் விட்டுக்கொண்டிருக்கிறது சைனா. அதனால்தான் தன்னுடைய இரண்டாவது முறை அதிபர்காலத்தில் சைனா தொடர்பான விஷயங்களுக்கு அதிக முக்கியத்துவம் அளிக்க முடிவு செய்திருக்கிறார் ஜார்ஜ் புஷ்.

இத்தனைக்கும் அடிப்படையில் அது ஒரு விவசாய நாடு. நம்மை மாதிரிதான் என்று வைத்துக்கொள்ளுங்கள். முதல்முதலில் அவர்கள் சர்வதேச வர்த்தக அமைப்பில் *(WTO)* தம்மை இணைத்துக்கொண்டபோது வெளியிலிருந்து வந்து குவிந்த முதலீடுகளாலும் ஆள் படையினாலும் சீனாவின் மண்ணின் மைந்தர்கள் மிகவும் பாதிக்கப்பட்டார்கள் என்பது உண்மை. பல லட்சக்கணக்கான சீன விவசாயிகளும் அடிப்படைப் பணியாளர்களும் வேலை இல்லாதவர்கள் ஆனார்கள்.

கொஞ்சம் விட்டால் இன்னொரு சீனப்புரட்சி வந்துவிடக் கூடும் என்றுதான் உலகம் எதிர்பார்த்தது. ஆனால் சீன அரசு பிரமிப்பூட்டத்தக்க விதத்தில் சில காரியங்களைச் செய்தது. முக்கியமாக, பருத்தி உற்பத்தியில் தன்னுடைய அத்தனை விவசாயிகளையும் ஈடுபட வைத்து, ஏகப்பட்ட மானியங்களையும் சலுகைகளையும் அறிவித்து, அந்த ஒரு துறையில் மட்டும் வேறு எந்தப் போட்டியும் இல்லாத விதத்தில் பார்த்துக்கொண்டது. இன்னொரு பக்கம், பருத்தி ஏற்றுமதியை அதிகரித்து, சர்வதேச மார்க்கெட்டில் குறிப்பிடத்தக்க இடத்தையும் பிடித்துக்கொண்டது. அதி நவீன வேளாண்மை. ஏராளமான உற்பத்தி. பிரச்னை இல்லாத மார்க்கெட். போதாது? இந்த ஒரு காரியத்துக்காக மட்டும் வருடத்துக்கு பன்னிரண்டு மில்லியன் டாலர் செலவழிக்கிறது சீனா.

சொன்னால் நம்புவீர்களா? அமெரிக்கா, ஜப்பானை அடுத்து இன்றைய தேதியில் கம்ப்யூட்டர் பயன்பாட்டில் முன்னணி வகிக்கும் தேசம் சைனாதான். மக்கள் கத்தரிக்காய் வாங்குவது மாதிரி கம்ப்யூட்டர்கள் வாங்குகிறார்கள். ஒரே வீட்டில் ஒன்றுக்கு மேற்பட்ட கம்ப்யூட்டர்கள் என்பது சைனாவில் இன்று சர்வசாதாரணம். சாதாரண விவசாயிகளுக்குக் கூட அங்கே கம்ப்யூட்டர் தெரியும். இன்றைய மகசூல் நிலவரம் என்று பதிந்து வைப்பார்கள் போலிருக்கிறது.

விஷயம் அதுவல்ல. தொழில்நுட்பம் ஒரு சிறந்த ஆயுதம் என்பது அத்தனை சீனர்களுக்கும் தெரிந்திருக்கிறது. சீனாவின் அபரிமிதமான வளர்ச்சிக்கு இதுதான் அடிப்படைக் காரணம். இந்த வளர்ச்சி நீரோட்டத்தில் இணைந்துகொள்வதன் மூலம் அரசியல் அடிதடிகளை மறந்து நாமும் கொஞ்சம் முன்னேறலாம் என்று தைவான் மிகச் சமீபத்தில் முடிவு செய்து வருஷத்துக்குச் சுமார் எழுபது மில்லியன் டாலர்கள் வரை சீன மார்க்கெட்டில் முதலீடு செய்யத் தொடங்கியிருக்கிறது என்றால் பாருங்கள்.

சீனாவின் இன்னொரு பிரச்னைக்குரிய பிராந்தியம் ஹாங்காங். 1997ல் சீன அரசு ஹாங்காங்கைத் தன்னுடைய சிறப்பு கவனத்துக்குட்பட்ட பிராந்தியமாக பகிரங்கமாக அறிவித்தது நினைவிருக்கலாம். நிலைமை இப்போது தலைகீழ். ஹாங்காங்வாசிகள் புரட்சியையெல்லாம் மூட்டை கட்டிவிட்டு தேசிய நீரோட்டத்தில் இணைந்துவிட்டார்கள். உலகின் அதிமுக்கியமான துறைமுகம் என்று வருணிக்கப்படும் ஹாங்காங், இன்றைக்கு சைனாவின் வர்த்தக வாசல். ஒரு நாளைக்கு பத்துக் கப்பல்களில் பருத்தி ஏற்றி அனுப்பிவிட்டு பதிலுக்கு இருபது கப்பல்களில் மத்தியக் கிழக்கிலிருந்து எண்ணெய் இறக்கிக்கொள்கிறது சைனா.

தொண்ணூறுகளின் தொடக்கம் வரை சீனாவே எண்ணெய் உற்பத்தி செய்து, சொந்த செலவு போக மிச்சத்தை ஏற்றுமதியும் செய்து வந்தது. மக்கள் தொகை அதிகரிக்க, அதிகரிக்க, எண்ணெயின் தேவை எகிறிக்கொண்டே போனது. ஒரு பக்கம் எண்ணெய் இறக்குமதி செய்ய ஆரம்பித்து, மறுபக்கம் கு.க. பிரசாரத்தில் தீவிரமாக இறங்கியது சைனா. தயவுசெய்து ஒன்றே பெற்று ஒளிமயமாக வாழுங்கள் என்று கெஞ்சிக் கேட்டுக்கொள்ள ஆரம்பித்தார்கள்.

ம்ஹ¤ம். குறைகிற விஷயமா அது? உலக மக்கள் தொகையில் ஐந்தில் ஒரு பாகம் சீனாவின் பங்களிப்பு. இந்த விஷயத்தில் சமீபகாலத்தில் கொஞ்சம் தீவிரமாகவே உத்தரவு போட ஆரம்பித்திருக்கிறார்கள். கண்டிப்பாக ஒரு குழந்தைதான் என்று அரசாங்கம் சட்டம் போட்டால் மக்கள் என்ன செய்வார்கள்? ஆனால் ஒன்று. முதல் குழந்தை பெண்ணாகப் பிறந்துவிட்டால், போனால் போகிறதென்று இன்னொரு குழந்தை பெற்றுக்கொள்ளலாம் என்று கொஞ்சம் இறங்கிவந்திருக்கிறார்கள்.

சைனாவின் இன்றைய அசுர வளர்ச்சிக்கு அடிப்படைக் காரணம் இந்த மனித வளம்தான் என்பதையும் நினைவில் கொள்ள வேண்டும். ஆள் பிரச்னையே கிடையாது. அத்தனை ஜனம் இங்கெல்லாம் இருந்தால் தினசரி போராட்டம், வேலை நிறுத்தம், ஊர்வலம் என்று மவுண்ட் ரோடில் நடக்கக்கூட முடியாது. சைனாவில் இந்த விஷயத்தில் மக்கள் நடந்துகொள்ளும் விதமே தனி. தொழிலாளர் வர்க்கத்தின் பிரதிநிதியாக கம்யூனிச அரசாங்கம் செயல்பட்டுக்கொண்டிருப்பதால் அடிப்படை பிரச்னைகளை ஒருபோதும் அங்கே வளரவிடமாட்டார்கள். ஒரு வேலை நிறுத்தம்? பிட் நோட்டீஸ்? கேட் மீட்டிங்? மூச். பேசவே கூடாது. கேட்பதையல்ல; நினைக்கும்போதே கொடுத்துவிடவேண்டும் என்பதில் உறுதியாக இருக்கிறது சீன அரசாங்கம்.

கம்யூனிச அரசு என்றாலும் சீனாவின் அரசியல் உள்கட்டுமானம் கொஞ்சம் வித்தியாசமானது. முன்னாள் சோவியத் யூனியன், இந்நாள் க்யூபாவெல்லாம் வேறு மாதிரி.

Democratic Dictatorship என்பதைத் தமிழில் எப்படிச் சொல்லலாம் என்று தெரியவில்லை. ஜனநாயக சர்வாதிகாரம் என்றால் நமக்கு ஒரு மாதிரி தமாஷாக இருக்கும். ஆனால் சீன அரசியல் அமைப்புச்சட்டம் அப்படித்தான் தன்னுடைய ஆட்சி முறையை வருணிக்கிறது. சீன கம்யூனிஸ்ட் கட்சியின் தலைமை. கார்ல் மார்க்ஸ், லெனின், மாவோ ஆகியோரின் வழிகாட்டல். இதைத் தவிர இன்னொன்றை அங்கே நினைத்துப் பார்க்கக்கூட முடியாது. ஆனால் சந்தேகமில்லாமல் சோஷலிசம். சர்வாதிகார சோஷலிசம்.

மக்களுக்குத்தான் எல்லா அதிகாரமும் என்று சொல்லுவார்கள். உண்மை அதிகாரம் தேசிய மக்கள் காங்கிரஸ் என்னும் அமைப்பின் சேர்மனுக்குத்தான். மக்களின் அதிகாரம், இந்த காங்கிரஸ் நிறுத்தும் வேட்பாளர்களுக்கு ஓட்டுப்போடாமல் இருக்கலாம் என்பதுதான். ஆளை வேண்டுமானால் மாற்றலாமே தவிர ஆட்சியை மாற்ற முடியாது. தேசிய மக்கள் காங்கிரஸ்தான் சைனாவின் அதிகபட்ச அதிகாரம் பெற்ற அமைப்பு. அதாவது ஆட்சிப் பீடம். ஐந்து வருடங்களுக்கு ஒருமுறை இந்த அமைப்பின் நிர்வாகிகளுக்குத் தேர்தல் நடக்கும். தேர்வான உறுப்பினர்கள் கூடி அதிபரைத்

தேர்ந்தெடுத்து உட்காரவைத்துவிடுவார்கள். அதிபராகப்பட்டவர், காங்கிரசின் சேர்மன் சொல்பேச்சு கேட்டு நடந்துகொள்ள வேண்டியது. அவ்வளவுதான். நம் ஊர் மாதிரி தெருவுக்கு நாலு கட்சிகள், கொடிகள், கோஷங்களெல்லாம் கிடையாது. நூற்று நாற்பத்தேழாவது வட்டத்தின் சார்பில் யாரையும் சகட்டுமேனிக்கு மேடை போட்டுத் திட்டித் தீர்க்க முடியாது. பிடித்து உள்ளே வைத்துவிடுவார்கள்.

ஒரு மாதிரி வரையறுக்கப்பட்ட சர்வாதிகாரம் என்பதால் சீனாவில் மக்கள் கொஞ்சம் பயத்துடன் தான் வாழவேண்டியிருந்தது. இரண்டாயிரமாவது ஆண்டுக்குப்பிறகுதான் கொஞ்சம் கெடுபிடிகள் அங்கே தளர்த்தப்பட்டிருக்கின்றன. அழகிப்போட்டிகள் அது இது என்று மக்கள் கொஞ்சம் வாசனையாக மூச்சு விட ஆரம்பித்திருக்கிறார்கள்.

தொழில் மற்றும் வர்த்தகத் துறைகளில் ஏற்பட்டிருக்கும் கணிசமான மாறுதல்கள், மேலை நாகரிகத் தாக்கம் ஆகிய காரணங்களால் சைனாவின் பெரு நகரங்கள் கிட்டத்தட்ட அமெரிக்க நகரங்களைப் போல் தோற்றமளிக்க ஆரம்பித்திருக்கின்றன. மக்களின் வாழ்க்கை முறையும் கணிசமான மாற்றம் கண்டிருக்கிறது. பளபளப்பான ஷாப்பிங் செண்டர்கள், பார்கள், அழகு நிலையங்கள், லிப் டு லிப் முத்தக்காட்சிகள் நிறைந்த திரைப்படங்கள் என்று இப்போது வயசுக்கு வர ஆரம்பித்திருக்கிறார்கள். இண்டர்நெட் கஃபேக்களில் காப்பி சாப்பிட்ட காலம் போக இப்போது டின் பீர் குடித்துக்கொண்டே ‘ஹாய் மாம்ஸ், ஃபைனாடா?’ என்று மெசஞ்சரில் கேட்க ஆரம்பித்திருக்கிறார்கள்.

கொஞ்சம் கருணையும் உள்ள கம்யூனிஸ்ட் அரசாங்கம் இதையெல்லாம் கண்டுகொள்வதில்லை.

அவர்களுக்கு வேண்டியது வளர்ச்சி. அபரிமிதமான வளர்ச்சி. ஆசியாவின் நிகரற்ற பெரும் சக்தியாக சைனா வளர்ந்தாக வேண்டும் என்று வீர சபதம் எடுத்துக்கொண்டிருக்கிறார்கள். வல்லரசாகி அமெரிக்காவுடன் மோதும் எண்ணமெல்லாம் சைனாவுக்கு உண்மையிலேயே இல்லை. சொல்லப்போனால் அமெரிக்காவுடன்

நீடித்த, நிரந்தரமான வர்த்தகம் மற்றும் பொருளாதார உறவுகளை ஏற்படுத்திக்கொள்வதன் மூலம் ஆசியாவின் அமெரிக்கா என்று அறியப்பட்டால் போதும் என்கிற எண்ணம்தான் அவர்களுக்கு.

ஆனால் தன்னை யாரும் குறைத்து மதிப்பிட்டுவிடக் கூடாது என்பதால் அவ்வப்போது கொஞ்சம் ஆக்ஷன் காட்சிகள் நிறைந்த அதிரடித் திரைப்படம் போல சில திடுக்கிடும் செயல்களில் ஈடுபடுவது அவர்களின் வழக்கம். சமீபத்தில், 'ஆப்கனிஸ்தானிலிருந்து அமெரிக்கா தன் படைகளை உடனடியாக வாபஸ் வாங்கியாகவேண்டும்' என்று எச்சரிக்கைத் தொனியில் பேசியது இந்த வகையில் சேர்ந்ததுதான். ஆசியாக்கண்டத்தில் இருக்கும் பதற்றங்கள் எளிதில் தணியக்கூடியவை. அமெரிக்கா இங்கே தன் படைகளைக் கொண்டுவந்து நிறுத்துவது பதற்றம் தணிக்கக்கூடிய செயலல்ல; மாறாக, இன்னும் அதிகப்படுத்துகிற காரியத்தைத்தான் அது செய்கிறது என்று பகிரங்கமாகச் சொன்னது சைனா.

ஒரு பக்கம் அணு ஆயுத உற்பத்தி. இன்னொரு பக்கம் அழகிப்போட்டிகள். இங்கே இந்தியாவுடன் நட்புறவு புதுப்பிக்கும் வேலை. அங்கே பர்வேஸ் முஷாரஃப்புடன் பகலுணவுடன் கூடிய பாசப்பிணைப்பு. ரஷ்யாவுடன் வியாபார ஒப்பந்தங்கள். அமெரிக்க நிறுவனங்களுக்கு உள்நாட்டில் கிளை திறக்க அனுமதி. ஆளும் கம்யூனிஸ்ட் கட்சியில் முதலாளித்துவவாதிகளுக்கும் இடமளிப்பது.

மாறிவிட்டது சீனா மட்டுமல்ல. சீன கம்யூனிசமும்தான்!

வராதே..! கோயிலுக்கு வராதே..!

பாகிஸ்தான் அதிபர் பர்வேஸ் முஷாரஃப் என்ன ராசி என்று தெரியவில்லை. நடந்து முடிந்த குருப்பெயர்ச்சியோ, சனிப்பெயர்ச்சியோ அவருக்கு சுத்தமாக எதிராக இருக்கிறது. மாட்டிக்கொண்டு முழிக்கிறார், பாவம். முஜாகிதின்களும் முல்லாக்களும் ஒன்றுசேர்ந்து பஜ்ஜி பண்ணிக்கொண்டிருக்கிறார்கள் அவரை. அதெப்படி அத்வானியுடன் கைகுலுக்கலாம்? அதெப்படி இந்தியாவிலிருந்து வரக்கூடிய சுற்றுலாப் பயணிகளுக்கு பாகிஸ்தானில் உள்ள கோயில்களைத் திறந்துவிடுவதாக வாக்குக் கொடுக்கலாம்? நல்லுறவு வளர்ப்பதற்கு வேறு வழியா இல்லை? அட, அதையெல்லாம் வளர்த்துத்தான் என்ன வாழ்ந்து கிழித்தது? முஷாரஃப்புக்கு புத்தி கெட்டுவிட்டது. இதையெல்லாம் சும்மா விடமாட்டோம். நாடு தழுவிய போராட்டம் நடத்தாமல் ஓயப்போவதில்லை. கதறிக்கொண்டு வந்து அவர் காலில் விழுந்தாலும் மன்னிப்பதற்கில்லை. என்ன நினைத்துக்கொண்டிருக்கிறார் மனத்தில்?

காச்மூச்சென்று கத்திக்கொண்டிருக்கும் சத்தம் இங்கே அவ்வளவாகக் கேட்காததற்கு இம்ரானா விவகாரமோ, மும்பை மழையோ, காஜாமொய்தீன் தற்கொலை முயற்சியோ த்ரிஷாவின்

ராத்திரி நடனமோ மற்றொன்றோ காரணமாயிருக்கலாம். உண்மையில் பாகிஸ்தானில் அதிபர் முஷாரஃப் முன்னெப்போதும் அனுபவித்திராததொரு அரசியல் நெருக்கடியில் சிக்கி அநியாயத்துக்கு அவஸ்தைப் பட்டுக்கொண்டிருக்கிறார்.

பதவிக்கு வந்த நாள் முதலாகவே அவருக்கு அஷ்டமத்தில் சனி என்றபோதும் எப்படியோ கோட்டு, சூட்டுப் புன்னகையில் அமெரிக்க அதிபருடன் அடிக்கடி விருந்து சாப்பிட்டு, போட்டோ எடுத்துப் போட்டு சமாளித்துக்கொண்டு இருந்தார். இந்த முறை இன்னார் அன்னார் என்று ஒரு வரம்பே இல்லாமல் சொந்தச் சகோதரர்களில் ஒரு நண்டு சிண்டு பாக்கியில்லாமல் அவர்மீது புழுதிவாரித் தூற்றவே என்ன செய்வதென்று தெரியாமல் சிண்டைப் பிய்த்துக்கொண்டிருக்கிறார்.

விஷயம் இதுதான். சமீபத்தில் இந்தியாவும் பாகிஸ்தானும் ஒரு கலாசார நல்லுறவு ஒப்பந்தம் செய்துகொண்டன. ஷரத்துப்படி, இரு தேசங்களும் வருடம் தோறும் கூடுதலான ஆன்மிக சுற்றுலாப் பயணிகளை இரு தரப்புக்கும் அனுப்பிவைக்க வேண்டியது. இப்போது இந்தியாவுக்கு வரும் பாகிஸ்தான் சுற்றுலாப் பயணிகளின் எண்ணிக்கை வருஷத்துக்கு 1500 பேர். இந்த எண்ணிக்கை இனி வருஷத்துக்கு 3000 என்று ஆகும். அதே போல அங்கே சுற்றுலா போகும் இந்தியர்களின் எண்ணிக்கையும் அதிகரிக்கும்.

அரசியல் கசமுசாக்கள் எந்தச் சமயத்தில் எப்படி இருந்தாலும் இந்த பக்தி டூர் விஷயத்தில் எந்தச் சிக்கலும் வரக்கூடாது என்று 1974ம் ஆண்டு ஓர் ஒப்பந்தம் செய்துகொண்டிருக்கிறார்கள். அந்த ஒப்பந்தத்துக்கு தூசிதட்டிக் கோலம் போடும்படியாக இப்போது இப்படியொரு புதிய ஒப்பந்தம். இந்திய கலாசார அமைச்சகத்தின் செயலாளர் நீலா ரஞ்சனும் பாகிஸ்தான் கலாசாரத் துறைச் செயலாளர் ஜலீல் அப்பாஸ¤ம் பேச்சுவார்த்தை நடத்தி கையெழுத்துப் போட்டுவிட்டுக் கைகுலுக்கிக் கிளம்பிப் போய்விட, மேற்படி ஒப்பந்தத்தில் இன்னும் சில விஷயங்களும் இருந்ததைப் பெரும்பாலும் யாரும் கவனிக்கவில்லை.

1974 ஒப்பந்தப்படி இந்தியாவில் ஐந்து இஸ்லாமியப் புனிதத்தலங்களுக்கு பாகிஸ்தான் சுற்றுலாப் பயணிகள் வரலாம் என்று தீர்மானமாகியிருந்தது. இப்போது அந்தப் பட்டியலில் இன்னும் எட்டு இடங்களைப் புதிதாகச் சேர்த்திருக்கிறார்கள். பதிலுக்கு, பாகிஸ்தானில் இருக்கிற பெரும்பாலான கோயில்களுக்கும் குருத்வாராக்களுக்கும் இந்திய சுற்றுலாப்பயணிகள் வரலாம்; எந்தப் பிரச்னையும் இராது என்று வாக்குக் கொடுத்திருக்கிறது பாகிஸ்தான்.

இந்தப் பஞ்சாயத்தெல்லாம் முடிந்தபிறகுதான் இங்கிருந்து லால்கிஷன் அத்வானி இஸ்லாமாபாத்துக்குக் கிளம்பிப் போனார். அவரிடம் இன்னும் கொஞ்சம் வாக்குறுதிகளைக் கொடுத்தார்கள் பாகிஸ்தான் அதிகாரிகள். அதாகப்பட்டது, பாகிஸ்தானில் உள்ள பல பழம்பெரும் ஹிந்து ஆலயங்கள் இயற்கையாகவும் செயற்கையாகவும் சீரழிந்து, சீரழிக்கப்பட்டு பார்க்கப் பரிதாபமான நிலையில் இருக்கின்றன. குறிப்பாக பலுசிஸ்தான் மாகாணத்தில் சில சிவன் கோயில்கள், மொஹஞ்சதாரோ, ஹரப்பா போன்ற புதை நகரங்களில் கண்டெடுக்கப்பட்ட கிருஷ்ணர் மற்றும் சிவன் கோயில்கள், பாகிஸ்தானின் வடமேற்கு எல்லைப்புற மாகாணத்தில் (இந்த மாகாணத்துக்கு அடுத்த ஊர், தாடிதடவிய தாலிபன்கள் நிறைந்த ஆப்கனிஸ்தான்.) இருக்கக்கூடிய ஓரிரு சக்தித் தலங்கள் ஆகியவை. இவற்றையெல்லாம் புனரமைத்து, ஹிந்துக்களின் நல்லபிப்பிராயத்தைப் பெறத் தாங்கள் விரும்புவதாகப் பாகிஸ்தான் அதிகாரிகள் அத்வானியிடம் சொல்லியிருப்பார்கள் போலிருக்கிறது.

இது மட்டுமல்லாமல் பாகிஸ்தான் வசம் இருக்கிற பஞ்சாப் பகுதியில் கடஸ்ராஜ் ஆலயம் என்றொரு புராதனமான கோயில் இருக்கிறது. பல நூற்றாண்டுகள் பழைய கோயில் இது. வெகுகாலமாக யாரும் கவனிக்காமல் இடிபாடுகளுடன் பார்க்கவே பரிதாபமாக இருக்கும். இந்தக் கோயிலை உடனடியாகப் புனருத்தாரணம் செய்து, நல்லபடியாக்கிக் கொடுப்பதாகச் சொன்னது பாகிஸ்தான் அரசு.

இதுதான் சாக்கு என்று உடனே இந்திய அரசும், 'நீங்கள் அப்படிச் செய்வதென்றால் நாங்கள் இங்கிருந்து தொல்பொருள் ஆய்வுத்துறை

வல்லுநர்களையும் இஞ்சினியர்களையும் உங்களுக்கு ஒத்தாசைக்கு அனுப்பத்தயார்' என்று பதில் குரல் கொடுக்க, என்னடா இப்படி இரு தரப்புக்கும் பாசம் பொத்துக்கொண்டு ஊற்றுகிறதே என்று பொங்கி எழுந்துவிட்டார்கள் முஜாகிதின்கள்.

முஜாகிதின்கள் என்றால் போராளிகள் என்று அர்த்தம். காஷ்மீருக்காக மட்டும்தான் அவர்கள் போராடுவார்கள் என்று நினைக்க வேண்டாம். முஷாரஃப்பின் காருக்கு குண்டு வைப்பார்கள். கிராமங்களுக்குச் செல்லும் மின்சாரப் பாதைகளை வளைத்து, தனியாருக்கு மின்சாரம் விற்று, கிடைக்கிற காசில் ஏகே நாற்பத்தியேழு வாங்கி எண்ணெய் தேய்த்து அழகுபார்ப்பார்கள். வடமேற்கு எல்லைப்புற மாகாணத்தில் இருக்கிற ஆதிவாசி இளைஞர்களை அபின் கடத்தவைத்து அந்தக் காசில் புனிதப்போருக்கு முரசு கொட்டுவார்கள்.

அவர்களுக்குத்தான் முதலில் கோபம் வந்தது. அந்தக் கோபம்தான் அப்படியே பாகிஸ்தானில் உள்ள மதரஸாக்களை நடத்தும் முல்லாக்களுக்குப் பரவி, அவர்கள் வழியே அடித்தட்டு மக்கள் வரை போய்ச் சேர்ந்து, இன்றைக்கு முஷாரஃப்பின் தூக்கத்தைக் கெடுத்துக்கொண்டிருக்கிறது.

ஹிந்து யாத்ரிகர்களுக்கு எப்படி ஒரு இஸ்லாமிய தேசம் சௌகரியங்கள் செய்துதரலாம்? இதுதான் அவர்கள் கேள்வி. இந்தியாவிலிருந்து அங்கே போகப்போகிறவர்கள் ஹிந்துக்கள் மட்டுமல்ல; பெரும்பாலும் சீக்கியர்கள்தான் என்பதையெல்லாம் அவர்கள் கவனிக்கத் தயாரில்லை. பாகிஸ்தானியர்களைப் பொறுத்தவரை இங்கிருந்து யார் போனாலும் ஹிந்துக்கள். அது அத்வானியானாலும் சரி, அசாருதீனே ஆனாலும் சரி.

எண்பதுகளில் இம்மாதிரி இந்தியாவிலிருந்து சுற்றுலா நிமித்தம் பாகிஸ்தானுக்குப் போன பலபேர் பல கோயில் வாசல்களில் கல்லடி, குண்டடி பட்டு படாதபாடுபட்டு அலறியடித்துக்கொண்டு திரும்பியிருக்கிறார்கள். அதன்பிறகு பாகிஸ்தானில் வசிக்கும் இந்தியர்களே கூட அங்குள்ள கோயில்களுக்குப் போகமுடியாத சூழ்நிலை ஏற்பட்டது. அடிப்படைவாதிகள் அதிகமுள்ள

பாகிஸ்தானில் ஒவ்வொரு ஹிந்து ஆலயம், குருத்வாரா இருக்கும் இடத்திலும் பல தீவிரவாத இயக்கங்கள் தமது ஆள்களைக் காவலுக்கு எப்போதும் நிறுத்தியிருக்கும். யாராவது பக்திப் பரவசத்தில் கோயிலுக்குள் நுழைய முயன்றால் தீர்ந்தது விஷயம். அடித்துத் துரத்துவது என்பது குறைந்தபட்சம். பெரும்பாலும் தீர்த்துக் கட்டிவிடுவார்கள்.

இப்படி பயத்தின் அடிப்படையில் யாரும் போகாமல், பக்தர்களுக்காக ஏங்கிய பாகிஸ்தான் சிவபெருமானும் பலுசிஸ்தான் கிருஷ்ணபரமாத்மாவும் நைவேத்தியத்துக்கு வழியில்லாமல் பசியில் துவண்டுபோய்ப் பலவருடங்களாகக் காத்திருக்கிறார்கள். இருந்து இருந்து இப்போது ஒரு நல்லது நடக்கும் போலத் தெரிய, அதற்கும் வேட்டுவைக்க ஆயத்தமாகிவிட்டார்கள்.

பாகிஸ்தானின் தெற்குப் பகுதியான சிந்து மாகாணத்தில் ஹிந்துக்கள் அதிகம் வசிக்கிறார்கள். பிரிவினைக்கு முன்னர் லட்சக்கணக்கான ஹிந்துக்கள் இங்கே வசித்துவந்திருக்கிறார்கள். அதிகம் படித்த, உயர்மத்தியதர வகுப்பைச் சேர்ந்தவர்கள் அவர்கள். அவர்களில் பெரும்பாலானவர்கள் பிரிவினையின்போது ஜாக்கிரதையாக சொத்து சுகங்களை விற்றுக் காசாக்கிக்கொண்டு இந்தியாவுக்கு வந்துவிட, ஒரு சில ஆயிரம் பேர் மட்டும் அங்கேயே தங்கிவிட நேர்ந்திருக்கிறது. இவர்களின் வம்சாவழியினர்தான் இப்போது இங்கே வசிக்கிறார்கள்.

பஞ்சாப்பைப் பிரித்ததில் பாதி சீக்கியர்கள் பாகிஸ்தான் பக்கம் போய்விட நேர்ந்தது. அந்தப் பகுதியில்தான் கலையழகு மிக்க ஏராளமான குருத்வாராக்கள் இருக்கின்றன. சீக்கிய மன்னர்கள் பார்த்துப் பார்த்துக் கட்டிய குருத்வாராக்கள் அவை.

என்ன பிரச்னை என்றால் பாகிஸ்தான் போன்ற ஒரு மதவாத தேசத்தில் மைனாரிடிகளான ஹிந்துக்கள், அமைப்பு ரீதியில் ஒன்று சேர முடியவே முடியாது. கொன்றுவிடுவார்கள். அதனால்தான் சுதந்தரம் அடைந்து இத்தனை ஆண்டுகள் ஆகியும் அங்கே ஹிந்துக்களுக்கென்று ஒரு கட்சி கிடையாது. சங்கம் கிடையாது. (ஏதாவது உள்ளூர் மனமகிழ்மன்றம் இருக்குமோ என்னவோ.

உருப்படியான அமைப்புகள் ஏதுமில்லை.) ஒரு கோரிக்கை என்று எடுத்துச் சொல்ல ஒரு நாதி கிடையாது. அப்படியே எடுத்துச் சொன்னாலும் கேட்பதற்குச் செவிகளும் கிடையாது. நீலா ரஞ்சனும் அத்வானியும் போய்வந்த மாதிரி யாராவது எப்போதாவது போய், அபூர்வமாக ஏதாவது நல்லது நடந்தால்தான் உண்டு. அதையும் பாதியில் கெடுக்க ஆயிரம் பேர் கத்தி கபடாவுடன் காத்திருப்பார்கள்.

ஒன்றும் செய்வதற்கில்லை. மதமும் ராணுவமும் ஆளும் தேசத்தில் மைனாரிடிகள் பாடு எப்போதும் பேஜார்தான்.

1992 டிசம்பர் *6*ம் தேதி அயோத்தியில் பாபர் மசூதி இடிக்கப்பட்டபிறகு பாகிஸ்தானில் வசிக்கும் ஹிந்துக்களும் சீக்கியர்களும் கோயிலுக்குப் போவது என்கிற நினைப்பையே சுத்தமாகத் துடைத்து எடுத்துப் பரணில் போட்டுவிட்டார்கள். அந்தக் காலகட்டத்தில்தான் பாகிஸ்தானில் இருந்த அத்தனை கோயில்களையும் ஒன்று விடாமல் இடித்துச் சிதைத்துவிட்டார்கள். மிச்சம் மீதி இருக்கும் இடத்துக்குப் போய்ப் பார்ப்பதில்தான் இப்போது இத்தனை சிக்கல்.

திராவிட நாகரிகம் தோன்றிய இடம் என்று சொல்லப்படும் மொஹஞ்சதாரோவும் ஹரப்பாவும் இப்போது பாகிஸ்தானில்தான் இருக்கின்றன. தொல்பொருள் ஆராய்ச்சியாளர்கள் மட்டும் புழங்கும் பிராந்தியம் அது. எப்போதாவது சுற்றுலாப்பயணிகள் வருவார்கள். அங்கே கண்டெடுக்கப்பட்ட சிவன் கோயில்கள், சக்தி வழிபாட்டுத் தலங்கள் போன்றவற்றைப் பார்த்து பிரமித்துவிட்டுப் போய்விடுவார்கள். இப்போது ஏற்பட்டிருக்கும் இருதரப்பு ஒப்பந்தத்தைத் தொடர்ந்து அங்கே உருவாகியிருக்கும் புயல் இந்தக் கொஞ்சூண்டு சுற்றுலாப் பயணிகளுக்கும் வேட்டுவைத்துவிடும் போலிருக்கிறது.

முஷாரஃப் ஏன் திடீரென்று இத்தனை சமத்தாக ஆனார் என்றொரு கேள்வி இவற்றுக்கெல்லாம் அடிநாதமாக ஒரு நீரோட்டம்போல் ஓடிக்கொண்டுதான் இருக்கும். அவருக்கு வேறு வழியே இல்லை. என்னவாவது செய்து தனக்கென ஓர் அரசியல் முகத்தைப் பெற்றாகவேண்டிய இருப்பியல் நெருக்கடி அவருக்கு இருக்கிறது.

ஒரு ராணுவ ஆட்சியாளராகவே தாம் பார்க்கப்படுவதில் அவருக்கு நிறைய பிரச்னைகள் உண்டு. முக்கியமாக மேற்கத்திய தேசங்கள் வெள்ளமாக நிதியுதவி செய்வதை அது தடுக்கும். அதற்காகத்தான் இந்தமாதிரி திடீர் திடீரென்று நல்லபிள்ளை மேக்கப் போடுவார். எப்படியும் உள்ளூர் பிரகஸ்பதிகள் இதையெல்லாம் நடத்தவிடமாட்டார்கள் என்பது அவருக்குத் தெரியும். தன் வரைக்கும் உத்தமோத்தமராகக் காட்டிக்கொள்ளக் கிடைக்கும் எந்த வாய்ப்பையும் தவறவிடக் கூடாது என்பதுதான் அவரது சித்தாந்தம்.

கொஞ்சம் பொறுத்திருந்து பாருங்கள். நீலா ரஞ்சன் கையெழுத்துப் போட்டுக் கொடுத்துவிட்டு வந்த ஒப்பந்தக் காகிதம் கூடிய சீக்கிரம் அங்கே காணாமல் போயிருக்கும்.

யார் கண்டது? கி.பி. 2100ல் மொஹஞ்சதாரோவில் தேடிப்பார்த்தால் ஒருவேளை அது கிடைக்கக்கூடும்.

இருபது மில்லியன் பேருக்கு சாப்பாடு போடத் தயாரா?

நாலு இட்லி, பொங்கல் வடை, பூரி மசாலா, ஒரு ஸ்டிராங் காப்பி. இது காலை எழுந்தவுடன். மத்தியானம் ஒரு மணிக்கு சாம்பார், வத்தக்குழம்பு, ரசம், தயிர், மோர், அப்பளம், ஊறுகாய், கூட்டு, பொறியல் வகையறாவுடன் ஒரு முழுச்சாப்பாடு. மாலை லேசாகப் பசித்தால் இரண்டு சமூசாவும் ஒரு கோப்பை தேநீரும். இரவானால் மூன்று ரொட்டி, பருப்புக் கூட்டு, கூடுதலாக ஒரு தம்ளர் பால். உப்பிட்டவரை உள்ளளவும் நினைத்துவிட்டு அக்கடாவென்று படுத்து எழுந்து மறுநாள் பொழுதை மறுபடியும் நாலு இட்லி, பொங்கல் வடையுடன் தொடங்குபவர்கள் கவனிக்கவும்.

ஒரு முழு நாளைக்கு ஒரே ஒரு கைப்பிடி அளவு மக்காச்சோள மாவை மட்டும் தின்றுவிட்டு, குடிப்பதற்குத் தண்ணீர் தேடி குறைந்தது இருபது கிலோ மீட்டர் நெடும்பயணம் மேற்கொள்ளும் மக்கள் கூட்டம் ஒன்று வாழ்ந்துகொண்டு இருக்கிறது. பத்து, நூறு, ஆயிரமல்ல. இருபது மில்லியன் பேர் (ஒரு மில்லியன் என்றால் பத்து லட்சம்.) இன்றைக்கு இப்படியாக அவஸ்தைப் பட்டுக்கொண்டிருக்கிறார்கள். இருண்ட கண்டம் என்று போன நூற்றாண்டு வரை அழைக்கப்பட்டுவந்த ஆப்பிரிக்கா இனி பசித்த கண்டமாகும் அபாயத்தில் இருக்கிறது.

சந்தேகமே வேண்டாம். இன்றைய தேதியில் உலகை உலுக்கும் மாபெரும் பிரச்னை இதுதான் என்று அடித்துச் சொல்கின்றன உலகெங்கும் உள்ள பல்வேறு சமூக நல அமைப்புகளும் தொண்டு நிறுவனங்களும். எப்படியும் குறைந்தபட்சம் முப்பத்திரண்டாயிரம் குழந்தைகளாவது போதிய உணவில்லாமல் இந்த வருஷம் இறக்கவேண்டி வரும் என்று எச்சரித்திருக்கிறது ஐ.நா. நிலைமை நீடித்தால் இன்னும் இருபது வருடங்களில் ஆப்பிரிக்காவில் உணவுப் போதாமையால் உடல் குறைபாடுகளுடன் பிறக்கும் குழந்தைகளின் எண்ணிக்கை நாற்பது மில்லியனுக்கு மேல் ஆகும் என்றும் பின்னிணைப்பு எச்சரிக்கை அளித்திருக்கிறார்கள்.

என்ன நடக்கிறது ஆப்பிரிக்காவில்?

ஆப்பிரிக்காவில் உள்ள எல்லா நாடுகளிலும் இந்த நிலைமை இல்லை. ஏழு தேசங்களில்தான் பஞ்சமும் பசியும் இப்படிப் பேயாகத் தலைவிரித்தாடுகின்றன. நைஜர் ரொம்ப முக்கியம். அப்புறம் எத்தியோப்பியா. மூன்றாவதாக சோமாலியா. அடுத்தது சூடான். பிறகு ஜிம்பாப்வே. மேலும் எரித்ரியா மற்றும் சாத்.

இந்த தேசங்கள் எல்லாவற்றிலும் நீக்கமற நிறைந்திருப்பது பசிமட்டுமே. சில வருடங்களாகவே நிலைமை மோசமாகிக் கொண்டேதான் இருந்திருக்கிறது. யாரும் அவ்வளவாகக் கண்டுகொள்ளவில்லை. அரசியல்வாதிகளுக்கு அவரவர் பிரச்னைகளே பெரும்பிரச்னை. யாராவது நிதியுதவி அளித்தால் உணவுப்பொட்டலம் போட்டுவிட்டு பேப்பரில் போட்டோ போட்டுக்கொள்ளும் ஐடியா மட்டும்தான் அவர்களுக்கு இருந்திருக்கிறது. உருப்படியாக நிலைமையை சீராக்க யாருக்கும் எண்ணமில்லை. அப்படியே விட்டுவிட்டபடியால், இந்த வருடம் மோசத்தின் உச்சத்தைத் தொட்டுவிட்டது.

ஒரு பக்கம் விவசாயம் செய்யமுடியாதபடிக்கு மழை. மழை என்றால் பேய் மழை. நைல் நதியில் வெள்ளம். நைஜர் நதியில் வெள்ளம். லட்சக்கணக்கான ஏக்கர் விளைநிலங்கள் ஆற்றோடு அடித்துச் செல்லப்பட, மக்கள் நடுச்சாலைக்கு வரவேண்டியதானது.

இன்னும் பல இடங்களில் வறட்சி என்றால் அப்படியொரு வரட்சி. முக்கியமாக சகாராவை ஒட்டிய பகுதிகளில் வசிப்பவர்கள் ஒரு சொட்டு நீரைப் பார்த்தே பலகாலம் ஆகின்றன. குடிநீருக்காக மைல் கணக்கில், வருஷக்கணக்கில் நடந்தபடியே இருக்கிறார்கள்.

அத்தனை பெரிய ஜீவ நதி பாயும் கண்டத்தில் இத்தனை கோடிப்பேர் உணவுக்கு வழியில்லாமல் உயிருக்குப் போராடிக் கொண்டிருக்கிறார்கள் என்றால் குழப்பமாக இருக்கிறதல்லவா?

காரணம் மிக எளிமையானது. ஆப்பிரிக்காவில் உள்ள எந்த தேசமும் நவீன வேளாண்மை உத்திகள் எதையும் கடைபிடிப்பதில்லை. விவசாயத்தில் அறிவியல் புகுத்தப்படவே இல்லை. ஆகவே பிரச்னை என்று வரும்போது சமாளிப்பதற்கான வழிகள் அவர்களுக்குத் தெரியவில்லை. உலகின் மிக நீண்ட நைல் நதியை வைத்துக்கொண்டு எத்தனையோ அணைகள் கட்டி, என்னென்னவோ சாதிக்க முடியும். ஆனால் அவர்கள் செய்வதெல்லாம், வெள்ளம் வரும்போது மரத்தின் மீது ஏறி உட்கார்ந்து வேடிக்கை பார்ப்பது மட்டுமே!

கேட்டால் பணமில்லை. பணம் எங்கிருந்து வரும்? செய்வதற்குத் தொழில் இல்லை. முதலீடுகள் இல்லை என்று தொட்டுத்தொட்டு ஆயிரம் காரணங்கள் சொன்னாலும் அடிப்படைக் காரணம், ஆப்பிரிக்க நாடுகளின் சிக்கல்மிக்க அரசியல் சூழல்தான்.

சூடானை எடுத்துக்கொள்ளுங்கள்! நேற்று வரைக்கும் உள்நாட்டுச் சண்டை. அரசாங்க கஜானாவைக் கழுவித்துடைத்துக் கவிழ்த்துவிட்டார்கள். வரி கட்டுவதற்குச் சில ஆயிரம் பேர்கள் கூட அந்த தேசத்தில் கிடையாது. காரணம், வேலை பார்ப்பவர்கள் எண்ணிக்கை வெகு சொற்பம். போதாக்குறைக்கு அல் கொய்தா உள்பட எத்தனையோ பல தீவிரவாத இயக்கங்களுக்கு சூடான் ஒரு சரணாலயமாக இருந்திருக்கிறது. அரசுக்கும் இத்தகைய இயக்கங்களுக்கும் இடையில் அவ்வப்போது ஏற்படும் எழுதப்படாத ஒப்பந்தங்களால் மக்களுக்குப் போகவேண்டிய பணமெல்லாம் இத்தகைய இயக்கங்களை வளர்க்கச் செலவிடப்பட்டுவந்திருக்கின்றன. பிரதி உபகாரமாக அதிபர்

முதல் வாட்ச்மேன், ப்யூன் வரைக்கும் அவரவர் தராதரத்துக்கேற்ப ஏதோ கிடைக்கத்தான் செய்கிறது என்பதால் மக்கள் பணம், மண்ணாங்கட்டிப் பணம் என்றெல்லாம் சூடான் அரசு சிந்தித்ததாகச் சரித்திரமே இல்லை.

யார் கேட்பது?

இந்தப் பசிக்கொடுமையில் இன்றைக்கு மிக மோசமாக பாதிக்கப்பட்டிருக்கும் தேசம் எத்தியோப்பியா. ஆப்பிரிக்காவின் கிழக்கு ஆப்பிரிக்காவில் சோமாலியாவின் மேற்கில் அமைந்திருக்கும் எத்தியோப்பியா, அமெரிக்காவின் டெக்ஸாஸ் மாகாணத்தைப் போல இரண்டு மடங்கு பரப்பளவு கொண்ட ஒரு தேசம். தங்கம், பிளாட்டினம், செம்பு, பொட்டாஷ், இயற்கை எரிவாயு என்று சில முக்கிய சமாசாரங்களில் ஏதோ கொஞ்சம் இங்கே கிடைக்கிறது. அதுதான் எத்தியோப்பியா என்றொரு தேசம் இன்னும் ஜீவித்திருப்பதற்கு அடிப்படை. கிட்டத்தட்ட ஆயிரத்தித் தொள்ளாயிரம் சதுர கிலோமீட்டர் பரப்புக்கு இங்கே விளைநிலங்கள் இருந்தாலும் உருப்படியாக ஏதும் செய்யமுடியாது. காரணம் முன்னர் சொன்னதுதான். அறிவியலில் சைபர். கற்றுக்கொள்ளக்கூட ஆள்கள் கிடையாது என்பதுதான் வேதனையின் உச்சம். பள்ளிக்கூடத்தைத் தாண்டிய எத்தியோப்பியர்களைச் சில ஆயிரங்களுக்குள் அடக்கிவிடலாம் என்று கணக்குக் காட்டுகிறது அமெரிக்க உளவு நிறுவனமான சி.ஐ.ஏ. (சி.ஐ.ஏ. எதற்காக எத்தியோப்பியாவில் கணக்கெடுக்க வேண்டும் என்று கேட்காதீர்கள். எல்லா தேசங்களைப் பற்றிய எல்லா விவரங்களையும் தொகுத்துத் தனக்கென்று தனியே அவர்கள் ஒரு என்சைக்ளோபீடியாவே வைத்திருக்கிறார்கள்!)

ஒன்பது மிகப்பெரிய இனக்குழுக்களாலான எத்தியோப்பியாவில் 2002ம் ஆண்டிலேயே பஞ்சத்துக்கான அறிகுறிகள் ஆரம்பமாகிவிட்டன. இந்த 2005 ஆகஸ்ட் பிறந்ததும் இவ்வருட இறுதிக்குள் எப்படியும் இருபதாயிரம் பேர் பசியால் இறந்துவிடக் கூடும் என்று வேலை மெனக்கெட்டுக் கணக்கெடுத்துச் சொல்லியிருக்கிறது எத்தியோப்பிய அரசு. ஒரு வேளை உணவு கூட இல்லாமல் சுமார் பத்துலட்சம் பேர் புல் பூண்டுகளைத் தின்னும் அளவுக்கு அங்கே போயிருக்கிறார்கள்.

உலகெங்கிலுமிருந்து நிதிகள் வந்து சேர ஆரம்பித்திருக்கின்றன (துருக்கிதான் ஆரம்பித்துவைத்திருக்கிறது. அடுத்தபடியாக அமெரிக்கா.) என்றபோதும் நிலைமை முற்றிலும் சீராவது கஷ்டம்தான் என்கிறார்கள்.

IFPRI (International Food Policy Research Institute) என்கிற சர்வதேச உணவு ஆராய்ச்சி நிறுவனம் (வாஷிங்டனில் இருக்கிறது.) மேற்சொன்ன பஞ்சத்தில் அடிபட்ட ஆப்பிரிக்க தேசங்களில் சமீபத்தில் ஆய்வு மேற்கொண்டு ஓர் அறிக்கை வெளியிட்டிருக்கிறது. அதன்படி ஆப்பிரிக்கப் பஞ்சத்தை அடியோடு தீர்ப்பதற்கு எப்படியும் 303 பில்லியன் டாலர்கள் தேவை என்று தெரிகிறது. இது மிகப்பெரிய தொகை. ஒரு தேசமோ, ஒரு குறிப்பிட்ட அமைப்போ இந்தச் சுமையை ஏற்க இயலாது. மேலும் ஒரே ராத்திரியில் இத்தனை பணத்தைக் கொண்டுபோய் ஆப்பிரிக்காவில் கொட்டவும் முடியாது.

பணத்தையா பிய்த்துத் தின்னமுடியும்?

IFPRI இந்தத் தொகையைக் கொஞ்சம் கொஞ்சமாகப் பத்து ஆண்டுகளில் ஆப்பிரிக்காவுக்குக் கொண்டுபோய்ச் சேர்த்தால் போதும் என்று கட்டம் கட்டி வழிகளையும் சொல்லியிருக்கிறது. முதலில் விளைநிலங்களைச் சீராக்கவேண்டும். அப்புறம் இருக்கிற நீர் ஆதாரங்களை உருப்படியாகப் பயன்படுத்த வழிகள் செய்வது. முறைப்படுத்தப்பட்ட விவசாயம். முறைப்படுத்தப்பட்ட வினியோகம்.

ஒழுங்காக விவசாயம் செய்து, உருப்படியாக இந்த அரசுகள் ஏற்றுமதியைப் பெருக்குவதில் கவனம் செலுத்தினால் இன்னும் இருபது வருடங்களில் 5.4 பில்லியன் டாலர்கள் வரை விவசாய ஏற்றுமதியிலேயே சம்பாதிக்க முடியும்.

அதெல்லாம் அடுத்தக்கட்டம். இப்போதைய பஞ்சத்துக்கு என்னதான் தீர்வு என்றுகேட்டால்தான் கையை விரிக்கிறார்கள்.

உணவுப் பொட்டலங்கள் போடுவதுதான் ஒரே வழி என்று இந்த ஏழு தேசங்களும் முடிவு செய்திருக்கின்றன. ஆங்காங்கே இலவச

உணவுக்கூடங்களைத் திறப்பதற்கு எத்தியோப்பியா மற்றும் சோமாலிய அரசுகள் முடிவு செய்திருக்கின்றன. ஒருவர் இருவர் என்றால் சரி. ஒட்டுமொத்த தேசமும் பஞ்சத்தில் அடிபட்டால் என்னாவது?

பஞ்சத்தையெல்லாம் நம்மால் முழுக்கப் புரிந்துகொள்வது ரொம்பக் கஷ்டம். ஒப்பீட்டளவில் இந்தியா மிகவும் சௌகரியமான தேசம் என்பதுதான் காரணம். ஆப்பிரிக்க நாடுகளின் இத்தனை பெரிய உணவு நெருக்கடிக்கு ஆதாரக் காரணம், ஆட்சியாளர்களின் சிரத்தையின்மையே.

ஆரம்பம் முதலே ஏழை நாடுகள் என்கிற பட்டம் கிடைத்துவிட்டபடியால், எப்போதும் கையேந்தியபடியே இருக்கப் பழகிவிட்டார்கள். சுயவளர்ச்சி என்று சிந்திப்பதுகூடக் கிடையாது.

இத்தனைக்கும் இயற்கை வளத்துக்குப் பிரச்னையே இல்லாத கண்டம் அது. கனிமங்கள், தாதுக்கள், நீர், எண்ணெய் (விளக்கெண்ணெய் அல்ல. பெட்ரோலியம்.) எல்லாம், எல்லாமே அங்கே தரைக்கடியில் சௌக்கியமாகத் தூங்கிக்கொண்டிருக்கின்றன. தொழில்நுட்பப் பரிச்சயம் போதுமான அளவு இல்லாத காரணத்தால் எதையும் எடுத்து அனுபவிக்கத் தெரியாதவர்களாக இருக்கிறார்கள். இனக்குழு மோதல்கள், ராணுவ ஆட்சி, ஆட்சிக் கவிழ்ப்பு, எந்தக் கணமும் அவசர நிலை என்று அவஸ்தைப் படுகிறார்கள்.

எத்தியோப்பியா, சோமாலியா, நைஜர், ஜிம்பாப்வே போன்ற தேசங்களில் வஞ்சனையில்லாமல் வளர்வது மக்கள்தொகை மட்டும்தான். கட்டுப்படுத்தமுடியாத வளர்ச்சி. பிறக்கிற குழந்தைகளெல்லாம் எலும்புக்கூடுகளாகப் பிறக்கின்றன. ஏராளமான குழந்தைகள் பிறக்கும்போதே இறக்கின்றன. தப்பிப்பிழைக்கும் குழந்தைகளுக்கும் உணவு கிடையாது. குடிநீர் கிடையாது. தொண்டு நிறுவனங்கள் மாதம் தவறாமல் அபாய அறிக்கைகள் வெளியிட்டபடி இருக்கின்றன. என்ன செய்வது என்றுதான் யாருக்கும் புரியவில்லை.

இந்த நிமிடம் இந்த ஏழு தேசங்களிலிருந்தும் கொத்துக்கொத்தாக மக்கள் இடம் பெயர்ந்து போக ஆரம்பித்திருக்கிறார்கள். அகதிகளாக வரும் அண்டைதேசத்துச் சொந்தச் சகோதரர்களை எங்கே தங்க வைத்து, என்ன செய்வதென்று புரியாமல் பிற ஆப்பிரிக்க தேசங்கள் கவலையில் ஆழ்ந்திருக்கின்றன. கல்வி, வேலை வாய்ப்பு, தேச முன்னேற்றம், *IFPRI* அறிக்கை, ஏற்றுமதி, இறக்குமதி, புண்ணாக்கு, புடலங்காய் என்றெல்லாம் அவர்களிடம் பேசிக்கொண்டிருக்க முடியாது.

அவர்களுக்கு வேண்டியது சோறு. அவ்வளவுதான். என்ன செய்யப் போகிறார்கள்?

வெடிக்கப்போகும் விபரீதம்!

காலம் கலிகாலம். இப்படியெல்லாம் நடக்குமா என்று கேள்வியே கேட்கக்கூடாது. எல்லாம் வல்ல எம்பெருமானுக்கே விளக்கிச் சொன்னாலும் முழுக்கப் புரியுமா என்பது சந்தேகம்தான். விஷயத்தின் தீவிரம் அப்படி. முடிச்சுகள் அப்படி. பயங்கரங்கள் அப்படி.

2001ம் ஆண்டு செப்டெம்பர் 11ம் தேதி அமெரிக்காவில் உள்ள உலக வர்த்தக மையக் கட்டடங்கள் மீதும், பெண்டகன் என்கிற ராணுவத் தலைமையகத்தின் மீதும் அல் கொய்தா தீவிரவாதிகள் விமானம் மோதித் தாக்குதல் நடத்திய சம்பவம் மறந்திருக்க நியாயமில்லை. இந்தத் தாக்குதல் தொடர்பாக விசாரிப்பதற்கு அமெரிக்க அரசு ஒரு விசாரணை கமிஷன் அமைத்ததும், அந்த கமிஷன் 2004ம் ஆண்டு செப்டம்பரில் தனது அறிக்கையைச் சமர்ப்பித்ததும் கூட நினைவிருக்கலாம்.

சுமார் அறுநூறு பக்க அறிக்கை அது. பொருட்காட்சி அப்பளம் மாதிரி சுடச்சுட லட்சக்கணக்கான பிரதிகள் விற்று எழுத்தாளர்கள் வயிற்றிலெல்லாம் புளியைக் கரைத்தது. (இந்த அறிக்கையின் மென் பிரதி இணையத்தில் இலவசமாகவே கூடக் கிடைக்கும். அச்சுப்புத்தகமாக வேண்டுமென்றால்தான் விலை.)

செப்டெம்பர் 11 சம்பவத்தை அக்குவேறு ஆணி வேறாக அலசி எடுத்து உலர்த்திய இந்த அறிக்கை ஒசாமா பின்லேடனையும் அன்னாரது ஆப்கன் பங்காளிகளையும் குற்றவாளிகளாகச் சுட்டிக்காட்டி, அமெரிக்க விமான நிலையங்கள், நிறுவனங்களின் பாதுகாப்பு ஏற்பாடுகளையும், உளவு அமைப்புகளின் கையாலாகாத்தனத்தையும் வேறு சில ஒன்றுக்கும் உதவாத உள்நாட்டுக் குளறுபடிகளையும் மட்டும் கண்டித்துவிட்டு, தேச ஒற்றுமை, தேச நலன் என்று நாலு வார்த்தை நல்லபடியாகப் பேசிவிட்டு முற்றும் போட்டுவிட்டது. 'தீவிரவாதத்துக்கு எதிராக' அமெரிக்க அரசு தொடங்கிய யுத்தத்துக்கு பலமாக ஜே போட்டதுதான் இந்த விசாரணை கமிஷன் அறிக்கையின் ஒருவரிச் சுருக்கம்.

விஷயம் அத்துடன் முடிந்ததாகத்தான் அமெரிக்கர்கள் உள்பட அத்தனை பேருமே நினைத்தார்கள். அதுதான் இல்லை.

சமீபத்தில் Eric Hufschmid என்கிற புலனாய்வுச் செய்தியாளரின் *Painful Questions : An analysis of the September 11th Attack* என்கிற புத்தகம் அமெரிக்காவில் வெளியானது. இந்தப் புத்தகத்துடன் சுமார் இரண்டேமுக்கால் மணி நேரம் ஓடக்கூடிய ஒரு குறுந்தகட்டையும் (CD) சேர்த்தே தருகிறார்கள். 'Confronting the Evidences : A call to reopen 9/11 Investigation' என்கிற பெயரில் வந்திருக்கிற இந்தக் குறுந்தகடு, அமெரிக்க அதிபரின் நாற்காலிக்கு அடியில் ஓசைப்படாமல் ஓர் அணுகுண்டு வைக்கும் காரியத்தைக் கர்மசிரத்தையாகச் செய்கிறது.

விஷயம் மிகத்தீவிரமானது. செப்டெம்பர் 11 அன்று அல்கொய்தா நிகழ்த்திய தாக்குதலை அமெரிக்க அரசின் புலனாய்வு அமைப்புகள் முயன்றிருந்தால் தடுத்திருக்கலாம், தவிர்த்திருக்கலாம் என்று 9/11 கமிஷன் அறிக்கையே ஒரு மாதிரி சுற்றிவளைத்துச் சொல்கிறது. இந்த 'Confronting the Evidences' டாக்குமெண்டரிப்படமோ, 'அமெரிக்க அரசு அந்தக் காரியத்தைச் செய்ய விரும்பாததால்தான், தாக்குதல் நடக்கட்டும் என்று பேசாமல் இருந்தது' என்று முகத்தில் அறைந்தாற்போலப் பேசுகிறது.

ஒரு தாக்குதல் திட்டமிடப்படுகிறது. அது பற்றிய விவரங்கள் அரசுக்குக் கிடைக்கிறது. உடனே என்ன செய்யவேண்டும்?

வசமாகக் கையில் சிக்கிய சில அல்கொய்தா ஆட்களைக் கூட அமெரிக்க உளவுத்துறை அப்போது கோட்டைவிட்டிருக்கிறது.

இந்த டாகுமெண்டரி எழுப்பும் கேள்வி: "கோட்டைவிடப்பட்டதா? வேண்டுமென்றே விட்டுவைத்தார்களா?" என்பதுதான்.

நான்கு விமானங்கள் கடத்தப்படுகின்றன. உடனே என்ன செய்யவேண்டும்? அவற்றைப் பின் தொடருவதற்கு, சுட்டு வீழ்த்துவதற்கு எஃப் 16 ரகப் போர் விமானங்களை உடனே அனுப்பியாகவேண்டும். இதுதான் எதிர்பார்க்கக்கூடியது. ஆனால் சொல்லிவைத்த மாதிரி செப்டம்பர் 11 அன்று மட்டும் ஆயத்த நிலையில் இருந்த அத்தனை எஃப் 16 ரகப் போர் விமானங்களையும் 'பயிற்சிக்காக' கனடாவுக்கும் அலாஸ்காவுக்கும் எதற்காக அனுப்பிவைத்தார்கள்? அதை ஏன் கொஞ்சநாள் முன்னதாகவோ, பின்னதாகவோ திட்டமிட்டிருக்க முடியாது? தீவிரவாதிகளின் தாக்குதல் அபாயம் இருக்கிறது, இருக்கிறது என்று உளவு அமைப்புகள் கழுதையாகக் கத்திக்கொண்டிருந்த சமயம். இப்படியா அத்தனை போர் விமானங்களையும் பல்டிப் பயிற்சிக்கு அலாஸ்கா அனுப்பிவைப்பார்கள்?

இதுவும் தற்செயல் என்று அமெரிக்க அரசு சொல்கிறது; அல்ல, திட்டமிட்ட நடவடிக்கை என்று இந்த டாக்குமெண்டரி சொல்கிறது.

கடத்தப்பட்ட விமானங்களுள் ஒன்றான 'அமெரிக்கன் 77' என்கிற போயிங் 757, அமெரிக்க ராணுவத் தலைமையகமான பெண்டகன் மீது மோதி கடுமையான நாசத்தை விளைவித்ததை அமெரிக்க அரசு, போட்டோக்கள் வெளியிட்டு உலகுக்குக் காட்டியது. 'இந்தப் போட்டோக்கள் உண்மை என்றால், மோதியது போயிங் 757 இல்லை' என்கிறது இந்த டாக்குமெண்டரி.

காரணம், புகைப்படங்களில் விமானம் மோதியதால் சேதமடைந்த பகுதிகளின் நீள, அகல, உயரங்களை வைத்துப் பார்க்கும்போது, அது விமானத்தின் அளவைவிடச் சிறியதாகவே இருக்கிறது!

'கடத்தப்பட்ட போயிங் விமானம்தான் மோதியதென்றால், சேதம் இதைவிட அதிகமாக இருந்திருக்க வேண்டும். அல்லது

கடத்தப்பட்ட விமானம் வேறெங்கோ போய்விட, வேறு விமானத்தைக் கொண்டு வேண்டுமென்றேதான் மோதியிருக்க வேண்டும்' என்கிறது இந்த ஆவணப்படம்.

இன்னொரு விஷயம், பெண்டகன் இருக்கும் இடத்தில் அத்தனை சுலபமாக எந்த விமானமும் பறந்து வரமுடியாது. அப்படி அத்துமீறி ஏதாவது விமானம் அந்தப் பக்கம் வருவது தெரிந்தால் உடனே மோப்பம் பிடித்து, தானியங்கி விமான எதிர்ப்பு ஏவுகணைகள் பாயத்தொடங்கிவிடும். ஆனால் அமெரிக்கன் 77 விமானம் பறந்து வந்து மோதியபோது அந்த ஏவுகணைகளெல்லாம் என்ன ஆயின என்று கேட்கிறது இந்த டாக்குமெண்டரி.

இந்த டாக்குமெண்டரியின் மிக முக்கியமான கட்டம், வர்த்தக மையக் கட்டடங்கள் இடிந்து விழுந்த விதம் பற்றியது. விமானம் மோதினால் ஒரு கட்டடம் எப்படித் தள்ளாடித் தடுமாறி சாய்ந்து விழவேண்டும், ஆனால் இந்த சம்பவத்தின்போது மட்டும் எப்படி அப்படியே நொறுங்கித் தரைமட்டமானது என்பது குறித்து ஜெஃப் கிங் என்கிற இயற்பியல் விஞ்ஞானி ஒருவர் சில நிமிடங்கள் இதில் பேசுகிறார்.

இயற்பியலின்படி, கட்டடம் நொறுங்கிய விதம் கண்டிப்பாக விமானம் மோதியதனால் இருக்க முடியாது என்பதே அவரது முடிவு. வர்த்தக மையக் கட்டடங்கள் இரண்டிலும் ஒவ்வொரு தளத்திலும் ஒவ்வொரு மூலையிலும் குண்டுவைத்து, ஒரே சமயத்தில் வெடிக்கச் செய்தால் மட்டுமே அப்படி அப்பளம் போல் நொறுங்கி அதே இடத்தில் விழுவது சாத்தியம். (பழைய கட்டடங்களை இடிப்பதற்கு அமெரிக்கா உள்ளிட்ட பல்வேறு தேசங்களில் இந்த முறைதான் கையாளப்பட்டுவருகிறது.) விபத்தின்போது எழுந்த கரும்புகை, விமானம் மோதிய வினாடிக்குக் காலே அரைக்கால் வினாடி முன்பாகவே கட்டடத்தினுள்தெரிந்ததீப்பிழம்பு(புகைப்படங்களையும்வீடியோ ஆதாரங்களையும் அத்தனை துல்லியமாக அலசியிருக்கிறார்கள்!) ஆகியவற்றை இதற்கு சாட்சியாக வைத்து, கண்டிப்பாக வர்த்தக மையக் கட்டடங்களுக்குள் குறைந்தது 14 டன் வெடிபொருளாவது வைத்திருந்தால்தான் இப்படி நொறுங்கியிருக்க முடியும் என்கிறது இந்த டாக்குமெண்டரி.

தினசரி பல்லாயிரக்கணக்கானவர்கள் போய்வருகிற இடம் அது. கார்த்திகை தீபத்துக்கு அகல் வைப்பது மாதிரி மூலைக்கு மூலை குண்டுவைப்பதெல்லாம் எப்படி சாத்தியம் என்று கேள்வி வரலாம். சொல்லி வைத்தமாதிரி செப்டம்பர் 11ம் தேதிக்கு சரியாக ஒருவாரம் அல்லது எட்டு நாள்கள் முன்பிலிருந்து அடிக்கடி கட்டடத்தில் மின்சாரத் தொடர்பில் சிக்கல் ஏற்பட்டதையும் அவ்வப்போது அங்கே இருட்டு சூழ்ந்ததையும் எப்போதும் இல்லாத அளவுக்கு பராமரிப்பு மற்றும் பழுதுபார்க்கும் பணிகள் அடிக்கடி மேற்கொள்ளப்பட்டதையும் சுட்டிக்காட்டுகிறார்கள்.

செப்டெம்பர் 11 சம்பவம் தொடர்பாக மறுநாளே ஆரம்பித்த விசாரணைகளுக்கு அமெரிக்க அரசு ஆரம்பம் முதலே பிரச்னைகள் தந்தது, கமிஷன் விசாரணைக்கு உடன்பட புஷ் மறுத்தது, சம்பவ இடத்திலிருந்து வெறும் 200 சாம்பிள்களை மட்டுமே ஆய்வுக்கு எடுத்துப் போக அனுமதித்தது, மிச்சமிருந்த மலைமலையான கட்டட மற்றும் இரும்புக் கழிவுகளை சற்றும் நம்ப முடியாத வேகத்தில் டிஸ்போஸ் செய்தது (சென்னைக்குக் கூட கப்பல்களில் அந்தக் கட்டடக் கழிவுகள் வந்தன!) என்று சந்தேகங்களை ஃப்ரேம் ஃப்ரேமாக அடுக்கிக்கொண்டே போகிறது இந்த டாக்குமெண்டரி.

இதை மொத்தமாகச் சுருக்கிப் பார்ப்பதென்றால் இப்படித்தான் பார்க்க வேண்டும்:

செப்டெம்பர்11 அன்று அமெரிக்காவில் தாக்குதல் நடத்தியது ஒசாமா பின்லேடனின் அல்கொய்தா இயக்கம்தான். இதில் சந்தேகமில்லை. ஆனால் தாக்குதல் நடக்கப் போகிறது என்று தெரிந்தும் உரிய பாதுகாப்பு ஏற்பாடுகளைச் செய்யாமல், அந்தத் தாக்குதலைப் பல்வேறு அரசியல் காரணங்களுக்குப் பயன்படுத்திக்கொள்ள அமெரிக்க அதிபர் ஜார்ஜ் புஷ் முடிவு செய்தார். அதன் தொடர்ச்சியாகவே, விமானம் மோதவிருந்த கட்டடங்களில் வெடிகுண்டுகளை முன்கூட்டியே வைத்து கட்டடம் துளி மிச்சமில்லாமல் உருக்குலைய வழி செய்தார்கள். தீவிரவாதிகளின் இலக்கு ஒரு வேளை பெண்டகனாக இருக்கலாம் என்கிற சந்தேகம் அமெரிக்க அரசுக்கு இருந்திருக்கிறது. ஆனால், கடத்தப்பட்ட நான்கு விமானங்களில் எதுவும் அந்தப் பக்கம் வரவில்லை. (இரண்டு

விமானங்கள் வர்த்தக மையக் கட்டடங்களின் மீது மோதின. ஒரு விமானம் பென்சில்வேனியாவில் விழுந்து நொறுங்கிவிட்டது. இன்னொன்று எங்கே போனது என்று தெரியவில்லை என்பதே இந்த டாக்குமெண்டரி எழுப்பும் சந்தேகம்.) அது எங்கே போனது என்று கண்டுபிடிப்பது ஒரு பக்கம் இருக்க, பெண்டகனைத் தாக்கிவிட்டார்கள் என்று தெரிந்தால் உலகமே அதிரும் என்பதால், தானே ஏற்பாடு செய்து ஒரு விமானத்தைக் கொண்டுவந்து பெண்டகன் மீது மோதி, தீவிரவாதிகள் மோதிவிட்டார்கள் என்று உலகை நம்பச் செய்துவிட்டார்கள். (பெண்டகன் தாக்கப்பட்டது தொடர்பாக அமெரிக்க அரசு வெளியிட்ட சில புகைப்படங்களில் செப்டெம்பர் 12 என்று தேதி பதிவாகியிருப்பதையும் சுட்டிக்காட்டுகிறது இந்த டாக்குமெண்டரி! ஒரு நாள் கழித்துச் ‘செய்யப்பட்ட ஏற்பாடு’!)

ஆக, அமெரிக்கா மீது தொடுக்கப்பட்ட அந்தக் கொடூரமான தாக்குதலைச் செய்தது அல்கொய்தா மட்டுமல்ல; புஷ்ஷ¤ம்கூட என்று சொல்லாமல் சொல்லிமுடிக்கிறது இந்த ஆவணப்படம்.

புஷ் எதற்காக இப்படியெல்லாம் செய்ய வேண்டும்?

ஈராக்கையும் ஆப்கனிஸ்தானையும் தாக்குவதற்கு அமெரிக்க அரசு ஏற்கெனவே முடிவு செய்துவிட்டிருந்தது. சதாம் உசேனும் ஒசாமா பின்லேடனும் என்றைக்கு இருந்தாலும் அமெரிக்காவுக்குத் தலைவலிதான். ஆனால், சரியான, வலுவான காரணமில்லாமல் இன்னொரு தேசத்தில் போய் இறங்கிப் போர் தொடுக்க முடியாது.

ஒசாமா பின்லேடனின் திட்டம், பதில் தாக்குதலுக்குச் சரியான காரணமாக இருக்கமுடியும் என்றபோதும், அமெரிக்கா மீது சர்வதேச அனுதாபம் முழுமையாக விழவேண்டுமென்றால், பாதிப்பு மிகவும் பலமானதாக இருந்தாகவேண்டுமென்று அமெரிக்க அரசு முடிவு செய்திருக்கிறது. அதன் விளைவுதான் இந்த ஈவிறக்கமற்ற, கொடூரமான ரகசியச் சதிவேலை என்று குற்றம் சாட்டுகிறது இந்த டாக்குமெண்டரி.

இந்த டாக்குமெண்டரியின் நம்பகத்தன்மை எத்தனை சதவீதம் என்பது பற்றியெல்லாம் இப்போது துல்லியமாகச் சொல்லிவிட

முடியாது. ஆனால் இது எழுப்பும் சில கேள்விகளை மறுக்கவும் முடியாது. முக்கியமாக 'விமானம் மோதி கட்டடம் நொறுங்கியது என்பதைக் கூட ஒப்புக்கொள்ளலாம், ஆனால் வலுவான இரும்புக் குழாய்கள் நொறுங்கிச் சிதற வாய்ப்பே இல்லை; வெடிவைத்துத் தகர்த்தாலொழிய அவற்றைத் தூளாக்க முடியாது' என்று விஞ்ஞானிகள் சிலர் சொல்லுவதைப் பரிசீலித்தே ஆகவேண்டும். அதே போலத்தான் பெண்டகனில் மோதிய விமானம் போயிங் தானா என்கிற கேள்வியும்.

புஷ் இதற்கெல்லாம் பதில் சொல்வாரா என்பது, இந்த டாக்குமெண்டரி அமெரிக்க மக்களை எத்தனை தூரம் பாதிக்கப் போகிறது என்பதைப் பொறுத்துத்தான் இருக்கிறது. மக்கள் கேள்விகேட்டால் அவர் பேசித்தான் ஆகவேண்டும். இது வெறும் ஆராய்ச்சியாளர்களின் புலம்பலாக மட்டும் இருந்துவிடுமானால், அவர் தப்பித்துவிடுவார்.

இந்த டாக்குமெண்டரி படத்தை யார் பார்க்கிறார்களோ இல்லையோ, அவசியம் ஒசாமா பின்லேடன் பார்க்கவேண்டும். அமெரிக்க அரசின் 'திறமை'யை இந்த ஆய்வாளர்கள் பட்டியல் இடுவதைப் பார்த்து அவர் கொஞ்சம் வெட்கப்பட்டால் ஆச்சர்யப்படுவதற்கில்லை.

அமைதிக்காக அடிதடி

முப்பது நாப்பது வருஷமாக நீங்கள் ஒரே ஊரில், ஒரே வீட்டில் வாழ்கிறீர்கள். உங்களுக்குத் திருமணமாகி, குழந்தை பிறந்து, அந்தக் குழந்தை வளர்ந்து அதற்கொரு திருமணம் என்று யோசித்துக்கொண்டிருக்கிறீர்கள், அல்லது திருமண ஏற்பாடுகளைச் செய்துகொண்டிருக்கிறீர்கள். உங்கள் வாழ்க்கையின் அத்தனை நல்லது கெட்டதுகளுக்கும் நீங்கள் வசித்த அந்த வீடு ஒரு மௌன சாட்சியாக இருந்துவந்திருக்கிறது. திடீரென்று இனிமேல் நீங்கள் அந்த வீட்டில் வசிக்கக்கூடாது; குடித்தனத்தை காலிபண்ணிக்கொண்டு வேறெங்காவது போகவேண்டும் என்று அரசாங்கம் உத்தரவிட்டால் என்ன செய்வீர்கள்?

அது உங்கள் சொந்த வீடு. பத்திரமெல்லாம் பத்திரமாக பீரோவில் இருக்கிறது. ஆனால் அதெல்லாம் இனிமேல் வெற்றுக்காகிதம்தான் என்று அரசாங்கம் சொல்கிறது. ஒழுங்கு மரியாதையாக வீட்டை காலி செய்துகொண்டு போனால் நஷ்ட ஈடாகக் கொஞ்சம் பணம் தருவதாகவும் சொல்கிறார்கள் என்று வையுங்கள். அடம்பிடித்தால் அதற்கேற்ற அளவு நஷ்ட ஈட்டுத் தொகை குறைந்துகொண்டே வரும். ரொம்ப அடம் பிடித்தால் பைசா பேராது. ஆனால் எப்படியும் காலி செய்துதான் ஆகவேண்டும்.

ஏதாவது ரயில்பாதை போடப்போகிறார்களா? ஆராய்ச்சி நிலையம் கட்டப்போகிறார்களா? பாராளுமன்றத்தை வாஸ்து பார்த்து இடம் மாற்றிக் கட்ட உத்தேசமா? ம்ஹ¤ம். அது ஒரு அரசியல் நிர்ப்பந்தம் அல்லது நீண்ட நெடுநாள் நாடகத்தின் இடைவேளைக்கு முந்தைய உணர்ச்சி மயமான காட்சி. அரசாங்கம் அந்தக் காட்சியை அரங்கேற்றியே தீரவேண்டும். அதற்கு நீங்களும் உங்கள் வீடும் பலியாவது பற்றி அவர்களுக்கு அக்கறை இல்லை.

என்றால், என்ன செய்வீர்கள்?

நீங்கள் என்றால் நீங்கள் மட்டுமல்ல. உங்களைப் போல் ஒரு சில ஆயிரம் பேர். அதே முப்பது நாற்பது வருடங்களுக்கு முன்னர் அதே அரசாங்கம்தான் உங்களிடம் நைச்சியமாகப் பேசி, ஏகப்பட்ட ஆசை வார்த்தைகள் சொல்லி, அப்போதைக்கு அள்ளிக்கொடுத்து அங்கே கொண்டுவந்து குடிவைத்திருக்கிறது. இப்போது காலி செய்கிறாயா இல்லையா என்று மிரட்டுவதும் அவர்களேதான்.

என்ன நடக்கிறது இஸ்ரேலில்? கடந்த ஒருவாரமாக நாளிதழ்கள் அனைத்திலும் காஸா மற்றும் மேற்குக் கரையிலிருந்து யூதக் குடியிருப்புகள் அப்புறப்படுத்தப்பட்டு வருவது பற்றிப் பக்கம் பக்கமாக எழுதிக்கொண்டிருந்தார்கள். மூட்டை முடிச்சுகளுடனும் தீராத கண்ணீருடனும் ஆண்களும் பெண்களும் குழந்தைகளும் திரும்பித்திரும்பிப்பார்த்தபடி இடம்பெயர்ந்துபோனகாட்சிகளைத் தொலைக்காட்சிகள் திரும்பத்திரும்ப ஒளிபரப்பின. ஒரு சிலர் வீட்டை விட்டு வர மறுத்து குழந்தை போல் கூரை மீதெல்லாம் ஏறி உட்கார்ந்துகொண்டு அடம் பிடிக்க, இஸ்ரேலிய ராணுவத்தினர் ஏணி வைத்து மேலே ஏறி குண்டுக்கட்டாகத் தூக்கிக்கொண்டு இறங்கி வந்து கதறக் கதற வண்டியில் ஏற்றினார்கள்.

பார்க்கப் பரிதாபமாக இருந்தாலும் மக்களைச் சொல்லிக் குற்ற மில்லை. அபாயம் அரசியல்வாதிகளிடமிருந்து தொடங்குகிறது.

1948ம் ஆண்டு இஸ்ரேல் சுதந்தர நாடாக அறிவிக்கப்பட்டபோது கிழக்கே காஸா பகுதியையும் மேற்கே ஜோர்டன் நதியின் மேற்குக் கரையாக விளங்கும் ஒரு பெருநிலப்பரப்பையும் பிரித்து பாலஸ்தீனியர்களுக்காக வழங்கினார்கள். சண்டை சச்சரவில்லாமல்

வாழ்ந்திருக்கமுடியும். விதி யாரைவிட்டது? நடுவில் ஜெருசலேம் என்கிற நகரம் இரு கட்சிக்கும் பொதுவில் வந்து உட்கார, ஐ.நாவின் சிறப்புக்கட்டுப்பாட்டுக்கு உட்பட்ட நகரமாக அதனை அறிவித்துவிட்டார்கள்.

ஆனால் இஸ்ரேலுக்கு ஜெருசலேத்தை விட மனமில்லை. 1948ம் ஆண்டே நடந்த ஒரு யுத்தத்தில் பாதி ஜெருசலேத்தைச் சாப்பிட்டுவிட்டது. மீதி ஜெருசலேம் ஜோர்டன் வசம் இருந்தது அப்போது. இஸ்ரேலுக்குத் திருப்தியில்லை. எப்படியாவது அந்த மீதி ஜெருசலேத்தையும் தன்வசப்படுத்துவதற்கான சமயம் பார்த்துக்கொண்டிருந்தது. 1967ம் ஆண்டு மீண்டும் ஒரு யுத்தம் செய்தது இஸ்ரேல். சுற்றுவட்டாரத்தில் இருந்த எகிப்து, ஜோர்டன், சிரியா ஆகிய மூன்று நாடுகளும் பாலஸ்தீனிய அரேபியர்களுக்காகப் போரிட, எதிர்ப்பக்கம் இஸ்ரேல் ஒண்டியாளாகப் போரிட்டு வெற்றியும் பெற்றது. இந்த வெற்றிக்கு அந்தத் தேசம் தனக்குத்தானே கொடுத்துக்கொண்ட பரிசு, ஜெருசலேம். முழு ஜெருசலேம்.

யுத்தத்தில் வென்ற பகுதிகளிலெல்லாம் தமது இனத்தைச் சேர்ந்தவர்களைக் குடிவைப்பது என்பது உலகில் உள்ள அத்தனை தேசங்களும் ஆத்மசுத்தியுடன் செய்துவரும் ஒரு காரியம். இது ஒரு போர்க்கால நடவடிக்கையாகத்தான் தொடக்ககாலத்தில் மேற்கொள்ளப்பட்டு வந்திருக்கிறது. பின்னால், எங்கெல்லாம் பிரச்னையை விதைக்க விரும்புகிறார்களோ, அங்கெல்லாம் புதிய குடியிருப்புகளை நிறுவலாம் என்று அரசுகள் முடிவு செய்ய ஆரம்பித்தன.

இலங்கையில் தமிழர் குடியிருப்புப் பகுதிகளில் சிங்களர்களைக் கொண்டுவந்து இலங்கை அரசு குடிவைத்தது பற்றிப் படித்திருப்பீர்கள் அல்லவா? இலங்கை யுத்தத்தின் ஊற்றுக்கண் எப்படி அந்தக் குடியேற்றமாக இருந்ததோ, அதே கதைதான் இஸ்ரேலிலும்.

தனி இனம், தனி சமயம், தனி கலாசாரம், தனி அடையாளங்களுடன் ஒரு குழுவாக வாழும் அரேபியர்கள் மத்தியில் யூத இனத்தவரைக் கொண்டுவந்து குடிவைத்து, அவர்களை அங்கே மெஜாரிடி

சமூகத்தினராக மெல்ல மெல்ல மாற்றி, அவர்களுக்கு மட்டும் வேலை வாய்ப்பு, அவர்களுக்கு மட்டும் மேற்கல்வி வாய்ப்பு, அவர்களுக்கு மட்டும் வர்த்தக வாய்ப்புகளை உருவாக்கிக்கொடுத்து, அந்தப் பகுதியின் ஆதிகுடியினரான அரேபியர்களை மெல்ல மெல்லத் தனிமைப்படுத்தி, அவர்கள் தங்களைத் தாங்களே சிறுபான்மையினராக உணரச் செய்யும் உத்தி ஆதிகாலம் முதலே இஸ்ரேலில் இருந்துவந்திருக்கிறது.

யூதர்களுக்கும் அரேபியர்களுக்குமான யுத்தத்துக்கு வயது 1948லிருந்து கணக்கு வைத்து 57 என்று நினைப்பீர்களானால் அது தப்பு. அது ஆயிரமாயிரம் ஆண்டுகளாகத் தொடரும் பகை. 48ம் ஆண்டில் புதுப்பரிமாணம் பெற்று 1967லிருந்து அந்தப் பகை நவீன வடிவம் பெறத் தொடங்கியது.

இந்த யூதக் குடியேற்றங்களைக் கண்டு அரேபியர்கள் அச்சமடைந்ததன் தொடர்ச்சிதான் பாலஸ்தீனில் ஏராளமான போராளி இயக்கங்கள் உருவாயின. அவை ஒன்று திரண்டு பி.எல்.ஓ. என்கிற ஒரு பொதுக் குடையின் கீழ் செயல்படத் தொடங்கியதும் இதன் பிறகுதான். இஸ்ரேல் அபகரித்த தங்கள் நிலங்களை மீட்பதற்காக பாலஸ்தீன் அரேபியர்கள் ஆரம்பித்த யுத்தம் இன்றுவரை தொடர்ந்துகொண்டிருப்பது ஒரு புறமிருக்க, இந்தக் குடியேற்றங்களை இப்போது காலி செய்ய இஸ்ரேலிய அதிபர் ஏரியல் ஷரோன் உத்தரவிட்டிருக்கிற விஷயத்தைக் கொஞ்சம் கவனிக்கலாம்.

காஸா மற்றும் மேற்குக் கரைப் பகுதிகளில் இப்போது காலி செய்யப்படும் இந்த யூதக் குடியிருப்புகள், 1977ம் ஆண்டு உருவாக்கப்பட்டன. யூதர்களைக் கொண்டுபோய் அங்கே குடிவைத்து அவர்களுக்கு ஏகப்பட்ட பணத்தையும் வசதி வாய்ப்புகளையும் அள்ளிக்கொடுத்தார் அப்போதைய இஸ்ரேல் பிரதமர் மேனஹம்.

இதற்குப் பிறகு பாலஸ்தீன் விடுதலைக்கான போராட்டங்கள் சூடுபிடித்துதினமொருகுண்டுவெடிப்பு, பொழுதொருபடுகொலை என்று ஒட்டுமொத்த தேசமே ரணகளமாகிக்கொண்டிருக்க,

*1993*ம் ஆண்டு செப்டெம்பரில் பாலஸ்தீன் விடுதலை இயக்கத் தலைவர் யாசிர் அர•பாத்துக்கும் இஸ்ரேலியப் பிரதமர் இட்ஸாக் ராபினுக்க்கும் இடையே ஓர் அமைதி ஒப்பந்தத்தை அமெரிக்க அதிபர்பில்க்ளிண்டன்சாத்தியமாக்கினார். நார்வேயின்தலைநகரான ஓஸ்லோவில் கையெழுத்தான இந்த ஒப்பந்தத்தை மீண்டும் வாஷிங்டனில் வைத்து இரு தலைவர்களும் கிளிண்டனுக்கு எதிரே கைகுலுக்கி அதிகாரபூர்வமாகத் தெரிவித்தார்கள்.

ஒப்பந்தத்தின்படி காஸாவையும் மேற்குக்கரையின் சில பகுதிகளையும் இஸ்ரேல் அரசு அரேபியர்களுக்கு விட்டுக் கொடுக்கும். அவர்கள் அங்கே பாலஸ்தீன் அத்தாரிடி என்கிற பெயரில் ஒரு ஆட்சிமன்றக் குழுவை ஏற்படுத்தி தன்னாட்சி செய்யலாம். மேற்கொண்டு குண்டுவெடிக்காமல் இருக்கிற பட்சத்தில் அங்கே இருக்கிற இஸ்ரேலிய ராணுவம் படிப்படியாக வாபஸ் பெறப்படும்.

ஒப்பந்தம் இப்படி இருந்ததே தவிர குண்டுகள் வெடிக்காமல் இல்லை. சொல்லப்போனால் ஓஸ்லொ ஒப்பந்தத்துக்குப் பிறகுதான் பாலஸ்தீன் பிரச்னை பூதாகாரமானது. எப்படியோ சமாளித்து யாசிர் அர•பாத்தும் கொஞ்சகாலத்துக்கு அங்கே ஆட்சி செய்துவிட்டுக் காலமாகியும் விட்டார். இஸ்ரேல் அரசும் கொடுத்த வாக்குப்படி அவ்வப்போது பத்திருபது ராணுவத்தினரை வாபஸ் வாங்குவது போல் போட்டோ எடுத்துப் போடும்.

விஷயமென்னவென்றால், ஒப்பந்தமெல்லாம் செய்தார்களே தவிர இஸ்ரேலியர்களுக்கு யாசிர் அர•பாத்தைப் பிடிக்காது. சுத்தமாகப் பிடிக்காது. அவரை ஒழித்துக் கட்டுவதுதான் முதல் காரியம் என்று பல வருடங்களாக முயற்சி செய்துபார்த்தார்கள். ஆனால் முடியவில்லை. ஆகவே, பாலஸ்தீனில் அமைதி ஏற்படாமல் இருப்பதற்கு, அர•பாத் அங்கே தலைமைப் பொறுப்பில் இருப்பதுதான் காரணம் என்று புலம்ப ஆரம்பித்தார்கள்.

ஏரியல் ஷரோன் பிரதமரானபிறகு இந்தப் பிரசாரம் இன்னும் தீவிரமடைந்தது. அரஃபாத்தை அவர் தங்கியிருந்த ரமல்லா மாளிகையிலேயே வீட்டுக்காவலில் வைத்து என்னென்னவோ செய்துபார்த்தார்கள். ம்ஹூம்.

அர•பாத்துக்கு அரேபியர்களிடையே மகத்தான செல்வாக்கு இருந்தது. அவர்மீது பாலஸ்தீனியர்களுக்குச் சில விமரிசனங்கள் உண்டு என்றபோதும் (நிறைய சொத்து சேர்த்துவிட்டார், ஓஸ்லோ ஒப்பந்தத்தை அவர் ஏற்றுக்கொண்டிருக்கக்கூடாது, சர்வாதிகாரி போல் ஆட்சி செய்கிறார் இன்னபிற.) ஒரு தலைவராக அவர்களால் அர•பாத்தைத் தவிர வேறு யாரையும் நினைத்துக் கூடப் பார்க்கமுடியவில்லை என்பதுதான் உண்மை.

2004 நவம்பரில் அர•பாத் மரணமடையும் வரை அமைதிக்கான ஓரடியைக் கூட எடுத்துவைக்கக்கூடாது என்பதில் இஸ்ரேல் உறுதியாக இருந்தது. இத்தனைக்கும் 2000ம் ஆண்டு பில் க்ளிண்டனே மீண்டும் ஒரு புதிய அமைதித் திட்டத்தைக் கூட இஸ்ரேலுக்கு வகுத்துக் கொடுத்துப் பார்த்தார். மேற்குக் கரையில் உள்ள எண்பது சதவீத யூதக் குடியிருப்புகளை காலி செய்யாமலேயே அமைதி ஒப்பந்தம் செய்யமுடியும் என்றெல்லாம் பேசிப்பார்த்தார். ம்ஹ¤ம். ஏரியல் ஷரோன் எதற்கும் சம்மதிக்கவில்லை.

அர•பாத் நகரவேண்டும். அப்போதுதான் அமைதி என்று மிகத் தெளிவாக இருந்தார் அவர். அதோடு மட்டுமல்லாமல் புதிதாகவும் வேறு பல யூதக் குடியிருப்புகளை அரபுகள் வசிக்கும் பகுதிகளில் கட்டி, மக்களைக் கொண்டுபோய்க் குடிவைத்தார். இந்தச் சூழ்நிலையில் அமைதி எப்படி வரும்?

அதனால்தான் எப்போதும் டெல் அவிவில் பஸ்கள் எரிந்தன. குண்டுகள் வெடித்தன. தினசரி பேப்பரைத் திறந்தால் இஸ்ரேலின் ஏதாவது ஒரு மூலையிலாவது கொஞ்சம் ரத்தம் சிந்தியிருக்கும் செய்தியைக் காண நேர்ந்தது.

2004ம் ஆண்டு அர•பாத் காலமானதும் இஸ்ரேலுக்கு சர்வதேச நெருக்கடிகள் மூளும் அபாயம் ஏற்பட்டது. ‘அமைதிக்கு அவர்தானே தடையாக இருந்தார் என்றீர்கள்? இப்போது அர•பாத் இல்லை. என்ன செய்யப்போகிறீர்கள்?’ என்று கேட்பதற்கு எல்லோருமே நகம் கடித்தபடி காத்திருந்தார்கள்.

பாலஸ்தீன் பிரச்னைக்கு நிரந்தரத் தீர்வு என்றெல்லாம் யோசிக்க இஸ்ரேல் இப்போதைக்குத் தயாராக இல்லை. ஆகவே

நிரந்தரத் தீர்வை நோக்கிய தாற்காலிக நடவடிக்கையாகத்தான் இப்போது இந்தக் குடியேற்றங்களைக் காலி செய்யும் வைபவம் அங்கே அரங்கேறிக்கொண்டிருக்கிறது. இதில் பகடைக்காயாக மாட்டிக்கொண்டு அவதிப்படுபவர்கள் அப்பாவி யூத மக்கள்தான்.

எதற்காகத் தங்களை அங்கே கொண்டுவந்து இந்த அரசு குடிவைத்தது, எதற்காக இப்போது காலி செய்யச் சொல்லி வற்புறுத்துகிறது என்றெல்லாம் சரித்திர, அரசியல் பேரேடுகளைப் புரட்டிக்கொண்டிருக்க அவர்களுக்கு அவகாசமில்லை. புல்டோசர்கள் வந்து வீடுகளை மோதுகின்றன. ராணுவ லாரிகள் அவர்களை ஏற்றிச்செல்லத் தயாராக வந்து வாசலில் காத்திருக்கின்றன. அடுத்து எங்கே போவது, எங்கிருந்து வாழ்க்கையைத் தொடங்குவது என்கிற மிகப்பெரிய கேள்வி அவர்கள் முன் இருக்கிறது.

அரசாங்கம் கொடுக்கும் நஷ்ட ஈட்டுத்தொகை சுமாராக ஒருவருடம் சாப்பிட்டுக்கொண்டிருக்கப் போதுமான அளவுக்கு இருக்கும்தான். அப்புறம்? அதை ஒரு வருடம் கழித்துப் பார்த்துக்கொள்ளலாம் என்று சொல்லாமல் சொல்லிவிட்டார் ஏரியல் ஷரோன்.

இஸ்ரேல் முழுவதும் இந்தக் கட்டாய இடப்பெயர்ச்சி நடவடிக்கைக்கு எதிராகக் கோஷங்களும் ஊர்வலங்களும் நடைபெற்றுக்கொண்டிருக்கின்றன. இது கவரங்களாகவும் தீவைப்புகளாகவும் பரிமாணம் பெறுவதற்கு அதிக சமயம் பிடிக்காது.

இத்தனை சத்தமும் ரத்தமும் அமைதிக்காகத்தான் என்று இந்தத் தலைவர்கள் சொல்லுவதுதான் வேதனை கலந்த வேடிக்கையாக இருக்கிறது.

ஆயிரம் உயிர்களும் அமெரிக்க நியாயமும்

வதந்தி உற்பத்தி செய்பவர்களுக்கு நரகத்தில் என்ன தண்டனை என்று ஷங்கரோ, கருடபுராணமோ சொன்னால் தேவலை. கேட்கும்போதே குலைநடுங்கிப் போகிறது.

பல ஆயிரக்கணக்கான பக்தர்கள். பிரார்த்தனையில் இருந்தார்களோ, பிரசங்கம் கேட்டுக்கொண்டிருந்தார்களோ. கூட்டத்தில் ஒரு மனித வெடிகுண்டு நுழைந்திருக்கிறான் என்று யாரோ கிளப்பிவிட, முண்டியடித்துக்கொண்டு ஓடியதில் சுமார் ஆயிரம் பேர் அப்போதே இறந்திருக்கிறார்கள். ஈராக் தலைநகர் பாக்தாத்துக்கு அருகே நடைபெற்ற இந்தச் சம்பவம் உலகம் முழுவதையும் உலுக்கியிருக்கிறது. இறந்தவர்கள் தவிர, மிதிபட்டுக் குத்துயிரும் குலை உயிருமாகக் கிடக்கிறவர்களின் எண்ணிக்கை தனியே ஒரு ஆயிரம் என்று ஈராக்கின் சுகாதாரத் துறை அமைச்சகத்தைச் சேர்ந்த அதிகாரி காஸிம் யாஹியா ஒரு கணக்கு சொல்கிறார். இவர்களில் சிலரும் இந்நேரம் இறந்திருக்கக்கூடும். பிரார்த்தனை செய்வதால் மட்டும் அவர்கள் ஆன்மா சாந்தியடைந்துவிடும் என்று தோன்றவில்லை.

2003 மார்ச் 19ம் தேதியிலிருந்து ஈராக்குக்கு நேரம் சரியில்லை. அன்றைக்குத்தான் அமெரிக்க அதிபர் ஜார்ஜ் புஷ் ஈராக் மீது

போர் அறிவித்தார். மறுநாள் காலை ஈராக் நேரம் 5.30க்கு அடிக்க ஆரம்பித்தார்கள். சர்சர்சர் என்று பறந்து வந்து தாக்கிய விமானங்களை பி.ஆர்.சோப்ரா மகாபாரதப் போர்க்களக் காட்சிகளைப் பார்த்த அதே உணர்வுடன் பார்த்துவிட்டு சானல் மாற்றிவிட்டிருப்போம். உண்மையில் உலக சரித்திரத்தில் நிரந்தரமான கறையாகிவிட்ட மாபெரும் அத்துமீறல் அது.

அதிபயங்கர உயிர்க்கொல்லி ஆயுதங்கள், ரசாயன, உயிரியல் ஆயுதங்களை சதாம் உசேன் தயாரித்துப் பதுக்கிவைத்திருக்கிறார் என்று குற்றம் சாட்டிவிட்டுத் தொடுக்கப்பட்ட போர் அது. ஆனால், போருக்குப் பின் ஈராக் முழுவதும் சல்லடை போட்டுத்தேடியும் சந்தேகத்துக்கு இடமான ஒரு யூரியா உரப் பொட்டலம் கூட சிக்கவில்லை. சிக்கியது, சதாம் மட்டும்தான். அந்தப் பதுங்குகுழிப் படலமெல்லாம் நினைவிருக்கும்.

''சதாம் உசேன், ஒசாமா பின்லேடன் என்கிற இருபெரும் தீய சக்திகளை அழிக்கவேண்டும்'' என்று சொல்லிக்கொண்டே இருந்த அமெரிக்காவுக்கு அப்போது ஐம்பது சதவீத வெற்றி சாத்தியமானது. என்றாலும், அதுநாள் வரை ஒரு வெங்காயவெடி சப்தம் கூடக் கேட்டிராத ஈராக்கில் தினசரி பத்திருபது வெடிகுண்டுகள் முழங்க ஆரம்பித்துவிட்டன.

சதாம் உசேன் ஆட்சியில் இருந்தவரை ஈராக்கில் எதிர்க்கட்சி என்று உருப்படியாக எதையும் அவர் விட்டுவைத்ததில்லை. எதிர்க்கட்சியே இல்லை என்னும்போது எதிரிக்கட்சிகள் இருக்கமுடியுமா? அமைப்பு ரீதியில் யாரும் எதற்காகவும் ஒன்று திரள அவர் அனுமதித்ததில்லை. மீறி யாராவது ரகசியமாகக் கூடிப் பேசுகிறார்கள், அல்லது சதித்திட்டம் தீட்டுகிறார்கள் என்று தெரிந்தால் - தெரியக்கூட வேண்டாம் - ஒரு சந்தேகம் இருந்தால் கூடப் போதும்; உடனே நசுக்கி எறிந்துவிடுவார். இதற்கு பயந்துகொண்டே ஈராக்கில் சதாமுக்கு எதிராக யாரும் எதையும் நினைத்துப் பார்க்கக் கூட மாட்டார்கள். கொஞ்சநஞ்ச காலமில்லை. சுமார் இருபத்தைந்து வருடங்களாகவே நிலைமை இதுதான்.

ஈராக்கில் தீவிரவாத இயக்கங்கள் என்று எதுவுமே கிடையாது. புரட்சியாளர்கள் என்று யாரும் கிடையாது. கலகக்காரர்கள்

கிடையாது. தேசத்தின் ஆட்சியாளரே தீவிரவாதியாகவும் புரட்சியாளராகவும் கலகக்காரராகவும் இருந்ததால் உண்டான 'சௌகரியம்' அது!

'சதாம் ஒருத்தர் போதாதா' என்று கேட்டுத்தான் அமெரிக்கா, ஈராக்கின் மீது போர் தொடுத்தது. நிறைய எண்ணெய் வளம், நிறைவான மனித வளம் மிக்க தேசமான ஈராக்கில் சதாம் என்கிற ஒரு நபரை காலிபண்ணிவிட்டால், உட்கார்ந்து, கிணறுவெட்டி எண்ணெய் எடுத்துச் சம்பாதிக்க எந்தச் சிக்கலும் இல்லை என்பதுதான் அமெரிக்கா ஈராக்கின் மீது யுத்தம் தொடுத்ததற்கான ஒரே அடிப்படைக் காரணம். மேல் பேச்சுக்கு உலக அமைதி, அழிவு சக்தியை அழிப்பது, வெண்டைக்காய் என்று ஆயிரம் பேசினாலும் இது ஒன்றுதான் அப்பட்டமான காரணம். இது ஐ.நா. உள்பட அத்தனை பேருக்கும் தெரியும். ஆனாலும் வேறு வழியில்லாத காரணத்தால்தான் ஈராக் யுத்தத்துக்குப் பெரும்பாலான உலக நாடுகள் ஆதரவளிக்காவிட்டாலும் வாய்மூடி மௌனம் காத்தன.

சதாம் உசேன் பிடிபட்டது! ன் உலகம் சுபீட்சமடைந்துவிட்டது போன்றதொரு மாயையை அமெரிக்க மீடியா சாமர்த்தியமாக உருவாக்கப் பார்த்தது. மிக விரைவில் ஈராக்கில் ஒரு நல்ல, உன்னதமான, உத்தமமான ஜனநாயக அரசை ஏற்படுத்தி, அந்த தேசத்தை உலக அரங்கில் தலை நிமிர்ந்து பீடுநடை போடச் செய்வதே தன்னுடைய அடுத்த திட்டம் என்று சொல்லிவிட்டுத் தேர்தல் நடத்த ஏற்பாடு செய்தது அமெரிக்கா. தேர்தலும் நடந்து யாரோ ஆளவும்தான் செய்கிறார்கள். ஆனால், சதாம் காலத்தில் இருந்த சுவடே தெரியாமலிருந்த தீவிரவாதப் பெருச்சாளிகள் எங்கிருந்தோ புறப்பட்டு தினசரி அங்கே தீபாவளி கொண்டாட ஆரம்பித்ததெல்லாமும் இதற்கு அப்புறம்தான்.

வெளிப்படையாகச் சொல்லுவதென்றால், ஒன்றுமே செய்யமுடியாமல் திண்டாடி நிற்கிறது அமெரிக்கா. இத்தனை வன்முறை, இத்தனை எதிர்ப்பு, இத்தனை கோபம், இத்தனை மூர்க்கத்தை அமெரிக்க அதிபர் எதிர்பார்க்கவில்லை. ஒரு நாள் தவறாமல் தேசத்தின் ஏதாவது ஒரு மூலையில் குண்டு வெடித்தது. குறைந்தது பத்திருபது பேரை பலிகொள்ளாமல் எந்த நாளும் அங்கே அஸ்தமிக்கவே இல்லை.

இந்தக் கலகக்காரர்களெல்லாம் சதாம் உசேன் ஆதரவாளர்கள் என்று ஆரம்பத்தில் சொல்லப்பட்டது. இந்தச் சமாதானத்தையெல்லாம் ஈராக் மக்கள் ஏற்கத் தயாராக இல்லை. இரண்டு வருடங்களாக ஓயாமல் அமெரிக்க ராணுவத்துக்கும் ஈராக் ஆட்சியாளர்களுக்கும் தண்ணி காட்டும் அளவுக்கு ஆதரவாளர்கள் இன்னும் இருப்பார்களானால் சதாம் அத்தனை சுலபத்தில் மாட்டிக்கொண்டிருக்கவே முடியாது என்பதுதான் உண்மை.

யுத்தத்தின் முக்கிய விளைவாகப் பொருளாதாரம் முற்றிலும் சீர்குலைந்து போயிருக்கும் ஈராக்கில் இன்றைக்குத் தலைவிரித்தாடும் வேலைவாய்ப்புப் பஞ்சம்தான் இந்தக் கலவரங்களுக்கெல்லாம் மூலக் காரணம். சதாம் இருந்தபோது மட்டும் சுபீட்சமாகத்தான் இருந்தார்களா என்பதில்லை. சதாம் இருந்தபோது அமைதி இருந்தது. அச்சத்தின் காரணமாக நிலவிய அமைதி. இன்றைக்கு அங்கே அத்தனை பேரும் வெடிக்கும் குண்டுகளை அன்று அவர் ஒருவர் மட்டுமே வெடித்துக்கொண்டிருந்தார். அதுவும் அமெரிக்காவுக்கு எதிராக மட்டுமே வெடித்தார்.

யுத்தம் முடிந்தால் ஈராக்கில் அமைதி திரும்பும், நிம்மதி திரும்பும், சந்தோஷம் திரும்பும், சகல சௌபாக்கியங்களும் கிட்டும் என்று பத்து விரல்களிலும் மோதிரமணிந்த டிவி ஜோசியர்கள் சொல்வது போல ஆரூடம் சொன்ன அமெரிக்கா ஒன்றுமே செய்யவில்லையே என்கிற கடுப்பில்தான் இப்போது அங்கே குண்டுகள் வெடிக்கின்றன.

அமெரிக்காவுக்கு இந்த விஷயங்களில் பொதுநல நோக்கமெல்லாம் பெரிதாக இருக்கமுடியாது என்பதை ஈராக்கியர்கள் யோசிக்கத் தவறிவிட்டார்கள். சொல்லப்போனால் எழுபதுகளில் வியட்நாம் யுத்தத்தின்போது அமெரிக்கா செலவிட்ட பணத்தைக் காட்டிலும் ஈராக் யுத்தத்துக்கு அதிகம் செலவழித்திருக்கிறது. யுத்தத்துக்குப் பிறகான புனர் நிர்மாணப் பணிகள் மற்றும் பாதுகாப்புப் பணிகளுக்காக இப்போது தினசரி 186 மில்லியன் டாலர் செலவழிக்கிறது அமெரிக்கா. அதாவது, கடந்த ஒன்றரை வருடங்களுக்கும் மேலாகச் செலவிடப்பட்டுவரும் தொகையின்

சராசரி இது. (எட்டு வருடகாலம் நடந்த வியட்நாம் யுத்தத்துக்குப் பிறகு இதே போன்ற சீரமைப்புப் பணிகளுக்காக மாதம் ரூ.5.1 பில்லியன் டாலர் செலவிடப்பட்டதாக ஒரு கணக்கு இருக்கிறது.)

இந்தப் பணமெல்லாம் எங்கே, எதற்காகச் செலவிடப்படுகிது என்று அத்தனை துல்லியமாகச் சொல்வது கஷ்டம். ஏனெனில் ஒரு தேர்தல் நடத்தினாலே கூடப் போதும். நாலு ரோடு போட்டு, இரண்டு ஆசுபத்திரிகள் கட்டி என்னத்தையாவது செய்து கணக்குக் காட்டுவது பிரமாதமான காரியமல்ல. ஈராக்கில் ஏற்கெனவே ஒரு குட்டித்தேர்தல் நடந்து, இந்த வருடம் பெரிய அளவில் ஒரு தேர்தல் நடக்கவிருக்கிறது. அக்டோபரில் அந்த கலாட்டாவை எதிர்பார்த்து இனக்குழுத் தலைவர்கள் இப்போதே கத்திகளைத் தீட்டிக்கொண்டிருக்கிறார்கள். ஷியா, சன்னி பிரிவுத் தகராறுகள் வேறு இருக்கவே இருக்கிறது. இரு தரப்பினரும் ஒரு விஷயத்தை ஏகமனதாக ஏற்றுக்கொண்டதாக ஈராக்கில் சரித்திரமே இல்லை.

இம்முறை தேர்தல் என்று பேசத் தொடங்கிய உடனேயே, யுத்தத்தின் காரணமாக இறந்த ஈராக்கியர்களின் எண்ணிக்கை மொத்தம் இருபத்தேழாயிரம் என்கிற தகவல் ஒரு பூதம் போல் வந்து கவிய, அதன் விளைவாகத்தான் கலவரங்கள் அதிகரிக்க ஆரம்பித்தன. அமெரிக்க ராணுவமும் சரி. ஈராக் அரசும் சரி. என்ன செய்தாலும் கட்டுப்படுத்த முடியாத அளவுக்கு தேசத்தின் அத்தனை பகுதிகளிலும் குண்டுகள் வெடித்துக்கொண்டே இருக்க ஆரம்பித்தன. அமெரிக்கத் தரப்பில் சுமார் இரண்டாயிரம் பேர் இறந்திருப்பதாகச் சொல்லப்பட்டாலும் அதெல்லாம் இட்டுக்கட்டப்பட்ட கதைகள் என்றுதான் ஈராக் மக்கள் நினைக்கிறார்கள். தங்களுக்கு உதவி செய்வது போல் நடித்து, நாடகமாடி, சுத்தமாகத் தங்களை மொட்டையடித்துவிட்டுப் போய்விடப் போகிறார்கள் என்கிற சந்தேகத்தின் விபரீத விளைவுதான் இந்தக் கலவரங்கள். இந்தக் கலவர நிலவரத்தின் உச்சபட்சசோகம்தான்கடந்தவாரம்நடைபெற்றமனிதவெடிகுண்டு வதந்தி சம்பவம்.

ஆயிரம்பேர் மொத்தமாக ஓரிடத்தில் மடிந்துபோவதென்பது கற்பனைகூடச் செய்துபார்க்க முடியாத அவலம். இதில்

பெரும்பாலானவர்கள் நடக்கக்கூட முடியாத முதியவர்கள் மற்றும் பெண்கள். பலபேர் அந்த டைக்ரீஸ் நதிப்பாலத்தைக் கடக்க முடியாது போய்விடுமோ என்கிற அச்சத்தில் நதியில் குதித்தே இறந்திருக்கிறார்கள். அமெரிக்காவில் வர்த்தக மையக் கட்டடத்தின் மீது விமானம் மோதி நொறுங்கத் தொடங்கியபோது, உயிர்பிழைக்க முடியாமல் போய்விடுமோ என்கிற அச்சத்தில் ஜன்னல் வழியே நாற்பதாவது, ஐம்பதாவது மாடியிலிருந்து குதித்து இறந்தார்களே, அந்த மாதிரி.

யாரோ உள்ளூர் ஆசாமி கிளப்பிவிட்ட வதந்திதான் என்று இதை எளிதாக எடுத்துக்கொண்டுவிட முடியாது. ஈராக் மக்களின் இன்றைய மிகப்பெரிய பயம் இதுதான். தீவிரவாதம். கலவரம். வெடிகுண்டு. மனித வெடிகுண்டு. பாதுகாப்பின்மை. கையாலாகாத அரசாங்கம். நாட்டாமை செய்வதற்காக நடுவில் வந்து உட்கார்ந்திருக்கும் அமெரிக்கா. எங்கு சுற்றினாலும் ரங்கனைத்தான் போய்ச் சேரவேண்டும். நடந்த சம்பவத்துக்கு நேரடியாக அல்லாவிட்டாலும் மறைமுகமாக, அமெரிக்காவே காரணமாக இருக்கிறது.

ஈராக்கிலிருந்து அமெரிக்கப் படைகள் எப்போது வாபஸ் ஆகும் என்று இன்னும் தெளிவாகச் சொல்லப்படவில்லை. இப்போதைக்கு அதற்கான சாத்தியங்களும் மிகக் குறைவாகவே தெரிகிறது. தொடர்ந்து குண்டுகள் வெடித்துக்கொண்டும், கலவரங்கள் நடந்தபடியும் இருக்குமானால் அமெரிக்க ராணுவம் அங்கேயேதான் தங்கவேண்டியிருக்கும். அமெரிக்க ராணுவம் இருக்கும் வரை கலவரக்காரர்களும் ஓயப்போவதில்லை. ஆக, இது ஒரு முடிவற்ற பெரும் சுழல்.

வியட்நாமில் கூட அமெரிக்காவுக்குப் பொருளாதார லாபங்கள் கிடையாது. அது வீம்புக்காக நடத்தப்பட்ட ஒரு யுத்தம். ஆனால் ஈராக் விஷயம் அப்படியல்ல. மத்தியக்கிழக்கில் அமெரிக்கா தன்னுடைய மேலாதிக்கத்தை நிலைநாட்டிக்கொள்ள நினைப்பதற்கு அரசியல் காரணங்கள் தவிர பலமான பொருளாதாரக் காரணங்களும் உண்டு. வண்டி வண்டியாக அங்கிருந்து அள்ளிக்கொண்டு போக முடியும். ஆகவே இந்தக் கலவரங்கள், வதந்தி பூதங்கள் எல்லாம் அவர்களுக்கு ஒரு பொருட்டே இல்லை. மாட்டிக்கொண்டு திண்டாடுவது அப்பாவி மக்கள்தான்.

ஈராக் விஷயத்தில் அமெரிக்க அரசின் நிலைபாடு அமெரிக்க மக்களுக்கே கூடத் திருப்தியில்லை என்று சமீபத்தில் ஒரு கருத்துக்கணிப்பு தெரிவிக்கிறது. அமெரிக்காவில் எண்ணெய் விலை இப்போது நிலையாக இல்லை. ஏற்ற இறக்கங்கள் மிக அதிகம் இருக்கிறது. குறிப்பாக, ஈராக் யுத்தத்துக்குப் பிறகு. லாபம் உத்தேசித்துச் செய்யப்பட்டதொரு காரியம் பலத்த நஷ்டத்தைக் கொண்டுவந்து சேர்க்குமானால் அமெரிக்க மக்களும் சும்மா இருக்கமாட்டார்கள். ஒட்டுமொத்த அமெரிக்க மக்களில் ஐம்பத்தியேழு சதவீதம் பேர் ஈராக் யுத்தத்தில் அதிபர் புஷ் இறங்கியிருக்கவே வேண்டாம் என்று இப்போது கருதுகிறார்கள்.

ஆனால் படைகளை வாபஸ் பெறச் சொல்லி வரும் கோரிக்கைகள் அனைத்தையும் புஷ் நிர்த்தாட்சண்யமாக நிராகரித்திருக்கிறார். இப்போதைக்கு சாத்தியமே இல்லை என்று சொல்லியிருக்கிறார்.

இதற்கு அர்த்தம், ஈராக்கில் இப்போதைக்கு அமைதி சாத்தியமில்லை என்பதுதான்.

வெள்ளம் வெளுக்காத உள்ளம்

குதூகலத்தின் எல்லைகளைத் தொட்டு விளையாடும் ஜாஸ் சங்கீதத்துக்குப் பிரபலமான பிராந்தியம் அது. கொஞ்சம் ஐரிஷ்காரர்கள். கொஞ்சம் இத்தாலிக்காரர்கள். பெரும்பாலும் ஆப்பிரிக்காவிலிருந்து பத்துப் பன்னிரண்டு தலைமுறைகளுக்கு முன்னால் வந்து குடியேறியவர்கள். அமெரிக்காவின் வடக்கு மாகாணங்கள் போல் அத்தனை பணப்புழக்கம் உள்ள பகுதியும் அல்ல. மத்தியதர வர்க்கத்தினர்தான் பிரதானம். ஏழை ஏதலர்கள் அதிகமுள்ள அமெரிக்க மாகாணம். அமெரிக்காவானால் என்ன, அமிஞ்சிக்கரையானால் என்ன? வடக்குதான் வாழும். தெற்கு எப்போதும் ‘தேமே’என்றுதான் இருக்கும்.

சமீபத்திய ‘கத்ரீனா’ புயல் வெள்ளத்தின் உபயத்தில் செய்திக்கு வந்த நியூ ஆர்லியன்ஸ் நகரமும் லூசியானா மாகாணமும் சர்வதேச அளவில் கவனம் பெற்றிருக்கின்றன. முதல்முறையாக அமெரிக்க அரசு இந்தப் பிராந்தியங்களை ஒரு பொருட்டாக மதித்து ஏராளமான நிதியைக் கொண்டு கொட்டியிருக்கிறது. ஒரு கஷ்டகாலத்தில் செய்யப்படுகிற உதவியை இம்மாதிரியான அர்த்தத்தில் எடுத்துக்கொள்ள வேண்டியிருப்பது துரதிருஷ்டம்தான். ஆனாலும் வேறு வழியில்லை.

லட்சக்கணக்கான உள்நாட்டு அகதிகளையும் பல்லாயிரக்கணக்கான உயிரிழப்புகளையும் கணக்கு வழக்கே இல்லாத அளவுக்கு சேதங்களையும் உண்டாக்கிவிட்டுப் போயேவிட்டது கத்ரீனா. இது என்ன புயல், என்ன மழை, ஏன் அந்தக் கடல் அப்படிக் கொந்தளித்து உள்ளே வந்தது என்பதெல்லாம் மிகவும் சிக்கலான அறி - புவியியல் விஷயங்கள். நமது சௌகரியத்துக்கு இந்தப் புயலை சுனாமிக்கும் பூகம்பத்துக்கும் பிறந்த குழந்தை என்று வைத்துக்கொள்ளலாம்.

பிரச்னை என்னவென்றால், புயலால் பாதிக்கப்பட்ட அமெரிக்காவின் இந்தத் தென்கோடி நகரம், கடல் மட்டத்தைவிடத் தாழ்வானது. ஆகவே நிரந்தரமான பாதுகாப்புக்காக ஏற்கெனவே கடலோரப் பகுதியில் வெள்ளத்தைத் தடுக்கும் விதமான அணை கட்டப்பட்டிருக்கிறது. வெள்ளப்பெருக்கு ஏற்பட்டால், தண்ணீரை அப்படியே அணைத்துக்கொண்டுபோய் ஸார்ட்ரைன் என்ற ஏரியில் கொட்டும்படியான ஏற்பாடு அது.

ஆனால் இந்தமுறை தலைக்குமேலே வெள்ளம் வந்துவிட்டதால் இந்த ஏற்பாடெல்லாம் உதவாதவையாகிவிட்டன. கிரிக்கெட் ஸ்கோர் மாதிரி எத்தனை அடி தண்ணீர் வற்றியிருக்கிறது என்று மணிக்கொருதரம் சொல்லிக்கொண்டிருந்தார்கள், அமெரிக்க டிவிக்காரர்கள். தரை மட்டத்துக்கு மேலே பத்தடி நீர் என்பது கொஞ்சம் அதிகம்தான் இல்லையா?

அனுதாபங்கள் ஒரு பக்கம் இருக்க, இந்த கத்ரீனா புயல் உருவாக்கிய பாதிப்பை நமது மும்பை மழையுடன் கொஞ்சம் ஒப்பிடலாம் என்று தோன்றுகிறது. மேலோட்டமான பார்வையிலேயே இரண்டு இடங்களில் ஏற்பட்ட பாதிப்புக்கும் மேலதிக வித்தியாசங்கள் இல்லை என்பது புரிந்துவிடும். மும்பை நகரமே கடந்த மாதம் மிதந்த காட்சியைப் பார்த்தோம். சாலைகள் சர்வநாசமாகி, பேருந்துகளெல்லாம் கப்பல்கள் ஆயின. கார்களும் ஸ்கூட்டர்களும் தவக்களை போல் தள்ளாடி மிதந்ததைக் கண்டோம். குடிசைப் பகுதிகள் முழுவதும் நீர்ப்பெருக்கு ஏற்பட்டு இருந்த இடம் தெரியாமலாகிப் போயின. இரண்டாவது, மூன்றாவது மாடிகளில் வசித்தவர்கள் மட்டும்தான் தப்பித்தார்கள். ஆசைப்பட்டு கிரவுண்ட் ஃப்ளோரில் ஃப்ளாட் வாங்கியவர்கள் அத்தனை பேரும்

அவஸ்தைப் பட்டு நின்றதையும் கண்டோம். மும்பை சினிமா நட்சத்திரங்கள் வெள்ளத்தில் சிக்கி வீடு திரும்பிய கதைகளை வாசித்து மகிழ்ந்தோம்.

கடுமையான பாதிப்புதான். சரித்திரம் காணாத மழைதான். கடந்த நூறு வருடங்களில் அப்படியொரு பேய்மழை அங்கே அடித்தது கிடையாது என்று வானிலை ஆராய்ச்சி நிலையங்களில் சொன்னார்கள். மழை வரும் என்கிற ஒரு தகவலைத் தவிர வானிலைக்காரரர்கள் வேறு என்ன சொன்னாலும் உண்மையாகத்தான் இருக்கும்.

மும்பை மழை சமயம் நடந்தது என்ன?

நிவாரணப் பணிகள் உடனடியாக முடுக்கிவிடப்பட்டன. மக்கள் பாதுகாப்பான இடங்களுக்கு உடனே குடியேற்றப்பட்டார்கள். கிருத்தவ மிஷினரிகள், ஆர்.எஸ்.எஸ். போன்ற ஹிந்து அமைப்புகள், சிவசேனை போன்ற தீவிர ஹிந்து அமைப்புகள், இஸ்லாமியத் தொண்டு நிறுவனங்கள், வர்த்தக நிறுவனங்கள், தனியார் அமைப்புகள், அமைப்பு சாரா தனிநபர்கள், மாநில அரசாங்கம், மத்திய அரசாங்கம் - ஒரு தரப்பு பாக்கியில்லை. அவரவர் தம்மால் இயன்ற அளவுக்கு உதவிகள் செய்தார்கள். பொருளுதவி ஒரு பக்கம் என்றால் உடலுழைப்பு மறுபக்கம். எத்தனையோ தன்னார்வத் தொண்டு நிறுவனங்கள் மூலைக்கு மூலை மருத்துவ முகாம்கள் திறந்து, இலவச உணவுப் பொட்டலங்கள் போட்டு, உடைகள் கொடுத்து, தங்க வைத்து, தடுப்பூசி போட்டு.. உயிரைக் கொடுத்து வேலை பார்த்ததை நாம் அறிவோம்.

எல்லாவற்றிலும் மூக்கை நுழைக்கும் அரசியல் அப்போது கொஞ்சம் அடங்கியே இருந்ததையும் நினைவுகூரலாம். நோக்கம் தெளிவானது. மக்கள் பாதிக்கப்பட்டிருக்கிறார்கள். உதவி செய்யவேண்டியது உடனடிக் கடமை. அவ்வளவுதான்.

மும்பை இப்போது மீண்டுவிட்டது. தாக்கரே பைப் புகைத்தபடி பேட்டிகள் தர ஆரம்பித்துவிட்டார். ஸ்டுடியோக்களில் ஆக்ஷன் குரல் கேட்கத் தொடங்கிவிட்டது. வழக்கமான மும்பை நெரிசலில் வழக்கம்போல் மக்கள் தம் வேலைகளைப் பார்க்க ஆரம்பித்துவிட்டார்கள்.

அவ்வளவு ஏன், இங்கே நாகைப்பட்டினம், கடலூரில் சுனாமித் தாக்குதல் ஏற்பட்டபோது சண்டிகரிலிருந்தும் போபாலிலிருந்தும் சப்பாத்தி பார்சல்கள் வரவில்லையா? ஒரு வாரம், பத்துநாள். உட்கார்ந்து அழுதோம். பிறகு துடைத்துப் போட்டுவிட்டு வேலையைப் பார்க்கப் போய்விடவில்லையா?

இந்தப் பின்னணியில் நியூ ஆர்லியன்ஸ் வெள்ளத்தை மீண்டும் சற்று நினைவு கூரலாம். மழை பெய்தது. கடல் கொந்தளித்தது. அணைகள் உடைந்து, வெள்ளம் ஊருக்குள் வந்துவிட்டது. பத்தடி உயரம் நீர் நின்றது என்றார்கள். சரி.

என்ன செய்தார்கள் அமெரிக்கர்கள்?

வீடிழந்த நியூ ஆர்லியன்ஸ் மக்கள் அகதிகள் போல் பக்கத்து கிராமங்களுக்கு மொத்தமாகப் போனபோது உள்ளூர் காவல் துறையினர் அவர்களை எல்லையிலேயே நிறுத்தி மிரட்டித் திருப்பி அனுப்பிவைத்தார்கள். உள்ளே கால் வைத்தால் காலை உடைத்துவிடுவோம் என்று மிரட்டப்பட்ட மக்கள், அலறியடித்துக் கொண்டு அக்கம்பக்கத்து மாநிலங்களுக்கே இடம்பெயரப் பார்த்தார்கள்.

உடனே டெக்ஸாஸ் தன் கதவை மூடிக்கொண்டது. மிசிசிபி, ‘அப்போதைக்கு இப்போதே சொல்லிவைத்தேன் அரங்கமா நகருளானே’ என்று தனக்கும் சேதம் இருக்கிறது என்று எசப்பாட்டு பாட ஆரம்பித்தது. அலபாமா, •ப்ளோரிடா மாகாணங்களிலும் பாதிப்பு உண்டு என்பதால் எப்படியும் பல லட்சக்கணக்கான உள்நாட்டு அகதிகளுக்கு தங்குமிடம் மிகப்பெரிய பிரச்னையாகும் போலிருந்தது.

மீட்புப்பணியில் முழு மூச்சாக ஈடுபடவேண்டிய ஃபெடரல் ராணுவம், வெத்துக்கு ஈராக்கில் போய் உட்கார்ந்துகொண்டிருக் கிறது. புயலடித்து இரண்டு நாள் கழித்துத்தான் தனக்கு முழு விவரமும் தெரியும் என்கிறார் ஜார்ஜ் புஷ். துணை அதிபர் டிக் செனி படு சுத்தம். விடுமுறையைக் கொண்டாட எங்கோ உல்லாசபுரிக்குப் போனவர், தொலைபேசியில் விஷயம் கேள்விப்பட்டு, பதில்

தொலைபேசியிலேயே அனுதாபத்தைத் தெரிவித்துவிட்டு உல்லாசத்தைத் தொடர ஆரம்பித்துவிட்டார்.

காத்ரீனா தாக்குதல் ஏற்பட்டு முதல் மூன்று நாள்களுக்கு மக்கள் உண்மையிலேயே திண்டாடித் தெருவில் நின்றுவிட்டார்கள். வீடுகள் அடித்துக்கொண்டு போய்விட்டதால் சாப்பாடு இல்லாமலாகிவிட்டது. அதனால்தான் திருட்டுகள் ஆரம்பமாயின. முதலில் ஹோட்டல்கள், பேக்கரிகளில்தான் திருடினார்கள். பிறகு திருட்டு பரிமாணம் பெற்று கிடைத்த அனைத்தையும் சுருட்டிப் போவதை 'சீசனல் சிறப்புப் பணியாக' சிரமேற்கொண்டு பலபேர் கொள்ளையில் முழுமூச்சாக இறங்கிவிட்டார்கள்.

அமெரிக்கா போன்ற ஒரு வளர்ந்த, பணக்கார, படாடோப தேசத்தில் இப்படியும் காட்சிகள் அரங்கேறும் என்பதைப் பார்த்த பலபேருக்கு அதை ஜீரணிக்க முடியவில்லை. முதலில் இத்தனை லட்சம் ஏழைகள் அங்கே இருக்கிறார்கள் என்பதே பலருக்கு செய்தியாக இருந்திருக்கிறது. (நியூ ஆர்லியன்ஸில் மட்டும் மொத்தம் 1.6 லட்சம்பேர் வறுமைக் கோட்டுக்குக் கீழே இருப்பதாக ஒரு புள்ளிவிவரம் இருக்கிறது. கடந்த மூன்று வருடங்களில் இந்த எண்ணிக்கை ஸ்டெடியாக இருக்கிறது என்பது உபரித்தகவல்.)

பாதிக்கப்பட்ட மக்களுக்கு உதவ ஒருத்தருக்குக் கூடவா மனசு வராது? தொண்டு நிறுவனங்களே இல்லையா அங்கே? தனியார் நிறுவனங்கள் எல்லாம் என்ன செய்துகொண்டிருந்தன? எல்லாம் முடிந்தபிறகு செஞ்சிலுவைச் சங்கத்தினர் வந்து சீரமைப்புப் பணிகளில் ஈடுபட்டுக்கொண்டிருப்பது பெரிய விஷயமில்லை. அந்தக் கணம்.. அந்தத் தருணத்தில் உதவிக்கு ஒரு நாதி இல்லை என்பதுதான் முகத்தில் அறையும் உண்மை.

இந்த அழிவுக் காண்டத்திலும் விளம்பரம் தேடிக்கொள்ள சில தனியார் நிறுவனங்கள் அங்கே போட்டிபோட்டதுதான் இன்னும் வேடிக்கை.

மக்களுக்கு உதவி செய்கிறேன் என்று அறிவித்துவிட்டுக் கடலோரம் போய் முகாம் போட்டு உட்கார்ந்துகொண்டு ஊர் முழுக்கத் தன் பெருமை பேசும் போஸ்டர்களை அடித்து ஒட்டிக்கொண்டிருக்கிறார்கள்.

இதுகூடப் பரவாயிலை. கத்ரீனாவால் அதிகம் பாதிக்கப்பட்ட லூசியானாவுக்குப் பக்கத்து மாநிலமான டெக்ஸாஸ், அமெரிக்காவின் மிகப்பெரிய பணக்கார மாகாணங்களுள் ஒன்று. தொழில் வளர்ச்சியில் அபரிமிதமான உயரங்களைத் தொட்ட பகுதி. பரப்பளவிலும் மிகப்பெரிய மாநிலம். டெக்ஸாஸ் கவர்னர் நினைத்திருந்தால் பக்கத்து மாநிலத்தில் ஏற்பட்ட பாதிப்பின் அளவைக் கணிசமாகக் குறைத்திருக்கலாம். குறைந்தபட்சம் உயிரிழப்புகளையாவது.

ஆனால், அகதிகளாக வந்தவர்களைக் கூட உள்ளே விடாமல் அடித்துத் துரத்தியதுதான் அமெரிக்கக் கலாசாரமாக இருக்கிறது. இதற்கு அவர்கள் சொன்ன காரணம்தான் இன்னும் வேடிக்கை. ‘டெக்ஸாஸ் ஏற்கெனவே மக்கள்தொகைப் பெருக்கத்தால் அவதிப்பட்டுக்கொண்டிருக்கிறது; லட்சக்கணக்கில் அண்டை மாநில மக்கள் வந்தால் வைத்துக்கொண்டு திண்டாடிவிடுவோம்’.

அவன்செத்தாலும்பரவாயில்லை, என்சொகுசுக்குக்குறைவந்துவிட அனுமதிக்கமாட்டேன் என்கிற இந்த மனோபாவம், அமெரிக்க நாகரிகத்தின் ஓரங்கம். பொதுவாக மற்ற நாடுகள் விஷயத்தில் அமெரிக்கா எப்போதும் இப்படித்தான் நடந்துகொள்ளும். தன் மாநிலங்கள் விஷயத்திலேயே இப்படித்தான் என்று இப்போது தெரியவந்திருப்பதுதான் புதிது.

புயலால் பாதிக்கப்பட்ட தென் மாகாணங்கள் முழுவதும் சுற்றி ஆய்வு செய்த வாஷிங்டன் போஸ்ட் பத்திரிகை, நியூ ஆர்லியன்ஸ் நகரைப் பற்றி தனியே ஒரு சிறப்புக்கட்டுரை வெளியிட்டது. அந்நகரத்துக்கு இனி எதிர்காலமே இல்லை என்பதுதான் அதன் சாராம்சம். ஏற்கெனவே மிகவும் பின் தங்கிய பகுதியான நியூ ஆர்லியன்ஸில் இந்தப் புயல் உருவாக்கியிருக்கும் சேதமும், விளைவான அச்சமும் இனி அங்கே யாரையும் நிம்மதியாக வாழ விடாது என்று கருதுகிறார்கள். யார் என்ன தடுத்தாலும் எப்படியும் மக்கள் இடம் பெயர்ந்து பிற பகுதிகளுக்குப் போகத்தான் போகிறார்கள். அமெரிக்க அரசே உருப்படியாக ஏதாவது மாற்று ஏற்பாடு செய்துதந்துவிடலாம் என்பதுதான் பெரும்பாலான அமெரிக்கர்களின் கருத்தாக இருக்கிறது.

ஆனால் பாதிக்கப்பட்ட பகுதிகளுக்கான நிவாரண உதவிகளுக்காக அதிபர் மில்லியன் கணக்கில் அனுமதி வாங்கிக்கொண்டே இருக்கிறார். நியூ ஆர்லியன்ஸை ஒரு வழி பண்ணாமல் விடுவதாக இல்லை போலிருக்கிறது. உணவுப் பொருட்கள், உதவித்தொகைகள் இத்தியாதி.

என்ன செய்தாலும் இந்த வடு ஆறப்போவதில்லை. சிதைந்து, உருக்குலைந்து கிடப்பது நியூ ஆர்லியன்ஸ் நகரம் மட்டுமல்ல. அமெரிக்க மக்களின் மனங்களும்தான்.

கனவுகளைக் கொல்கிறார்கள்

சத்தமில்லாமல் ஒரு மிகப்பெரிய யுத்தத்துக்கான பிள்ளையார் சுழி போடப்பட்டிருக்கிறது. எப்போதும் கவலைக்கிடமான நிலையிலேயே இருந்துவரும் இலங்கைப் பிரச்னைக்கு ஒரு புதிய பரிமாணம் கொடுத்திருக்கிறார், அந்நாட்டின் தற்போதைய பிரதமரும், சுதந்தரக் கட்சி *(Srilanka Freedom Party – SLFP)*யின் சார்பில் எதிர்வரும் தேர்தலில் ஜனாதிபதி வேட்பாளராக அறிவிக்கப்பட்டிருப்பவருமான மஹிந்தா ராஜபக்ஷே.

'ஜனதா விமுக்தி பெரமுன' என்கிற இடதுசாரி தீவிர சிங்களப் பேரினவாதக் கட்சியினருடனும், 'ஜாதிக ஹெல உருமயா' என்கிற புத்தபிட்சுக்களின் கட்சியினருடனும் தனித்தனியே அவர் செய்துகொண்டிருக்கும் ஒப்பந்தங்கள் அப்பட்டமான தேர்தல்கால நடவடிக்கையே என்றபோதும் இந்த ஒப்பந்தங்களில் கூறப்பட்டிருக்கும் சில விஷயங்கள், இலங்கைத் தமிழர்களின் வயிற்றில் புளியைக் கரைக்கக்கூடியவை. இலங்கைத் தமிழர்களின் கொஞ்சநஞ்ச உரிமைகளையும், மிஞ்சியிருக்கும் கனவையும் அடியோடு நசுக்கி எறியக்கூடியவை.

இத்தனைக்கும் ராஜபக்ஷே, தனது கட்சியின் சார்பிலோ, அல்லது அரசின் சார்பிலோ இந்த ஒப்பந்தங்களைச் செய்யவில்லை.

தனிப்பட்ட முறையில்தான் செய்துகொண்டிருப்பதாகத் தெரிகிறது. சுதந்தரக் கட்சியின் தலைவரும் இலங்கையின் தற்போதைய ஜனாதிபதியுமான சந்திரிகாவே இதற்குக் கடும் எதிர்ப்புத் தெரிவித்திருக்கிறார் என்றால் இந்த ஒப்பந்தங்களின் சூடு எத்தகையது என்பதைக் கொஞ்சம் புரிந்துகொள்ளலாம்.

ஜே.வி.பி.யுடன் ராஜபக்ஷே செய்துகொண்ட ஒப்பந்தத்தில் ஒரு குறிப்பிட்ட பகுதி மிகவும் அபாயகரமானது. இலங்கையில், எந்த சந்தர்ப்பத்திலும் கூட்டாட்சி முறை அமுலுக்கு வரக்கூடாது என்றும், தற்போது உள்ளதுபோலவே உறுதிமிக்கதொரு சர்வாதிகார அரசுதான் இருக்கவேண்டும் என்றும் இவர்கள் சொல்கிறார்கள்.

இதன் உள்ளர்த்தம் இதுதான் : நார்வேயின் சமரச முயற்சிகளின் விளைவாக ஒருவேளை சிங்களர்களும் தமிழர்களும் இணைந்து ஆள்வதற்கான சாத்தியங்கள் உருவாகுமானால் அதை வேரிலேயே வெட்டி வீழ்த்துவது. எக்காலத்திலும் சிறுபான்மையினருடன் கூட்டணி இருக்காது.

பிரச்னைக்குரிய இரண்டாவது அம்சம், *P-TOMS* என்கிற சுனாமி நிவாரணக் குழுவை ஒழித்துக்கட்டுவது தொடர்பானது. எதற்காக ஒழித்துக் கட்டவேண்டுமென்றால், இந்தக் குழுவில் இலங்கை அரசுப் பிரதிநிதிகளுடன் விடுதலைப்புலிகள் அமைப்பின் பிரதிநிதிகளும் இருக்கிறார்கள்.

சுனாமியால் பாதிப்பு ஏற்பட்டபோது, இலங்கை அரசு எடுத்த நடவடிக்கைகள் போலவே தமிழர் பகுதிகளில் விடுதலைப் புலிகள் அமைப்பைச் சேர்ந்தவர்களும் சீரமைப்புப் பணிகளில் ஈடுபட்டார்கள். உலகெங்கிலுமிருந்து இப்பணிகளுக்காக நிதியும் திரட்டி அனுப்பப்பட்டது. சிங்கள அரசுக்கும் புலிகளுக்கும் உள்ள பகையின் காரணமாக இந்த சுனாமி உதவிகள் தமிழர் பகுதிகளுக்குப் போய்ச்சேருவதில் பிரச்னை ஏற்பட, விஷயம் முற்றாமல், கொஞ்சமாவது சுமுக நிலை உருவாக உதவியதே இந்த *P-TOMS* ஏற்பாடுதான்.

ஜேவிபிக்கு ஆரம்பம் முதலே இது பிடிக்கவில்லை. பொதுவாக இடதுசாரி இயக்கம் என்று சொல்லப்பட்டாலும் மனத்தளவில்

ஜேவிபி ஒரு வலதுசாரி தீவிர இனவாத இயக்கம். பி - டாம்ஸை ஒழித்துக்கட்டத்தான் முதலிலிருந்தே அவர்கள் பாடுபட்டுக் கொண்டிருந்தார்கள். ஆகவே, சந்தர்ப்பம் வசமாக அமைந்ததால், மஹிந்தா ராஜபக்ஷே தேர்தல் கால ஒப்பந்தம் செய்துகொள்ள முன்வந்தபோது ஒப்பந்தத்தின் ஒரு பகுதியாக இதையும் வைத்துவிட்டார்கள். ராஜபக்ஷேவும் ஏற்றுக்கொண்டு இருக்கிறார்.

சுருக்கமாகச் சொல்வதென்றால், இலங்கை அதிபர் சந்திரிகா குமாரதுங்காவின் சம்மதத்துடன் உருவாக்கப்பட்ட ஒரு மறுசீரமைப்புக் குழுவை, அவரது கட்சியைச் சேர்ந்தவரும், அடுத்த அதிபர் வேட்பாளருமான ஒருவர் எதிர்க்கிறார்!

கொதித்துப் போயிருக்கிறார்கள் இலங்கைத் தமிழர்கள். எந்தவகையிலும்தமிழர்களின்நலன்குறித்து யோசிக்கத்தயாரில்லை என்றால் அப்புறம் என்ன அமைதிப்பேச்சுவார்த்தை? இதுதான் கேள்வி. இதுதான் யுத்தத்தின் அடுத்தத் தொடக்கப்புள்ளியாகவும் இருக்கப்போகிறது.

ராஜபக்ஷே, ஜேவிபியுடன் செய்துகொண்ட ஒப்பந்தம் இந்த லட்சணம் என்றால், அவர் புத்த பிட்சுக்கள் கட்சியான ஜாதிக ஹெல உருமயாவுடன் செய்துகொண்ட பன்னிரண்டு அம்ச ஒப்பந்தம் இன்னும் மோசமான விளைவுகளை உருவாக்கக்கூடியதாக இருக்கிறது.

சில மாதிரிகள் பாருங்கள்:

- தமிழர் பிரச்னையைத் தீர்ப்பதற்காக அமைதிப் பேச்சு வார்த்தைகள் நடைபெற்றுக்கொண்டிருந்தாலும் இலங்கை அரசின் மேலாண்மை மற்றும் நாட்டாமைக்கு எவ்வித பாதிப்பும் ஏற்படாமல் பாதுகாக்கவேண்டும்.
- இலங்கையின் எந்தப் பகுதியும் - அது ஒரு மாநிலமோ, மாவட்டமோ, கிராமமோ, நகரமோ, ஒரு விளையாட்டு மைதானமாகவோ கூட இருக்கட்டும் - எந்த ஒரு இனக்குழுவினராலும் சொந்தம் கொண்டாடப்பட அனுமதிக்க முடியாது. (அதாவது தமிழர் பகுதி என்று எதுவும் கிடையாது!)

- எந்த இனக்குழுவினருக்கும் சுயாட்சி அதிகாரம் வழங்கப்பட மாட்டாது.
- போர் நிறுத்த ஒப்பந்தத்தை மறுபரிசீலனை செய்யவேண்டும். ஏனெனில் தீவிரவாதத்தை ஒழித்தாக வேண்டியிருக்கிறது. 'யாரோ' தன்னிச்சையாக அறிவித்த போர் நிறுத்தத்துக்கெல்லாம் காதுகொடுத்துக்கொண்டிருக்கமுடியாது. (அதாவது மீண்டும் சண்டைக்குத் தயார்.)
- பேச்சுவார்த்தை இப்படி காலவரம்பில்லாமல் இழுத்துக் கொண்டு போகக்கூடாது. ஏதாவது ஒரு காலக்கெடு வைக்க வேண்டும். விடுதலைப்புலிகளே கூட அதைச் செய்யலாம்.
- *P-TOMS*ஐ முதலில் காலி பண்ணவேண்டும். இலங்கை அரசே சில சமூகநல அமைப்புகளின் உதவியுடன் புனரமைப்புக்குழுவை நிறுவ வேண்டும்.
- பாராளுமன்ற அமைப்பு, இப்போது இருப்பது போலவே தொடரலாம். இதில் எந்த மாற்றமும் வேண்டியதில்லை. (அதாவது கூட்டாட்சி குறித்து சிந்திக்காதே.)

இந்த உதாரணங்கள் போதுமல்லவா? மேற்படி அம்சங்கள் அடங்கிய ஓர் ஒப்பந்தத்தைச் செய்துகொண்டிருப்பவர் யார்? இலங்கையின் ஆளுங்கட்சியைச் சேர்ந்த ஒரு மூத்த தலைவர். அடுத்த ஜனாதிபதி வேட்பாளராக அறிவிக்கப்பட்டிருப்பவர்.

அவரை எதிர்த்துப் போட்டியிடவிருக்கிற ரணில் விக்கிரமசிங்கே, தமிழர் விஷயத்தில் இத்தனை தீவிரர் இல்லை. கொஞ்சம் அனுசரித்துப் போகக்கூடியவர் என்பதாகவே கடந்தகால சம்பவங்கள் தெரிவிக்கின்றன. ரணில், தேர்தலுக்காகக் கூட இந்தமாதிரியான அணுகுண்டு ஒப்பந்தங்கள் செய்துகொள்ளக் கூடியவர் அல்லர். தமிழர் பிரச்னைக்கு சுமுகத்தீர்வு காண அவரால் முடியுமோ, முடியாதோ - அப்படி ஒரு கட்டம் வரவேண்டும், வரவேண்டும் என்றாவது சொல்லிக்கொண்டிருப்பார்.

ஆனால் ராஜபக்ஷேவின் இந்த அதிரடி ஒப்பந்தங்களுக்கு முன்னால் ரணிலின் பிரசாரம் கண்டிப்பாக எடுபடப்போவதில்லை என்பது மட்டும் இப்போதே உறுதியாகிவிட்டது.

ஏனெனில் ராஜபக்ஷே, தாம் செய்துகொண்டிருக்கும் ஒப்பந்தங்கள் எத்தனை அபாயகரமானவை, இவை விடுதலைப் புலிகளை எத்தனை தூரத்துக்கு சீண்டிப்பார்க்கக்கூடியவை என்பவற்றையெல்லாம் அறியாதவர் அல்லர். தவிரவும் இலங்கை ஜனாதிபதி நாற்காலி என்பது அப்படியொன்றும் சொகுசானதில்லை. ரகசியக்காப்புப் பிரமாணம் எடுத்துக்கொள்ளும்போதே, என் உயிர் என்னுடையதில்லை என்பதையும் சேர்த்துத்தான் சொல்லியாகவேண்டும் அங்கே. நிலைமை அப்படி.

ஆனபோதிலும் இத்தனை உக்கிரமான, முற்றிலும் தமிழர் விரோத ஒப்பந்தங்களை அவர் இரு சிங்கள இயக்கங்களுடன் செய்துகொண்டிருக்கிறார் என்பது சிங்கள மக்கள் இடையே மிகப்பெரிய எழுச்சியை உருவாக்கியே தீரும். கண்ணை மூடிக்கொண்டு ராஜபக்ஷேவுக்கே ஓட்டுப்போடுவதில் அவர்களுக்கு எந்தச் சங்கடமும் இருக்கப்போவதில்லை. மிகப்பெரிய வாக்கு வித்தியாசத்தில் ராஜபக்ஷே ஜெயித்தால் வியப்பதற்கு ஒன்றுமே இல்லை.

இதில் நமக்கு வியப்பூட்டும் அம்சம் என்னவென்றால், ராஜபக்ஷேவின் இந்த ஒப்பந்த ஸ்டண்ட் நடவடிக்கையை அவரது கட்சியினரே கடுமையாக எதிர்க்கிறார்கள் என்பதுதான். சந்திரிகாவுக்கு இது பிடிக்கவில்லை. கதிர்காமர் இறந்தபிறகு இலங்கையின் வெளியுறவு அமைச்சராகப் பொறுப்பேற்றிருக்கும் அனுர பண்டாரநாயகேவுக்கு (இவர் சந்திரிகாவின் சகோதரர். கட்சியின் அடுத்த பிரதமர் வேட்பாளரும் கூட) சுத்தமாகப் பிடிக்கவில்லை. இருவரும் மிகக் கடுமையாகத் தங்கள் ஆட்சேபணையைத் தெரிவித்திருக்கிறார்கள்.

‘இது கட்சிக்கட்டுப்பாட்டை மீறிய செயல்’ என்று வெளிப்படையாக அறிவிக்கவில்லையே தவிர, கூப்பிட்டு பெஞ்சு மேல் நிற்கவைத்து லெஃப்ட் அண்ட் ரைட் வாங்காத குறையாகத்தான் அர்ச்சனை செய்திருக்கிறார்கள்.

ஆனால் ராஜபக்ஷே எதுகுறித்தும் கவலைப்பட்டதாகத் தெரியவில்லை. தமிழர்களுக்குத் தனிநாடு, தனி உரிமை, சுயாட்சி

இத்தியாதிகள் வழங்கும் விதத்தில் யார் என்ன சமரசம் பேசினாலும், தான் ஆட்சிக்கு வந்தால் அதையெல்லாம் கண்டுகொள்வதாக இல்லை என்பதைத்தான் இந்த ஒப்பந்தங்கள் மூலம் மிகத்தெளிவாக அவர் தெரிவித்திருக்கிறார்.

இந்த வகையில் அவருக்குத் தமிழர்களின் ஓட்டுதான் இருக்காதே தவிர பெரும்பான்மை சிங்களவர்களின் மொத்த ஓட்டும் அவரைத்தான் போய்ச்சேரும். அவருக்கு அது போதும்!

இலங்கையில் இது போர் நிறுத்தக் காலம். நார்வே நடுவில் வந்து சமரசம் பேசிக்கொண்டிருக்கிறது. ஏதாவது ஒரு தீர்வு ஏற்படாதா என்று ஒட்டுமொத்தத் தமிழ் உலகமும் காத்துக்கொண்டிருக்கும் நிலையில், எதிர்பார்க்கப்படும் அடுத்த அதிபர் இப்படியொரு தமிழர் விரோத மனப்பான்மையுடன் இருந்தால் காரியம் கைகூடுவதற்கான சாத்தியமே இல்லை என்பது வெளிப்படை.

இது கண்டிப்பாக விடுதலைப் புலிகளைச் சீண்டத்தான் போகிறது. அமைதிப் பேச்சுகளையெல்லாம் தூக்கி ஒரு ஓரத்தில் வைத்துவிட்டு மீண்டும் அங்கே குண்டுவெடிக்கத்தான் போகிறார்கள்.

கடலில் விழுந்த கண்ணீர்த்துளி இப்போதைக்குக் காயாது போலிருக்கிறது.

இது ஆப்கன் தானா?

பார்லிமெண்ட் கட்டடமே இல்லாத ஒரு தேசத்தில் மிகச்சிறப்பான முறையில் சமீபத்தில் பொதுத்தேர்தல் நடந்து முடிந்திருக்கிறது. மக்கள் முதல் முறையாக பயமே இல்லாமல் வந்து ஓட்டுப்போட்டுவிட்டுப் போனார்கள். முகம் தெரிய வீதியில் இறங்கினாலே உயிருக்கு உத்தரவாதமில்லை என்கிற நிலையில் இருந்த பெண்கள் கூட கலர் கலராக நவீன ஆடைகள் அணிந்து, பொறுமையுடன் வரிசையில் காத்திருந்து வாக்களித்தார்கள்.

இத்தனைக்கும் தங்கள் ஓட்டு எந்த ஒரு கட்சிக்கும் போய்ச் சேரப் போவதில்லை என்பதை அவர்கள் அறிவார்கள். அது பெரும்பாலும் சுயேச்சைகள் மட்டுமே களத்தில் நிற்கும் தேர்தல். யார் ஜெயித்து பார்லிமெண்டுக்குப் போனாலும் (அதாவது இனிமேல் பார்லிமெண்ட் கட்டடம் என்று ஒன்று கட்டிமுடித்த பிறகு!) கூட்டணி வைத்து அரசியல் செய்யமுடியாது. கூடிப்பேசித்தான் ஆட்சி நடத்த வேண்டியிருக்கும்.

ஆனாலும் என்ன? ஆப்கனிஸ்தானில் தேர்தல் நடந்திருக்கிறது. அதுவும் அமைதியாக. அதுவும் சுமார் ஒன்றேகால் கோடி வாக்காளர்களின் பங்களிப்புடன். இது பெரிய விஷயமல்லவா?

பெருமைக்குரிய விஷயமல்லவா? அபினும் ஓபியமும் மட்டுமே விளைந்த பூமியில் ஜனநாயகம் விளைந்திருப்பதென்பது சந்தோஷமளிக்கக்கூடிய செய்தியல்லவா?

உண்மையில் இது ஒரு சரித்திர முக்கியத்துவம் வாய்ந்த சம்பவம். ஏனெனில் ஆப்கனில் ஜனநாயகம் என்று ஒன்று வரக்கூடும் என்று யாருமே எதிர்பார்த்திருக்க முடியாது. மகாபாரத சகுனி காலத்திலிருந்து 1978ம் ஆண்டு வரை அங்கே சுல்தான்கள்தான் ஆண்டுகொண்டிருந்தார்கள். 1839ம் ஆண்டிலிருந்து சராசரியாக மூன்று வருடங்களுக்கு ஒரு யுத்தம் அங்கே நடந்திருக்கிறது. (1839ல் இந்த யுத்தகாண்டத்தை ஆரம்பித்து வைத்தது அப்போதைய அரசியல் தாதாவான பிரிட்டன்.) தாலிபன்கள் ஓடிப்போய், பின்லேடன் பரமாத்மா போல் காற்றோடு கரைந்து ஒளிந்திருக்க, அமீத் கர்சாய் அமெரிக்க ஆசியுடன் ஆட்சிக்கு வரும்வரையில் நீண்ட யுத்தம் அது.

ஒவ்வொரு காலகட்டத்திலும் ஒரு கொடுங்கோலர் அங்கே ஆண்டிருக்கிறார். 1933ல் பதவிக்கு வந்த மன்னர் ஜாகிர்ஷாவைத்தான் அந்தக் காலகட்டத்தின் மாபெரும் கொடுங்கோலர் என்று சொல்லுவார்கள். ஆனால் அவரைக்காட்டிலும் பெரிய தாத்தாக்களும் தாதாக்களும் ஆப்கனில் இருந்திருக்கிறார்கள். ஆட்சியாளரை எதிர்த்து யாரும் எப்போதும் ஒரு சொல் பேசிவிடமுடியாது. உடனடியாகத் தலை சீவப்படும். அல்லது முச்சந்தியில் கொம்பு நட்டுக் கழுவேற்றிவிடுவார்கள். மிகச்சமீப காலம் வரையிலும் கூட ஆப்கனில் இந்த வழக்கம் இருந்திருக்கிறது.

ஒசாமா பின்லேடனை ஒழிக்கிறேன் பேர்வழி என்று அமெரிக்கா வந்து உட்கார்ந்து, தாலிபன்களை காலிபண்ணிவிட்டு மிதவாத வலதுசாரியும் தனக்குரிய பின்னணி இசை (ஜால்ரா என்றும் பாடம்) வழங்கக்கூடியவருமான ஹமீத் கர்சாயை ஆட்சிப்பொறுப்பில் அமர்த்தியபிறகுதான் ஆப்கன் சரித்திரத்தின் இரண்டாம் பாகம் ஆரம்பமானது.

ஹமீத் கர்சாய் சில விஷயங்களில் மிகத் தெளிவானவர். அமெரிக்க உதவி இல்லாமல் ஆப்கன் அரசை நடத்துவது கஷ்டம். ஏனெனில் சுய சம்பாத்தியம் என்று சொல்லிக்கொள்வதற்கு அங்கே தம்பிடி

கிடையாது. தொடர் யுத்தங்களில் நாட்டின் பொருளாதாரம் அடியோடு சிதைந்துபோய்விட்டது. ஏதோ அமெரிக்காவும் அமெரிக்கா கைகாட்டும் சில தேசங்களும் அவ்வப்போது அளிக்கும் பிச்சையில்தான் அவர்கள் காலம் தள்ளியாக வேண்டும்.

இது தன்மானத்துக்கு இழுக்கு என்று இன்றைக்கும் அங்கே சில ரிடையர் ஆன முல்லாக்கள் புலம்பிக்கொண்டுதான் இருக்கிறார்கள். ஆனால் தன்மானம் பார்த்தால் வேளைக்கு சோறு கிடைக்காது. ஊருக்கு ரோடு கிடைக்காது. ஒதுங்க ஒரு வீடு கிடைக்காது. அடிப்படை வசதிகளுக்கே ஆட்டம் காணவேண்டிய நிலைமை. ஒரு ஆசுபத்திரி இல்லை, பள்ளிக்கூடங்கள், கல்லூரிகள், பல்கலைக் கழகங்கள் இல்லை, நீதிமன்றங்கள் இல்லை, விவசாய நிலங்கள் இல்லை – முதல் வரியில் பார்த்ததுபோல் ஆப்கனுக்கென்று ஒரு பார்லிமெண்ட் கட்டடம் கூடக் கிடையாது என்பதுதான் முகத்தில் அறையும் உண்மை.

ஹமீத் கர்சாய், அமெரிக்காவின் அடியாள் என்று வருணிக்கப்பட்டாலும் தாலிபன்களின் காலத்துக்குப் பிறகு அவர் பொறுப்பேற்ற தினம் தொடங்கி, இன்றுவரை ஆப்கனின் உள்கட்டுமானம் தொடர்பான நடவடிக்கைகளில் கணிசமான முன்னேற்றத்தை சாத்தியமாக்கியிருப்பதை ஒப்புக்கொண்டுதான் ஆகவேண்டும்.

ஒவ்வொரு தேசத் தலைவராக லிஸ்ட் போட்டுவைத்துக்கொண்டு ஆப்கனுக்கு அவர் அழைத்துக்கொண்டே இருக்கிறார். வருகிற ஒவ்வொருவரிடமும் நிலைமையை எடுத்துச் சொல்லி, வெட்கப்படாமல் உதவி கேட்கிறார். சமீபத்தில் நமது பிரதமர் மன்மோகன் சிங் ஆப்கன் சென்று வந்தது நினைவிருக்கலாம். போனவர் என்ன செய்தார் தெரியுமா? அங்கே ஒரு பார்லிமெண்ட் கட்டடம் கட்டுவதற்கு அடிக்கல் நாட்டிவிட்டு, கட்டுமானச் செலவு முழுவதையும் இந்தியா ஏற்றுக்கொள்ளும் என்று அறிவித்துவிட்டு வந்திருக்கிறார்.

இது போதாது? எப்படியும் சில மாதங்களில் பார்லிமெண்ட் கட்டடம் தயாராகிவிடும் என்கிற நம்பிக்கையில் கையோடு தேர்தலையும் நடத்தி முடித்துவிட்டார் ஹமீத் கர்சாய். அது எப்படி என்கிறீர்கள்?

ஓட்டுச்சீட்டுகளை ஆஸ்திரியாவும் பிரிட்டனும் அச்சிட்டுக் கொடுத்தன. (அஃப்கோர்ஸ், ஐ.நா.வின் சார்பில்.) தேர்தல் பிரச்னையில்லாமல் நடப்பதற்கு பல்வேறு வெளிதேசங்களிலிருந்து பாதுகாப்புப்படையினரைக் கேட்டுப்பெற்று பணியில் அமர்த்திவிட்டார்கள். தேர்தல் செலவுகளுக்கான பணத்தை அமெரிக்காவும் அதன் கூட்டணி தேசங்களும் அளித்தன. மக்கள் அச்சமின்றி வந்து ஓட்டுப்போட்டதுதான் இதில் முக்கியம்.

தாலிபன்கள் ஆட்சியில் இல்லாவிட்டாலும் அவ்வப்போது அச்சுறுத்தல் மட்டும் அளித்துக்கொண்டேதான் இருக்கிறார்கள். இந்தத் தேர்தலில் போட்டியிடும் வேட்பாளர்கள் யாருடைய உயிருக்கும் உத்தரவாதமில்லை என்று முதலில் எச்சரித்தார்கள். ஆனால் பலமான பாதுகாப்பு ஏற்பாடுகள் செய்யப்பட்டிருந்ததால், அதிகம் பிரச்னையில்லாமல் தேர்தல் நடந்து முடிந்துவிட்டது.

கர்சாயின் ஒரே பிரச்னை இதுதான். இன்னமும் ஆப்கனில் மிச்சமிருக்கும் தாலிபன்களும் பழைய போராளிக் குழுவினரும். அடிப்படைவாத நம்பிக்கை பலமாக உள்ள இவர்கள், ஆப்கனில் ஜனநாயக ஆட்சி அமைவதையோ, அமெரிக்கா அதற்கு உறுதுணையாக இருப்பதையோ சற்றும் விரும்பவில்லை. அமெரிக்கப் படைகள் படிப்படியாக வாபஸ் பெறப்படும் காலத்துக்காக இவர்கள் காத்திருக்கிறார்கள்.

ஓரளவு கணிசமான படைவீரர்கள் வெளியேறிவிட்டபிறகு மீண்டும் ஒரு புரட்சி செய்து கர்சாயின் ஆட்சியைக் கவிழ்த்துவிட்டு பழைய குருடியைத் திரும்பவும் கதவு திறக்கச் செய்வது இவர்கள் நோக்கம். ஒசாமா இன்னமும் ஆப்கனில்தான் இருக்கிறார் என்கிற ஒற்றை நம்பிக்கையில் இவர்கள் தினசரி கூடிப்பேசி வீர சபதம் செய்துவிட்டு ரொட்டி சாப்பிட்டுவிட்டுத் தூங்கப்போகிறார்கள் போலிருக்கிறது.

கர்சாய் தன்னால் முடிந்த அளவுக்கு முஜாகிதின்களையும் தாலிபன்களையும் அடக்கி ஒடுக்குவதற்கான முயற்சிகளை எடுத்துக்கொண்டுதான் இருக்கிறார். ஆனால் ஆப்கனின் நிலப்பரப்பு தேடுதல் பணிக்கு உகந்ததல்ல. மலைகளும் பள்ளத்தாக்குகளும் குறைந்த அளவேயான சமவெளிகளுமாக ஆப்கனின் வரைபடம்

மேடுபள்ளங்களாலானது. இந்தத் தேர்தலில் ஒவ்வொரு ஊருக்கும் வாக்குச் சீட்டுகளைக் கொண்டுபோகவே திண்டாடித் தவித்துவிட்டார்கள்.

வாகன வசதிகளெல்லாம் அங்கே அவ்வளவாகக் கிடையாது. ஏனெனில் வாகனம் போகச் சாலைகள் கிடையாது. இரண்டு மலை ஏறி இறங்கினால் ஒரு கிராமம் வரும். அடுத்த கிராமத்தை அடைவதற்கு இன்னும் ஒரு மலை ஏறவேண்டியிருக்கும். ஆகவே வாக்குச் சீட்டுகளைப் பல வாரங்கள் முன்னதாகவே கழுதைகள் மீது ஏற்றி அனுப்பிவிட்டார்கள். (சில இடங்களில் ஒட்டகங்களும் இப்பணியில் ஈடுபடுத்தப்பட்டன.)

தேசம் முழுவதுமாக மொத்தம் முப்பத்திநான்கு மாநிலங்கள் இருக்கின்றன அங்கே. அதைத் தொகுதிவாரியாகப் பிரித்து, வேட்பாளர்களுக்கு சிக்னல் கொடுத்ததும், காத்திருந்ததுபோல் சுமார் ஐயாயிரத்தி ஐந்நூறு பேர் தேர்தலில் நிற்க வரிந்துகட்டிக்கொண்டு வந்துவிட்டார்கள். இதில் இருபத்தைந்து சதவீதம் பேர் பெண்கள் என்பதுதான் வியப்புக்குரிய அம்சம்.

தாலிபன்களின் காலத்தில் பர்தா அணியாமல் வீதிக்கே வரத் தடை செய்யப்பட்டிருந்த இனம் அது. கணுக்கால் தெரிந்தால் கூட நடுச்சாலையில் உதைப்பார்கள். ரத்தம் சொட்டச்சொட்ட அடித்துப் போட்டுவிட்டுப் போய்விடுவார்கள். கேட்க ஒரு நாதி கிடையாது. (பெண்களுக்கு பர்தா எத்தனை முக்கியமோ, ஆண்களுக்கு அந்தளவுக்கு அங்கே தாடி முக்கியம். தாலிபன்கள் ஒழிந்தபோது ஆப்கன் ஆண்கள் தமது மகிழ்ச்சியைப் பகிர்ந்துகொள்ள முதலில் செய்த காரியம் சவரம்தான்.)

அடக்கிவைக்கப்பட்ட ஒரு மாபெரும் சமூகத்தின் திடீர் எழுச்சியும் மகிழ்ச்சியும் என்னமாதிரியான விளைவுகளைத் தரும் என்பது யூகிக்கமுடியாத விஷயம். ஒட்டுமொத்தமாகக் கெட்டுச்சீரழியலாம். உருப்படியாக எதையாவது சாதிக்கவும் செய்யலாம்.

ஆப்கன் இரண்டாவது வழியைத் தேர்ந்தெடுத்துக்கொண்டது. கொண்டாட்டங்களெல்லாம் கொஞ்சநாள்தான். ஊருக்கு ஊர் பள்ளிக்கூடங்கள் திறக்கப்பட்டு குழந்தைகளை எப்பாடு பட்டாவது படிக்க அனுப்ப ஆரம்பித்தார்கள். கஞ்சா விளைந்த

நிலங்களிலெல்லாம் கோதுமை பயிரிட ஏற்பாடு செய்தார் கர்சாய். கிடைத்த சந்தர்ப்பத்தைச் சரியாக அவர் பயன்படுத்திக்கொண்டார் என்பதுதான் இதில் முக்கியம்.

இந்தியாவோ, சீனாவோ, ஜப்பானோ வளர்ச்சிப்பாதையில் நடைபோடுவது பெரிய விஷயமே இல்லை. அடிப்படைத் தேவைகளுக்கு என்றுமே குறைவில்லாமல் வாழ்ந்து பழகிவிட்டவர்கள் நாம். ஆப்கன் போன்ற ஒரு பரம தரித்திர தேசம் தனது சோக காலத்தை மறந்துவிட்டுப் புத்துணர்ச்சியுடன் வீரநடை போடுவதும், ஜனநாயகத்தில் நம்பிக்கை கொண்டு தேர்தல் நடத்தி, ஓட்டுப்போட்டு ஆட்சி செய்ய நினைப்பதும், வெட்கப்படாமல் பிற தேசங்களின் உதவிகளைக் கேட்டுப்பெறுவதும் மிக மிக முக்கியமான நிகழ்வுகள்.

அடுத்த ஐந்து ஆண்டுகளுக்குள் எப்படியும் ஆப்கனில் உருப்படியாக ஒன்றிரண்டு கட்சிகளாவது தோன்றி ஜனநாயகம் வளர்க்கப் பாடுபட ஆரம்பிக்கலாம். பழைய முஜாகிதீன் முல்லாக்களே கூட மனம் திருந்திய மைந்தர்களாகலாம். எதுவும் நடக்கலாம். ஏனெனில், பொருளாதாரம் நாசமாகும்போதுதான் போராட்டங்கள் வெடிக்கின்றன. வேலை வாய்ப்புகள் இல்லாதபோதுதான் வெடிமருந்துகளுக்கு மவுசு கூடுகிறது. கல்வி வாய்ப்பு குறையும்போதுதான் கலவரங்கள் அரங்கேறுகின்றன.

ஹமீத் கர்சாய் போகும் பாதை இப்போது மிகவும் சரியாக இருக்கிறது. ஆனால் இதெல்லாம் நீடிக்குமா என்று கேட்டால் சொல்வது கஷ்டம். அமெரிக்கா அங்கே இருக்கும் வரை கர்சாய் இருப்பார். அவரது ஆட்சிக்காலம் முடிந்து இன்னொருத்தர்கூட வர வாய்ப்புண்டு. ஆனால் அமெரிக்கர்கள் மூட்டை கட்டிக்கொண்டு கிளம்பிவிட்டால் அடுத்தக் கணம் திரும்பவும் பூச்சாண்டி விளையாட்டு ஆரம்பமாகிவிடும்.

சொல்வதற்கில்லை. அந்த ஆட்டத்துக்கும் அமெரிக்காவே ஸ்பான்சர் செய்தாலும் செய்யும். தெரியுமல்லவா? அவர்கள் திருந்த மாட்டார்கள்; இவர்கள் மாற மாட்டார்கள்!

வாக்கும் வக்கும்

மிக விரைவில் ஈராக்கில் ஓர் உள்நாட்டு யுத்தம் தொடங்கும் சாத்தியம் தெரிகிறது. இது மத்தியக் கிழக்கை மட்டுமல்லாமல் சர்வதேச எண்ணெய் மார்க்கெட்டையும் கணிசமாக பாதிக்கக்கூடும். மீண்டும் பெட்ரோல் விலை ஏற்றம் என்று தினசரிகளில் செய்தி படித்துவிட்டு ஆட்டோக்காரர்களின் அடாவடி குறித்து அங்கலாய்த்துக்கொண்டிருக்கப் போகிறோம். நடக்கிற சங்கதிகள் அத்தனையும் இதைத்தான் மிகத்தெளிவாகச் சுட்டிக்காட்டுகின்றன.

கடந்த நான்கு மாதங்களாக அங்கே நடைபெற்றுவரும் குண்டுவெடிப்புச் சம்பவங்களும் மனித வெடிகுண்டுத் தாக்குதல்களும் பஸ் எரிப்பு வைபவங்களும் ஆள்கடத்தல் அட்டகாசங்களும் இதற்குமுன் வேறெங்கும் நடந்திராதவை. வெட்ட வெட்ட மீண்டும் முளைக்கும் கார்த்தவீர்யார்ச்சுனன்களாக ஈராக் தீவிரவாதிகள் எங்கிருந்து முளைத்துக்கொண்டே இருக்கிறார்களோ என்று சிண்டைப் பிய்த்துக்கொண்டிருக்கிறது அமெரிக்காவும் ஈராக் அரசும். என்ன செய்தாலும் தவிர்க்கவோ, தடுக்கவோ முடியாத சூழ்நிலை. பணிந்துபோவதென்றால் ஒரே நிபந்தனைதான் விதிக்கிறார்கள். ‘சதாம் உசேனுக்கு மரணதண்டனை விதிக்கக்கூடாது; அவரை உடனடியாக விடுதலை செய்யவேண்டும்.’

ஆக, இவர்கள் எல்லோருமே சதாமின் ஆதரவாளர்கள்தானா என்கிற கேள்வி எழுகிறது. நிச்சயமாக இல்லை. சதாமின் ஆதரவாளர்களும் இந்தத் தீவிரர்கள் பட்டியலில் உண்டு என்பதுதான் உண்மை. அல்கொய்தா, ஹிஸ்புல்லா போன்ற சில தீவிரவாத அமைப்புகளின் ஈராக் கிளைகளின் உதவியுடன் உள்ளூர் இளைஞர்கள், பெரும்பாலும் வேலையில்லாதவர்களின் திருப்பணிகள்தான் இவை. அவர்களுக்குத் தேவையான ஆயுத உதவிகளை மேற்படி முழுநேரத் தீவிரவாத அமைப்புகள் செய்ய, உள்ளூர் பணமுதலைகள் சிலர் இந்த அட்டகாசங்களின் பின்னணியில் சைலண்ட் •பைனான்சியர்களாக இருப்பதாகவும் தெரிகிறது.

தீவிரவாதச் செயல்களைக் கட்டுப்படுத்தும் தெம்பும் திராணியும் ஈராக் அரசுக்கு இல்லை என்பது வெளிப்படையாகிவிட்டது. அங்கே முகாமிட்டிருக்கும் அமெரிக்க ராணுவமும் கிட்டத்தட்ட தற்காப்பு யுத்தம்தான் செய்துகொண்டிருக்கிறது. அவ்வப்போது சிலரைக் கைது செய்து போட்டோவுக்கு போஸ் கொடுத்தாலும் ஒட்டுமொத்தமாகப் பிரச்னையைத் தீர்க்கும் விதத்திலான நடவடிக்கை என்று ஏதும் எடுக்கப்படவில்லை. மாறாக இரண்டு விவகாரமான சம்பவங்கள் அரங்கேறியிருக்கின்றன.

1. ஈராக்குக்கான புதிய அரசியல் அமைப்புச் சட்டத்தை உருவாக்கி, அதன் மீதான பொதுவாக்கெடுப்பு நடத்தியிருக்கிறார்கள். (முக்கால்வாசிப்பேர் ஓட்டுப் போட வரவில்லை.)

2. சதாம் உசேன் மீதான விசாரணை ஆரம்பிக்கப்பட்டிருக்கிறது.

ஒழுங்கானதொரு அரசியலமைப்புச் சட்டம் அமையுமானால் ஈராக்கின் வன்முறைகள் ஓயும் என்று அமெரிக்கா சொன்னாலும், விவரமறிந்த அரசியல் நோக்கர்கள், இந்த வாக்கெடுப்பு வைபவத்தின் தொடர்ச்சியாக கண்டிப்பாக ஓர் உள்நாட்டு யுத்தம் இருக்கிறது என்று அடித்துச் சொல்கிறார்கள்.

ஈராக்குக்காக அமெரிக்கா தைத்திருக்கும் ஜனநாயகச் சட்டை கிட்டத்தட்ட ப•பூன் சட்டை போலத்தான் இருக்கிறது என்கின்றன மத்தியக்கிழக்கு மீடியாக்கள். ஈராக்கின் முன்னாள் ராணுவ ஜெனரல் ஒருவர் சமீபத்தில் இது விஷயமாக அல் ஜஸீரா தொலைக்காட்சிக்கு

ஒரு பேட்டி அளித்தார். "ஈராக்கில் அரசியல் அமைப்புச் சட்டம் இல்லை என்று யார் அழுதார்கள்? இங்கே மக்களுக்கு முதலில் வேண்டியது பாதுகாப்பு. அதற்கு உத்தரவாதம் தருவதற்கு ஒருவருக்கும் துப்பில்லாதபோது அரசியல் அமைப்புச் சட்டத்தை யார் கேட்டார்கள்?" என்று கொந்தளித்ததை உலகமே பார்த்தது.

இது ஆத்திரத்தில் கொட்டப்பட்ட வார்த்தையல்ல. ஈராக்குக்காக 'அமெரிக்கா எழுதியிருக்கும் அரசியல் அமைப்புச் சட்டம் அப்படியே அமுலுக்கு வரும்பட்சத்தில் அங்கே இனக்கலவரங்கள் மேலும் அதிகரிக்கலாம் என்றே விஷயமறிந்தவர்கள் சொல்கிறார்கள்.

ஈராக்கில் இனக்குழுக்கள் அதிகம். ஷியா - சன்னி - குர்த் சண்டைகள் அதைக்காட்டிலும் அதிகம். இதெல்லாம் அமெரிக்காவுக்கும் ஈராக்குக்கான அமெரிக்கத் தலைமை அதிகாரி பால் ப்ரெமருக்கும் நன்றாகத் தெரியும். சதாம் உசேனைப் பிடித்தபோது "We got him" என்று பெருமைபொங்க அறிவித்த அதே பால் ப்ரெமர். 2003 நவம்பரில் ஈராக்குக்கான இடைக்கால அரசியல் அமைப்புச் சட்டத்தைத் தீட்டிய பிரகஸ்பதி. அந்த இடைக்காலச் சட்டத்தை அடியொற்றித்தான் இப்போது நிரந்தர அரசியல் அமைப்புச் சட்டம் தீட்டப்பட்டிருக்கிறது. ஈராக்கின் பெரும்பான்மை மக்களான ஷியா முஸ்லிம்கள் இதனை ஏற்றுக்கொண்டுவிட்டதாக அமெரிக்கா பெருமையுடன் அறிவித்துக்கொண்டாலும் மைனாரிடிகளான சன்னி பிரிவினரிடையே கடும் அதிருப்தி நிலவுகிறது. நடந்து முடிந்த வாக்கெடுப்பில் இவர்கள் யாரும் கலந்துகொள்ளவில்லை. தங்களை முற்றிலும் தனிமைப்படுத்தி மொத்தமாக அழித்துவிடுவதற்காகச் செய்யப்பட்ட வேலை இது என்று அவர்கள் குற்றம்சாட்டிக்கொண்டிருக்கிறார்கள். கையோடு, குர்திஷ் இனத்தவருடன் சேர்ந்து தேசமெங்கும் தீவிரமாகக் கலவரங்களை முடுக்கிவிட வேலைகளைத் தொடங்கிவிட்டார்கள்.

இதற்கு இவர்கள் சொல்லும் காரணம் ஒன்றுதான். ஈராக்கின் பெரும்பான்மை மக்கள் ஷியா இனத்தவர்தான் என்றாலும் கடந்த இருபது வருடங்களுக்கு மேலாக அங்கு ஆட்சி செய்த சதாம் உசேன் ஒரு சன்னி முஸ்லிம். அவரது காலத்தில் நடைபெற்ற

இனப்படுகொலைகளுக்குப் பழிவாங்குவதற்காகவே இந்த அரசியல் அமைப்புச் சட்டம் முற்றிலும் ஷியா ஆதரவு நிலை எடுத்திருப்பதாக இவர்கள் சொல்கிறார்கள்.. தவிரவும் சதாம் உசேன் மீதான விசாரணைகள் எதுவும் முறைப்படி நடக்காது என்றும், ஆரம்பித்திருப்பது ஒரு கண்துடைப்பு விசாரணை மட்டுமே என்றும், அவருக்கு இறுதிக்கெடு விதிக்கப்பட்டுவிட்டது என்றும் இவர்கள் புலம்ப ஆரம்பித்திருக்கிறார்கள்.

என்னதான் விசாரணையை நேரடி ஒளிபரப்பாக உலகமே பார்க்கும்படி ஏற்பாடு செய்திருந்தாலும், தீர்ப்பு எழுதப்பட்டு விட்டது என்றே ஈராக் சன்னி முஸ்லிம் சமூகத்தினர் குற்றம் சாட்டுகிறார்கள். சதாம் தனது ஆட்சிக்காலத்தில் செய்ததாகச் சொல்லப்படும் பல்வேறு குற்றங்களுள் ஒரே ஒரு இனப் படுகொலை சம்பவம் மீதான விசாரணைதான் இப்போது ஆரம்பமாகியிருக்கிறது. இன்னும் குறைந்தது பத்திருபது குற்றச்சாட்டுகளாவது அவர் மீது இருக்கின்றன. அனைத்துக்கும் ஒழுங்கான விசாரணை நடத்தப்பட்டு தீர்ப்பு வழங்கும் வரை சதாம் உயிர் வாழ்வதென்றால் அவருக்கு இன்னொரு எழுபது வருட வாழ்க்கை அருளப்பட்டாலொழிய சாத்தியமில்லை என்கிறார்கள் இவர்கள்.

ஆனால் எப்படியும் சில மாதங்களுக்குள் அவருக்கு மரணதண்டனை வழங்கப்பட்டுவிடும் பாருங்கள் என்று ஒருமித்த குரலில் சொல்கிறார்கள்.

இந்த சதாம் ஆதரவாளர்களின் கோபமிகு எழுச்சியினால் பாக்தாத் நகரில் உள்ள அரசுத் தலைமை மருத்துவமனையின் சவக்கிடங்குக்குக் கடந்தமாதம் மொத்தம் 1100 பிணங்கள் வந்து சேர்ந்தன. இதில் 700 உடல்கள் ஒன்றுக்கு மேற்பட்ட குண்டுகளால் துளைக்கப்பட்டவை. அதாவது கலவரத்தில் சிக்கி உயிரை விட்டவர்கள் அல்ல இவர்கள். திட்டமிட்டு குறிபார்த்துச் சுடப்பட்டவர்கள். அத்தனை குண்டுகளும் சரியாக நெஞ்சுப் பகுதியைத்தான் துளைத்திருக்கின்றன. ஒரே மாதத்தில் 700 பேர்!

இனக்குழு ரீதியில் சிறுபான்மையோராக இருக்கும் ஈராக் மக்கள் அனைவரும் தத்தம் கிராமங்களை காலிசெய்துகொண்டு

எங்கே தம் இன மக்கள் சற்றே அதிகம் வசிக்கிறார்களோ அந்தப் பகுதிகளைத் தேடிப் போய்க்கொண்டிருக்கிறார்கள். அதாவது, முன்பின் தெரியாதவர்களாக இருந்தாலும் ஒரே இனம் என்கிற அடிப்படையில் ஒன்றாக வசிப்பதன் மூலம் தங்களையும் மெஜாரிடியினராகக் காட்டிக்கொண்டால் ஒருவேளை உயிர் தப்பிப் பிழைக்கமுடியுமோ என்கிற எண்ணம்!

உயிரைத் தவிர வேறு சிந்தனை இல்லாத மக்களாகி இருக்கிறார்கள் ஈராக் வாசிகள். எத்தனை அவலம் இது! நாகரிக உலகில் இப்படிக்கூடவா ஒரு தேசம் அடியோடு நாசமாகிப்போகும்?

இதன் விளைவு என்னவாகுமென்றால், இப்படி மைனாரிடிகளெல்லாம் தங்களுக்குள் ஒன்று சேர்ந்து எண்ணிக்கை அளவில் அதிகரிக்கும்போது அதுவரை அடக்கிவைக்கப்பட்ட கோபமும் வெறுப்பும் மேலோங்கி, அவர்கள் மெஜாரிடியினரைத் தாக்க ஆரம்பித்துவிடுவார்கள். அதுதான் உள்நாட்டு யுத்தத்துக்கு ஆரம்பப் புள்ளியாக அமையும். அரசும் காவல்துறையும் அமெரிக்க நாட்டாமைக்காரரும் அப்போது என்ன செய்தாலும் கலவரங்களையும் உயிரிழப்புகளையும் கட்டுப்படுத்தவே முடியாமல் போய்விடும்.

தங்களுக்குள் வெட்டிமடிந்து வீழும் ஒரு மாபெரும் மனிதக் கூட்டத்துக்காக ஒரு துளி கண்ணீர் சிந்தத்தான் நம்மால் முடியும்.

இந்தச் சூழ்நிலை ஈராக்கில் இன்னும் சில மாதங்களில் கண்டிப்பாக உருவாகியே தீரும் என்று அடித்துச் சொல்கிறது அண்டை நாடான சவுதி அரேபியா. சவுதியின் அச்சம் என்னவென்றால் ஈராக்கில் ஒரு கலவரம், புரட்சி, உள்நாட்டு யுத்தம் என்று என்ன வந்தாலும் அகதிகளாக வந்து குவியும் மக்களை அவர்கள் வைத்துப் பராமரிக்க வேண்டிய நிர்ப்பந்தம் உண்டாகும். மாட்டேன் என்றும் சொல்ல முடியாது. ஏனெனில் எப்படி ஈராக்கில் அமெரிக்காவின் கால்கள் ஊன்றியுள்ளனவோ, அதேபோல சவுதியிலும் அமெரிக்காவுக்கு வலுவான அடித்தளம் உண்டு. அமெரிக்காவுடன் ஏராளமான வர்த்தக உறவுகள் வைத்திருக்கும் தேசம் அது. ஆகவே, ஒரு வார்த்தை சொன்னால் கேட்டே ஆகவேண்டிய கட்டாயம் உண்டு.

நிலைமை இத்தனை மோசமாகிக்கொண்டிருக்க, சற்றும் பொறுப்பில்லாமல், பொதுவாழ்க்கைல இதெல்லாம் சகஜமப்பா என்று கவுண்டமணி மாதிரி பேட்டிகொடுத்துக்கொண்டிருக்கிறார்கள், மத்தியக்கிழக்கில் உட்கார்ந்து பல் குத்திக்கொண்டிருக்கும் அமெரிக்க ராணுவ ஜெனரல்கள். சமீபத்தில் ஒரு பத்திரிகையாளர் சந்திப்பில் பேசிய அமெரிக்க ராணுவத்தின் மத்தியக்கிழக்குப் பிரிவின் மூத்த கமாண்டர் ஜான் அபிஸெயித் (John Abizaid), "நிலைமை மோசமடைவதற்கு எப்போதும் சில சாத்தியக்கூறுகள் இருக்கத்தான் செய்யும். அதற்கென்ன செய்யமுடியும்?" என்று திருவாய் மலர்ந்திருக்கிறார்.

இங்கே எப்போது நிலைமை சீராக இருந்திருக்கிறது, இப்போது மோசமடைவதற்கு? என்று கேட்கிறார்கள் ஈராக் வாசிகள். மோசத்தில் மிக மோசம், அதிமோசம், மகாமோசம் என்று வேண்டுமானால் பாகுபடுத்தலாமே தவிர ஈராக் விஷயத்தில் சதாம் கைதுக்குப் பிறகு சுமுக நிலை என்பது ஒருநாள் கூட வரவேயில்லை என்பதுதான் உண்மை.

இதற்கிடையில் ஈராக்கில் இருக்கும் அமெரிக்க உயர் அதிகாரிகள், சதாம் மீதான விசாரணை தொடங்கப்பட்டது குறித்தும் அரசியலமைப்புச் சட்டம் அரங்கேறப்பட இருப்பது குறித்தும் பொதுமக்களுக்கு விளக்கமாக எடுத்துச் சொல்வதன் பொருட்டு, தேசமெங்கும் – குறிப்பாக கிராமப்பகுதிகளில் தீவிரமாக சுற்றுப்பயணம் செய்ய ஆரம்பித்திருக்கிறார்கள். மக்களிடையே இருக்கும் தேவையற்ற அச்சங்களை நீக்குவதற்காகவே இந்த ஏற்பாடு என்று சொல்லப்பட்டாலும் பெரும்பாலான இனக்குழுவினர் - குறிப்பாக குர்திஷ் இனத்தவர்கள் அமெரிக்க அதிகாரிகளுக்கு வீட்டுக்கதவைக் கூடத் திறப்பதில்லை என்று தெரிகிறது.

"எங்கள் தேசத்துக்கு என்ன வேண்டும் என்பது எங்களுக்குத் தெரியும். அமெரிக்கப் படைகள் முதலில் வெளியே போகட்டும், ஆட்சியை நாங்கள் அமைத்துக்கொள்வோம். ஈராக்கின் சரித்திரம் தெரியுமா இவர்களுக்கு? இனக்குழுக்களுக்கு இடையில் உள்ள முரண்பாடுகள், பகை குறித்துத் தெரியுமா? எதனால் நாங்கள்

சண்டையிட்டுக்கொள்கிறோம் என்றாவது தெரியுமா? எத்தனை காலமாக நாங்கள் அடக்கி ஒடுக்கிவைக்கப்பட்டிருக்கிறோம் தெரியுமா? எங்களை மனிதர்களாகக் கூட யாரும் பொருட்படுத்தாத சூழ்நிலையில் யாருடைய பேச்சுக்கும் நாங்கள் செவி சாய்க்க வேண்டிய அவசியம் இல்லை. அதிக அவகாசமில்லை. இன்னும் கொஞ்சநாளில் என்ன நடக்கப்போகிறது பாருங்கள்'' என்று குமுறுகிறார்கள் பல்வேறு இனக்குழுவினர்.

யூப்ரடிஸ், டைக்ரீஸ் நதிகளுக்கு இடைப்பட்ட நிலப்பரப்பான மெசபடோமியா என்கிற ஈராக்குக்கு ஒரு சரித்திர முக்கியத்துவம் உண்டு. உலகின் முதல் நாகரிகம் தோன்றிய இடம் அது. அங்கேதான் இப்போது உள்நாட்டு யுத்தம் என்கிற அநாகரிகமும் அரங்கேறப்போவதாக ஆரூடம் சொல்கிறார்கள் அரசியல் வல்லுநர்கள்.

என்ன செய்யப்போகிறது ஈராக் அரசு?

பாக்கி எதுவும் இல்லை!

வீதியில் ஒரு நாய் அடிபட்டு விழுந்துகிடந்தாலே மனம் பதைத்துப் போகிறது. நாற்பதாயிரம் மனிதர்கள் வினாடிப் பொழுதில் வீடிழந்து, உறவிழந்து, உயிரிழந்து போகும் அவலத்தை எந்த மொழிச் சொல்லும் அதற்குரிய துக்கத்துடன் வெளிப்படுத்திவிட முடியாது.

பாகிஸ்தானில் கடந்த எட்டாம் தேதி காலை ஏற்பட்ட பூகம்பத்தின் வீரியத்தை முந்தைய பூகம்பங்கள் எதனுடனும் ஒப்பிடமுடியாது. இந்தப் பக்கம் காஷ்மீர் தொடங்கி அந்தப் பக்கம் ஆப்கனிஸ்தான் வரை ஒரு முழு ஆட்டம் ஆடிப்பார்த்துவிட்ட இந்த இயற்கைப் பேரழிவு மையம் கொண்ட இடம், முஸஃபராபாத். காஷ்மீரின் ஒரு பகுதியாக இருந்து, 1948ம் ஆண்டு நடைபெற்ற யுத்தத்துக்குப் பிறகு பாகிஸ்தானின் ஒரு பகுதியாகிவிட்ட மலைப் பகுதி. (புவியியல் ரீதியிலும் அரசியல் ரீதியிலும் இப்பகுதி இப்போது பாகிஸ்தானைச் சேர்ந்ததுதான் என்றபோதும் இந்திய வரைபடங்களில் இந்தியாவுக்கு உட்பட்ட பகுதியாகத்தான் இப்போதும் காட்டப்படும். 'இந்தியப் பகுதிதான்; பாகிஸ்தானால் இது வலுக்கட்டாயமாக அபகரிக்கப்பட்ட இடம்' என்பதால்!)

அதுவும் கடும் மழை பொழிந்துகொண்டிருக்கும் நேரம். நிலச் சரிவுகளால் பல பாதைகள் அடைபட்டு, மக்கள் வெளியே

நடமாடவே முடியாதிருந்த சமயத்தில் உண்டான பூகம்பம், அவரவர் வீடுகளுடன் கபளீகரம் செய்திருக்கிறது. ஆறுதல் சொல்லலாம். ஆனால் கேட்பதற்குக் கூட அங்கே இப்போது யாருமில்லை. சுமார் ஒரு லட்சம் பேர் வசிக்கும் பிராந்தியத்தில் கிட்டத்தட்ட பாதிபேர் பூகம்பத்தில் இறந்துவிட, மிச்சம்பேர் உயிர் பிழைக்க வேறு இடங்களுக்கு ஓடிக்கொண்டிருக்கிறார்கள். உயிரிழப்பு எண்ணிக்கை இன்னும் கூட அதிகரிக்கலாம் என்று சொல்லப்படுகிறது. (பத்தாம் தேதி இரவு மணி 7.45க்கு இந்த வரி எழுதப்படுகிறது.)

ஏனெனில் ஒரே ஒரு முறை நில அதிர்வு ஏற்பட்டதோடு நின்றுவிடவில்லை. அடுத்தடுத்து 145 முறை லேசான அதிர்வுகள் உண்டாகியிருக்கின்றன. முதல் பூகம்பம் உண்டான இருபத்தி நான்கு மணி நேரங்களுக்குள் இன்னொரு பெரிய பூகம்பம் ஏற்பட்டிருக்கிறது. வானிலை அறிவிப்பு மாதிரி மேகமூட்டம் இருக்கலாம், மழை வரலாம், வராமல் போகலாம் என்றெல்லாம் இந்த விஷயத்தில் ஆரூடம் சொல்லிக்கொண்டிருக்க முடியாது. வந்தால் எதிர்கொள்வதைத் தவிர- அல்லது அடிபணிந்துபோவதைத் தவிர சாமானிய மனிதர்களால் எதுவும் செய்யமுடியாத அபாய விளிம்பு இது.

கிட்டத்தட்ட மயானம் போலாகிவிட்டது அந்தப் பிராந்தியம். மின்சாரம் முற்றிலுமாகத் துண்டிக்கப்பட்டுவிட்டது. சாலைகள் அடைபட்டு, வீதிகளெல்லாம் இடிந்த கட்டடங்களின் கற்குவியல்களால் மூடப்பட்டு, மண் சரிவுகளால் குடிசைப் பகுதிகள் முழுவதும் காணாமல் போய் – மீட்புப் பணி நடைபெறுவதே மிகப்பெரிய காரியம் என்கிற நிலைமை.

இயற்கையின் இந்தக் கோரத் தாண்டவத்தை பாகிஸ்தான் மக்கள் மிகுந்த அச்சத்துடன் எதிர்கொண்டிருக்கிறார்கள். உயிர்பயம் மட்டுமல்ல காரணம். இது புனித ரமலான் மாதம். நோன்புக் காலம். இறுதித் தீர்ப்பு நாள் வந்துவிட்டது போலிருக்கிறது என்று தொலைக்காட்சியில் ஒரு பெண்மணி கதறியதைப் பார்த்த யாருக்கும் ஒரு சொட்டுக் கண்ணீராவது அவசியம் வரும்.

ஏராளமான பள்ளிக்கூடங்கள், வர்த்தக நிலையங்கள், அரசு அலுவலகங்கள், குடியிருப்புப் பகுதிகள், தொலைத்தொடர்பு நிலையங்கள் அனைத்தும் சர்வநாசமாகியிருக்கின்றன. அழிவு மதிப்பு இன்னும் கணக்கிடப்படவில்லை என்றபோதும் எப்படியும் பல கோடிகளைத் தாண்டும் என்பது நிச்சயம்.

ஒப்பீட்டளவில் முஸ•பராபாத்துக்கு ஏற்பட்ட பாதிப்புபோல் காஷ்மீருக்கோ லாகூருக்கோ இஸ்லாமாபாத்துக்கோ ஆப்கனின் எல்லையோர நகரங்களுக்கோ இல்லை என்பதை மட்டும் நினைத்து ஆறுதல் அடையலாமே தவிர, ஒட்டுமொத்த பாதிப்பைக் கற்பனை செய்துகூடப் பார்க்கமுடியாது.

மீட்பு முயற்சிகளைத்தான் இப்போது முனைப்புடன் பார்த்தாகவேண்டும். பூகம்ப பாதிப்பு குறித்த விவரங்கள் வெளியானவுடனேயே பல உலக நாடுகளும் உலக வங்கியும் பாகிஸ்தானுக்கு உதவிக்கரம் நீட்டிவிட்டன.

உலக வங்கியின் தலைவர் பால் உல்•போவிட்ஸ், சர்வதேச மேம்பாட்டுக் கழகம் மூலம் உடனடியாகத் தொண்ணூறு கோடி ரூபாய்க்கான காசோலையை பாகிஸ்தான் அதிபருக்கு அனுப்பிவைத்து கணக்கை ஆரம்பித்தார். இந்தப் பக்கம் அமெரிக்கா நாற்பத்தைந்து லட்சம், அந்தப் பக்கம் பிரிட்டன் எழுபத்தைந்து லட்சம் என்று போட்டிபோட்டுக்கொண்டு மீட்பு நடவடிக்கைகளுக்கான நிதி அனுப்பிக்கொண்டிருக்க, மறுபுறம் ஜப்பானிலிருந்தும் ஜெர்மனியிலிருந்தும் துருக்கியிலிருந்தும் மீட்புப் படைகள் வரத் தொடங்கிவிட்டன. உணவுப் பொருள்கள், போர்வைகள், கூடாரம் அமைப்பதற்கான கட்டுமானப் பொருள்கள், துணிமணிகள் என்று உலகெங்கிலுமிருந்தும் கப்பல்களில் புறப்பட்டுவிட்டன.

பிரச்னை அது எல்லாமே இல்லை. முஸ•பராபாத் என்பது மலைப்பகுதி. மிக உயரமான பகுதி. அதுவும் இப்போது பாதைகள் இல்லாத, உலகிலிருந்து முற்றிலுமாகத் துண்டிக்கப்பட்டிருக்கும் ஒரு பகுதி. மழை வேறு கொட்டோகொட்டென்று கொட்டிக்கொண்டிருக்கிறது. இந்நிலையில் மீட்புப் பணிகளுக்கு அவசிய, அவசரத் தேவை ஹெலிகாப்டர்கள் மட்டுமே.

அமெரிக்காவிலிருந்தும் பிரிட்டனிலிருந்தும் ஜப்பானிலிருந்தும் ஜெர்மனியிலிருந்தும் இந்த மீட்பு ஹெலிகாப்டர்கள் எப்போது வந்து சேருவது? (கப்பல்கள் மூலமாகத்தான் அவை கொண்டுவந்து சேர்க்கப்பட வேண்டும்.) எப்போது குற்றுயிரும் குலை உயிருமாக இடிபாட்டுகளில் சிக்கிக்கொண்டிருப்போரை மீட்பது?

பாகிஸ்தானில் போதிய அளவுக்கு ஹெலிகாப்டர்கள் கிடையாது. கண்டிப்பாக வெளிநாட்டிலிருந்துதான் வந்தாக வேண்டும். எனில், உடனடியாக அவர்கள் யாரை அணுகியிருக்க வேண்டும்?

இந்தியாவை அல்லவா.

ஆனால் நடந்தது மிகவும் வினோதமாக இருக்கிறது. உதவிக்குத் தயார் என்று இந்தியா அறிவித்தும் 'தேவைப்பட்டால் அழைக்கிறோம், நன்றி' என்று பாக். அதிபர் சொல்லியிருப்பது அதிர்ச்சியளிக்கும் விஷயமாக இருக்கிறது. இந்தியா மட்டும்தான் ஒரு சில மணிநேரங்களுக்குள் மீட்புப்படையை முஸஃபராபாத்துக்கு அனுப்பக்கூடிய நிலையில் இருக்கிற ஒரே தேசம். தவிரவும் நமது ராணுவ வீரர்களுக்கு அந்தப் பிராந்தியத்தின் புவியியல் நன்றாகத் தெரியும் என்பதால் மீட்புப் பணியும் வேகமாக நடக்கும்.

இதெல்லாம் தெரிந்திருந்தும் முஷாரஃப் இந்தியாவின் உதவியைக் கேட்பதில் தயக்கம் காட்டுவதற்கு ஒரே ஒரு காரணம்தான் இருக்க முடியும். முஸஃபராபாத்தை மையமாகவைத்து 1948ல் ஏற்பட்ட அந்த அரசியல் பூகம்பம். இந்தியாவுக்கும் பாகிஸ்தானுக்கும் முதல் முதலில் பகை உண்டான அந்தத் தருணம்.

இந்திய சுதந்தரத்துக்குப் பிறகு ஒரே வருடத்தில் உண்டான அந்த யுத்தத்தின் காரணம் காஷ்மீர். அந்த நிமிடம் வரை சுதந்தர சமஸ்தானமாக இருந்த காஷ்மீரை எப்படியாவது பாகிஸ்தானுடன் இணைத்துவிட வேண்டும் என்கிற நோக்கத்தில், பாகிஸ்தானின் வடமேற்கு எல்லைப்பகுதி மாகாணத்திலிருந்து (ஆப்கன் எல்லை) பதான் ஆதிவாசிகளைத் திரட்டிக்கொண்டு சைரப் கான் என்கிற தளபதியின் தலைமையில் பாகிஸ்தான் படையினர் இந்திய எல்லைக்குள் ஊடுருவினார்கள்.

யுத்தத்தின் தோற்றுவாய் அதுதான். ஊடுருவல் பின்னர் தடுத்து நிறுத்தப்பட்டதும் போர் நிறுத்த ஒப்பந்தம் ஏற்பட்டதும் முன்னதாகவே காஷ்மீர் முறைப்படி இந்தியாவுடன் இணைந்துவிட்டதும் சரித்திரமாகிவிட்டாலும், பாகிஸ்தான் படையினர் முன்னேறி வந்த பகுதி வரை பாகிஸ்தானுக்கே சொந்தம் என்றாகிவிட்டது அப்போது. அப்படி அவர்களுக்குச் சொந்தமான பூமிதான் இந்த முஸ•பராபாத். கில்கிட்டைச் சுற்றிய வடபகுதி.

ஐம்பத்தியேழு வருடங்கள் ஆகிவிட்டன. இப்போது பூகம்ப மீட்பு நடவடிக்கைகளுக்காக இந்திய ராணுவம் அங்கே புகுமானால் அது வேறு விதமான அரசியல் பிரச்னைகளை உருவாக்கலாம் என்று முஷரா•ப் கவலைப்படுகிறார். நியாயமான கவலையே என்றாலும் உயிருக்குப் போராடும் மனிதக்கூட்டத்துக்கு முன்னால் அரசியல் பெரிதாக இருப்பதுதான் அவலம்.

இந்த விஷயத்தில் பாகிஸ்தானுக்கு அமெரிக்கா உதவமுடியும் என்பது ஒரு சாத்தியம்தான். ஆப்கனிஸ்தானில் உள்ள அமெரிக்கப் படையினரைத் திரட்டி உடனடியாக அவர்கள் முஸ•பராபாத்துக்கு அனுப்பினாலும் ஆப்கனில் சிக்கல் உண்டாகிவிடும் வாய்ப்புகள் இருக்கின்றன. தவிரவும் அங்கே இப்போது தேர்தல் நடந்து முடிந்திருக்கிற நேரம். முஜாகிதின்கள் சந்தர்ப்பம் பார்த்துக்கொண்டிருக்கிறார்கள். கொஞ்சம் அசந்தாலும் தீபாவளி கொண்டாடிவிட அவர்கள் எப்போதும் தயார்!

இந்தக் கட்டுரையை நீங்கள் படித்துக்கொண்டிருக்கும் சமயத்தில் யாராவது ஹெலிகாப்டர்களைக் கொண்டுபோய் உடல்களையும் உயிர்களையும் அவசியம் மீட்டிருப்பார்கள் என்பது உண்மைதான். ஆனால், பூகம்பம் நடந்த உடனேயே இந்தியாவின் உதவியை பாகிஸ்தான் கோரிப் பெற்றிருக்குமானால் இன்னும் சில ஆயிரம் உயிர்களையாவது அவசியம் காப்பாற்றியிருக்க முடியும் என்பதும் மறுக்கமுடியாத உண்மை.

முஸஂஃபராபாத் பகுதிக்குக் க்ரேன்களைக் கொண்டுசெல்லமுடியாமல் இப்போது பாகிஸ்தான் அரசு தவித்துக்கொண்டிருக்கிறது. பல இடங்களில் உபகரணங்கள் ஏதுமில்லாமல் வெறும் கைகளாலேயே

இடிபாடுகளை நகர்த்தி, மக்களை மீட்டுக்கொண்டிருக்கிறார்கள். பாகிஸ்தானின் மிகவும் பின் தங்கிய மாகாணம் அது. தனியொரு ஆட்சியாளர், உள்ளாட்சி அமைப்புகள் என்று இருந்தாலும் பொருளாதார ரீதியில் மிகவும் பின் தங்கிய பகுதி.

காரணம், பாகிஸ்தானில் மையம் கொண்டு இந்தியாவில் தீவிரவாதம் வளர்க்கும் அத்தனை தீவிரவாத இயக்கங்களின் தலைமை அலுவலகங்களும் முஸஃபராபாத்தில்தான் இருக்கின்றன. கட்டாய வரி வசூல் முதல் கஞ்சா மற்றும் ஆயுதக் கடத்தல்கள் வரை அத்தனை பணிகளும் அங்கே எப்போதும் முழுநேர வேலையாக நடந்துகொண்டிருக்கும்.

பிராந்தியத்துக்கென்று ஒதுக்கப்படும் நிதியில் பெருமளவு இந்தத் தீவிரவாத இயக்கங்களுக்குத்தான் போய்க்கொண்டிருக்கும். ஆகவே அடிப்படை வசதிகள் கூட இல்லாத இடம் அது. ஒரு அவசரத்துக்கு வண்டி எடுத்துக்கொண்டு புறப்பட்டால் ஒரு மணி அல்லது இரண்டு மணிநேரத்தில் ஒரு ஊரிலிருந்து இன்னொரு ஊருக்குப் போய்விடமுடியாது. தேவுடா தேவுடா என்று மலை ஏறித்தான் கடந்தாக வேண்டும்.

எல்லையில் போராளி இயக்கங்களின் முகாம்கள் இருப்பது தமக்குப் பாதுகாப்பு என்று இதுநாள் வரை கருதிவந்த பாகிஸ்தான் அரசு இனி அவசியம் இது குறித்தும் மறுபரிசீலனை செய்துதான் தீரவேண்டியிருக்கும். ஒரு தேசத்துக்குள்ளேயே அவர்கள் இன்னொரு குட்டி தேசம் நடத்திக்கொண்டு வந்ததன் பலனை எண்ணிக் கொஞ்சநாள் கழித்தாவது அவசியம் வருந்துவார்கள்.

பாகிஸ்தான் மக்களுக்கு நம்மாலான மானசீக அனுதாபத்தைத்தான் தெரிவிக்க முடியும். உதவி செய்வதற்கு முஷாரஃப் ஒப்புக்கொள்ள வேண்டும்.

மர்மமே உன் பெயர்தான் சி.ஐ.ஏ.வா?

ஆப்கனிஸ்தான் உள்ளிட்ட பல்வேறு நாடுகளில் அமெரிக்காவால் கைது செய்யப்பட்ட அல் கொய்தா போராளிகளை விசாரிப்பதற்காகப் பல்வேறு கிழக்கு ஐரோப்பிய தேசங்களிலும் தாய்லாந்து, ஆப்கனிஸ்தான் போன்ற சில ஆசிய நாடுகளிலும் அமெரிக்க உளவுத் துறையான சி.ஐ.ஏ. சில ரகசிய சிறைச்சாலைகளை நிறுவி, நான்கு ஆண்டுகளாக நடத்திவருகிறது என்றொரு தகவலை சமீபத்தில் வாஷிங்டன் போஸ்ட் தினசரிப் பத்திரிகை வெளியிட்டிருக்கிறது. ஆப்கனிஸ்தானில் இயங்கும் சி.ஐ.ஏ.வின் இத்தகைய ரகசியச் சிறைக்கூடம் ஒன்றின் (இதற்கு *Salt Pit* என்று பெயரிட்டிருக்கிறார்கள்.) சாட்டிலைட் புகைப்படமும் வெளியாகியிருக்கிறது.

இந்தச் செய்தியின் முழு அர்த்தமும் புரியவேண்டுமென்றால் ஒவ்வொரு சொல்லாக எடுத்து ஆராய்ந்தால்தான் முடியும்.

முதலாவது சி.ஐ.ஏ. என்பது ஓர் உளவு நிறுவனம். உளவு நிறுவனம் தனக்கெனத் தனியே சிறைச்சாலைகளை நிறுவிக்கொள்ள முடியுமா? இது முதல் கேள்வி.

இரண்டாவது கேள்வி, அமெரிக்க உளவு நிறுவனம் ஒன்று ஐரோப்பிய தேசங்களிலும் ஆசிய தேசங்களிலும் எப்படி

சிறைக்கூடங்களை நிறுவமுடியும்? இதற்கு சம்பந்தப்பட்ட தேசங்கள் அனுமதி அளித்தனவா? எந்த அடிப்படையில்?

மூன்றாவது கேள்வி, உலகளாவிய பயங்கரவாத ஒழிப்பு என்று வெளிப்படையான இயக்கமாகத் தொடங்கிவிட்டு, கைதிகளை ரகசியச் சிறைக்கூடங்களில் அடைக்க வேண்டிய அவசியம் என்ன? 2001, செப்டெம்பர் 11 அன்று அமெரிக்கா மீது அல் கொய்தா இயக்கம் நிகழ்த்திய தாக்குதலுக்குப் பிறகுதான் சி.ஐ.ஏ. இந்த நடவடிக்கையைத் தொடங்கியிருக்கிறது. கிட்டத்தட்ட நான்காண்டுகாலமாக இத்தகைய ரகசியச் சிறைச்சாலைகள் இயங்கிவந்திருக்கின்றன. இத்தனை காலம் இதை மறைத்துவைக்க வேண்டிய அவசியம் என்ன?

நான்காவது கேள்வி, ஈராக் போர்க்கைதிகளை அமெரிக்காவும் பிரிட்டனும் எப்படி நடத்தின என்பதைப் பல்வேறு புகைப்பட ஆதாரங்களின் மூலம் உலகம் அறிந்துகொண்டுவிட்ட நிலையில், இந்த ரகசியச் சிறைச்சாலைகளில் கைதிகள் எவ்வாறு நடத்தப்படுகிறார்கள் என்று யாருக்குத் தெரியும்?

ஐந்தாவது கேள்வி, தீவிரவாத ஒழிப்பு முயற்சிகளில் அனைத்து தேசங்களும் அமெரிக்காவுடன் இணைந்து பணியாற்ற அழைக்கப்பட்ட நிலையில், கைதிகளை விசாரிக்கும் விஷயத்தில் மட்டும் அமெரிக்கா தன்னிச்சையான முடிவெடுத்துச் செயல்படுத்தியிருப்பதை பிரிட்டன் உள்பட ஏன் யாரும் கேள்விக்குள்ளாக்கவில்லை?

இன்னும் அடுக்கிக்கொண்டே போகமுடியும். விஷயத்தின் தீவிரம் அப்படி. ஒருவேளை சி.ஐ.ஏ.வின் பூர்வ சரித்திரம் அறிந்தவர்களுக்கு வேண்டுமானால் இந்தக் கேள்விகள் எழாமல் போகலாமே தவிர, பொதுமக்கள் குழம்ப நேர்ந்தால் அது நியாயமானதே.

அமெரிக்காவின் மீது அல் கொய்தா தாக்குதல் நடத்தி ஆறு தினங்களுக்குப் பிறகு, அமெரிக்க அதிபர் ஜார்ஜ் புஷ், சி.ஐ.ஏவுக்குச் சில தனிப்பட்ட அதிகாரங்களை அளித்தார். அதன்படி சி.ஐ.ஏ., அல்கொய்தா ஆட்கள், அல்லது அல்கொய்தாவுக்கு உதவி செய்பவர்கள், அல்லது அதனோடு தொடர்புகொண்டவர்கள்,

அப்படித் தொடர்பிருக்கலாம் என்று சந்தேகப்படும் நபர்கள் என்று யாரை வேண்டுமானாலும் எப்போது வேண்டுமானாலும் கைது செய்யலாம், விசாரிக்கலாம், ஏன் கொலைகூடச் செய்யலாம் என்பது அந்த உத்தரவின் சாரம். உலகின் எந்த மூலையில் வேண்டுமானாலும் சி.ஐ.ஏ தேடுதல் வேட்டை நடத்தலாம், எந்த நாட்டிலும் போய்க் கைது செய்து விசாரிக்கலாம், என்ன நடந்தாலும் யாரும் கேள்வி கேட்கமாட்டார்கள். அதாவது அமெரிக்க அரசோ, அமெரிக்க நீதிமன்றமோ ஏன் என்று கேட்காது. பிற தேசத்து சட்ட அமைப்புகளின் கேள்விகளுக்கு பதில் சொல்ல நேருமானால் அப்போது அமெரிக்க அரசே உதவிக்கு வரும்.

இதற்குப் பெயர்தான் வானளாவிய அதிகாரம் என்பது. இப்படியொரு அதிகாரம் அளிக்கப்பட்ட பிறகுதான், சி.ஐ.ஏ., உளவு அமைப்பு உலகம் முழுவதும் அல்கொய்தா போராளிகளைத் தேடிப் புறப்பட்டது. ஆனால், மேற்சொன்ன வானளாவிய அதிகாரத்தில்கூட தனிப்பட்ட முறையில் எங்கு வேண்டுமானாலும் சி.ஐ.ஏ., சிறைச்சாலைகள் நிறுவிக்கொள்ளலாம் என்றொரு அனுமதி இல்லை என்பதை கவனிக்க வேண்டும். ஒருவேளை அதெல்லாம் 'மறைக்கப்பட்ட சலுகைகளுள்' ஒன்றாக இருக்கக்கூடும். எனில் அப்படி மறைக்கப்பட்ட பிற சலுகைகள் என்னென்ன என்றொரு துணைக்கேள்வியும் உடனே எழும்.

இது இவ்வாறு இருக்க, கிட்டத்தட்ட ஆறு அல்லது ஏழு கிழக்கு ஐரோப்பிய தேசங்களில் சி.ஐ.ஏவின் ரகசியச் சிறைச்சாலைகள் நிறுவப்பட்டிருக்கின்றன என்கிற தகவலை வெளியிட்டிருக்கும் வாஷிங்டன் போஸ்ட் பத்திரிகை, அந்த தேசங்களின் பெயர்களை மட்டும் வெளியிட மறுத்திருக்கிறது. அப்படி வெளியிடப்பட்டால் அது கூட்டு நடவடிக்கையின் வேகத்தைக் குறைக்கும்; வேலை கெடும் என்று காரணம் சொல்லியிருக்கிறது.

என்றால், சம்பந்தப்பட்ட தேசங்களின் ஒப்புதலுடன் தான் இந்தச் சிறைச்சாலைகள் நிறுவப்பட்டிருக்கின்றனவா என்கிற அடுத்தக் கேள்வி வருகிறது.

கிழக்கு ஐரோப்பிய நாடுகள் என்று இங்கே சொல்லப்படுவது, முன்னாள் சோவியத் யூனியனிலிருந்து பிரிந்த கஜகஸ்தான்,

உஸ்பெகிஸ்தான், கிர்கிஸ்தான், துர்க்மெனிஸ்தான் போன்றவற்றைக் குறிக்கும். இவை அனைத்தும் ஆப்கனிஸ்தானுக்கு வடக்கே இருப்பவை. பெரும்பாலும் பொருளாதார ரீதியில் பின் தங்கிய நாடுகள். நிறைய உள்நாட்டுக் குழப்பங்களில் சிக்கி அவதிப்படும் தேசங்கள். கொள்கை அளவில் கூட அமெரிக்காவை எதிர்க்கும் திராணி அற்றவை. தனது ரகசியச் சிறைக்கூடங்களுக்கு சி.ஐ.ஏ., இத்தகைய நோஞ்சான் தேசங்களைத் தேர்ந்தெடுத்ததற்கான காரணத்தைப் புரிந்துகொள்வது சிரமம் அல்ல. ஆனால் எவ்வித சிக்கலும் இல்லாமல் அமெரிக்காவுக்குள்ளேயே தனிச்சிறைகள் அமைத்தும் கூட போர்க்கைதிகளை விசாரிக்கலாம் அல்லவா? ஏன் செய்யவில்லை?

ஈராக்கில் உள்ள அபூ க்ரெய்ப் (Abu Ghraib) சிறைக்கூடத்தில் ஈராக் போர்க்கைதிகள் நடத்தப்பட்ட விதம் குறித்த பிரச்னை எழுந்தபோது அமெரிக்க ராணுவத்துறை அமைச்சகம் மிகப்பெரிய அளவில் தன்னிலை விளக்கத்தையும் ஆதாரங்களையும் வெளியிட்டது நினைவிருக்கலாம். ஆனால் இன்றுவரை சி.ஐ.ஏ., அப்படியொரு பகிரங்கமான வாக்குமூலம் எதையும் தந்ததாகச் சரித்திரமில்லை. எனில், அமெரிக்க ராணுவ அமைச்சகத்தைக் காட்டிலும் அமெரிக்க உளவுத்துறை கேள்விகளுக்கு அப்பாற்பட்டதா?

சம்பந்தப்பட்ட, ரகசியச் சிறைக்கூடப் பிரச்னையைப் பொறுத்த அளவில் - அமெரிக்காவுக்குள் அத்தகைய ரகசியக் கூடங்களை அமைத்து விசாரணை நடத்துவது சட்ட ரீதியில் சாத்தியமில்லை என்பதால்தான் சி.ஐ.ஏ., வெளிநாடுகளில் அத்தகைய சிறைகளை நிறுவ முடிவு செய்திருக்கிறது. வாஷிங்டன் போஸ்ட் பத்திரிகை மறைமுகமாகச் சுட்டிக்காட்டியிருக்கும் 'கிழக்கு ஐரோப்பிய' தேசங்களில் இம்மாதிரியான விஷயங்களில் சட்டம் என்ன சொல்லும் என்பது பற்றிய பிரச்னையே இல்லை என்பதையும் கவனிக்க வேண்டும். இனக்குழுச் சண்டைகள், உள்நாட்டு யுத்தங்கள், உணவுப்பொருள் தட்டுப்பாடு, வேலை வாய்ப்பின்மை, ஸ்திரமான அரசு இல்லாதது என்று அல்லாடிக்கொண்டிருக்கும் இத்தேசங்களை சி.ஐ.ஏ., தேர்ந்தெடுத்ததற்கான காரணம் இதுவே.

பிரச்னை என்னவென்றால், சம்பந்தப்பட்ட தேசம் எதுவாக இருந்தாலும் அது ஐ.நாவின் 'போர்க்கைதிகளை எப்படி நடத்துவது'

என்கிற வரையறையை ஏற்றுக்கொண்டு கையெழுத்திட்டிருக்கும். தீவிரவாதிகள் விஷயத்திலும் விசாரணைக்கு இத்தகைய ஒழுங்கு வரைமுறைகள் உண்டு. அமெரிக்கா உள்பட அத்தனை தேசங்களும் அவற்றை ஏற்றுக்கொண்டிருப்பினும் சி.ஐ.ஏ., அத்தகைய விதிமுறைகளை எந்த லட்சணத்தில் கையாளும் என்பதற்கு சரித்திரம் முழுவதும் ஏராளமான உதாரணங்கள் உண்டு.

இந்த ரகசியச் சிறைகள் நிறுவப்பட்டதே அல் கொய்தா போராளிகளை அடைத்துவைத்து விசாரிப்பதற்குத்தான் என்று சொல்லப்படுகிறது. நான்கு வருடங்களாக ஒரு ஈ,காக்கைக்குத் தெரியாமல் ரகசியம் காத்திருக்கிறார்கள். சி.ஐ.ஏ.,வின் இயக்குநர், அமெரிக்க அதிபர், துணை அதிபர் உள்ளிட்ட ஐந்தாறு பேரைத் தவிர இந்த விஷயம் அமெரிக்காவிலேயே வேறு யாருக்கும் தெரியாது. இத்தனை பெரிய ரகசிய விசாரணையை சி.ஐ.ஏ., எப்படி மேற்கொள்ளும் என்பதை விளக்க வேண்டிய அவசியமில்லை அல்லவா? எப்படியும் மனித உரிமை மீறலில் பல புதுப்பரிமாணங்கள் எடுக்கப்பட்டிருக்கும் என்பதில் சந்தேகமே இல்லை.

விஷயம் வெளியே தெரிந்துவிட்டபடியால் இனி அவற்றை மூடி மறைப்பதற்கான பணிகள் மிகத்தீவிரமாக முடுக்கிவிடப்படும் என்பதிலும் சந்தேகமில்லை.

செப்டெம்பர் 11 சம்பவத்துக்குப் பிறகு ஆப்கனிஸ்தானிலும் வெளி நாடுகளிலுமாக இதுவரை சுமார் இருநூறிலிருந்து முன்னூறு பேர் இது தொடர்பாகக் கைது செய்யப்பட்டிருக்கலாம் என்று சொல்லப்படுகிறது. இந்த எண்ணிக்கை துல்லியமானதல்ல. துல்லியமான விவரங்களை சி.ஐ.ஏ., ஒருபோதும் வெளியிட்டதில்லை. இப்படிக் கைது செய்யப்பட்டவர்கள் தவிர சில ஆயிரக்கணக்கானவர்கள் கொல்லப்பட்டிருக்கக் கூடும் என்றும் நம்பப்படுகிறது.

கைதான அல்கொய்தா இயக்கத்தவர், ஆதரவாளர்களை இரு பிரிவினராக சி.ஐ.ஏ., பிரித்திருக்கிறது. முதல் பிரிவினர், நேரடி அல்கொய்தா தலைவர்கள், முக்கியஸ்தர்கள். அதாவது மூளைகள்.

திட்டத்தின் சூத்திரதாரிகள், செயல்படுத்துவதில் முக்கியப் பங்காற்றியவர்கள். இவர்களை ஒரு தனிச்சிறையிலும், வெறும் கூலிக்காரரர்களாகவும் தகவல் தொடர்பாளர்களாகவும் கூரியர் சர்வீஸ் பணியாற்றியவர்களையும் வேறொரு பிரிவாகப் பிரித்து அவர்களைத் தனியேயும் விசாரித்துக்கொண்டிருப்பதாகத் தெரிய வந்திருக்கிறது.

வாஷிங்டன் போஸ்ட் இதழ் அளிக்கும் தகவலின் படி சுமார் முப்பது பேர் இத்தகைய முக்கியஸ்தர்கள் பட்டியலில் இடம்பெற்றிருக்கிறார்கள். (பெயர், விவரங்கள் ஏதும் வெளியிடப்படவில்லை.) இவர்களின் இருப்பிடம், விசாரணை முறை, விசாரிக்கும் அதிகாரிகள் குறித்த விவரங்கள் அனைத்தும் மிக, மிக ரகசியமாக வைக்கப்பட்டிருக்கிறது. சி.ஐ.ஏ., தன் பொறுப்பில் அந்தந்த நாடுகளில் உள்ள தனது ஏஜெண்டுகள் மூலம் விசாரணையை நடத்திக்கொண்டிருப்பதாகத் தெரிகிறது.

முதலில், ஆள்நடமாட்டமில்லாத சில சிறு தீவுகளில்தான் இத்தகைய ரகசியச் சிறைக்கூடங்களை அமைத்து விசாரணை மேற்கொள்ளத் திட்டம் தீட்டியிருக்கிறார்கள். ஆப்பிரிக்கக் கடல் பகுதிகளில் உள்ள சில தீவுகளின் பெயர்கள் பரிசீலிக்கப்பட்டிருக்கின்றன. இந்தத் திட்டம் எப்போது மாற்றப்பட்டது என்கிற விவரம் தெரியவில்லை. திட்ட மாறுதல் குறித்து யாரிடமும் கலந்தாலோசிக்க வேண்டிய அவசியம் சி.ஐ.ஏ.,வுக்கு இல்லை என்பதால் இது குறித்த மேல் விவரங்கள் கிடைக்காமலேயே போய்விட்டது.

சி.ஐ.ஏ.,வின் இந்த ரகசியச் சிறைக்கூடங்களை நிர்வகிப்பதற்கான முழுச் செலவும் அமெரிக்க அரசால் செய்யப்பட்டிருக்கிறது. கட்டுமானப் பணி தொடங்கி கைதிகளுக்கான உணவு வரை அத்தனை செலவும். நூற்றுக்கணக்கான கைதிகள் இப்படி ரகசியமாக சி.ஐ.ஏ.,வின் பிடியில் சிக்கியிருக்கிற விவரம் வெளிவந்திருப்பினும் இக்கைதிகளால் தங்களுக்கு எந்தப் பிரயோஜனமும் இல்லை என்று சி.ஐ.ஏ.,வின் சில அதிகாரிகள் கருத்து சொல்லியிருக்கிறார்கள்.

“யார் எந்தத் தகவலைத் தந்தால் என்ன? ஒசாமா பின்லேடன் இன்னும் பிடிபடவில்லை என்பதுதான் கவனிக்கவேண்டிய

விஷயம்'' என்று சொல்லியிருக்கிறார் ஒரு மூத்த அமெரிக்க உளவுத்துறை அதிகாரி.

ஆப்கன், ஈராக் விஷயங்களில் அமெரிக்கா செய்யும் இத்தகைய அதிரடிக் காரியங்களை அடுத்தடுத்துக் கேள்விப்படும் போதெல்லாம் நமக்குத் தோன்றக்கூடிய நியாயமான சந்தேகம் இதுதான்: 'நிஜமான பயங்கரவாத இயக்கம் உண்மையிலேயே அல் கொய்தாதானா?'

உடையும் உளவு ரகசியங்கள்

சில விஷயங்களெல்லாம் தெரிய வருவதைக் காட்டிலும், தெரியாமல் இருப்பதே உத்தமம். ஹிருதய பலவீனர்கள், சாது சுபாவம் கொண்டவர்கள், சமத்து சர்க்கரைக் கட்டிகள் யாரும் இந்தச் சங்கதியைப் படிக்காமல் கடந்துவிட சிபாரிசு செய்யப்படுகிறார்கள். விஷயம் கொஞ்சம் பழசுதான். ஆனால் பழசெல்லாம் புதுப்பிறவி எடுத்து பயமுறுத்துவதுதான் கலியுக விசேஷமென்று அறியப்படுவதை நினைவு கூரவும். பத்து வருஷப் பழசான ஈராக் எண்ணெய் எடுப்பு உற்சவ விவகாரம் ஒரு பக்கம் என்றால், இங்கே ஒரு ஐம்பது வருஷப் பழசான ரஷ்ய உளவுத்துறை ஆவணங்களில் இடம்பெற்றிருக்கும் இந்திய பிரகஸ்பதிகள் பட்டியல். நம் ஊர் பேப்பரிலெல்லாம் கூட 'மித்ரோகின் ஆவணங்கள்' (Mitrokhin Archive) அடிபட்டது நினைவிருக்கலாம். என்ன செய்வது? காங்கிரசுக்கு இது போதாதகாலம் போலிருக்கிறது. சென்றிடுவீர் எடுத்திக்கும்; வம்பு விவகாரங்களை அள்ளிக்கொண்டு வந்து சேர்ப்பீர் என்று யார் அவர்களுக்கு உத்தரவிட்டார்கள் என்று தெரியவில்லை.

ரஷ்ய உளவு அமைப்பான கேஜிபியில் மிகப்பெரிய அதிகாரியாகப் பணியாற்றியவர் மித்ரோகின். முழுப்பெயர், வாஸிலி மித்ரோகின். 2004 ஜனவரி 23ம் தேதி காலமான இந்த மகானுபாவர் 1948ம்

வருஷத்திலிருந்து ரஷ்ய உளவுத்துறையில் கொட்டை போட்டவர். ஆட்சியாளர்களுடன் என்னமோ மனஸ்தாபம் உண்டாகி ரஷ்ய உளவு ரகசியங்களையெல்லாம் பகிரங்கப்படுத்துவது என்று ஒரு முடிவெடுத்திருக்கிறார். உளவுத்துறை போன்ற விவகாரம் பிடித்த அமைப்புகளுக்கெல்லாம் இயக்குநராக இருந்தவர்கள் இப்படி மனஸ்தாபம் கொண்டால் எப்பேர்ப்பட்ட பேஜார்! (பொதுவாக இப்படி ஏதாவது நேர்ந்தால் சம்பந்தப்பட்ட அதிகாரியை ரகசியமாகக் கொன்றுவிடுவார்கள். மித்ரோகின் அதிர்ஷ்டவசமாகத் தப்பித்து பிரிட்டனுக்குச் சென்றுவிட்டவர்.)

1992ம் ஆண்டு மித்ரோகின் ஒரு பெட்டி நிறைய கேஜிபி உளவுத்துறையின் மிக முக்கிய ஆவணங்கள் பலவற்றை எடுத்துக்கொண்டு லாட்வியாவுக்குச் சென்றார். அங்கே இருந்த அமெரிக்க உளவு அமைப்பான சி.ஐ.ஏ.,வின் சில முக்கிய அதிகாரிகளைச் சந்தித்து, 'வேணுமா?' என்று கேட்டார். அமெரிக்காவுக்கும் அன்றைய சோவியத்துக்கும் ஏழாம்பொருத்தம். இந்த ஆசாமி தங்கள் தலையில் நல்ல, சுத்தமான ஆந்திர மிளகாயை அரைக்கப்பார்க்கிறாரோ என்று சந்தேகப்பட்டு, அவர்கள் வேணாம் நைனா, நீ போயிட்டு வா என்று சொல்லிவிட்டார்கள். ஆவணங்களெல்லாம் போலியாக இருக்குமென்பது அவர்களது சந்தேகம்.

எனக்கென்ன போச்சு என்று அங்கிருந்து கிளம்பிய மித்ரோகின், நேரே பிரிட்டனின் உளவு அமைப்பான Secret Intelligence Service (இதனைச் சுருக்கமாக M16 என்பார்கள்.) அதிகாரிகளிடம் போனார். சோவியத் யூனியனின் உளவுத்துறை ரகசியங்களை விற்றுவிடுவது என்பதுதான் முடிவு. இந்த மடம் இல்லாவிட்டால் சந்தைமடம். தீர்ந்தது விஷயம்.

மித்ரோகின் கொண்டுவந்த ஆவணங்களை பிரிட்டன் உளவு அதிகாரிகள் பரிசோதித்துப் பார்த்தார்கள். சந்தேகமே இல்லை. இது செமத்தியான திருப்பதி லட்டு என்று அவர்களுக்குத் தெரிந்துவிட்டது. இந்த ஆளை விடக்கூடாது என்று உடனே அவரைத் தமது ஏஜெண்டாக அமர்த்திக்கொண்டு, அவர் வீட்டில் சொத்துபோல் சேகரித்து வைக்கப்பட்டிருந்த சுமார்

இருபத்தையாயிரம் பக்கங்கள் கொண்ட கேஜிபி உளவுத்துற அறிக்கைகளைப் படு ஜாக்கிரதையாக எடுத்துக்கொண்டு போனார்கள். மித்ரோகின் குடும்பமும் பாதுகாப்பாக பிரிட்டனுக்குக் குடிபெயர்ந்துவிட்டது.

யார் யாரோ ஒண்ணரையணா ஆபீசர்களெல்லாம் ஓய்வு பெற்றதும் அனுபவங்களைப் புத்தகமாக வெளியிடும்போது மித்ரோகின் போன்ற ஒரு தகவல் சுரங்கம் சும்மா இருக்குமா? *'The Mitrokhin Archive and the Secret History of the KGB'* என்கிற முதல் புத்தகம் 1999ம் ஆண்டு வெளிவந்தது. இதன் இரண்டாம் பாகம் இப்போது வெளியாகி உலகைக் கலக்கி வருகிறது. (புத்தக வடிவத்துக்கு இதைத் தொகுத்து விறுவிறுப்பான வாசிப்பு அனுபவத்தைத் தருபவர் கிரிஸ்டோபர் ஆண்ட்ரூ என்கிற வரலாற்று வல்லுநர். சர்வதேச உறவுகள், உளவுத்துறை சூட்சுமங்கள் உள்ளிட்ட துறைகளில் இவர் ஒரு விற்பன்னர்.) நமக்கு இதில் என்ன அக்கறை என்று கேட்பீர்களானால், இந்தப் புத்தகத்தில்தான் கேஜிபி இந்தியாவில் புரிந்த திருவிளையாடல்கள் என்னென்ன என்கிற விவரங்கள் இருக்கின்றன. அதிகமில்லை. சுமார் ஐம்பது பக்கங்கள்தான் என்றாலும் பக்கத்துக்குப் பக்கம் பாம் வைத்திருக்கிறார் மித்ரோகின். பாம் இல்லாவிட்டால் பட்டாசாவது. எல்லாமே சோவியத் யூனியன் உயிருடன் இருந்த காலத்தில் நடத்தப்பட்ட லீலைகள் என்ற காரணத்தால், விவரிக்கப்பட்டிருக்கும் சம்பவங்களில் பெரும்பாலானவை காங்கிரஸ் கட்சி சம்பந்தமுள்ளவை. இந்தியாவில் யார் யார் கேஜிபியின் ஏஜெண்டுகளாகப் பணியாற்றினார்கள், ஒரு ஆளை மடக்குவதற்கு என்னென்ன உத்திகள் கையாளப்பட்டன (ரொம்ப சுலபமான வழி, பெண்களை அனுப்பிக் கவிழ்ப்பதுதான் போலிருக்கிறது. வண்டி வண்டியாக விழுந்திருக்கிறார்கள்!), யாருக்கு எத்தனை சம்பளம் கொடுத்தார்கள் (ஆயிரம் ரூபாயிலிருந்து ஆளுக்குத் தகுந்தபடி லட்சம் வரைக்கும் ரேட்டு நிர்ணயித்து முறைப்படி சம்பளப் பட்டுவாடா நடந்திருக்கிறது.), யார் உதவினார்கள், யார் சொதப்பினார்கள், ரஷ்யா யாரையெல்லாம் இங்கே நம்பியது, எந்தெந்த விஷயங்களிலெல்லாம் நம்பிக்கை பொய்த்தது என்று அத்தனை விலாவாரி!

சில சாம்பிள்கள் பார்த்தால் புரியும்.

நேரு இறந்தபிறகு இந்தியாவின் பிரதமராக யார் தேர்ந்தெடுக்கப்படுவார் என்கிற கேள்வி பிறந்த நேரம். சோவியத் யூனியனுக்கு இந்த விஷயத்தில் இந்தியர்களைக் காட்டிலும் கவலை அதிகமாக இருந்திருக்கிறது. ஆனந்த விகடன் ஆசிரியரோ, பா.ராகவனோ பிரதமரானால் கூட அவர்களுக்குப் பரவாயில்லை. தப்பித்தவறிக்கூட மொரார்ஜி தேசாய் பிரதமராகிவிடக்கூடாது என்று நினைத்தார்கள். இதற்கு, மொரார்ஜி தேசாயின் கம்யூனிச வெறுப்பிலிருந்து அவரது சிறுநீர் குடிப்பு வழக்கம் வரை ஏகப்பட்ட காரணங்கள் அவர்களுக்கு இருந்ததாக மித்ரோகின் ஆவணங்கள் சொல்கின்றன. குல்சாரிலால் நந்தாவையோ, லால்பகதூர் சாஸ்திரியையோ பதவியில் அமர்த்த முடியுமா என்று பார்க்கும்படித் தமது உளவுத்துறைக்கு உத்தரவிட்டிருக்கிறது சோவியத் சுப்ரீம்.

இந்திய அரசியலில் சோவியத் உளவுத்துறை எப்படி புகுந்து விளையாடும்?

கேஜிபி இதற்கு பணம், பெண் உள்பட ஏகப்பட்ட வழிகளைக் கையாண்டிருகிறது. அவற்றுள் முதன்மையானது, கேரளம், தமிழ்நாடு மற்றும் மேற்கு வங்காள மாநிலத்தில் அரசியல் பணியாற்றும் விசுவாசம் மிக்க கம்யூனிஸ்டுகளைத் தீவிரமாகக் கண்காணிப்பது. பிறகு அவர்களில் யாராவது இந்திய அரசின் நம்பிக்கைக்குப் பாத்திரமாகி, இந்திய உளவுத்துறையான இண்டலிஜெண்ட் ப்யூரோ (IB)வுக்குப் பணியாற்ற நுழையும்போது வளைத்துப் போட்டுத் தமது ஏஜெண்ட்டாக்கிவிடுவது.

மித்ரோகின் ஆவணங்கள் இத்தகைய நபர்களின் பெயர்களை வெளியிடுவதில் ரொம்ப எச்சரிக்கையாக இருக்கிறது. ஆபத்தே இல்லாத, செத்துப்போன ஆசாமிகளின் ஒரிஜினல் பெயர்களை அப்படியே தந்துவிடுகிறார் மித்ரோகின். விவகாரமான, பெரிய அளவில் கேஜிபிக்காகப் பணியாற்றிய முக்கியஸ்தர்கள், இன்னும் உயிரோடு இருப்பவர்களைக் குறித்துப் பேசும்போது டெட், பீட்டர், மைக்கேல் என்று புனைபெயர்களை வழங்கிவிடுகிறார். (கேஜிபியே தனது ஏஜெண்டுகளைப் புனைபெயர்கள் மூலம்தான்

குறிப்பிட்டிருக்கிறது. ஏஜெண்டுகள் மட்டுமல்லாமல், அரசியல் பிரபலங்கள் குறித்துப் பேசும்போது அவர்களுக்கும் மாற்றுப்பெயர் வைத்தே அழைத்திருக்கிறார்கள்.)

பாகிஸ்தானின்அரசியலில்அமெரிக்கஉளவுத்துறையானசி.ஐ.ஏ., மிக முக்கியப் பங்காற்றிக்கொண்டிருந்த நிலையில் இந்திய அரசியலில் சோவியத் யூனியன் ஆர்வம் காட்டியது வியப்பல்ல. தவிர 1960களில் சீன கம்யூனிஸ்ட் கட்சி தனிப்பட்ட முறையில் தன் இமேஜை மிகப்பெரிதாக வளர்த்துக்கொண்டு சோவியத் கம்யூனிஸ்ட் கட்சிக்கு சவாலாக உருவாகிக்கொண்டிருந்த போது, ஆசியாவில் சீனாவின் ஆதிக்கத்தைத் தகர்ப்பதற்காகவும் இந்தியாவுடன் நல்லுறவு அவசியம் என்று சோவியத் அதிபர்கள் நினைத்தார்கள். இந்தோ - சோவியத் உறவுகளில் பெரிய அளவில் சிக்கல் ஏதும் இல்லாமல் பார்த்துக்கொள்வது அவர்களுக்கு முக்கியமாக இருந்திருக்கிறது. சோவியத்துக்கு எதிரான மனப்பான்மை கொண்ட யாரும் இங்கே ஆட்சியதிகாரத்தில் உட்கார்ந்துவிடக்கூடாது என்பதுதான் அவர்களின் பெருங்கவலையாக இருந்திருக்கிறது. இதனால், ஒவ்வொரு தேர்தலின்போதும் நமது அரசியல் கட்சிகள் செய்யாத அளவுக்கு கேஜிபி இங்கே செலவு செய்திருக்கிறது.

திட்டமிட்டு தனது ஏஜெண்டுகள் சிலபேரை காங்கிரஸ் கட்சிக்குள்ளும் ஊடுருவச் செய்து, பிரதமர் இந்திராவுடன் நெருக்கம் பேண ஊக்குவிக்கப்பட்டார்கள் என்று மித்ரோகின் ஆவணங்கள் சொல்கின்றன. இந்திரா காந்தியின் அமைச்சரவை வரை ஊடுருவியிருந்த கேஜிபி, அரசு சில 'சோஷலிச சாயல்கொண்ட' திட்டங்களைச் செயல்படுத்துவதற்குக் காரணமாக இருந்தவர்களுக்கு லட்சக்கணக்கில் பணம் கொடுத்திருப்பதாகக் குறிப்பிடுகிறது இந்த ஆவணங்கள்.

எமர்ஜென்சி காலம் முடிந்து 1977ம் ஆண்டு ஜனவரி 18ம் தேதி, பொதுத்தேர்தல்கள் நடக்கும் என்று இந்திரா காந்தி அறிவித்தபோது இந்தியக் கட்சிகளைக் காட்டிலும் அதிக பரபரப்பு கொண்டது கேஜிபிதான்! எப்படியாவது தேர்தலில் இந்திராவை ஜெயிக்க வைப்பதற்காக ஏராளமான பணத்தையும் ஆள் பலத்தையும் இந்தியாவில் முதலீடு செய்தார்கள். அந்தத்

தேர்தலில் காங்கிரஸ் அறிவித்த வேட்பாளர்களுள் ஒன்பது பேர் நேரடி கேஜிபி ஏஜெண்டுகள் என்று மித்ரோகினின் ஆவணங்கள் உறுதிப்படுத்துகின்றன. இதுதவிர 21 வேட்பாளர்களுக்கான முழு தேர்தல் செலவுகளையும் கேஜிபியே செய்திருக்கிறது. (இவர்கள் யாரும் கம்யூனிஸ்ட் இல்லை என்பது கவனிக்கப்பட வேண்டிய விஷயம்.) இதெல்லாம் தவிர தேர்தலில் காங்கிரஸ் வெற்றி பெறுவதற்கு என்னென்ன செய்யமுடியுமோ அத்தனையையும் செய்யும்படி இங்குள்ள கம்யூனிஸ்ட் கட்சி முக்கியஸ்தர்களுக்கும் உத்தரவிடப்பட்டிருக்கிறது!

இத்தனை செய்தும் இந்திராவும் காங்கிரசும் தோற்றது, சோவியத் யூனியனுக்குஆகவேஆகாதமொரார்ஜிதேசாய்ஆட்சியைப்பிடித்தது குறித்தெல்லாம் விலாவாரியாக விளக்கும் இந்த ஆவணங்கள், அடுத்தத் தேர்தலில் இந்திரா வெற்றி பெற்றதையும் அப்போதும் கேஜிபி எப்படியெல்லாம் தேர்தல் திருத்தொண்டாற்றியது என்பது பற்றியும் பக்கம் பக்கமாகப் பேசுகிறது.

இந்திராகாந்தியை, சி.ஐ.ஏ., வுக்கு எதிரான கடுமையான அறிக்கைகள் வெளியிடச் செய்ததில் கேஜிபியின் பங்கு மிகப்பெரிது. எண்பதுகளின் தொடக்கத்தில், தனக்கு எதிராக சி.ஐ.ஏ. சதி செய்கிறது என்று இந்திரா தொடர்ந்து பேசிக்கொண்டிருந்ததற்கு கேஜிபி திட்டமிட்டுச் செய்த சில சதிகள்தான் காரணம் என்கிறது மித்ரோகின் ஆவணங்கள். அதேபோலத்தான், பாகிஸ்தானின் ஐ.எஸ்ஐ., பஞ்சாப் தீவிரவாதிகளைத் தூண்டிவிட்டு காலிஸ்தானுக்கான போராட்டத்தைத் துரிதப்படுத்திக்கொண்டிருகிறது என்று இந்திரா காந்தி குற்றம் சாட்டியதற்கும் கேஜிபியின் சில போலி ஆவணத் தயாரிப்பு நடவடிக்கைகளே காரணம் என்கிறது இது.

காலிஸ்தான் கோரிக்கையாளர்களுக்கு ஐ.எஸ்.ஐ.யோ சி.ஐ.ஏவோ ஓரெல்லை வரை உதவியிருக்கக்கூடும்தான். ஆனால் அதனை மிகைப்படுத்தி, சில போலியான ஆவணங்களைத் தயாரித்து ஐ.எஸ்.ஐ.யின் ஆவணங்கள் போல அவற்றை இந்திராகாந்தியிடம் எடுத்துச்சென்று நம்பவைக்கக் கடும் முயற்சிகள் மேற்கொண்டிருக்கிறார்கள். இதன் தொடர்ச்சியாகத்தான் பொற்கோயிலில் இந்திரா காந்தி 'ஆப்பரேஷன் ப்ளூ ஸ்டார்'

நடவடிக்கை மேற்கொண்டபோது சோவியத் யூனியன் உடனே அதனை பலமாக ஆதரித்துப் பேசியதும் நடந்தது.

ஆப்கனிஸ்தானிலிருந்து சில கூலிப்படையினரை வரவழைத்து இந்திராகாந்தியைக் கொலை செய்ய ஐ.எஸ்.ஐ. திட்டமிட்டிருக்கிறது என்று ஒரு 'கதை'யை உருவாக்கியது கேஜிபி. இதையும் ஐ.எஸ்.ஐ.யின் ஆவணங்கள் போலப் போலியாகத் தயாரித்து இந்திராவிடம் கொண்டுபோயிருக்கிறார்கள்.

இந்திராகாந்தி கேஜிபியின் இந்த 'உதவிக்கு' நன்றி சொல்லி முன்னைக் காட்டிலும் அமெரிக்க, பாகிஸ்தான் எதிர்ப்புப் பேச்சுகளைக் காரமாக அரங்கேற்றிக்கொண்டிருக்க, அவரது மெய்க்காப்பாளர்கள் இரண்டுபேரே அவரைச் சுட்டுக்கொன்றதுதான் பரிதாபம். (கேஜிபியும் இதற்காகப் பரிதாபப்பட்டிருக்கிறது!)

சோவியத் யூனியனின் அதிபராக கோர்பசேவ் வந்து, அங்கே கம்யூனிசம் காலாவதி ஆகும் காலம் வரை இந்திய அரசியலில் சோவியத் உளவு அமைப்பின் ஊடுருவல் மிகத் தீவிரமாகவெ இருந்துவந்திருக்கிறது. பணத்துக்காகவும் பெண்ணுக்காகவும் பதவிக்காகவும் எத்தனையோ இந்திய அரசியல்வாதிகள் விலைபோயிருக்கிறார்கள். தமது அமெரிக்க விரோதத்துக்கு இந்தியாவைக் கூட்டு சேர்த்துக்கொள்ளும் முயற்சியில் சோவியத் அரசு மிகப்பெரிய வெற்றி கண்டிருக்கிறது. இந்திரா காந்தி உள்பட எத்தனையோ பலபேர் முறைகேடான வழியில் பணம் சம்பாதித்திருப்பதாக இந்நூலில் வரும் சில குறிப்புகள்தான் இப்போது இங்கே சர்ச்சையைத் தோற்றுவித்திருக்கிறது.

புண்ணியவான் மித்ரோகின் காலமாகிவிட்டார். விசாரிக்கலாம் என்றாலும் யாரை விசாரிப்பது? நரசிம்மராவ் ஆட்சிக்கு வந்தபிறகு இந்திய அரசியல்வாதிகளுக்கும் கேஜிபிக்கும் முன் அத்தனை நெருக்கமும் இல்லை. கோர்பசேவின் மறுமலர்ச்சி திட்டத்தின் விளைவாக சோவியத் யூனியன் சிதறி விழுந்தபோது 'இத்தனை வேகமும் அதிரடியும் உடம்புக்கு ஆகாது' என்கிற ரீதியில் கருத்துச் சொன்னார் நரசிம்மராவ். அது ரஷ்யாவுக்குப் பிடிக்கவில்லை. போ உன்பேச்சு கா என்று மறைமுகமாகச் சொல்லிவிட்டு

இந்தியாவுடனான தனது 'உளவு உறவுகளின்' தீவிரத்தைக் குறைத்துக்கொண்டுவிட்டது.

ஒரு விஷயம். கேஜிபியின் இத்தகைய திருவிளையாடல்கள் இந்தியாவில் மட்டும் நிகழவில்லை. உலகில் உள்ள அத்தனை நாடுகளிலும் விளையாடியிருக்கிறார்கள். கேஜிபி மட்டுமல்ல. அத்தனை தேசத்து உளவு அமைப்புகளுமே அடுத்த நாட்டு அரசியல் குட்டையைக் குழப்பும் திருப்பணியில் எப்போதும் ஆத்மசுத்தியுடன் ஈடுபடுவது தான் வழக்கம். ரஷ்யாவிலிருந்து ஒரு மித்ரோகின் கிடைத்தது போல மற்ற தேசங்களிலிருந்து யாரும் இன்னும் கிடைக்கவில்லை என்பதால்தான் பல விஷயங்கள் வெளியே வராமல் இருக்கிறது.

உளவுத்துறை ரகசியங்கள் என்பது மிகப்பெரிய கடல்.மித்ரோகின் அதில் முதல் மீனைப் பிடித்துப் போட்டிருக்கிறார். இதைச் சாப்பிட்டு ஜீரணிக்கவே பல்லாண்டுகள் ஆகும்போலிருக்கிறது.

இதுவும் ஒரு காதல் கதை

காதலுக்காக உங்களால் எதையெல்லாம் துறக்கமுடியும்? சொத்து சுகம்? வீடு வாசல்? படிப்பு, உத்தியோகம்? உறவினர்கள்?

சயகோ (*Sayako*) என்கிற முப்பத்தாறு வயதுப் பெண்மணி (இப்படிச் சொல்வதற்கு அவர் மன்னிக்க வேண்டும்.) தனது நாற்பது வயதுக் காதலரைக் கைப்பிடிப்பதற்காகக் கொடுத்திருக்கும் விலை அசாதாரணமானது. சயகோ, ஜப்பானிய இளவரசி. அரச குடும்பத்தைச் சேராத ஒரு சாதாரண மனிதரைக் காதலித்துக் கைப்பிடிப்பதற்காகத் தனது இளவரசிப் பட்டத்தையே துறந்திருக்கிறார்.

கடந்த செவ்வாய்க்கிழமை (நவம்பர் 15) டோக்கியோவில் ஒரு ஹோட்டலில் வைத்து நடைபெற்ற திருமண நிகழ்ச்சியை ஒட்டுமொத்த ஜப்பானியர்களும் வியப்புடன் தொலைக்காட்சியில் கண்டுகளித்தார்கள். ஜப்பானிய அரசகுடும்பத்தில் இதுவரை இப்படியொரு சம்பவம் நடைபெற்றதில்லை. நெருக்கமான உறவினர்கள் நூற்று முப்பது பேர், ஏழெட்டு ஹோட்டல் சிப்பந்திகள், ஹோட்டல் முதலாளி ஒருத்தர். அவ்வளவுதான் கலந்துகொண்டவர்கள் எண்ணிக்கை. வெளேரென்று பாரதிராஜா படத்துக் கனவுக்காட்சி தேவதைகள் உடுத்துவது

மாதிரி கழுத்திலிருந்து கால் வரைக்கும் சிறகடித்துப் பறக்கும் உடையணிந்து, காதல் கணவனுக்கு நாலடி பின்னால் அழகாக வெட்கப்பட்டபடிக்கு ஹோட்டலுக்கு வந்து சேர்ந்தார் சயகோ.

மோதிரம் மாற்றிக்கொண்டார்கள். எல்லாரும் கைதட்டினார்கள். ஒருவரை ஒருவர் கட்டியணைத்துக் கண்ணீர் உகுத்தார்கள். பிறகு சாகே கோப்பைகள் கொண்டுவரப்பட்டன. சாகே என்பது ஜப்பானிய மதுவகை. அரிசியிலிருந்து தயாரிக்கப்படுவது. இந்தமாதிரி விசேஷங்கள் அங்கே சாகே இல்லாமல் முற்றுப் பெறுவதில்லையாதலால், சுமார் அரைமணிநேரம் சொட்டுச் சொட்டாக சாகே சாப்பிட்டு சந்தோஷப்பட்டார்கள்.

சயகோவின் காதல் கணவரின் பெயர் குரோடா. (*Kuroda*) என்னமோ ஊரக வளர்ச்சி ஆபீசராகப் பணியாற்றிக்கொண்டிருக்கிற ஒரு சாதாரண மனிதர். வேகமாக கார் ஓட்டிக்கொண்டு போவது, விதவிதமான உணவுப்பொருள்களை ருசிபார்ப்பது, நேரம் கிடைத்தால் சங்கீதம் கேட்பது, போனஸ் வந்தால் சந்தோஷப் படுவது, வாரக்கடைசிகளைத் தூங்கிக் கழிப்பது என்று எல்லாரைப் போலவும் வாழ்ந்துகொண்டிருப்பவர். அப்பா கிடையாது. வயதான அம்மா மட்டும்தான் அவர் பக்கத்து சொந்தம்.

சயகோ - குரோடா காதல் எப்போது ஆரம்பமானது என்கிற விவரங்கள் துல்லியமாக எங்கும் இல்லை. குறைந்தது பத்துப் பதினைந்து வருடக் காதல் அது. ஜப்பானில் இந்த இளவரசி - சாமானிய மனிதர் காதல் விவகாரம் வெளிச்சத்துக்கு வந்த நாளாக ஏகப்பட்ட திரைப்படங்கள், நாவல்கள், காமிக்ஸ் புத்தகங்கள் இதை வைத்து வெளியாகி பல சுற்றுகள் வந்துபோய்விட்டன. சயகோவின் காதல் ஒரு மாதிரி ஜப்பானிய நாடோடிக் கதைகளுள் ஒன்றாகவே ஆகிவிட்டது.

ஆரம்பத்தில் இருந்த பரபரப்பு அம்சங்கள் எல்லாம் காணாமல் போய் சிறு குழந்தைக்குக்கூட இந்த விஷயம் தெரியும் என்று ஆனது.

உலகப்போருக்குப் பின், அதில் ஜப்பான் அடைந்த படுதோல்விக்குப் பின் ஜப்பானில் மன்னராட்சி முறை காலாவதியாகிவிட்டதென்றாலும், இன்றுவரை அங்கே

ராஜகுடும்பத்துக்கு இருக்கிற மதிப்பே தனி. ஜப்பானியர்களுக்கு மன்னர் என்பவரின் இன்னொரு பெயர் கடவுள். ராஜ விசுவாசம் என்பது அவர்கள் ரத்தத்தில் ஊறிய ஒரு விஷயம். மன்னருக்கு விரோதமாக ஏதாவது செய்யவேண்டிய கட்டாயம் வருமானால் ஒவ்வொரு ஜப்பானியரும் கத்தி எடுத்துத் தமது வயிற்றைத் தானே கிழித்துக்கொண்டு இறந்துபோய்விடுவார்கள்.

இரண்டாம் உலகப்போரில் ஜப்பான் படுதோல்வி கண்ட சமயம் பல ராணுவ அதிகாரிகள், தோல்விக்குத் தங்களது திறமைக்குறைவுதான் காரணம் என்று சொல்லி, தங்களால் மன்னருக்குத் தலைகுனிவு ஏற்பட்டு விட்டதே என்று வருந்தி, இவ்வாறாக வயிற்றைக் கிழித்துக்கொண்டு இறந்துபோயிருக்கிறார்கள்.

மன்னர் கடவுள் என்றால் ராணியாகப்பட்டவர் கடவுளின் மனைவி. ஆகவே இளவரசி என்பவர் தேவதைக்குச் சமானம். இளவரசியின் காதல் என்பதும் விமரிசிக்கத் தக்கதல்ல. மன்னர் மகளாயிருந்தால் என்ன. அவரும் பெண்ணே அல்லவா? அவருக்கும் காதல் வருவது சாத்தியம்தானே?

ஆனால் சயகோ எப்படி ஒரு சாதாரண மனிதரைக் காதலிக்கலாம்? இதுதான் கேள்வி. இதுதான் புரியாத புதிர். ஜப்பானியர்களால் முதலில் இந்த விஷயத்தை நம்பவே முடியவில்லை. அரண்மனைக்குள் வீசிய புயல், பார்லிமெண்ட் வரைக்கும் வந்து அடித்தபோது, விமரிசிக்கவோ, எதிர்த்துக் கருத்து சொல்லவோ முடியாமல் ஜப்பானிய அமைச்சர்களும் அதிகாரிகளும் மற்றவர்களும் மௌனமே சாதித்தார்கள்.

சட்ட வல்லுநர்கள்தான் ரொம்பக் கவலைப்பட்டார்கள். சயகோ தனது காதலரைக் கைப்பிடிப்பது என்றால் ஜப்பானிய மரபுப்படி அவரது இளவரசி அந்தஸ்து போய்விடும். அதன்பின் அவர் அரண்மனையில் வசிக்க முடியாது. மன்னரின் மகள் என்று உரிமை கொண்டாட முடியாது. ராஜகுடும்பத்து அந்தஸ்து இல்லாமல் ஆகிவிடும். ரொம்ப முக்கியம், வீதியில் கடந்து போனால் ஓரம் ஒதுங்கி நின்று தலைதாழ்த்தி மக்கள் வணங்கவேண்டிய அவசியம் இருக்காது.

இதெல்லாம் பெரிய விஷயமா என்று தோன்றலாம். பலபேருக்குத் தோன்றியிருக்கிறது. ஆனால், நமக்கு 'ராஜகுடும்பம்' என்கிற அந்தஸ்து எப்படிப்பட்டது என்பது தெரியாது. அதுவும் ஜப்பானில் ராஜகுடும்பம் என்பது கிட்டத்தட்ட ஏ.பி.நாகராஜன் படத்து தேவலோகவாசிகளாக இருப்பதற்குச் சமானம். உலகில் வேறு எந்த தேசத்திலும் அப்படியொரு மரியாதையை மக்கள் வழங்குவது கிடையாது. தயங்காமல் சொல்லலாம் – இங்கிலாந்து ராணி கூட இரண்டாம்பட்சம்தான்.

ஜப்பானிய மன்னரின் பெயர் அகிஹிடோ. *(Akihito)* மன்னர் என்றாலும் பெண்ணைப் பெற்ற தகப்பன். சட்டத்துக்கும் மனச்சாட்சிக்கும் இடையில் பத்து வருஷங்களுக்கு மேலாக துவந்த யுத்தம் நடத்திப் பார்த்துவிட்டு, மகளின் காதலை ஏற்பது தவிர வேறு வழியில்லை என்று முடிவு செய்து கல்யாணத்துக்குத் தன் மனைவியுடன் ஒரு பார்வையாளர் போல வந்தார். மகளுக்கும் வயசு கொஞ்சநஞ்சமில்லை. இத்தனை வருஷம் ஒரு இளவரசி கல்யாணம் பண்ணிக்கொள்ளாமல் இருப்பதே விவகாரம் பிடித்த விஷயம். மகளோ, மனம் மாறுகிற சராசரிப் பெண்ணும் இல்லை. சட்டத்தையாவது மாற்றலாம் என்றால் அதற்கு ஏகப்பட்ட முட்டுக்கட்டைகளும் இருக்கின்றன. இதுவே மன்னரின் மகன் வேறு யாராவது ஒரு இளவரசி அல்லாத பெண்ணைக் காதலித்திருந்தால் இத்தனை சிக்கல் வந்திருக்கப்போவதில்லை. ஜப்பானில் ஆண்களுக்குச் சமமான உரிமைகளைப் பெண்களுக்கும் வழங்கும் சட்டங்களில் இன்னும் கொஞ்சம் செப்பனிட வேண்டியிருக்கிறது.

துரதிருஷ்டவசமாக ஜப்பானிய மன்னருக்கு ஆண்வாரிசு யாரும் இல்லை. *1965*லிருந்தே அரண்மனைவாசிகள் யாருக்கும் ஆண்வாரிசு உண்டாகவேயில்லை. இளவரசிதான் பிள்ளைக்குப் பிள்ளையாக, பெண்ணுக்குப் பெண்ணாக இருந்தவர். இப்போது அவரும் விடைபெற்றுவிட்டார்.

எனில் அடுத்து யார் வாரிசு? அதிர்ஷ்டம் அடித்தது, சயகோவின் ஒன்றுவிட்ட சகோதரி மஸாகோவுக்கு. *(Masako)*. இவர்தான் இனிமேல் இளவரசி. மன்னருக்குப் பிறகு பட்டத்துக்கும் வரப்போகிற மகாராணி. எதிலெதிலெல்லாம் தர்மசங்கடம் பாருங்கள்.

தங்கள் இளவரசி காதலின் பொருட்டு பட்டத்தைத் துறப்பதை நினைத்து வருஷக்கணக்காக வருத்தப்பட்டுக்கொண்டிருந்த ஜப்பானிய மக்களுக்கு, மஸாகோதான் அடுத்த இளவரசி என்று அறிவிக்கப்பட்டதும் அவர்மீது கடுங்கோபம் வந்துவிட்டது. போ உன் பேச்சு கா என்று அவர் பக்கம் கூடத் திரும்பமறுத்துவிட்டார்கள். ஆகவே மஸாகோ கடந்த ஒருவருடத்துக்கு மேலாக வெளியில் எங்குமே வராமல் அரண்மனைக்குள்ளேயே அடைந்துகிடக்க வேண்டியதாகிவிட்டது.

‘சிச்சிச்சிச்சிசிச்சிச்சீஈஈ சின்னப்புள்ளத்தனமா’ என்று கேலி செய்யக் கூடாது. மக்களுக்கு ராஜகுடும்பத்துடன் மன ரீதியில் இருக்கும் நெருக்கம் அப்படிப்பட்டது. தங்கள் இளவரசியின் இடத்தில் இன்னொரு பெண்ணை அவர்களால் எண்ணிக்கூடப் பார்க்கமுடியவில்லை என்பதுதான் உண்மை.

ஆனால் வேறு வழியில்லை. திருமணம் ஆகிவிட்டது. அடுத்து என்ன செய்யப் போகிறீர்கள் என்று கேட்டால் சயகோ ஒரு பட்டியலே வாசிக்கிறார். முதலில் வேகமாக கார் ஓட்டக் கற்றுக்கொள்ளப் போகிறாராம். கணவருக்கு அதுதான் ரொம்பப் பிடிக்கும் என்பதால். கூடவே விதவிதமாக சமைக்கக் கற்றுக்கொள்வதும் அவசியம் என்று சொல்லியிருக்கிறார். ‘நான் சுமாராக சமைப்பேன். இன்னும் சிறப்பாகக் கற்றுக்கொள்ளவேண்டும்’ என்று கர்மசிரத்தையாக டிவிக்காரர்களிடம் சொல்லியிருக்கிறார் சயகோ.

டோக்கியோவுக்கு வெளியே ஒரு சிறிய அபார்ட்மெண்டில் தான் இனி சயகோ வசிக்கப்போகிறார். சயகோ வெறும் இளவரசிப் பட்டம் சுமந்தவர் மட்டும் இல்லை. அவருக்கு பறவைகளைப் பற்றி ஆராய்ச்சி செய்வதில் ஆர்வமும் திறமையும் உண்டு. பி.எச்.டியோ என்னமோ பட்டத்துக்காகக் கடந்த சில வருஷங்களாக பறவை ஆராய்ச்சி செய்துகொண்டிருந்தவர் அவர். திருமணத்தை முன்னிட்டுத் தனது ஆராய்ச்சிக்கும் இப்போது விடைகொடுத்திருக்கிறார். சந்தேகமென்ன? பறவையைவிட புருஷன் முக்கியம்.

அவர் இளவரசியாகவே இருந்து திருமணம் நடந்திருந்தால் இந்நேரம் ஊரே அமர்க்களப்பட்டிருக்கும். ஆடம்பர சொகுசுக்

கப்பல் ஒன்றை வாடகைக்கு எடுத்து ஏழு கடல்களில் பயணம் செய்து ஹனிமூன் கொண்டாடப் புறப்பட்டிருப்பார். மாறாக, ‘வீட்டுக்காரருக்கு ஒருவாரம்தாங்க லீவு கெடச்சிருக்கு. பக்கத்துல கொஞ்சதூரத்துல ஒரு கோயிலுக்கு மட்டும் போயிட்டு வந்துடலாம்னு இருக்கோம்.’ என்று சொன்னார் சயகோ.

இத்தனை சொன்னதுக்கு அப்புறம் இதையும் சொல்லாமல் இருக்கமுடியாது. சயகோ, அரண்மனையையும் இளவரசிப் பட்டத்தையும்தான் துறந்திருக்கிறாரே தவிர, முறைப்படி அவருக்கு சேரவேண்டிய அப்பா வீட்டுச் சொத்திலெல்லாம் எந்தக் குறையும் இருக்காது என்றுதான் ஜப்பான் பேப்பர்கள் சொல்கின்றன. இப்போதைக்கு சின்ன அப்பார்ட்ட்மெண்டில் வாசம் என்றாலும் சயகோவுக்காகத் தனியே ஒரு வீடு கட்டப்பட்டுக்கொண்டிருக்கிறது. கட்டிமுடிக்க ஒருவருஷ காலம் ஆகுமாம். கட்டுமானம் முடிந்ததென்று மேஸ்திரி சொல்லிவிட்டால், பால் காய்ச்சி, கிரகப்பிரவேசம் செய்து குடிபோய்விடுவார். ஒருவருஷக் கட்டுமானத்துக்கு உட்படும் வீடு அப்படியொன்றும் சாதாரணமாக இருந்துவிடமுடயாது என்பது நமது சிற்றறிவுக்கு எட்டாமல் போகாது.

இளவரசி, சோற்றுக்கு வழியில்லாமல் காதல் கணவனுடன் கஷ்டமெல்லாம் படப்போவதில்லை என்றாலும் இந்தக் காலத்தில் இப்படியொரு காதல் திருமணம் - அதுவும் ஜப்பான் போன்ற ஒரு மரபுமீறாத தேசத்தில் நடந்திருப்பதனால் முக்கியத்துவம் வாய்ந்ததாகிறது.

எந்தக் கட்சி, நம்ம கட்சி?

எழுபத்தியேழு வயசில் நமக்கெல்லாம் முட்டிவலி வரும், முழங்கால் வலி வரும், சர்க்கரை, கண்புரை, தள்ளாமை, கிள்ளாமை என்று முனகுவதற்கு சௌகரியமாக ஏகப்பட்ட உபாதைகள் கூப்பிடாமல் வந்து உடம்புக்குள் குடியேறும். இருக்கிற பதவியிலிருந்து விலகி, கட்சியிலிருந்து விலகி, புத்தம்புதிதாக இன்னொரு புதுக்கட்சி ஆரம்பிக்கும் தெம்பும் தெனாவட்டும் வருமா?

இஸ்ரேலியப் பிரதமர் ஏரியல் ஷரோனைப் பாருங்கள். வரிந்துகட்டிக்கொண்டு ஒண்டியாளாக எத்தனை பேரை எதிர்த்துக்கொண்டு நிற்கிறார் என்று கவனியுங்கள். நியாயமாக அடுத்த நவம்பரில்தான் (நவம்பர் 2006) இஸ்ரேலியப் பாராளுமன்றமான நெஸ்ஸட்டுக்குப் *(Knesset)* பொதுத்தேர்தல் வரவேண்டும். ஆனால் தடாலடியாகப் பாராளுமன்றத்தைக் கலைத்துவிடும்படி அதிபருக்கு கால்கடுதாசி கொடுத்துவிட்டு, தான் பெற்று வளர்த்து ஆளாக்கிய லிக்குட் *(likud party)* கட்சியிலிருந்தும் விலகி வெளியே வந்துவிட்டார் மனிதர்.

இஸ்ரேலிய மக்கள் மூக்குமேல் விரல் வைத்துவிட்டார்கள். அங்கத்திய பத்திரிகைகளெல்லாம் இந்த விஷயத்தை 'சந்தேகமில்லாமல் ஓர் அரசியல் பூகம்பம்' என்று எட்டுக்காலம்

எழுதி மாய்கின்றன. எது குறித்தும் அலட்டிக்கொள்ளாமல் டெல் அவிவ் நகரில் இருக்கும் அத்தனை நீச்சல் குளங்களுக்கும் விஜயம் செய்து ஒரு நாளைக்கு நாலு வேளை நீச்சலடித்துத் தனது பொதுவாழ்க்கைக் களைப்பையெல்லாம் போக்கிக்கொண்டிருக்கிறார் ஷரோன்.

பாராளுமன்றம் கலைக்கப்பட்டபிறகு இரண்டு மண்டல காலத்துக்குள் (அதாவது தொண்ணூறு நாள்) பொதுத்தேர்தல் நடத்தியே ஆகவேண்டும். அதற்குள் உலகமே அழிந்தாலும் அழியலாம்; தனக்கே விடிந்தாலும் விடியலாம் என்பது ஷரோனின் கணக்கு. சும்மா இல்லை அவர். லிக்குட் கட்சியிலிருந்து வெளியேறிய கையோடு புதுக்கட்சி அறிவித்துவிட்டார். பெயர் வைக்கிற விஷயத்தில் விஜயகாந்தெல்லாம் ஷரோனிடம் பாடம் படிக்கவேண்டும். தமது புதிய கட்சிக்கு, 'தேசிய பொறுப்புணர்வுக் கட்சி' (*National Responsibility Party*) என்று பெயரிட்டிருக்கிறார் ஷரோன்.

பழைய கட்சித் தோழர்களில் கணிசமானவர்களும் புதிய ஆதரவாளர்கள் கொஞ்சம் பேருமாகத் திரண்டு வந்து ரிப்பன் வெட்டி கட்சி ஆபீஸ் திறந்துவிட்டார்கள். செயல்திட்டம் மிக எளிமையானது. எப்படியும் பிப்ரவரி-மார்ச்சில் தேர்தல் வந்துவிடும். இருக்கிற 120 பாராளுமன்ற சீட்டுகளில் ஒரு ஐம்பதையாவது பிடித்துவிட்டால் மிச்சத்தைக் கூட்டணி தெய்வங்கள் கூறையைப் பிய்த்துக்கொண்டு வந்து குதித்துக் காப்பாற்றிக் கொடுத்துவிடும்.

ஷரோனுக்கு அடிப்படையில் ஒரு நம்பிக்கை இருக்கிறது. தானில்லாத லிக்குட் கட்சிக்கு மக்கள் மத்தியில் அத்தனை செல்வாக்கு இருக்காது என்பதே அது. 1973ம் வருஷம் அவரே ஆரம்பித்த கட்சிதான் அது. முப்பது வருஷம் வளர்த்துவிட்டாலும் இப்போது கட்சிக்குள் அவரை எதிர்த்துக் கேள்வி கேட்கவும் காச்சுமூச்சென்று கத்தவும்கூட ஒரு கோஷ்டி உருவாகிவிட்டது. எங்கே நிலவரம் கலவரமாகி, யாராவது டேய்க் கெய்வா வெளில போடா என்று கத்தப்போகிறார்களோ என்றுதான் தானே முன்வந்து இந்த ராஜினாமா வைபவத்தை நல்லபடியாகச் செய்து முடித்துவிட்டார்.

விஷயம் கொஞ்சம் விவகாரமானது. சமீபத்தில் பாலஸ்தீன் அத்தாரிடியின் அதிகார எல்லைக்கு உட்பட்ட இடங்களில் இருந்த இஸ்ரேலியக் குடியிருப்புகளை ஷரோன் அகற்றினார் ஞாபகமிருக்கிறதா? மேற்குக் கரை மற்றும் காஸா பகுதிகளில் அரசால் குடியமர்த்தப்பட்ட யூதர்கள் அத்தனை பேரும் வலுக்கட்டாயமாக காலிசெய்ய உத்தரவிடப்பட்டு பெரிய பெரிய லாரிகளில் அடைத்து அழைத்துப் போகப்பட்ட காட்சியைத் தொலைக்காட்சியில் பார்த்தோம்.

ஷரோன் போன்ற ஒரு தீவிர வலது சாரி, தீவிர பாலஸ்தீனிய விரோதி, தீவிர யூத அடிப்படைவாதி செய்யக்கூடிய காரியமே இல்லை அது. மேற்கத்திய நாடுகளின் நிர்ப்பந்தத்துக்கு அடிபணிந்துதான் அதனைச் செய்தார் என்று பேசிக்கொண்டார்கள். அது ஓரெல்லை வரை உண்மைதான் என்றபோதும், பாலஸ்தீனியர்கள் மகிழ்ச்சிகொள்ளத்தக்க ஒரு செய்கையை ஷரோன் செய்ததற்கு வேறு சில காரணங்களும் இருந்தன.

ஹமாஸ் போன்ற போராளி இயக்கங்கள் சமீப காலத்தில் பாலஸ்தீனில் புதுத்தெம்பு பெற்று மிகத்தீவிரமாக தினமொரு தீபாவளி கொண்டாடத் தொடங்கியிருக்கின்றன. இஸ்ரேல் பொதுத்தேர்தல் எப்போது வரும் என்று அவர்கள் காத்துக் கொண்டிருந்தார்கள். ஒட்டுமொத்த தேசத்தையும் கொளுத்திப் பார்த்துவிடுவது என்கிற முடிவில்தான் இருந்தார்கள். மறுபக்கம் பாலஸ்தீன் அத்தாரிடியின் தலைவராகவும் யாசிர் அரஃபாத்துக்குப் பிறகு பாலஸ்தீனின் அதிபராகவும் பொறுப்பேற்றிருக்கும் மம்மூத் அப்பாஸ் மிகத் திறமையாக அனைத்து மேற்கத்திய தேசத்துத் தலைவர்களையும் வளைத்துப் போட்டு சமர்த்துப் பிள்ளை பெயர் வாங்குவதில் தீவிரம் காட்ட ஆரம்பித்திருந்தார்.

ஏற்கெனவே ஒரு கட்சியின் சார்பில் இரண்டு முறை ஆட்சியில் இருந்துவிட்ட ஏரியல் ஷரோன், இன்னொரு முறை பிரதமராவதற்கு இஸ்ரேல் சட்டப்படி வாய்ப்பில்லை என்பதால் போகிற காலத்தில் ஏதாவது நல்லது செய்துவிட்டு, ஓசியில் கிடைத்தால் அமைதிக்கான நோபல் எதையாவது வாங்கி பாக்கெட்டில் போட்டுக்கொண்டு போகலாமே என்று அவர் நினைத்திருக்கக்கூடும்.

யூதக் குடியேற்றங்களை அகற்றிய நடவடிக்கையில், ஷரோன் எதிர்பார்த்தது போலவே உலகநாடுகளின் பாராட்டு கிடைத்தாலும் உள்ளூரில் செருப்படி விழாத குறையாகிவிட்டது. மக்கள் கொதித்துப்போய் ஷரோனுக்கு எதிராக ஆங்காங்கே நூற்று முப்பத்தியெட்டாவது வட்டம் சார்பில் கூட்டம் நடத்தி அழுகிய / அழுகாத தக்காளிகளை வீச ஆரம்பித்துவிட்டார்கள்.

மக்களே பரவாயில்லை. லிக்குட் கட்சியில் ஏற்கெனவே ஷரோன் மீது பல்வேறு காரணங்களுக்காகக் கடுப்பில் இருந்த சில பழம்பெரிசுகள், இளசுகளைத் தூண்டிவிட்டு போராட்டம் அது இது என்று களத்தில் குதிக்க, என்னடா இது சோதனை என்று டி.எஸ். பாலையா மாதிரி மோவாயைத் தடவியபடி அவர் யோசித்ததன் விளைவுதான் இந்தப் பதவி விலகலும் புதுக்கட்சித் தொடக்கமும்.

இஸ்ரேல் மக்கள், கட்சிக்குள் பூகம்பம் நிகழும், கட்சி பிளக்கும், ஆட்சி கவிழும் என்றெல்லாம் கணக்குப் போட்டுப் பார்த்தார்களே தவிர, இப்படி அவர் புதுக்கட்சி தொடங்குவார் என்று கனவில் கூட நினைத்துப் பார்க்கவில்லை.

இஸ்ரேலின் ஜனநாயகம் கொஞ்சம் விசித்திரமானது. இப்போதெல்லாம் கூட்டணி ஆட்சி என்கிற சித்தாந்தம் நமக்குப் பழகிவிட்டதென்றாலும் இஸ்ரேலின் கூட்டணிக் கணக்குகள் கடவுளுக்குக் கூட (யூதர்களின் கடவுளுக்கு ஜெஹோவா என்று பெயர்.) அத்தனை துல்லியமாகப் புரியுமா என்பது சந்தேகமே.

பாராளுமன்றத்துக்கு இருக்கிற மொத்த சீட்டுகள் நூற்றி இருபது என்றால் குறைந்தது இருபது இருபத்தைந்து கட்சிகள் அங்கே பங்குபோட்டுக்கொள்ள ரெடியாக எப்போதும் இருக்கும். இந்த இருபது இருபத்தைந்தில் முக்காலே மூணுவீசம் ஆளுங்கட்சிக் கூட்டணியில் இருக்கும். பொதுத்தேர்தலில் இந்தக் கட்சிகள் மொத்த தொகுதிகளில் 1.5 சதவீத அளவு வெற்றி பெற்றிருந்தாலே ஆட்சியில் பங்குபெறப் போதுமானது.

ஆனால் நமது ஜனநாயகத்துக்கும் இஸ்ரேல் ஜனநாயகத்துக்கும் உள்ள ஒரே பெரிய வித்தியாசம் என்னவென்றால், இங்கே

நடப்பது போல அங்கே நினைத்த நிமிஷம் யாரும் ஆட்சியைக் கலைத்துவிடமுடியாது. ஆதரவை வாபஸ் வாங்கிக்கொள்கிறேன் என்று அதிபருக்கு கடுதாசி கொடுத்துவிடமுடியாது. அதிபரே நினைத்தாலும் பிரதமரை மாற்றமுடியாது. ஒன்று வேண்டுமானால் செய்யலாம். ஆளுங்கட்சி - எதிர்க்கட்சி பாகுபாடு இல்லாமல் அத்தனை எம்.பிக்களும் ஒன்று சேர்ந்து பிரதமர் மீது நம்பிக்கை இல்லை என்று லெட்டர் கொடுத்தால் கொஞ்சம் பரிசீலிப்பார், ஜனாதிபதி. அப்போதுகூட, பாராளுமன்றத்தைப் புறக்கணிக்கத்தான் அவர்களுக்கு அனுமதியே தவிர, பிரதமரை வீட்டுக்கு அனுப்ப அல்ல. யாரும் வராத பார்லிமெண்டில் தான் மட்டும் தனியே உட்கார்ந்திருக்க பயந்துகொண்டு பிரதமராகப் பார்த்து ராஜினாமா செய்துவிட்டுப் போனால்தான் உண்டு.

1948ம் வருஷம் இஸ்ரேல் உருவானபோதே யூத இனப் பெரியவர்கள் பார்த்துப் பார்த்துச் செய்துவைத்துவிட்டுப் போன ஏற்பாடு இது. காரணம், இஸ்ரேலைப் பொறுத்தவரை ஆட்சியாளர்களைவிட மக்கள்முக்கியம். அரசியலைவிட தேசநலன்முக்கியம். யூத குலத்தை ஆண்டவன் காப்பாற்றுவது ஒரு பக்கம் இருந்தாலும் ஆள்பவர்கள் அடிக்கடி மாறிக் கழுத்தறுக்காமல், மக்கள் பார்த்து வோட்டுப் போட்டுத் தேர்ந்தெடுத்த பிரதமர் தனது முழு ஆட்சிக்காலத்தையும் இருந்து பணிசெய்து தீர்த்துவிட்டுத்தான் போகவேண்டும் என்கிற நல்ல எண்ணத்தில் செய்த ஏற்பாடு.

இதனால்தான் சமீபத்திய யூதக் குடியேற்ற ஒழிப்பு நடவடிக்கைகளை அடுத்து ஷரோன் மீது கடும் கண்டனங்களும் புகார்களும் எழுந்து, கட்சியே ரெண்டுபடும் சூழல் உண்டானபோதும் அவரது பதவிக்கு எந்த ஆபத்தும் வரவில்லை.

ஆனால் பிறகு எதற்காக ஷரோன் இப்போது தானே முன்வந்து சபையைக் கலைக்கப் பரிந்துரைத்துவிட்டு, புதிய கட்சி ஆரம்பிக்க வேண்டும்? கடுப்பில் இருக்கும் மக்கள் எப்படி வோட்டுப் போடுவார்கள்?

இது கேள்வி.

ஏரியல் ஷரோனின் அரசியல் ஸ்டண்டுகளை அறிந்தவர்களுக்கு இந்தக் கேள்வியெல்லாம் ஜுஜுபி. மனிதர் ஆட்சிக்காகவும் பதவிக்காகவும் என்ன வேண்டுமானாலும் செய்யக்கூடியவர் என்பதற்கு அவர் ராணுவ ஜெனரலாக இருந்த காலம்தொட்டே ஏகப்பட்ட உதாரணங்கள் இருக்கின்றன.

அவ்வளவு ஏன்? 2001ம் ஆண்டுப் பொதுத்தேர்தலில் வெற்றி பெறுவதற்காக அவர் அடித்த ஒரு ஸ்டண்ட் உலகப்பிரசித்தம். ஜெருசலேம் நகரில் உள்ள அல் அக்ஸா பள்ளிவாசல் ஒரு 'பாதுகாக்கப்பட்ட இடம்'. அதாவது பிரச்னைக்குரிய இடம். பாபர் மசூதி வளாகம் மாதிரி. அந்த இடத்தை முஸ்லிம்களும் யூதர்களும் எப்போதும் சொந்தம் கொண்டாடி, எப்போதும் சண்டை போட்டுக்கொள்ளுவது வழக்கம். முஸ்லிம்களுக்கு அந்தப் பள்ளிவாசல் முகம்மது நபியுடன் நேரடியான சம்பவத் தொடர்பு கொண்ட ஒரு பிராந்தியம். யூதர்களோ, இரண்டாயிரம் ஆண்டுகளுக்கு முன்னர் இடிக்கப்பட்ட தமது புராதன தேவாலயம் இருந்த இடத்தில்தான் அந்தப் பள்ளிவாசலே கட்டப்பட்டது என்று சொல்லிக்கொண்டிருக்கிறார்கள்.

இப்படிப்பட்ட ஒரு நெருப்புப் பிரதேசத்துக்கு யூதரான ஷரோன் வருகை தந்து, அதன் விளைவாக ஏற்பட்ட கலவரத்தில் பல்லாயிரக்கணக்கான மக்கள் பாதிக்கப்பட்டார்கள். ஆனாலும் என்ன? யூதர்களின் இடத்தை யூதர்களுக்கு எப்படியும் பெற்றுத்தந்தே தீருவேன் என்று அன்றைய தினம் சூளுரைத்துவிட்டுப் போனவரை கூப்பிட்டு பிரதமராக்கி உட்காரவைத்து அழகுபார்த்தார்கள் இஸ்ரேல் மக்கள்.

அதே மாதிரி இந்த முறையும் ஏதாவது ஓர் அதிரடிக் காட்சியை அரங்கேற்றிவிட்டால் ஆட்சியும் பதவியும் அப்படியே தன்வசம் வந்துவிடும் என்று நினைக்கிறார் ஷரோன்.

எனில், பாலஸ்தீனியர்களுக்கு சந்தோஷம் அளிக்கும் விதத்தில் குடியேற்றங்களை காலி செய்ய உத்தரவிட்டது? இப்போது காஸா - எகிப்து எல்லைக் கட்டுப்பாட்டை பாலஸ்தீன் அத்தாரிடியே எடுத்துக்கொள்ள சம்மதம் சொன்னது?

மூச்! இதெல்லாம் கேட்கக்கூடாத கேள்விகள். எலெக்ஷன் வருகிறது. ஏரியல் ஷரோனின் பிரசாரம் பாலஸ்தீனியர்களுக்கு எதிராக எப்படிப் பொறி பறக்கப்போகிறது பாருங்கள். இஸ்ரேலியர்கள் அகமகிழ்ந்து அவருக்கே வோட்டுப்போட்டு ஆட்சியில் அமர்த்தினால் ஆச்சர்யப்படாதீர்கள்.

காஷ்மீரை வைத்து பாகிஸ்தான் அரசியல்வாதிகளுக்குப் பிழைப்பு. பாலஸ்தீனை வைத்து இஸ்ரேல் அரசியல்வாதிகளுக்குப் பிழைப்பு. என்னடா நாய்ப்பிழைப்பு என்று அலுத்துக்கொள்ளாதவரை ஆட்சி சுகத்தின் மகிமையே தனி.

யுத்தம்தான்; சந்தேகமில்லை!

மூன்மொழிந்து மூணு வாரம் கூட ஆகவில்லை. வழிமொழிந்து விட்டார் பிரபாகரன். எது நடக்கப்போகிறதோ என்று உலகம் அஞ்சி நடுங்கிக்கொண்டிருந்ததோ, அது நடக்கத்தான் போகிறது என்று அழுத்தந்திருத்தமாகச் சொல்லிவிட்டார். யுத்தம். முழுநீள யுத்தம். தமிழர் உரிமைக்கான சுதந்தரப் போரின் அடுத்தக் கட்டம்.

சரியாக ஒரு வருட இடைவெளிக்குப் பிறகு கடந்த நவம்பர் 27ம் தேதி இலங்கை நேரம் மாலை 5.32க்குத் தமது உரையை வாசித்த பிரபாகரன், இலங்கை ஆளும் வர்க்கத்தின் மீதான தமது அதிருப்தியையும் ஏமாற்றத்தையும் பேச்சுவார்த்தைகளால் இனி பிரயோஜனமில்லை என்று கருதவேண்டிய நிலைக்குத் தள்ளப்பட்டிருப்பதையும் வருத்தத்துடன் பதிவு செய்துவிட்டு, தமது ஆயுதப் போராட்டத்தின் அடுத்தக்கட்டம் மிக விரைவில் தொடங்கவிருப்பதை இலங்கைத் தமிழ் மக்களுக்கு அறிவித்திருக்கிறார்.

தேர்தல் காரணம். ராஜபக்ஷே வெற்றி பெற்று பாராளுமன்றத்துக்குள் நுழைந்தது காரணம். தமிழர் விரோத மனப்பான்மை கொண்ட ராஜபக்ஷே. தமிழர்களுக்கு சுயாட்சி அதிகாரம், தனி மாகாணம் என்று எதுவும் கிடையாது என்று தேர்தலுக்கு முன்னரே பகிரங்கமாக அறிவித்த ராஜபக்ஷே. இலங்கைத் தமிழர்கள் மீது கிஞ்சித்தும்

அனுதாபமோ, அக்கறையோ இல்லாத அந்நாட்டுப் பேரினவாத இயக்கங்களான ஜனதா விமுக்தி பெரமுனா, ஜாதிக ஹெல உருமயா போன்றவற்றுடன் தேர்தல்கால ஒப்பந்தங்கள் செய்துகொண்ட ராஜபக்ஷே.

பிரபாகரனும் எல்.டி.டி.ஈயும் இதையெல்லாம் ஓரளவு முன்னரே எதிர்பார்த்திருக்கவேண்டும். கடந்த நான்கு வருடங்களாக நார்வேயின் முயற்சியில் நடைபெற்றுவரும் அமைதிப் பேச்சுவார்த்தைகளுக்கு ஒரு முடிவு வந்தாகவேண்டிய சூழல் நெருங்கிவிட்டதாக அவர்களுக்கு உள்ளுணர்வு தெரிவித்திருக்க வேண்டும். முடிவு, பேச்சுவார்த்தைகளுக்குத்தானே தவிர பிரச்னைக்கு அல்ல.

இலங்கை அரசும் விடுதலைப்புலிகளும் இணைந்து பணியாற்ற நிறுவப்பட்ட சுனாமி புனரமைப்புக் குழு (PTOMS) வின் ஆயுள் முடியப்போகிறது என்பதற்கான அறிகுறிகள் தெரியத் தொடங்கியபோதே விடுதலைப் புலிகள் ஒருவாறு இவற்றையெல்லாம் யூகித்து யுத்தத்துக்குத் தயாராக ஆரம்பித்து விட்டார்கள் என்றுதான் சொல்லவேண்டும். தேர்தல் புறக்கணிப்பு நடவடிக்கையை ஓர் ஆரம்பமாகத்தான் வைத்துக்கொண்டார்கள்.

அதிபர் தேர்தலில் மகிந்தா ராஜபக்ஷே வெற்றி பெற்று, ரணில் தோற்றபோது 'வென்றவர் - தோற்றவர் இருவர் குறித்தும் தமக்கு அக்கறையில்லை' என்கிற தொனியில் விடுதலைப் புலிகள் அமைப்பின் முக்கிய உறுப்பினர் பாலகுமார் ஓர் அறிக்கை வாசித்தார். (புலிகளின் ரேடியோ இதனை ஒலிபரப்பியது.) இருவருமே தமிழர் விஷயத்தில் துரோகிகள்தாம் என்கிற தமது நிலைபாட்டில் புலிகள் எந்த சமரசமும் செய்துகொள்ளத் தயாராக இல்லை. தமிழர்கள் தமக்கான உரிமையைத் தாமே போராடித்தான் பெற்றாக வேண்டும் என்கிற அர்த்தத்தில் யுத்தத்துக்கான மறைமுக அறிவிப்பு அப்போது வெளியானது.

இப்போது வந்திருப்பது, நேரடி அறிவிப்பு. அதுவும் பிரபாகரனே செய்திருப்பது.

“எமது மக்களின் அரசியல் அபிலாஷைகளைத் திருப்தி செய்யும் வகையில் வரையறுக்கப்பட்ட ஒரு குறுகிய கால இடைவெளிக்குள் ஒரு நியாயமான தீர்வுத் திட்டத்தைப் புதிய அரசாங்கம் முன்வைக்க வேண்டும். காலத்தை இழுத்தடிக்கப் புதிய அரசாங்கம் முற்படுமானால், எமது மக்களுடன் ஒன்றிணைந்து எமது சுயநிர்ணய உரிமைப் போராட்டத்தை, எமது தாயகத்தில் தன்னாட்சியை நிறுவும் தேசச் சுதந்தரப் போராட்டத்தை அடுத்த ஆண்டில் தீவிரப்படுத்துவோம” – இதுதான் பிரபாகரன் பேசிய நீண்ட உரையின் முக்கியப் பகுதி.

வரையறுக்கப்பட்ட குறுகிய கால இடைவெளி என்பது என்ன? பிரபாகரன் இதற்கு கெடு தேதி என்று எதையும் வைக்கவில்லை. குறுகிய காலம் என்றால் மிஞ்சிப்போனால் மூன்று அல்லது நான்கு மாதங்கள் என்று கொள்ளலாம். ஏனெனில் ‘காலத்தை இழுத்தடிக்கப் புதிய அரசாங்கம் முற்பட்டால் போர் தொடங்குவதுதான் வழி’ என்று அடுத்த வரியில் சொல்லியிருப்பதை கவனிக்க வேண்டும். எப்படிப்பார்த்தாலும் புதுவருடம் இலங்கையில் அச்சத்தையும் நிச்சயமின்மையையும் சுமந்துகொண்டுதான் பிறக்கப்போகிறது.

பிரபாகரனின் உரையில் இதைக்காட்டிலும் உக்கிரமான பகுதிகள் நிறையவே இருக்கின்றன. ‘சமாதானம், போர் நிறுத்தம், பேச்சுவார்த்தை என்பனவெல்லாம் தமிழ் மக்களைப் பொறுத்தவரை அர்த்தமற்ற சொற்பதங்கள், யதார்த்த மெய் நிலைக்குப் பொருந்தாத வார்த்தைப் பிரயோகங்கள்’ என்று ஓரிடத்தில் சொல்லுகிறார். பல்வேறு நிர்ப்பந்தங்கள் காரணமாகவே போர் நிறுத்தத்துக்குப் புலிகள் சம்மதம் தெரிவிக்க வேண்டிவந்தது என்பதை மறைமுகமாகப் பல இடங்களில் வெளிப்படுத்தியிருக்கிறார்.

ராஜபக்ஷே ஜனாதிபதி ஆகியிருக்கும் சூழ்நிலையில் அமைதிப் பேச்சு முயற்சிகளெல்லாம் இனி இயல்பாகவே இறந்துவிடும் என்பது பிரபாகரனின் கருத்து. இதைத்தான், ‘சுயநிர்ணயப் போராட்டப் பயணத்தில் இன்று ஒரு தீர்க்கமான திருப்புமுனையை அடைந்துள்ளோம்’, ‘நாமாகவே போராடி நமது சுய நிர்ணய உரிமையை வென்றெடுப்பது தவிர வேறு வழியில்லை என்பதை

எமது மக்கள் இன்று உணர்ந்துவிட்டார்கள்' என்று வேறு வேறு விதங்களில் வெளிப்படுத்தியிருக்கிறார்.

யுத்தம்தான் தீர்வு என்று புலிகள் கருதுவதில் புதிதாக ஏதுமில்லை. ஆனால் மூன்றாம் நாடான நார்வேயின் முயற்சியில் அமைதிப் பேச்சுகள் பாதிவழியில் நிற்கும்போது (PTOMS அமைப்பு ஏற்படுத்தப்பட்டதற்குக் காரணமே நார்வேயின் கடும் முயற்சிதான்.) இலங்கை அரசை முந்திக்கொண்டு தமது நம்பிக்கையின்மையைப் புலிகள் வெளிப்படுத்தியிருப்பது சர்வதேச அளவில் மிகப்பெரிய அதிர்சியை உருவாக்கியிருக்கிறது.

ராஜபக்ஷேவைப் பற்றி நம்மைக்காட்டிலும் அதிகமாக ஒருவேளை விடுதலைப் புலிகளுக்குத் தெரியும் என்றே வைத்துக்கொண்டாலும் அமைதியின் கழுத்தை நெறிக்கும் காரியத்தை முந்திக்கொண்டு செய்ய முற்படுவதன் பின்னால் உள்ள அர்த்த, அனர்த்தங்கள் சராசரி மக்களுக்குக் குழப்பமே விளைவிக்கும்.

ஆரம்பத்திலிருந்தே அமைதிப் பேச்சுகளால் பயனில்லை என்றே தான் நம்பியதாகவும், உலகநாடுகளின் விருப்பத்துக்கும் நார்வேயின் அக்கறைக்கு மதிப்புக் கொடுத்தும்தான் "வரலாற்றுச் சூழ்நிலைகள் காரணமாகவே" பேச்சுவார்த்தைகளுக்கு உடன்பட்டதாகவும் பிரபாகரன் சொல்லியிருக்கிறார். இதுவும் அதிர்ச்சிதரக்கூடிய விஷயமே.

எத்தனையோ முறை இலங்கையில் போர் நிறுத்தம் அறிவிக்கப்பட்டிருப்பினும் இம்முறை கிட்டத்தட்ட நான்காண்டு காலத்துக்கு அது அமுலில் இருந்தது மிகப்பெரிய விஷயம். சமரசப் பேச்சுகளில் விருப்பமில்லாத ஓர் அமைப்பு நான்கு வருடங்கள் போர் நிறுத்தம் செய்யுமா என்ற கேள்வி அவசியம் எழும். அப்படிச் செய்ததற்கான 'பிற காரணங்கள்' என்னென்னவாக இருக்கமுடியும் என்று தேடத் தோன்றும். கிடைக்கும் பதில்கள் அதிர்ச்சிதரத்தக்கதாகவே பெரும்பாலும் இருக்கும்!

போர் நிறுத்தக் காலத்தில்கூட யுத்தத்துக்கான தயாரிப்புப் பணிகளில்தான் புலிகள் இருந்தார்களோ என்று இப்போதே

பேசத்தொடங்கிவிட்டார்கள். இப்போது பிரபாகரன் இலங்கை அரசுக்கு அளித்திருக்கும் 'வரையறுக்கப்பட்ட குறுகியகாலக் கெடு'கூட இறுதிக் கட்ட ஆயத்தங்களுக்கான அவகாசம்தான் என்றும் கருதுவோர் உண்டு. எப்படி ஆயினும் இன்னொரு முழுநீள யுத்தத்துக்கானபிள்ளையார்சுழிபோடப்பட்டுவிட்டது.யார்காரணம் என்று பட்டிமன்றம் நடத்திக்கொண்டிருப்பதைக் காட்டிலும் இந்த நான்காண்டுகால அவகாசத்தில் அமைதிக்காக இலங்கை அரசுத் தரப்பில் என்னென்ன முயற்சிகள் மேற்கொள்ளப்பட்டிருக்கின்றன என்று ஆராயவேண்டிய அவசியம் இருக்கிறது.

விடுதலைப் புலிகளையும் உள்ளடக்கிய சுனாமி நிவாரணக் குழுவை அமைக்க சந்திரிகா ஒப்புக்கொண்டதை அநேகமாக அத்தனை உலகநாடுகளும் பாராட்டின. நிவாரண உதவிகள் தாராளமாகக் கிடைத்து ஓரளவு அது முறைப்படி மக்களையும் சென்று சேர்ந்தது. இலங்கை சரித்திரத்திலேயே விடுதலைப் புலிகளுடன் இணைந்து அரசு மேற்கொண்டு, வெற்றியும் கண்ட முக்கிய நடவடிக்கை இது. இந்த *PTOMS* அமைப்புக்கு இன்னும் கொஞ்சநாள் உயிர் இருந்திருந்தால் கட்டாயம் அது அமைதியின் அடுத்தக் கட்டத்துக்கு அழைத்துச் சென்றிருக்கக்கூடும். துரதிருஷ்டவசமாக இலங்கையின் புதிய ஜனாதிபதி, ஆட்சிக்கு வரும்போதே இதற்கான சவப்பெட்டியுடன் வந்திருக்கிறார்.

விடுதலைப் புலிகளை ஒரு பயங்கரவாத இயக்கமாக மட்டுமே பார்த்த மேற்கு உலகம், இந்த நான்காண்டுகால அமைதிப் பேச்சு முயற்சிகளின்போது முதல்முறையாக அவர்களை ஒரு 'விடுதலை இயக்கமாக'க் காணத்தொடங்கியது ஒரு முக்கிய நிகழ்வு. ராஜபக்ஷேவின் வரவு, மீண்டும் ஒரு யுத்தத்தின் தொடக்கமாக அமையும்போது, சர்வதேச அரங்கில் இலங்கை அரசுக்கு அவசியம் பல நெருக்கடிகள் மூளும்.

பதவி ஏற்ற சூட்டோடு பிரச்னை குறித்துப் பேசிய ராஜபக்ஷே, பேச்சுவார்த்தைகளைத் தொடருவதில் தமக்குப் பிரச்னை இல்லை என்பது போலவும், ஆனால் பெரும்பான்மை மக்களின் குரலாகத்தான் எந்தத் தீர்வும் சாத்தியம் என்பது போலவும் சொன்னார். இதோடு நிறுத்திக்கொண்டிருந்தால்

கூடப் பரவாயில்லை. தற்சமயம் அமுலில் இருக்கும் போர் நிறுத்த உடன்படிக்கை மறுபரிசீலனை செய்யப்படும் என்றும் சொல்லியிருப்பது ஒட்டுமொத்த உலகத்தமிழர்களுக்கும் வயிற்றில் புளியைக் கரைத்திருக்கிறது.

இரு தரப்பினரும் யுத்தத்துக்குத் தயார் என்று அறிவித்துவிட்ட நிலையில் எந்தக் கணத்தில் ஆரம்பமாகப்போகிறது என்பதுதான் மிச்சமிருக்கும் ஒரே வினாவாக உள்ளதே தவிர, யுத்தம் தவிர்ப்பதற்கான சாத்தியங்கள் எதுவுமே இருப்பதாகத் தெரியவில்லை.

தொடர் யுத்தங்களாலும் பொருளாதார நாசத்தாலும் ஏற்கெனவே மிகச்சிக்கலானநிலைமையில்காலம்தள்ளவேண்டியநெருக்கடியில் இருக்கிறது இலங்கை. கடந்த நான்காண்டுகளாகத்தான் அங்கே கொஞ்சம் மூச்சுவிடும் அவகாசமாவது கிடைத்து வருகிறது. அதற்குத்தான் இப்போது முற்றுப்புள்ளி வைத்திருக்கிறார்கள்.

இம்முறை வெடிக்கப்போகும் யுத்தம், முன்னைக்காட்டிலும் மிகத் தீவிரமாக, சர்வதேச அளவில் மாபெரும் கொந்தளிப்புகளை ஏற்படுத்தக் கூடியதாக அமையும் என்பதில் சந்தேகமில்லை. உலகம் தங்களைத் திரும்பிப் பார்த்தாகவேண்டிய காலம் இது என்று விடுதலைப் புலிகள் கருதுகிறார்கள்.

அது ஆதரவுப் பார்வையாக இருக்க வேண்டுமென்பது அவர்களது விருப்பம். ஆனால் அச்சப்பார்வையாக மட்டுமே இருக்கும் என்பது நிதர்சனம்.

ஒரு மன்னர், சில மாவோயிஸ்டுகள், கொஞ்சம் மக்கள்...

கூர்க்கா, ஸ்வெட்டர், அண்ணாநகர் முதல் தெரு சத்யராஜ். கொஞ்சம் செய்தி ஞானமும் ஞாபகசக்தியும் இருக்குமானால், பெற்ற தகப்பனான மன்னர் உள்பட குடும்பத்தில் உள்ள பதினோரு உறுப்பினர்களைச் சுட்டுக்கொன்றுவிட்டுத் தன்னைத்தானே சுட்டுக்கொண்டு, சாவதற்குமுன் சற்றுநேரம் கிரீடம் சூடி மன்னராக உட்கார்ந்துவிட்டு உயிரைவிட்ட குடிகார இளவரசர் தீபேந்திரா. எப்போதாவது செய்தித்தாளின் ஏதாவது ஓர் இடதுபக்க மூலையில் மாவோயிஸ்டு தீவிரவாதிகள் தாக்குதல் என்கிற நாலுவரிச் செய்தி.

இவற்றைத் தவிரவும் நேபாளத்தைக் குறித்து நினைவுகூரவும் கவலைப்படவும் நிறையவே உண்டு விஷயங்கள். இந்தியாவின் தோளில் உட்கார்ந்திருக்கும் ஒரு தமிழ்நாடு சைஸ் தேசம். சென்றவாரம் மன்னர் ஞானேந்திரா திடீரென்று சாமி வந்தமாதிரி அதிரடியாக ஏழெட்டு அமைச்சர்களைத் தூக்கிக் கடாசிக் கலவரமூட்டியிருக்கிறார். மாவோயிஸ்டுகள்தான் புரட்சி செய்வார்களா என்ன? மன்னரும் செய்வார். மாவோயிஸ்டுகள் புரட்சி செய்தால் அரசு தட்டிக்கேட்கும். மன்னர் செய்வதை யார் கேட்பது?

ரணகளப்பட்டுக் கிடக்கிறது நேபாளம். எழில் கொஞ்சும் தேசம் என்று ஏதாவது பிலிம் டிவிஷன் படம் பார்த்து ஏமாந்து போகாதீர்கள். இன்றைய தேதியில் ஈராக்குக்கு நிகராக வைத்துக் கவலைப்படவேண்டிய சங்கதிகள் அங்கே நடந்து கொண்டிருக்கின்றன.

கி.மு. முதல் நூற்றாண்டிலிருந்து நேபாளத்துக்கு திட்டவட்டமான சரித்திரம் இருப்பதாகச் சொல்லுகிறார்கள். செங்கோல் காலத்திலிருந்து கொடுங்கோல் காலம் வழியே மனீஷா கொய்ராலாவின் தாத்தா பி.பி. கொய்ராலா பிரதம மந்திரியாக இருந்த காலமும் தாண்டி இன்றுவரைக்கும் எத்தனையோ விஷயங்கள் அங்கே மாறியிருந்தாலும் மாறாத ஒன்றாக இப்போதுமிருப்பது மன்னர் ஆட்சி.

பார்லிமெண்ட் என்று ஒன்று இருக்கும். எப்போதாவது தேர்தல் கூட நடக்கும். சுறுசுறுப்பாக யாராவது ஒரு பிரதம மந்திரி தலைமையில் பத்திருபது அமைச்சர்கள் வரிந்து கட்டிக்கொண்டு தேசத்தைப் புனருத்தாரணம் செய்தே தீருவது என்று களமிறங்குவார்கள். கீழ்சபையில் 205 சீட்டு, மேல் சபையில் 60 சீட்டு என்று தேர்தல் நடத்தி வக்கணையாக வந்து உட்காருவார்கள். கொஞ்சநாள் தேனும் பாலும் தேசமெங்கும் ஓடுவதாக மைக் கட்டி அறிவித்து மகிழ்வார்கள். கொஞ்சநாள்தான். மன்னருக்கு எப்போது மூட் அவுட் ஆகிறதோ, அப்போது முழு பார்லிமெண்டும் அவுட் ஆகிவிடும்.

Constitutional Monarchy என்பதை அழகுத் தமிழிலும் பழகு தமிழிலும் எப்படி விவரிப்பது என்று தெரியவில்லை. அரசியலமைப்புச் சட்டத்துக்கு உட்பட்ட முடியாட்சி எனலாமா? கொஞ்சம் முடியைப் பிய்த்துக்கொள்ள வேண்டியதுதான். புரியும்படிச் சொல்லுவதென்றால், என்னதான் மக்கள் தேர்ந்தெடுத்த அரசாங்கம் என்றாலும் மன்னருக்குப் பிடிக்கவில்லையென்றால் வீட்டுக்குப் போகவேண்டியதுதான். மன்னருக்கு எப்போது பிடிக்கும், எப்போது பிடிக்காது, ஏன் பிடிக்கும், எதனால் பிடிக்காது என்றெல்லாம் கேள்வி கேட்டுக்கொண்டிருக்க முடியாது. நவீன உலகில் யாரும் சிரச்சேதம் செய்துவிடமாட்டார்கள் என்றபோதும் இருந்த இடம் தெரியாமல் பிடித்து உள்ளே தள்ளிவிடும் சாத்தியங்கள் அநேகம்.

(நடந்திருக்கிறது! எதிர்த்துக் கேள்விகேட்ட ஒரு பிரதமரையே ஊழல் குற்றச்சாட்டு சுமத்தி உள்ளே தள்ளிவிட்டார் மகாராஜா.)

2001ம் ஆண்டு ஜூன் மாதம் அந்த உலகப்பிரசித்தி பெற்ற மன்னர் குடும்பப் படுகொலைச் சம்பவம் நடந்தபிறகு நேபாள மன்னராக இருந்த பீரேந்திராவின் சகோதரர் ஞானேந்திரா (கொலைச்சம்பவத்தில் தப்பித்த ஒரே அரச குடும்பத்துப் பிரஜை.) நேபாள மன்னராக முடிசூடிக்கொண்டார்.

கிட்டத்தட்ட அதே சமயத்தில்தான் நேபாள மாவோயிஸ்டுகள் "மக்கள்யுத்தம்" என்கிற பெயரில்தமது கொடூரத்தாக்குதல்களையும் தீவிரப்படுத்தத் தொடங்கினார்கள். நூற்றாண்டுக் கணக்கில் மன்னராட்சி முறை தொடர்வதும், எப்பப்பார் இடுப்புவரை வளைந்து மன்னர் வீட்டு கன்னுக்குட்டிக்கெல்லாம் வணக்கம் சொல்லிக்கொண்டிருக்க வேண்டியிருக்கிறதே என்று கடுப்பாகியும்தான் அவர்கள் ஆயுதமேந்தினார்கள்.

இதர போராளி இயக்கங்களுக்கும் நேபாள மாவோயிஸ்டுகளுக்கும் உள்ள வித்தியாசம் ஒன்றுதான். உலகிலேயே இவர்கள் மட்டும்தான் கண்மண் தெரியாமல் தாக்குபவர்கள். திட்டம் கிடையாது. முன் தீர்மானங்கள் ஏதும் எப்போதும் இருந்ததில்லை. நினைத்த கணத்தில் தாக்குவார்கள். அடி, வெட்டு, குத்து, கொல்லு, ஆளைக் கடத்து, மிரட்டிப் பார், பணியவில்லையென்றால் தலையைச் சீவி சாலையில் தூக்கிப் போடு.

கடந்த ஐந்தாண்டுகளில் மட்டும் ஆயிரக்கணக்கானவர்களை இந்த மாவோயிஸ்டுகள் கொன்றிருக்கிறார்கள். இத்தனைக்கும் 2001ம் ஆண்டு ஒருமுறை, 2003ல் ஒருமுறை போர் நிறுத்தம் வேறு செய்திருக்கிறார்கள்.

இந்த மாவோயிஸ்டுகள் பிரச்னையைத் தீர்ப்பதற்காகவே ஞானேந்திரா ஒரு முறை பிரதமரை மாற்றிப் பார்த்தார். லோகேந்திர பகதூர் சந்த் என்பவரை 2003ம் ஆண்டு மேமாத வாக்கில் ராஜிநாமா செய்யச் சொல்லிவிட்டு, சூர்ய பகதூர் தாபா என்பவரைப் பிரதமராக்கி, பேச்சுவார்த்தைகளுக்கு அனுப்பிவைத்தார். கழுத்தில்

மாலை போட்ட காளியாத்தா கோயில் ஆடு மாதிரி அவரும் நாலைந்துமுறை பயந்தபடி போய் பேசிப்பார்த்துவிட்டு வந்தார்.

மாவோயிஸ்டுகளைப் பொறுத்தவரை சமரசம் என்பதற்கு ஒரே அர்த்தம்தான். மன்னராட்சி ஒழியவேண்டும். மக்களாட்சி மலரவேண்டும். அவர்கள் பாஷையில் மக்களாட்சி என்பது தீவிர இடதுசாரி சர்வாதிகாரம் என்பதையெல்லாம் இங்கே அநாவசியத்துக்கு ஞாபகப்படுத்திப் பார்த்துக்கொள்ளக் கூடாது.

ஆகவே பேச்சுவார்த்தைகளால் நாலு பைசா பிரயோஜனமில்லாமல் போய்விட்டது. ஒவ்வொரு முறை பேச்சுவார்த்தை முறியும் போதும் மாவோயிஸ்டுகள் மிகக் கடுமையான தாக்குதலை மேற்கொள்ளுவது அங்கே வழக்கம். குறைந்தது நூறு பேரையாவது போட்டுத்தள்ளாமல் அவர்களது ரத்தவெறி அடங்கியதாகச் சரித்திரமில்லை.

சூர்ய பகதூர் தாபா தாக்குப்பிடிக்க முடியாமல் வீட்டுக்குப் போக, ஏற்கெனவே கொய்ராலாவுக்குப் பிறகு கொஞ்சநாள் பிரதமராக இருந்த ஷேர் பகதூர் தூபா என்பவரை மீண்டும் அழைத்து வந்து பிரதமராக்கி, பேச்சுவார்த்தைகளைத் தொடரச் சொன்னார் ஞானேந்திரா. இது நடந்தது ஜூன் 2004ல்.

ம்ஹூம். அவராலும் தாக்குப் பிடிக்க முடியவில்லை. என்னமோ உப்பு பெறாத ஊழல் காரணம் சொல்லி, தான் நியமித்த பிரதமரைத் தானே கைதுசெய்து உள்ளே தள்ளிவிட்டார் ஞானேந்திரா. பொறுத்தது போதும் பொங்கியெழு என்று பாராளுமன்றத்தைக் கலைத்துப்போட்டார். அத்தனை அமைச்சர்களையும் வீட்டுக்கு அனுப்பிவிட்டு, ஜனநாயகமாவது, மண்ணாங்கட்டியாவது என்று துண்டை உதறி தோளில் போட்டுக்கொண்டு, தானே பார்த்துக்கொள்கிறேன் என்று சொல்லிவிட்டார்.

தனக்கு வேண்டப்பட்ட பத்திருபது பேரை (மன்னருக்கு அந்தப்புரத்தில் கால் பிடித்துவிட்டுக்கொண்டிருந்தார்களோ என்னமோ.) அசிஸ்டெண்டுகளாக வைத்துக்கொண்டு ஒரு பிரைவேட் லிமிடெட் கம்பெனியின் மேனேஜிங் டைரக்டர் போல நேபாளத்தை ஆளத் தொடங்கிவிட்டார் (நடந்தது, பிப்ரவரி 2005.)

இந்த அசிஸ்டெண்ட் அமைச்சர்கள் மீதும் நம்பிக்கை இழந்துதான் இப்போது அதில் பலபேரைத் தூக்கியடித்திருக்கிறார். நிலைமை கொஞ்சம் கவலைக்கிடம்தான். ஒரேயடியாக வீட்டுக்கு அனுப்பினால் கூடப் பரவாயில்லை. சிலருக்கு இலாகா மாற்றம், சிலருக்கு பதவிக்குறைப்பு, சிலருக்கு தண்டனை, சிலருக்கு கால் கடுதாசி என்று வெரைட்டியாக விளையாடி இருக்கிறார் மன்னர்.

தன்மீது ஒருவித அச்சம் எப்போதும் இருந்துகொண்டே இருக்கவேண்டும் என்பது அவரது நோக்கமாக இருக்கலாம். ஆனால் கொதித்துப் போய்விட்டார்கள் நேபாள அரசியல்வாதிகள்.

நேபாளத்தின் மிகத் தொன்மையான, அதிக மக்கள் செல்வாக்குப் பெற்ற கட்சியான 'நேபாளி காங்கிரஸ் கட்சி', இது சுத்த பைத்தியக்காரத்தனமான நடவடிக்கை என்று கருத்து சொல்லியிருக்கிறது. நேபாள கம்யூனிஸ்ட் கட்சி, 'மக்கள் விரோத செயல்' என்று கம்யூனிஸ்டுகளுக்கே உரிய ஸ்டைலில் விமரிசித்திருக்கிறது. தேசிய மக்கள் முன்னணி உள்ளிட்ட இதர கட்சிகள் அனைத்துமே கடுமையாகத் திட்டி சாபமிட்டிருக்கும் இந்தச் சம்பவம் பற்றி ஞானேந்திரா அலட்டிக்கொள்ளவேயில்லை.

"தேசத்தின் ஒரே பெரிய பிரச்னை, தீவிரவாதம். அதனை ஒடுக்குவதற்கான நடவடிக்கைகளின் தொடர்ச்சியே இது" என்று மொட்டைத்தலைக்கும் முழங்காலுக்கும் மூன்று முடிச்சு போட்டுவிட்டு அந்தப்புரத்துக்குப் போய்விட்டார்.

ஞானேந்திரா அடிப்படையில் சர்வாதிகார மனோபாவம் கொண்டவர். முடியாட்சிப் பரம்பரையில் வந்தவர் என்பது மட்டுமல்ல இதன் காரணம். உழக்கு சைஸ் தேசமான நேபாளத்தில் கிழக்கு மேற்காகவும் வடக்கு தெற்காகவும் பரவியிருக்கும் சுமார் எண்பது சதவீத ஹிந்து பிராமண இனத்தவர்களின் முழு ஆதரவு எப்போதும் தனக்குத்தான் இருக்கும் என்று அவர் கருதுகிறார். பரிபூரண பாராளுமன்ற ஜனநாயகத்துக்கெல்லாம் பச்சைக்கொடி காட்டினால் நாட்டில் மன்னர் என்று ஒரு ஜென்மம் உயிர்வாழக்கூட விடமாட்டார்கள் என்பது அவருக்குத் தெரியும்.

மாவோயிஸ்டுகள் அதிகம் வாலாட்டினால் இருக்கவே இருக்கிறது தாற்காலிக அமைதிப்பேச்சுவார்த்தை மற்றும் இடைக்கால போர் நிறுத்த ஒப்பந்தங்கள். அதற்காக ஜனநாயகத்தைப் போய் கொண்டுவருவார்களோ? அபசாரம், அபசாரம்.

அமெரிக்கா, பிரிட்டன் போன்ற தேசங்களுடன் ஓரளவு சீரான நல்லுறவு பேணிவருவதன் மூலம் ஏதாவது நெருக்கடி வந்தால் கூட அவர்கள் உதவியுடன் தப்பித்துக்கொள்ளலாம் என்பது ஞானேந்திராவின் கணக்கு.

சந்தேகமில்லாமல் அவர் சர்வாதிகாரி. ஆகவே நேபாளத்தின் பிரச்னை, மாவோயிஸ்டுகள் மட்டுமல்ல!

வில்லன் 2005!

ஆதௌ கீர்த்தனாரம்பத்திலே பாக்தாத்தில் கவர்னாக உத்தியோகம் பார்த்துக்கொண்டிருந்த அலி அல் ஹெய்த்ரி என்பாரை சுட்டுக்கொன்று இந்த வருஷக் கணக்கை ஜனவரி நாலாம் தேதி தொடங்கிவைத்தனர், ஈராக் தீவிரவாதிகள்.

ஒரு முழு வருடம் முடிந்துவிட்டது. இன்னும் இந்த 'ஈராக் தீவிரவாதிகள்' என்பார் யார் என்று யாராலும் கண்டுபிடிக்கப்பட்ட பாடில்லை. சதாம் உசேன் ஆட்களா, தொழில் முறை தீவிரவாத பிசினஸ் பண்ணிக்கொண்டிருக்கும் பிற தேசத்து அமைப்புகளின் ஈராக் கிளையைச் சேர்ந்தவரா, அல்லது •ப்ராஞ்சைசீஸ் முறையில் வன்முறை வளர்ப்போரா என்று தெரியவில்லை. டிசம்பர் 15ம் தேதி அங்கே தேர்தல் கூட நடந்துவிட்டது. முழு வருடமும் தீபாவளி கொண்டாடிய தீவிரவாதிகள் மட்டும் ஓய்ந்தபாடில்லை. ஈராக் விஷயத்தில் தங்கள் உளவுத்துறை கொஞ்சம் சொதப்பிவிட்டது என்று வருஷக்கடைசியில் ஒப்புக்கொண்டிருக்கும் அமெரிக்கா, முழு வருடமும் அங்கே நடத்திய கூத்துகளுக்காக வருத்தம் ஏதும் தெரிவித்தபாடில்லை.

எல்லா வருடங்கள் போலவே இந்த வருடமும் உலகம் முழுவதையும் அதிகமாகக் கலவரப்படுத்திய, கவலை

கொள்ளச்செய்த, கோபப்படவைத்த தேசம் என்கிற பெருமையை அமெரிக்காவே தட்டிக்கொண்டு போனது.

தமது இரண்டாவது தவணை ஆட்சிப் பொறுப்பை ஜனவரி 20ம் தேதி ஜார்ஜ் புஷ் ஏற்றுக்கொண்ட நாள் முதல் இதற்கான நடவடிக்கைகளைக் கர்ம சிரத்தையாக மேற்கொள்ள ஆரம்பித்துவிட்டார். ஈராக்குக்கு அடுத்தபடியாக எப்படியும் வட கொரியாவை ஒரு வழி பண்ணாமல் விடமாட்டார் என்றுதான் எல்லோரும் எதிர்பார்த்தார்கள். அமெரிக்காவிடமிருந்து தன்னைத் தற்காத்துக்கொள்வதற்காக அணு ஆயுதங்களை உற்பத்தி செய்தே தீரவேண்டிய நிலைமைக்குத் தள்ளப்பட்டிருப்பதாக பிப்ரவரி 10ம் தேதி வட கொரியா அறிவித்தது. இது தற்காப்பா, மிரட்டலா என்று ஒரு முடிவுக்கு வருவதற்கு முன்னாலேயே வட கொரியாவின் சட்டையைப் பிடித்தார் ஜார்ஜ் புஷ். மவனே, அடங்கு.

வேறு வழி? சர்வதேசத் தடைகளுக்கு அஞ்சி செப்டெம்பர் 19 அன்று தனது திட்டத்தைக் கைவிடுவதாகச் சொல்லிவிட்டார்கள். ஆனால் இந்த இடைப்பட்ட மாதங்களில் எந்தக் கணமும் அங்கே ஒரு சண்டை வெடிக்கும் என்றுதான் எதிர்பார்க்கப்பட்டது. நல்லவேளை தப்பித்தது.

எதற்கும் இருக்கட்டும் என்று தீவிரவாத தடுப்புச் சட்டம் என்று ஒன்றை மார்ச் 11ம் தேதி பிரிட்டன் ராயல் ராஜ சபை அங்கீகரித்து வைத்தது. ரொம்பநாள் விவாதிக்கப்பட்டுக்கொண்டிருந்த விஷயம். ஏகப்பட்ட மறைமுக சௌகரியங்களை அரசுக்கு அள்ளித்தரும் சட்டம். அல் காயிதாவுக்கு நிதி திரட்டுகிறேன் பேர்வழி என்று அல்ஜீரியத் தீவிரவாதிகள் பிரிட்டன் முழுவதும் கடந்த வருடம் செய்த க்ரெடிட் கார்ட் மோசடிகள் கொஞ்சநஞ்சமல்ல. என்ன செய்தாலும் தடுக்க முடியாதபடிக்கு கோடி கோடியாகப் பணம் கொள்ளை போனது.

இதற்காகக் கவலைப்பட்டுக்கொண்டிருந்த போதுதான் தொடர் வெடிகுண்டு வெடிப்புகளில் நிலைகுலையும்படி ஆனது. (ஜூலை 7) அடுத்தடுத்து நான்கு குண்டுகள் ஒரே நாளில் வெடித்ததில் லண்டன் போக்குவரத்து தாற்காலிகமாகச் செத்தது. ஐம்பது பேர்

உயிரை பலிகொண்ட இந்தச் சம்பவத்திலிருந்து நகரம் மீள்வதற்குள் 21ம் தேதி மீண்டும் நான்கு குண்டுகள். தலைநகரப் பேருந்தில் ஒன்றும் தரையடி ரயிலில் மூன்றும். நல்லவேளை, குண்டுகள் சொதப்பின. ஆகவே லண்டன் தப்பித்தது.

ஆனால் பயம் மிதமிஞ்சியிருந்தது. இருண்டதெல்லாம் பேயாகத்தான் எப்போதும் தெரிந்தது. அதனால்தான் ஜீன் சார்லஸ் டி மெனஸஸ் என்கிற யாரோ ஒரு அப்பாவி பிரேசில் எலக்டிரீஷியனை குண்டுவைக்க வந்த தற்கொலைத் தீவிரவாதியாக நினைத்து ஒரு பாதாள ரயில் நிலையத்தில் சுட்டுக்கொன்றார்கள்.

அறுபது வயசுக்கு மேல் ஆகிவிட்டாலும் இன்னமும் இளவரசராகவே இருக்க விதிக்கப்பட்ட சார்லஸ¤க்கு இந்த வருஷம் அவரது காதலி கமீலா பார்க்கருடன் கல்யாணம் ஆகியிருக்கிறது (ஏப்ரல் 9). மகாராணியார் திருமணத்துக்கு வராவிட்டாலும், தேவாலயப் பிரார்த்தனைகளில் இன்னமும் கமீலா பார்க்கரின் திருப்பெயரைச்சேர்த்துக்கொள்ளாவிட்டாலும், மாட்சிமைதாங்கிய புதிய இளவரசியாரல்லவா? எங்கே சந்தோஷப்படமுடிகிறது?

இந்த வருஷம் பிரிட்டனுக்கு அடி கொஞ்சம் அதிகம்தான். மேமாதம் 5ம் தேதி பொதுத்தேர்தல் நடந்து பழைய லேபர் கட்சிக்காரர்களே மீண்டும் ஆட்சிக்கு வந்து, ஐரோப்பிய யூனியன் வளர்ச்சிக்கு என்னென்னமோ செய்யத் திட்டமிட்டு, இறுதியில் ஏகப்பட்ட ஒருபாலினத் திருமணக் காட்சிகளைக் கண்டுகளித்ததோடு திருப்தியடைய வேண்டியதாகிவிட்டது.

பிரிட்டன் என்றில்லை. பல மேற்கத்திய நாடுகளில் இந்த வருடம் அதிகம் விவாதிக்கப்பட்ட, அதிக போராட்டங்களைச் சந்தித்த, ஐந்து இடங்களில் அதிகாரபூர்வமாக அங்கீகரிக்கப்பட்ட விஷயம் இது. ஒருபால் திருமணம். ஸ்பெயின், பெல்ஜியம், நெதர்லாண்ட், தென் ஆப்பிரிக்கா போன்ற தேசங்களிலெல்லாம் இது சட்டபூர்வமாக்கப்பட்டுவிட்டது.

'டேய் கோயிஞ்சாமி, உனக்குக் கல்யாணமாமே? சொல்லவே யில்லியே?' என்று கேட்டால், 'ஆமாண்டா. நம்ம கன்னியப்பனத்தான் கட்டிக்கிட்டிருக்கேன். சீர் செனத்தி,

வரதட்சணை ஒண்ணும் கெடையாது. நாலு ஃபுல்லு டாஸ்மார்க் சரக்கோட சரி' என்று இங்கேயும் அம்மாதிரியான நிலைமை வந்துவிடுமோ என்றெல்லாம் இப்போதைக்குக் கவலைப்பட வேண்டாம். இங்கே யாரும் கல்யாண விஷயத்திலெல்லாம் புரட்சி பண்ணுவதில்லை. பார்லிமெண்டில் கேள்வி கேட்க காசு வாங்குகிற விஷயத்திலும் ஈராக்கில் எண்ணெய் எடுக்க இங்கிருந்தே காண்ட்ராக்ட் பெறுகிற விஷயத்திலும்தான் நமது புரட்சி ஜீவித்திருக்கிறது.

அரசியல் ரீதியில் இந்த வருடம் கண்ட இரண்டு மிக முக்கியமான திருப்பங்கள் இஸ்ரேலிலும் ஆப்கனிஸ்தானிலும் நேர்ந்தது.

ஆகஸ்ட் 23ம்தேதியை இஸ்ரேலியர்கள் மறக்கமாட்டார்கள். காஸாவிலும் மேற்குக் கரையிலும் இருந்த இருபத்தைந்து யூதக் குடியிருப்புகளை ஏரியல் ஷரோன் தலைமையிலான அரசு நீக்க முடிவெடுத்துச் செயல்படுத்திய சம்பவம் சர்வதேச அளவில் மிகப்பெரிய வியப்பை உண்டாக்கியது. ஒருவேளை நிஜமாகவே பாலஸ்தீன் அரேபியர்கள் பூரண சுதந்தரம் பெற்றுவிடப்போகிறார்களா என்ன? தொடர்ந்து வந்த தினங்களில் காஸா - எகிப்து எல்லைக் கட்டுப்பாடும் பாலஸ்தீன் அத்தாரிடியினர் வசமே அளிக்கப்பட்டது, இந்த எண்ணத்தை மேலும் வலுப்படுத்தியது. ஹமாஸ், தேர்தலில் நிற்கிறது, மஹ்மூத் அப்பாஸுடன் (யாசிர் அரஃபாத் மறைவுக்குப் பிறகு ஜனவரி 9ம் தேதி பாலஸ்தீன் அத்தாரிடியின் தலைமைப் பொறுப்புக்கு வந்து இன்றுவரை ஆண்டுகொண்டிருப்பவர்.) ஏரியல் ஷரோன் கைகுலுக்கிவிட்டு ஒன்றாக உட்கார்ந்து விருந்து சாப்பிடுகிறார், என்ன நடக்கிறது பாலஸ்தீனில்?

உருப்படியாக ஏதும் நடப்பதற்கு முன்னால் ஷரோன் அண்ணாச்சிக்கு எதிர்ப்பு அதிகரித்து, கட்சியிலிருந்து விலகி, ஆட்சியையும் கலைத்துவிடச் சொல்லி அதிபருக்கு கால் கடுதாசி கொடுத்துவிட்டார் (நவம்பர் 21). புதுக்கட்சி ஆரம்பித்து அடுத்த பொதுத்தேர்தலுக்கு உற்சாகமாக உழைக்க ஆரம்பித்துவிட்டார். பாலஸ்தீன் எக்கேடு கெட்டால் இனி என்ன? தேர்தல் முக்கியம், வெற்றி முக்கியம். ஆட்சி அதைவிட முக்கியம்.

ஒரே ஆறுதல், செப்டெம்பர் 18ம் தேதி ஆப்கனிஸ்தானில் நடைபெற்ற பொதுத்தேர்தலும், ஹமீத் கர்சாயின் ஜனநாயக ஆட்சியும். ஆயிரத்தெட்டு தலைவலிகள், தாலிபன்கள் பிரச்னை, அல் காயிதா பிரச்னை, ரொட்டி பிரச்னை, வேலை பிரச்னை, கஜானா பிரச்னை என்று இருந்தாலும் ஆப்கன் போன்றதொரு நிரந்தரப் பிரச்னை பூமியில் ஜனநாயகம் மலர்ந்திருப்பது மிகப்பெரிய விஷயம். இன்னும் ஐந்தாண்டுகளாவது எந்த இடைஞ்சலும் இன்றி இது தொடரும் பட்சத்தில் அத்தேசம் பிழைத்துக்கொண்டுவிடும்.

ஆனால் ஈராக் தேர்தலுக்குப் பிறகு இதே போன்ற மறுமலர்ச்சி உண்டாகுமா என்று சொல்லமுடியாது. அக்டோபர் 19ம் தேதி ஆரம்பிக்கப்பட்ட சதாம் உசேன் மீதான விசாரணைகள் எப்போது முடியும் என்பதுதான் தெரியாதே தவிர, முடிவு என்னவென்பது அநேகமாக எல்லோருக்குமே தெரிந்த விஷயம்தான். ஆப்கன் மாதிரி அங்கே ஜனநாயகச் செடியை நட்டு வளர்க்க அமெரிக்கா மேற்கொண்டிருக்கும் முயற்சிக்கு ஆரம்பத்திலேயே நிறைய முட்டுக்கட்டைகள். மக்கள் ஆர்வமாக வோட்டுப் போட்டிருக்கிறார்கள் என்றாலும் எந்தக் கட்சிக்கும் அறுதிப் பெரும்பான்மை கிடைக்காது போலிருக்கிறது. கூட்டணிக் குருமாதான். குஸ்தி பரோட்டாதான்.

சீன மக்கள் குடியரசின் ப்ரீமியர் ஜாவோ ஜியாங், அமெரிக்க எழுத்தாளர் ஆர்தர் மில்லர், செச்னியாவின் மாபெரும் புரட்சியாளர் அஸ்லன் மஸ்கதோவ், நோபல் பரிசு பெற்ற யூத எழுத்தாளர் ஸால் பெல்லோ, சவூதி அரேபிய மன்னர் •பாத், பிரிட்டனின் புகழ்பெற்ற அரசியல்வாதி ராபின் குக், இலங்கை வெளியுறவுத்துறை அமைச்சராக இருந்து அமைதிக்கு உழைத்த லக்ஷ்மண் கதிர்காமர், அமெரிக்க கறுப்பர் இன சூப்பர் ஸ்டார் ரோசா பார்க்ஸ், முன்னாள் இந்தியக் குடியரசுத் தலைவர் கே.ஆர். நாராயணன் ஆகியோர் இந்த வருடம் இறைவனடி சேர்ந்தவர்களுள் முக்கியமானவர்கள்.

இறந்தவர்களுள் மிகப்பெரிய ஆகிருதி என்றால் அது போப் ஜான்பால் 2. ஏப்ரல் 2ம் தேதி போப் காலமானது அறிவிக்கப்பட்டபோது உலகெங்கும் பலகோடிக்கணக்கான மக்கள் கண்ணீர் சிந்தினார்கள். கரோல் வோதிவா என்கிற இயற்பெயர்

கொண்ட போப் ஜான்பால், நீண்ட நெடுங்காலம் வாடிகனுக்கும் இஸ்ரேலுக்கும் இருந்த பகையுணர்ச்சியைத் தணிக்கப் பெரும்பாடு பட்டவர். ஜெர்ஸி க்ளூகர் என்கிற தமது யூத நண்பர் ஒருவர் மூலம் இதற்கான முயற்சிகளை மேற்கொண்டு யூத - கிருத்தவ விரோதம் தணிவதற்கு முயற்சிகள் மேற்கொண்டவர்.

ஜான்பால் மறைவுக்குப் பிறகு ஏப்ரல் 19ம் தேதி ஜெர்மனியைச் சேர்ந்த ஜோசப் ராட்ஸிங்கர் என்கிற பாதிரியார் போப் பெனடிக்ட் 16 என்கிற பெயருடன் அடுத்த போப்பாக நியமிக்கப்பட்டார்.

2005ன் மிகப்பெரிய வில்லன் என்று யாரைச் சொல்லலாம்?

அமெரிக்கா தப்பித்தது. இந்த வருடம் அந்தப் ‘பெருமை’யை இயற்கையே எடுத்துக்கொண்டது. அமெரிக்காவின் தெற்குக் கரை மாகாணங்களை அடுத்தடுத்துத் தாக்கிய ஹரிக்கேன் கன்னியம்மா, முனியம்மா, பிடாரி, மங்காத்தா வகையறாக்களைக் கண்டு உலகமே நடுங்கியது. அவற்றுக்குச் சற்றும் சளைக்காமல் நமது மும்பை இங்கே மிதந்து காட்டியது. மும்பையைக் காட்டிலும் சென்னை மிதந்தது. ஜப்பானில் பூகம்பம், ஆப்கனிஸ்தானில் பூகம்பம், காஷ்மீர் பூகம்பம், பாகிஸ்தான் பூகம்பம், வெனிசுலா எரிமலை வெடிப்பு, மெக்சிகோ புயல் வெள்ளம், நிகரகுவா புயல் வெள்ளம், சுமத்ரா தீவுப்பக்கம் உண்டான அடுத்தடுத்த நில அதிர்வுகள் என்று பூமிக்கும் வானத்துக்கும் கோபம் மிகுந்ததில் இந்த வருடம் முழுவதும் உலகம் அடிக்கடி அழுதது.

சுற்றுச்சூழல்மாசுதான்இதற்கெல்லாம்காரணம்என்றுதடித்த•ப்ரேம் கண்ணாடி போட்ட இங்கிலீஷ் ஆராய்ச்சியாளர்கள் சொன்னார்கள். அதர்மம் மிகுந்ததுதான் காரணம் என்று கம்பியெண்ணும் கள்ளச் சாமியார்கள் சொன்னார்கள். எது எவ்வாறாயினும் இயற்கைப் பேரழிவுகள் இந்த வருடம் போல் இதற்கு முன் ஏற்பட்டதில்லை.

அமெரிக்கா, மெக்சிகோ, வெனிசுலா, ஜப்பான், இந்தியா, பாகிஸ்தான் போன்ற தேசங்கள் பல கோடிக்கணக்கில் இந்த இயற்கை அழிவுகளிலிருந்து மீள்வதற்காகச் செலவிட வேண்டிவந்தது. அமெரிக்காவில் இது தொடர்பான ஆராய்ச்சிகள் சூடுபிடித்திருக்கின்றன.

பூமிக்கு அடியில் அப்படி என்னதான் நடக்கிறது? எப்படியும் அடுத்த வருஷம் கத்தை கத்தையாக அறிக்கைகள் வரும். படித்துக்கொள்ளலாம்.

நியாயமாக இந்த வருடத்தைப் புவியியல் வருடமாக அறிவித்திருக்கலாம். எதற்காக இயற்பியல் வருடமாக அறிவித்தார்களோ தெரியவில்லை. ஐன்ஸ்டைனை நினைத்துக்கொண்டு, ராய் ஜே. க்ளாபர், ஜான் எல். ஹால், தியோடர் ஹான்ஸ் ஆகியோருக்கு நோபல் பரிசு கொடுத்து, ஒருவழியாக இயற்பியலைக் கொண்டாடி முடித்துவிட்டார்கள். கனடாவாழ் தமிழ் விஞ்ஞானி டாக்டர் வெங்கட் ரமணன் இயற்பியலைத் தமிழில் விவாதிக்க தனியொரு தளத்தையே உருவாக்கினார். *(http://iyarpiyal.org/).*

இயற்கைச்சீற்றங்களையும் ஈராக் விபத்துகளையும் தவிர்த்துவிட்டுப் பார்த்தால் இந்த வருடம் அதிமுக்கிய அதிர்ச்சிகள் அதிகமில்லை என்றுதான் சொல்லவேண்டும். ஆண்டின் கடைசி மாதங்களில் இலங்கை நிலவரம் சற்றே கவலை தரத் தொடங்கியிருப்பதை மறந்துவிடமுடியாது. மகிந்தா ராஜபக்ஷே அங்கே அதிபராகத் தேர்ந்தெடுக்கப்பட்டதை அடுத்து, அமைதி முயற்சிகள் பின்னடைந்திருக்கின்றன. நவம்பர் 27ம் தேதி விடுதலைப் புலிகள் அமைப்பின் தலைவர் பிரபாகரன், அமைதிப் பேச்சுவார்த்தைகள் மீதான தமது நம்பிக்கையின்மையை வெளிப்படுத்தினார். இன்னொரு யுத்தத்துக்கு இலங்கை தயாராகிக்கொண்டிருக்கிறது என்பதுதான் 2006க்கு கேரி - ஓவர் ஆகப்போகிற மிக முக்கியக் கவலை.

மற்றபடி பிழைத்துக் கிடந்து இன்னொரு பூகம்பம், இன்னொரு பெரும்புயல் என்று மிச்சமிருக்கும் சொச்ச தினங்களுக்குள் ஏதும் வராமலிருந்து ஜனவரி ஒண்ணு நல்லபடியாக விடியும்பட்சத்தில் சந்தோஷமாகச் சொல்லிக்கொள்ளலாம் – *Happy New Year!*

போப், ஆண்டவர் அருகில்

1920, மே மாதம் 18ம் தேதி பிறந்த போப் இரண்டாவது ஜான் பால், 2005 ஏப்ரல் 2ம் தேதி சனிக்கிழமை நள்ளிரவு காலமானதாக அறிவிக்கப்பட்டார். எண்பத்தைந்து வயது. நிறைவாழ்வு.

அதுவல்ல முக்கியம். இன்றைக்கு இருபத்தேழு வருடங்களுக்கு முன்பு (1978, அக்டோபர் 16) அவர் போப்பாண்டவராக நியமிக்கப்பட்டதிலிருந்தே, முந்தைய போப்பாண்டவர்களிலிருந்து பெரிதும் வித்தியாசப்பட்டுக் காட்சியளித்தவர் அவர். கரோல் வோதிவா (Karol Wojtyla என்பது அவரது பூர்வீக போலிஷ் மொழிப்பெயர். கடைசி எழுத்துகளான 'la'வை 'வா' என்றுதான் உச்சரிக்கவேண்டும்.) என்பது அவரது பெற்றோர் வைத்த பெயர். போப்பின் தந்தை, போலந்து ராணுவத்தில் பணியாற்றி, ஓய்வு பெற்றவர். ஓய்வுக்காலத்தில் ஒரு தையல்காரராகப் பணியாற்றியவர். லித்துவேனியாவைச் சேர்ந்த அவரது தாய் எமிலா கஸரோவ்ஸ்கா வோதிவா (Emila Kaczorowska wojtyla) ஒரு பள்ளி ஆசிரியை.

பொதுவாக இத்தாலியில் பிறந்தவர்கள்தான் பெரும்பாலும் போப்பாண்டவர்களாகத் தேர்ந்தெடுக்கப்படுவார்கள். 455 வருடங்களுக்குப் பிறகு முதல் முறையாக ஒரு போலந்துக்காரர் அப்பதவிக்கு வந்தபோது ஒட்டுமொத்த கத்தோலிக்க உலகமும் வியப்பில் ஆழ்ந்தது.

கத்தோலிக்கர்களின் தனிப்பெரும் தலைவராகப் பதவியேற்ற ஜான் பாலின் மிக நெருங்கிய சிநேகிதர், ஒரு யூதர் என்பது இரண்டாவது பெரிய வியப்பு. (யூதர்களுக்கும் கத்தோலிக்க கிருத்தவர்களுக்குமான உறவு எத்தகையது என்பதை விளக்கவேண்டாம் அல்லவா? நிலமெல்லாம் ரத்தம் படிக்கிறீர்கள்தானே?) அவரது பெயர் ஜெர்ஸி க்ளுகர் (*Jerzy Kluger*). பள்ளி நாள்களிலிருந்தே போப்பின் தோழர் அவர். கால்பந்து ஆட்டத்திலும் நீச்சலிலும் மலையேற்றத்திலும் ஆர்வம் கொண்ட ஜான் பாலுக்கு, அந்த வயதுகளில் மனம் விட்டுப் பேசக்கூடிய ஒரே நபராக இருந்தவர் ஜெர்ஸி க்ளுகர். பின்னாளில் கரோல் வோதிவா, போப் ஜான் பால் ஆனபிறகும் இந்த நட்பும் நெருக்கமும் தொடர்ந்தது. நீண்ட நெடுங்காலமாக இஸ்ரேலுடன் எவ்வித உறவும் இல்லாதிருந்த வாடிகன், முதல் முறையாக இஸ்ரேலுடன் நட்பு கொள்வதற்குக் காரணமாக அமைந்ததே இந்த ஜெர்ஸி க்ளுகரின் தூதும் சமரச முயற்சிகளும்தான்.

கத்தோலிக்க மதகுருமார்கள் திருமணம் செய்துகொள்ளக்கூடாது என்று பகிரங்கமாக அறிவித்தது, ஐரோப்பாவில் யூதர்களுக்கு இழைக்கப்பட்ட கொடுமைகளுக்காக வருத்தம் தெரிவித்தது, சிரியாவுக்கு சுற்றுப்பயணம் மேற்கொண்டபோது *(2001, மே 8)* யாரும் எதிர்பாராவிதமாக ஒரு மசூதிக்குச் சென்று பிரார்த்தனை செய்தது, ஓரினத் திருமணங்களை கடுமையாக எதிர்த்துக் குரல் கொடுத்தது, கிருத்தவர்கள் ஜெபமாலை வைத்துத் தொழுவதை மாற்றச் சொன்னது என்று ஜான் பாலின் வாழ்வெங்கும் பரபரப்பான சம்பவங்களுக்குப் பஞ்சமே கிடையாது.

இத்தனைக்கும் ஜான் பாலின் இள வயது நாள்களில் இத்தகைய புரட்சிக்காரராக அவர் மலர்வார் என்பதற்கான எந்த அறிகுறியும் இருந்தது கிடையாது. அவர் பிறந்த போலந்து தேசம் அப்போது ஜெர்மானிய நாஜிக்களின் ஆட்சிக்கு உட்பட்டிருந்தது. போப், தமது மதக்கல்வியைக் கூட வெளிப்படையாகப் பெற முடியாத சூழ்நிலை. மிகவும் ரகசியமாகவே அவர் படித்துக்கொண்டிருந்தார். ரோம் நகரில் படிப்பை முடித்துவிட்டு போலந்து திரும்பியவர், அங்கே க்ராகோ என்கிற நகரில் ஒரு திருச்சபையில் போதகராகத் தம் பொதுவாழ்க்கையைத் தொடங்கினார்.

எளிமையான நடவடிக்கைகள், வெளிப்படையான பேச்சு, மாற்றுக்கருத்துகளுக்கு மதிப்பளிப்பது, மக்களோடு மக்களாகப் பழகுவது போன்ற அவரது பிரத்தியேகக் குணங்கள் அவரை உயர்த்தின. அதே திருச்சபையில் உதவி ஆயராக உயர்ந்து, *1964*ம் ஆண்டு, அங்கேயே பேராயராகவும் ஆனார்.

கரோல் வோதிவா, போப் ஜான் பால் ஆனபோது கிருத்தவர்களிலேயே சிலருக்கு அதிருப்தி இருந்திருக்கிறது. அவரைவிட அனுபவத்தில் மூத்த மதகுருமார்கள் அப்போது பல தேசங்களில் இருந்திருக்கிறார்கள். முந்திக்கொண்டு இவர் போப் ஆனதால் உண்டான வருத்தம் அது. பல்வேறு சந்தர்ப்பங்களில் இந்த வருத்தம் வேறு வேறு விதங்களில் வெளிப்படவும் செய்திருக்கிறது.

*1982*ல் போப், ஸ்பெயினுக்குச் சென்றபோது அங்கிருந்த ஒரு மதகுரு அவரைக் கத்தியால் குத்திக் கொல்ல முயற்சி செய்தார். அதிர்ஷ்டவசமாக அப்போது போப் தப்பித்தார். அதற்கு முந்தைய வருடம்தான் துருக்கியைச் சேர்ந்த ஒருவர் போப்பைத் துப்பாக்கியால் சுட்டுக் கொல்ல முயற்சி செய்தார். அறுவைச் சிகிச்சையெல்லாம் செய்து மிகுந்த ஆபத்தான கட்டத்தை அடைந்த பிறகுதான் போப் அப்போது உயிர் பிழைத்திருந்தார். (இப்போது போப் உயிர் பிழைக்க வேண்டுமென்பதற்காக அந்த துருக்கிக்காரர் சிறையில் இருந்தபடியே பிரார்த்தனையெல்லாம் செய்தார்!)

மதகுருவாக இருப்பவர் சற்று நவீனத்துவவாதியாகவும் இருப்பதில் உள்ள சங்கடங்கள் இவை.

மறைந்த போப்பாண்டவருக்கு கவிதை எழுதுவதிலும் நவீன நாடகங்களில் நடிப்பதிலும் கூட ஆர்வம் இருந்திருக்கிறது. ஆனால் இளவயதில் மட்டுமே இந்த விபரீதங்களை அவர் மேற்கொண்டிருக்கிறார்! அவரது நண்பர்கள் அவரை ஓர் 'ஆசீர்வதிக்கப்பட்ட, சிறந்த நடிகர்' என்றும் அருமையான பாடகர் என்றும் சொல்லியிருக்கிறார்கள். ஆனால் போப்பாண்டவரான பிறகு அவர் கவிதைகள் எழுதவோ, நாடகங்களில் நடிக்கவோ இல்லை.

போப்பாண்டவர்என்பவர்சுமார்நூற்றிஇருபதுகோடிகத்தோலிக்கக் கிருத்தவர்களின் தலைவர். மதத்தலைவராக இருந்தாலும் வாடிகனைப் பொறுத்தவரை ஆட்சித்தலைவரும் அவர்தான். போப்பாண்டவர் பதவி என்பதை அமெரிக்க ஜனாதிபதி பதவியைக் காட்டிலும் சக்திமிக்கதென்று சொல்பவர்கள் இருக்கிறார்கள். அத்தனை சுலபத்தில் யாரும் அடைந்துவிடமுடியாத உயரம் அது. ஜான் பால், அந்தப் பதவியை அடைந்தவர் மட்டுமல்ல. மிக நீண்ட வருடங்கள் அதில் பிரச்னையின்றி இருந்தவரும் கூட. சரித்திரத்தில் எத்தனையோ போப்பாண்டவர்கள் மீது கொலைப்பழி, கற்பழிப்புக் குற்றங்கள், இதர அரசியல் குற்றச்சாட்டுகள் இருந்ததுண்டு. ஆனால் ஜான் பாலின் இருபத்தேழு ஆண்டுகளில் அவர்மீது ஒரு புகார் கூட ஒருமுறையும் எழுந்ததில்லை. இதனால்தான் அவரது இழப்பை ஈடுசெய்யமுடியாததென்று கிருத்தவ உலகம் கருதுகிறது.

ஜான் பாலின் மறைவை அடுத்து, அடுத்த போப் யார் என்கிற கேள்வி இப்போது எழுந்துள்ளது. இவான் டயஸ் என்கிற ஓர் இந்தியப் பாதிரியார் தொடங்கி ஆறேழுபேர் பெயர்கள் மிக பலமாக அடிபட்டுக்கொண்டிருக்கின்றன.

இந்தவாரம்வியாழன்அன்றுபோப்பாண்டவரின்இறுதிச்சடங்குகள் நடந்துமுடியும் வேளையில் அநேகமாக அடுத்தவர் யார் என்கிற விவரம் தெரியவந்துவிடும்.

போப்பாண்டவர்களை எப்படித் தேர்ந்தெடுக்கிறார்கள் என்பதே ஒரு சுவாரசியமான விஷயம். ஆரம்பக் காலங்களிலெல்லாம் ரோம் நகரைச் சுற்றியுள்ள முக்கியப்பட்ட மதகுருக்களும் மன்னரும் கூடி, தகுதியுள்ள ஒருவரைத் தேர்ந்தெடுத்து போப்பாண்டவராக அறிவிப்பார்கள். பிறகு 1179ல் அலெக்சாண்டர் 3 என்கிற போப்பாண்டவர் காலத்தில் கார்டினல்கள் (எல்லா மூத்த மதகுருக்களும்) ஓட்டுப்போட்டுத் தேர்ந்தெடுக்கலாம் என்றொரு முறை கொண்டுவரப்பட்டது. 1274ல் போப் க்ரெகரி 10 என்பவர் பதவியில் இருந்தபோது, ஒரு போப் இறந்த பத்து தினங்களுக்குள் கார்டினல்கள் ரகசியமாக ஒன்றுகூடி பேசி, ஒருவரைத் தேர்ந்தெடுக்கவேண்டுமே தவிர ஓட்டுப்போடும் முறையெல்லாம் வேண்டாம் என்று சொன்னார்.

1500க்குப் பிறகு இம்முறையும் மாற்றப்பட்டது. முக்கியஸ்தர்களான சுமார் பதினைந்து மிக மூத்த கார்டினல்கள் ஒன்று கூடி குரல் வாக்கெடுப்பு முலம் தேர்ந்தெடுக்கும் முறை கொண்டுவரப்பட்டது.

கொஞ்சநாள் வழக்கமான தேர்தல்கள் போல வாக்குச்சீட்டை நிரப்பி பெட்டியில் போடும் முறை கூட இருந்திருக்கிறது. பதவியில் இருந்த போப்பாண்டவர் இறந்த இருபது நாள்களுக்குள் இது நடந்தாகவேண்டும் என்பது சட்டம். யாருக்கும் 'அறுதிப்பெரும்பான்மை' கிடைக்காவிட்டால் அன்று பிற்பகலே இன்னொரு தேர்தல் நடத்துவார்கள். அப்போதும் யாரும் வெற்றி பெறாவிட்டால் மீண்டும் மாலை இன்னொரு தேர்தல். ஒவ்வொரு தேர்தல் முடிந்ததும் வாக்குச் சீட்டுகளை எரித்துவிடுவார்கள்.

போப்பாண்டவர் பதவிக்கான தேர்தலில் ஒருவர் வெற்றி பெற வேண்டுமென்றால் அவருக்கு மூன்றில் இரு பங்கு வாக்குகளும் அதற்கு மேல் ஒரு வோட்டும் விழுந்திருக்கவேண்டும் என்பது சட்டம்.

அப்படி வெற்றி பெற்று போப்பாண்டவர் பதவியைப் பெறுபவர் பெயரை, மூத்த கார்டினல் ஒருவர், வாடிகனின் தேவாலய பால்கனியில் நின்று அறிவிப்பார். *"Habemus Papam"* என்று அறிவிப்பது மரபு. அப்படியென்றால் 'எங்களுக்கு ஒரு போப் கிடைத்துவிட்டார்" என்று அர்த்தம்.

கத்தோலிக்க உலகம் அப்படியொரு தருணத்துக்காகத்தான் இப்போது காத்திருக்கிறது.

சந்திக்கு வந்த சண்டை

தொண்ணூறாயிரம் கோடி.

எண்ணில் எழுதிப்பார்த்தால் எத்தனை சைபர் போடுவது என்று ஒரு சின்ன குழப்பம் கண்டிப்பாக எழும். இன்றைய தேதியில் ரிலையன்ஸ் நிறுவனத்தின் மொத்த சொத்து மதிப்பு இது. இந்தச் சொத்தை யார் நிர்வகிப்பது என்பதை முன்னிட்டுத்தான் இன்றைக்கு ரிலையன்ஸுக்குள் ஒரு மாபெரும் குடுமிபிடி ஆரம்பமாகியிருக்கிறது. முகேஷ், அனில் என்னும் இரண்டு சகோதரர்கள் இதில் சம்பந்தப்பட்டிருக்கிறார்கள். இந்தியத் தொழில்துறையில் இவர்கள் இன்று தவிர்க்கமுடியாத மிகப்பெரிய சக்திகள். அதனாலேயே இந்தக் குடும்பத்தகராறு, குடும்பத்துக்கு அப்பால் பங்குச்சந்தையை முதலில் பாதித்தது. ரிலையன்ஸ் ஷேர் வைத்திருந்தவர்கள் எல்லோரும் கடந்தவாரம் கிடைத்த விலைக்குத் தள்ளிவிடப் பார்த்தார்கள். ஆனால் வாங்குவதற்கு ஆட்கள் கிடைப்பது குதிரைக் கொம்பாக இருந்தது.

உண்மையில் ரிலையன்ஸ் என்பது இப்படி ஒரு குட்டித்தகராறில் உடைந்து போய்விடக்கூடிய பொடிடப்பா கம்பெனி அல்ல.

ஏமனில், ஒரு பெட்ரோல் பங்கில் வேலை பார்த்துக்கொண்டிருந்த இளைஞர் ஒருவர், இந்திய பெட்ரோ கெமிக்கல் துறையின்

தலையெழுத்தையே தீர்மானிக்கும் அளவுக்கு உயர்ந்து, சாதித்ததன் சுருக்கமான அடையாளம்தான் ரிலையன்ஸ். அவர் பெயர் திருபாய் அம்பானி. உயிரோடு இருந்த காலம் வரை மக்களுக்கு அவரை அத்தனை நெருக்கமாகத் தெரியாது. அவர் இறந்தபோதுதான் ஊர் ஊராக, சந்து சந்தாக, பேப்பர் பேப்பராக, சுவர் சுவராக கன்னத்தில் ஒரு விரல் வைத்துக்கொண்டு மோகனப்புன்னகை புரியும் அவரது புகைப்படத்தைப் போட்டு, கர்லோ துனியா முக்தி மே என்று வந்தேமாதரம் மாதிரி கத்த ஆரம்பித்தது ரிலையன்ஸ். அது ரிலையன்ஸ் இன்ஃபோகாம் என்கிற நிறுவனத்தின் புதிய மொபைல் புரட்சியை முன்னிட்டுச் செய்யப்பட்ட விளம்பரம்.

தொலைத்தொடர்புத் துறையில் ரிலையன்ஸின் இந்த அசுரப் பாய்ச்சல், சந்தையில் அந்நிறுவனத்தின் மதிப்பை கும்மென்று உயர்த்தி மேலே கொண்டுபோனது. மிகச்சில வருடங்களிலேயே ரிலையன்ஸ் மொபைல் தொலைபேசிகளும் பிராட்பேண்ட் இண்டர்நெட் சேவையும் லட்சக்கணக்கான இந்தியர்களின் விருப்பத்துக்குரிய அம்சங்களாயின.

ஆனால், ரிலையன்ஸ் என்பது இந்த ஒரு காரியம் மட்டும் செய்யும் நிறுவனம் அல்ல. நான்கு மிகப்பெரிய துறைகளில் கிளைபரப்பியிருக்கும் ஒரு ராட்சத நிறுவனம் அது.

முதலாவது ரிலையன்ஸ் இண்டஸ்டிரீஸ். எண்ணெய் சுத்திகரிப்பு, எரிவாயுக் கிணறுகள் தோண்டுவது, நாடெங்கும் பெட்ரோல் பங்குகள் நடத்துவது, குழாய்கள் மூலம் பெட்ரோல் எடுத்துச் செல்வது போன்ற காரியங்களைச் செய்யும் நிறுவனம் இது.

அடுத்தது, ரிலையன்ஸ் கேபிடல். அதாவது, நிதி நிறுவனம். பரஸ்பர சகாய நிதி என்றால் பாமரர்களுக்கும் புரியும். ஆனால் ஆயிரங்களிலோ, லட்சங்களிலோ அல்ல. பல கோடிகளில் புரளும் மாபெரும் நிதி நிறுவனம் இது.

மூன்றாவது, ரிலையன்ஸ் எனர்ஜி. இது மின்சாரம் உற்பத்தி செய்யும் நிறுவனம். தனிப்பட்ட முறையில் மின்சாரத்தை உற்பத்தி செய்து அரசின் மின்சார வாரியத்துக்கு விற்கிற தொழில்.

நான்காவது, முன்பே பார்த்த ரிலையன்ஸ் இன்•போகாம். மொபைல் தொலைபேசி, பிராட்பேண்ட் இன்னபிற.

எண்ணிப்பார்க்க முடியாத அளவுக்கு லாபத்தைக் கொட்டும் இந்தத் தொழில்களை, திருபாய் அம்பானியின் மறைவுக்குப் பிறகு அவரது இரண்டு மகன்களும் பொறுப்பேற்று நடத்தி வந்தார்கள். மூத்தமகன் முகேஷ் அம்பானி, ரிலையன்ஸ் இண்டஸ்டிரீஸையும் ரிலையன்ஸ் இன்•போகாமையும் கவனித்துக்கொள்ள, இளையமகன் அனில் அம்பானி, ரிலையன்ஸ் எனர்ஜியின் பொறுப்பை ஏற்றுக்கொண்டார்.

இது ஒரு நிர்வாக சௌகரியத்துக்காகத்தான். மொத்த ரிலையன்ஸ் குழுமத்துக்கும் சேர்மன் மற்றும் நிர்வாக இயக்குநராக முகேஷ் அம்பானிதான் இருக்கிறார். வைஸ் சேர்மன் என்கிற பதவி அனிலுக்கு. நிறுவனத்தில் அவரவர் பங்குகள் தனி, அவரவர் பொறுப்புகள் தனி என்றாலும், மொத்த சொத்து என்று வரும்போது மேற்படிப் பதவியால் முகேஷின் கைதான் மேலோங்கி இருக்கிறது.

தகராறு என்று வருமுன் இந்தப் பதவியெல்லாம் யாருக்கும் ஒரு பொருட்டாக இல்லை. பிரச்னை தொடங்கியதும்தான் இப்பதவிகளின் முக்கியத்துவம் புரிய ஆரம்பித்திருக்கிறது.

என்ன பிரச்னை?

ரிலையன்ஸ் இண்டஸ்டிரீஸ் நிறுவனத்தை நடத்துவதில் முகேஷ் பல குழப்படிகள் செய்துவருவதை அனில் கவனித்தார். தனக்குத் தெரியாமல் இயக்குநர்கள் குழுவில் முகேஷ் சில மாற்றங்கள் செய்ய உத்தேசித்து, திட்டமிட்டுக் காய் நகர்த்தியது அவருக்குப் பிடிக்கவில்லை. ஏதோ பெரிய சூழ்ச்சிவலை தன்னைச் சுற்றிப் பின்னப்பட்டுவருவதாக அவருக்குத் தோன்றியது.

ஆகவே, தமது சந்தேகங்களைப் பட்டியலிட்டு, பதில் சொல்லுமாறு அண்ணன் முகேஷுக்கு ஒரு மின்னஞ்சல் அனுப்பினார் அனில்.

முகேஷ் அந்த மின்னஞ்சலுக்கு பதில் சொல்லவில்லை. மாறாக, ஒரு தனியார் தொலைக்காட்சிக்கு அளித்த பேட்டியில், தனக்கும் தம்பிக்கும் கொஞ்சம் பிரச்னைகள் இருப்பதாகவும், ஆனாலும் அது

தொழிலை பாதிக்காது என்கிற மாதிரியும் - தன் வழக்கப்படி - ஒரு குழப்ப பேட்டியளித்துவிட்டு அக்கடாவென்று அமெரிக்காவுக்குக் கிளம்பிப் போய்விட்டார்.

அவ்வளவுதான். காத்திருந்தமாதிரி பங்குச்சந்தையில் ரிலையன்ஸின் மதிப்பு சரசரவென்று சரிய ஆரம்பித்துவிட்டது. விபரீதத்தை உணர்ந்து, அலறியடித்துக்கொண்டு மறுநாள் அத்தனை தினசரிகளிலும் மசாலா தோசை சைஸ¤க்குப் பெரியதொரு விளம்பரம் கொடுத்தார் முகேஷ். தாம் சொன்னதைத் தவறாகப் புரிந்துகொண்டுவிட்டார்கள் என்றும், ரிலையன்ஸ் நிறுவனத்தில் எந்தப் பிரச்னையும் இல்லையென்றும் சொல்லி, குதிருக்குள் இருந்த அப்பனைத் தூக்கி வெளியே போட்டார்.

இந்த விளம்பர அறிக்கையால் பங்குச்சந்தையில் ரிலையன்ஸ் பங்குகளின் மதிப்பு மீண்டும் உயர ஆரம்பித்தது என்றாலும் ரிலையன்ஸ் குடும்பத்துக்குள் என்னவோ கசமுசா இருக்கிறது என்கிற விஷயம் வெளியே வந்துவிட்டது.

செத்துப்போனதிருபாய் அம்பானி, உருப்படியாக உயில் என்று ஏதும் எழுதிவைத்துவிட்டுப் போனதாகத் தெரியவில்லை. பிரச்னையே அதனால்தான். ரிலையன்ஸ் என்பது அவரது சொந்த உழைப்பின் விளைவு. சொத்தைப் பிரிப்பதென்றால் ஐந்து பாகங்களாகப் பிரிக்க வேண்டும். அம்பானிக்கு கோகிலாபென் என்று ஒரு மனைவி. இரண்டு மகன்கள். இரண்டு மகள்கள். அவரவருக்கு நிறுவனங்களில் உள்ள தனிப்பங்குகள் (Shares) போக, முழுச்சொத்தையும் ஐந்து சமபாகங்களாகப் பிரித்துக் கொடுத்திருந்தால் இன்றைய தகராறு எழுந்திருக்க வாய்ப்பில்லை.

அப்படியொரு ஏற்பாடு செய்யாததால்தான் இன்று ரிலையன்ஸ் சந்திக்கு வந்திருக்கிறது.

'எங்களுக்குள் இருப்பது தனிப்பட்ட பிரச்னைதான். நிறுவனத்தை அது பாதிக்காது' என்று சொன்ன மறுநாளே (நவம்பர் 23) முகேஷ் தமது நிறுவனத்தில் வேலைபார்க்கும் சுமார் எண்பதாயிரம் ஊழியர்களுக்குத் தனிப்பட்ட முறையில் ஓர் மின்னஞ்சல்

அனுப்பினார். அதில், 'ரிலையன்ஸ் நிறுவனத்தில் நான் தான் இறுதி முடிவெடுக்க வேண்டியவன்' (*'CMD is the final authority on all matters concerning Reliance"*) என்று குறிப்பிட்டிருந்தார்! இன்னும் குழப்புவதற்குத் தோதாக, 'எங்கள் தந்தை உயிரோடு இருந்தபோதே சொத்துரிமை குறித்து முடிவு செய்து, வேண்டிய நடவடிக்கைகள் எடுத்துவிட்டார்; யாரும் கவலைப்படவேண்டாம்' என்கிற ரீதியிலும் ஒரு வரியைச் சேர்த்திருந்தார்.

என்னதான் நடந்திருக்கும் என்று கர்லோ துனியாவுடன் ரிலையன்ஸ் துனியர்களும் சேர்ந்து சிண்டைப்பிய்த்துக்கொண்டிருந்த வேளையில் ரிலையன்ஸ் எனர்ஜியின் இயக்குநர்களாக இருந்த ஆறுபேர் திடீரென்று தங்கள் பதவியை ராஜினாமா செய்து விட்டார்கள். இது சிக்கலை இன்னும் அதிகரித்துவிட்டது.

முகேஷ், நிறுவனத்துக்குள் அதிகார அரசியல் காய்களை நகர்த்த ஆரம்பித்துவிட்டார் என்று வெளிப்படையாகவே மீடியா பேசத்தொடங்கிவிட்டது. இயக்குநர் குழுமத்தில் தமக்கு வேண்டிய ஆட்களை நியமித்து, தனக்குச் சாதகமான முடிவுகளை எடுக்கச் செய்து அதை அனைவரும் ஏற்கும்படித் திணிப்பது. அதன்மூலம் தாம்தான்

'தீர்மானிக்கும் சக்தி' என்பதை நிறுவுவது. – இதுவரை நடந்த சங்கதிகளைக் கோத்துப் பார்க்கும்போது முகேஷின் நடவடிக்கைகளுக்கு இந்த ஓர் அர்த்தம்தான் கிடைக்கிறது.

முகேஷ், அனில் இருவரையும் நன்கு அறிந்தவர்களுக்கு இந்த அதிகாரப் போட்டி எங்கே போய்முடியும் என்பது பற்றி ஓரளவு தெரியும்.

அம்பானியின் மூத்த மகன், ரிலையன்ஸ் குழுமத்தின் சேர்மன், நிர்வாக இயக்குநர் என்றபோதும் முகேஷ¤க்குத் தெளிவாக முடிவெடுத்துச் செயல்படுத்துவதில் எப்போதும் சிக்கல்கள் உண்டு. ரிலையன்ஸ் இன்•போகாம் நிர்வாகத்தில் என்னென்ன கணக்குக் குளறுபடிகள், மோசடிகள் என்பது பற்றி ஒரு தனிப்புத்தகமே எழுதலாம் என்கிறார்கள் விவரமறிந்தவர்கள்.

பொதுமக்களுக்கே சுலபமாகப் புரியக்கூடிய உதாரணம் ஒன்று சொல்லவேண்டுமானால், ரிலையன்ஸ் மொபைல் தொலைபேசிகளுக்கான பில் கட்டணத்தை அவர்கள் எந்தப் பெயருக்குக் காசோலை தரவேண்டும் என்று பில்லில் எழுதியிருக்கிறது என்று பார்க்கலாம்.

ரிலையன்ஸ் இன்ஃபோகாம் நிறுவனத்தைச் சார்ந்தது ரிலையன்ஸ் மொபைல் தொலைபேசிச் சேவை. இதற்கான கட்டணத்தை மக்கள் 'ரிலையன்ஸ் இண்டஸ்டிரீஸ்' பெயருக்குத்தான் இன்றுவரை செலுத்திக்கொண்டிருக்கிறார்கள்!

முகேஷோடு ஒப்பிடும்போது அனிலின் தொழில்ரீதியிலான அணுகுமுறை சிறப்பானது என்பதும், உபயோகமான பல அரசியல் தொடர்புகள் அவருக்கு உண்டென்பதும் அனிலின் பலங்கள் என்கிறது வர்த்தக உலகம். தவிரவும் அனில் ஒரு ராஜ்யசபா எம்.பி. முலாயம் சிங் தொடங்கி, மன்மோகன் சிங் வரை பெருந்தலைகள் அத்தனைபேருடனும் அவருக்கு மிகுந்த நெருக்கம் உண்டு. முகேஷுக்கும் இத்தகைய அரசியல் தொடர்புகள் உண்டென்றாலும், அவை எதுவும் ஆக்கபூர்வமான தொடர்புகள் அல்ல என்கிறார்கள் விவரமறிந்தவர்கள். அல்லது தன்னுடைய தொடர்புகளை ஒருபோதும் முகேஷ் இதுவரை ஆக்கபூர்வமாகப் பயன்படுத்திக்கொண்டதில்லை என்றும் சொல்லலாம்.

ரிலையன்ஸ் குழுமத்தில் தன்னைக் காட்டிலும் அனிலின் செல்வாக்கு உயர்வதாகக் கருதியே, ஒரு 'பாதுகாப்பு நிமித்தம்' முகேஷ் இந்த அதிகாரப் போட்டியை ஆரம்பித்திருப்பதாகத் தெரிகிறது.

இது நிறுவனத்தின் வளர்ச்சிக்கு நல்லதல்ல என்பதைக் கூட அவர் உணரவில்லை என்பதே அவரது முதிர்ச்சியின்மையை வெளிப்படுத்துகிறது என்கிறார்கள் பங்குச்சந்தைப் பெரும்புள்ளிகள்.

கடந்த சனிக்கிழமை திடீரென்று அனில் அம்பானி தம் குடும்பத்துடன் திருப்பதிக்குச் சென்று வெங்கடாசலபதியை வணங்கி, வேண்டிக்கொண்டு திரும்பியிருக்கிறார். ஏற்பட்டிருக்கிற

குழப்பங்கள் தீர்வதற்கு அவர்தான் ஒரு வழி செய்யவேண்டும் என்று நினைக்கிறார் போலிருக்கிறது.

யார் என்ன வழி செய்தாலும் இப்போதைக்கு இந்த அதிகாரப் போட்டி முடிவுக்கு வராது; இன்னும் பிரச்னைகள் அதிகரிக்கவே செய்யும் என்கிறது விஷயமறிந்த வட்டாரம்.

இப்போதைக்கு ரிலையன்ஸ் மொபைல் வைத்திருக்கிறவர்கள் கவலைப்படவேண்டாம். ரிலையன்ஸ் பங்குகள் வைத்திருப்ப வர்கள் மட்டும் கொஞ்சம் ஜாக்கிரதையாக இருந்தால் போதும்.

பேரல் பேரலாக ஊழல்!

நட்வர்சிங் ஒரு பலசரக்குக் கடைக்குப் போய் நாலு கிலோ சுத்த சுகாதார சோயா எண்ணெய் வாங்கியிருந்தார் என்றால் பிரச்னையே இல்லை. அவர் ஈராக்கிலிருந்து நாலு மில்லியன் பேரல் பெட்ரோலியம் வாங்கியிருக்கிறார் என்று தெரியவரும்போதுதான் விஷயம் விவகாரமாகிவிடுகிறது. இத்தனைக்கும் இது ஒரு குற்றச்சாட்டுதான். நிரூபிக்கப்படவில்லை. குற்றச்சாட்டு என்று கூடச் சொல்லமுடியாது. ஐ.நா.வின் ஏற்பாட்டின்படி ஈராக் தன்னுடைய உணவு மற்றும் மருந்துப் பொருள்களின் தேவைக்காகத் தன்னிடமிருக்கும் எண்ணெயை விற்றிருக்கிறது. வாய்ப்பும் வக்கும் இருக்கிற யார் வேண்டுமானாலும் எண்ணெய் வாங்கலாம். அப்படி வாங்கியவர்களின் பெயர்ப்பட்டியல்தான் வெளியிடப்பட்டிருக்கிறது. இதில் பல தொழில்முறை எண்ணெய் எடுக்கும் நிறுவனங்கள், தனி நபர்களின் பெயர்கள் இருக்கின்றன. இவர்களுக்கெல்லாம் காண்ட்ராக்ட் தரப்பட்டிருந்ததே தவிர உண்மையிலேயே ஈராக்கிடமிருந்து எண்ணெய் எடுத்தார்களா, அப்படி வாங்கியதற்காக சதாம் உசேனுக்கு லஞ்சம் கொடுத்தார்களா என்பதெல்லாம் இனிமேல் விசாரிக்கப்பட வேண்டிய விஷயங்கள் மட்டுமே.

அதற்குள் இங்கே நட்வர்சிங் பதவி விலக வேண்டும் என்று பாஜக போர்க்கொடி தூக்கியாயிற்று. பாவப்பட்ட மனுஷரான மன்மோகன் சிங், தாடியைத் தடவிக்கொண்டு சோனியா காந்தியுடன் பல சுற்று ஆலோசனை நடத்திமுடித்துவிட்டார். காங்கிரசின் போதாத வேளையைச் சொல்லவேண்டும். வோல்க்கர் என்னும் மகானுபாவர் நட்வர் சிங்கின் பெயரை மட்டும் தனது பட்டியலில் சேர்க்கவில்லை. வேலை மெனக்கெட்டு காங்கிரஸ் கட்சியையும் தனியொரு எண்ணெய் காண்ட்ராக்டராகச் சேர்த்துவிட்டிருக்கிறார்.

காங்கிரஸ் கட்சியும் நட்வர்சிங்கும் ஆளுக்குத் தலா நாலு மில்லியன் பேரல் பெட் ரோலியக் கச்சா எண்ணெயை ஈராக்கிடமிருந்து வாங்கி எங்கே பங்க் திறக்கப்போகிறார்கள்; தருமமிகு சென்னையில் காங்கிரஸ் பிராண்ட் க்ரூட் ஆயில் கிடைக்குமா என்றெல்லாம் சிந்திப்பதைச் சற்றுத் தள்ளிவைத்துவிட்டு என்ன நடந்தது என்கிற விவரத்தைச் சற்றுப் பார்க்கலாம். கதை கொஞ்சம் பெரிதென்றாலும் விறுவிறுப்புக்குப் பஞ்சம் இருக்காது.

என்ன ஆச்சு?

1990ம் ஆண்டு ஆகஸ்டு மாதம் ஈராக் அதிபர் சதாம் உசேன் குவைத்தின் மீது போர் தொடுத்தார். அதைப் போர் என்று சொல்லுவது அபாண்டம். காலடியில் இருக்கும் கொசுவை ஓரடியில் நசுக்குவது போன்ற ஒரு காரியம். ஒரே நாள்; ஒரே ராத்திரி. குவைத், ஈராக் வசம் வீழ்ந்துவிட்டது. சதாம் மிகுந்த தெனாவட்டுடன் 'குவைத் இனி தன்னுடைய மாநிலங்களுள் ஒன்று' என்று அறிவித்துவிட்டார்.

கடுப்பாகிப் போன ஐக்கியநாடுகள் சபையின் பாதுகாப்பு கவுன்சில், உடனே ஈராக்குக்கு அதுவரை அளிக்கப்பட்டுவந்த ஐ.நாவின் அத்தனை உதவிகளையும் ரத்து செய்தது. அது போதாதென்று ஈராக்கின் வெளிநாட்டுத் தொடர்புகள் அத்தனையும் பலவந்தமாக முடக்கப்பட்டன. உலக வங்கி தொடங்கி எந்தெந்த நாடுகளின் வங்கிகளில் எல்லாம் ஈராக்குக்குக் கணக்கு இருந்ததோ அத்தனை கணக்குகளும் முடக்கப்பட்டன. அதாவது, சொத்து முடக்கம். ஈராக் அரசு தன்னிச்சையாகத் தனது வங்கிக்கணக்கிலிருந்து அஞ்சு பைசாவைக்கூட எடுக்க முடியாது. யாருடனும் வியாபாரம்

செய்யமுடியாது. ஏற்றுமதி, இறக்குமதியெல்லாம் அப்படி அப்படியே நின்றுவிடும்.

ஈராக்கின் எண்ணெயை வைத்துக்கொண்டு ரொட்டி சுட முடியாது. அப்பளம் பொறித்துச் சாப்பிடமுடியாது. தலைக்குத் தேய்த்துக் கொண்டு குளியல் போடமுடியாது. மக்களின் அடிப்படைத் தேவைகள் அத்தனையும் அயல்நாடுகள் மூலமாகத்தான் அதுவரை தீர்த்துவைக்கப்பட்டுக்கொண்டிருந்தன. இந்த திடீர் முடக்கம் காரணமாக அந்த நடவடிக்கைகள் அத்தனையும் அப்படி அப்படியே நின்று போக, மறுபுறம் ஈராக் மீது அமெரிக்காவேறு போர் தொடுத்துவிட்டது. போர் என்றால் பொருளாதார நாசம் என்று பொருள். மக்கள் திண்டாடித் தெருவுக்கு வந்துவிட்டார்கள்.

அநேகமாக அத்தனை மேற்கத்திய நாடுகளும் ஈராக்கை முற்றிலுமாக ஒதுக்கிவைத்துவிட்ட நிலையில், போரினாலும் மோசமான ஆட்சி நிர்வாகத்தினாலும் அவதிப்பட்டார்கள், ஈராக் மக்கள். சாப்பாட்டுக்கே கஷ்டப்படவேண்டிய நிலைமை. சதாம் உசேன் என்கிற ஒரு தனி நபரின் செயல்பாடுகளால் ஒரு தேசமே பாதிக்கப்படுவதென்பது மிகப்பெரிய கொடுமை அல்லவா?

அதனால்தான் ஈராக் மக்களுக்கு உதவுவதற்காக ஐ.நா. ஓர் ஏற்பாட்டைச் செய்தது. அதன்படி, ஈராக்கின் எண்ணெய் வளத்தை வெளி நாட்டு நிறுவனங்களுக்கு விற்று, பதிலுக்கு உணவுப் பொருள்கள், மருந்துப் பொருள்கள், பிற அடிப்படைத் தேவைகளைப் பெற்றுக்கொள்ளலாம். இதற்கு *Oil for Food Program* என்று பெயர். உணவுக்கு எண்ணெய். (இந்தத் திட்டம் குறித்த முழு விவரங்களை *http://www.iic-offp.org* என்கிற இணையத் தளத்திலிருந்து பெறலாம். இந்தத் திட்டத்தில் நடைபெற்ற ஊழல் என்று இப்போது பேசப்படுகிற விஷயம் குறித்த வோல்க்கர் கமிட்டியின் அறிக்கையையும் இதே தளத்தில் படிக்கலாம்.)

மேலோட்டமான பார்வைக்கு மிக எளிய ஏற்பாடு போலத் தெரிந்தாலும் இது அத்தனை எளிமையானதல்ல. முதலாவது, யாரும் ஈராக்கிடம் நேரடியாகப் பணம் கொடுத்து எண்ணெய் வாங்கிவிட முடியாது. எந்த வெளிநாட்டுடனும் நேரடி வர்த்தகம் கூடாது என்று

ஏற்கெனவே ஐ.நா. தடை விதித்திருந்தபடியால், இடைத்தரகராக ஒரு வங்கியை ஐநாவே ஏற்பாடு செய்து தந்தது. பாங்க் ஆ•ப் பாரிஸ் *(Banque Nationale de Paris – BNP)* என்கிற பிரான்ஸ் தேசத்து வங்கி அது. இப்படி ஒரு வங்கி இடைத்தரகராகச் செயல்படுமானால் அதற்கு 'எஸ்க்ரோ வங்கி' *(escrow bank)* என்று பெயர்.

இந்த எஸ்க்ரோ வங்கியின் பணி என்ன? எந்தெந்த நாட்டு எண்ணெய் நிறுவனங்கள், தனி நபர்களுக்கு ஈராக்கில் எண்ணெய் எடுக்க ஒப்பந்தம் கிடைக்கிறதோ, அவர்கள் தாங்கள் எடுக்கும் எண்ணெய்க்கு உரிய பணத்தை இந்த வங்கியில் செலுத்திவிட வேண்டும். பதிலாக, ஈராக்குக்குத் தேவையான உணவு மற்றும் மருந்துப் பொருள்களை இந்த வங்கியே வேண்டிய அளவு வாங்கி அனுப்பும்.

இதுதான் ஏற்பாடு. இதன் அர்த்தம் என்னவென்றால் ஈராக் அரசோ, சதாம் உசேனோ, அவரது அடிப்பொடிகளோ இந்த எண்ணெய் வர்த்தகத்தில் காசு என்கிற பொருளைக் கண்ணால் பார்க்கமுடியாது என்பதுதான்.

எதற்காக இப்படி ஐ.நா. ஓர் ஏற்பாட்டைச் செய்தது என்றால், எண்ணெய் விற்றுக் கிடைக்கும் காசில் சதாம் உசேன் ஆயுதங்கள் வாங்கிக் குவித்துவிடுவாரோ என்கிற அச்சத்தால்தான்.

நல்ல ஏற்பாடுதான். பாதுகாப்பான ஏற்பாடும் கூட. ஆனால் இதில்தான் ஊழல் நடந்திருப்பதாகக் கண்டுபிடிக்கப்பட்டிருக்கிறது. எப்படி?

ஊழலின் பாதை:

ஈராக்கிலிருந்து எண்ணெய் எடுக்கப்படுகிறது. பணத்தை எஸ்க்ரோ வங்கியில்தான் செலுத்த வேண்டும். அந்தப் பணம் அப்படியே ஈராக்குக்குத் தரப்படமாட்டாது. உணவு மற்றும் மருந்துப் பொருள்கள்தான் வேண்டிய அளவுக்கு அனுப்பிவைக்கப்படும். அப்படியும் ஊழல் என்றால் எப்படிச் சாத்தியம்?

மிகவும் சுலபம். யார் யாருக்கு எண்ணெய் எடுக்கும் அனுமதியைக் கொடுப்பது என்று முடிவு செய்தது ஐ.நாவோ, பிரான்ஸ் தேசிய

வங்கியோ அல்ல. ஈராக்தான். அதாவது சதாம் உசேன் தான். ஈராக்கின் எண்ணெயைத்தான் விற்கப் போகிறார்கள் என்பதால் யாருக்கு விற்பது என்பதை அத்தேசமே முடிவு செய்துகொள்வதில் என்ன பிரச்னை வந்துவிடப்போகிறது என்று ஐ.நா. நினைத்திருக்கலாம். இதைத்தான் சதாம் உசேன் சரியாகப் பயன்படுத்திக்கொண்டார்.

யாருக்கு வேண்டுமானாலும் எண்ணெய் காண்ட்ராக்ட் கிடைக்கும். ஆனால் எஸ்க்ரோ வங்கிக்குப் பணம் அனுப்புவது தவிர தனக்கொரு பங்கு தனியே தந்துவிடவேண்டும் என்று அவர் கேட்டுக்கொண்டார். அதுவும் எப்படி? சர்வதேசச் சந்தையில் எண்ணெயின் விலை என்னவோ அதற்குக் கிட்டத்தட்ட சரிபாதி விலைக்கு ஒப்பந்தம் செய்துகொள்வதன் மூலம், சம்பந்தப்பட்ட ஒப்பந்தக்காரருக்குக் கிடைக்கும் கொள்ளை லாபத்தில் ஒரு குறிப்பிட்ட சதவீதம்.

உதாரணத்துக்கு ஒரு லிட்டர் பெட்ரோல் இன்றைக்கு ஐம்பது ரூபாய் விற்கிறது. இதையே ஒருத்தர் உங்களுக்கு இருபத்தைந்து ரூபாய்க்குத் தருகிறேன், நீ மேற்கொண்டு ஐந்து ரூபாய் எனக்கு லஞ்சமாகக் கொடுத்தால் போதும் என்று சொன்னால் என்ன செய்வீர்கள்?

அதைத்தான் சதாம் சொன்னார். அதைத்தான் ஒப்பந்தம் கிடைத்தவர்களும் செய்தார்கள். இது மட்டுமல்லாமல் எண்ணெய்க்கு மாற்றாக உணவுப் பொருள்கள் இறக்குமதி செய்துகொள்வதிலும் சதாமின் அரசு சில தகிடுதத்தங்கள் செய்தது. ஒரு மூட்டை கோதுமையின் விலை நாநூறு ரூபாய் என்று வைத்துக் கொள்ளுங்கள். இங்கிருந்து ஒரு நிறுவனம் அதை அனுப்பினால் ஈராக் அரசு அதற்கு அறுநூறு ரூபாய் விலை நிர்ணயிக்கும். அந்தக் காசை வங்கி உங்களுக்குத் தந்தவுடன் மேல் பணமாகக் கிடைத்த இருநூறு ரூபாயில் நீங்கள் எழுபத்தைந்து ரூபாயை ஈராக் அரசுக்கு அனுப்பிவிடவேண்டும்.

இந்த ஒருமூட்டை கணக்கெல்லாம் ஒரு உதாரணத்துக்குத்தான். ஊழல் நடந்திருப்பது கிட்டத்தட்ட 1.5 பில்லியன் டாலர் அளவுக்கு என்கிறது வோல்க்கர் கமிட்டியின் அறிக்கை.

ஏனெனில் 1990களின் மத்தியில் சூடுபிடிக்க ஆரம்பித்த இந்த பிசினஸ், அடுத்த ஆறு ஆண்டு காலத்துக்கு மிகத் தீவிரமாக எவ்வித தங்குதடையும் இல்லாமல் நடைபெற்றிருக்கிறது. நட்வர்சிங், காங்கிரஸ் கட்சி எல்லாம் வெறும் கொசு. உலகெங்கிலுமிருந்து மொத்தம் 2200 பேருக்கு (இதில் நிறுவனங்கள், தனிநபர்கள், சில தனி அமைப்புகள் அடக்கம்.) இத்தகைய எண்ணெய் எடுக்கும் ஒப்பந்தம் வழங்கப்பட்டு பல மில்லியன் பேரல்கள் எண்ணெய் எடுத்திருக்கிறார்கள். எண்ணெய் எடுத்த வகையில், நிவாரணப் பொருள்கள் அனுப்பிவைத்த வகையில் என்று சதாமின் அரசு சாப்பிட்ட லஞ்சத் தொகையை கற்பனை செய்துகூடப் பார்க்க முடியாது.

எப்படித் தெரிந்தது?

எத்தனையோ ஆண்டுகளாக நடந்துவந்த இந்த ஊழல் திடீரென்று இப்போது வெளிச்சத்துக்கு வந்திருப்பது எப்படி? இதுதான் மிகவும் சுவாரசியமான விஷயம்.

ஐ.நா. பொதுச்செயலாளர் கோஃபி அன்னனுக்கும் அமெரிக்க அதிபர் ஜார்ஜ் புஷ்ஷுக்கும் சமீப காலமாக உறவு நிலை சரியில்லை. ஈராக் மற்றும் ஆப்கன் விஷயத்தில் அமெரிக்கா நடந்துகொண்ட விதம் கோஃபி அன்னனுக்குத் திருப்தி அளிப்பதாக இல்லை. அவர் அடிக்கடி அமெரிக்க அரசை விமரிசிக்கவும் தனது அதிருப்தியை வெளிப்படுத்துவதுமாகவே இருந்துவந்தார்.

என்ன செய்தால் கோஃபி அன்னனின் தலையில் தட்டி உட்கார வைக்க முடியும் என்று அமெரிக்கா யோசித்தது. அவர் பதவி விலகுபவராகவும் தெரியவில்லை. இடுப்பில் உட்கார்ந்துகொண்டே குடைச்சல் கொடுத்துக்கொண்டிருந்தார். தீவிரமாக யோசித்துத்தான் இந்த வழியைக் கண்டுபிடித்தது அமெரிக்க அரசு.

கோஃபி அன்னனுக்கு ஒரு மகன் இருக்கிறார். அவர் பெயர் கோஜோ அன்னன். இந்த கோஜோ அன்னனுக்கு மேற்படி 'எண்ணெய்க்கு உணவு'த் திட்டத்தில் நடைபெற்ற தகிடுதத்தங்களில் தொடர்பு இருப்பதாக அரசல் புரசலாகச் சில தகவல்கள் வந்தன. அதைக் காரணம் காட்டி கோஃபி அன்னனைப் பதவி விலகச் சொல்லி அமெரிக்க அரசு மறைமுகமாக வற்புறுத்தி வந்தது.

கோஃபி அன்னன் கொதித்துப் போய்விட்டார். இது அபாண்டம் என்பது அவர் வாதம். ஒருவேளை தன் மகன் கோஜோ இதில் தொடர்புடையவனாக இருந்தாலுமே கூட, தான் எதற்காகப் பதவி விலகவேண்டும் என்பதே அவர் கேள்வி.

ஒரு குற்றச்சாட்டு என்று வந்துவிட்டபிறகு சும்மா இருக்கமுடியுமா? அதுவும் ஐ.நா.வின் பொதுச்செயலாளராக இருந்துகொண்டு வாரிசு பேரில் ஊழல் குற்றச்சாட்டு வரும்போது பேசாமல் இருப்பது அழகல்ல.

ஆகவே, விசாரணை கமிஷன் அமைத்தால் அதை எதிர்கொள்ளத் தாம் தயார் என்று கோஃபி அன்னன் சொன்னார்.

எது சாக்கு என்று காத்திருந்த அமெரிக்க அரசு உடனடியாக ஏற்பாடு செய்ததுதான் வோல்க்கர் கமிஷன். பால் ஏ. வோல்க்கர் (Paul A. Volcker) என்பவர் தலைமையில் ரிச்சர்ட் கோல்ட்ஸ்டோன் (Richard Goldstone), மார்க் பீத் (Mark Pieth) என்கிற இருவரைச் சேர்த்து மூவர் கமிஷனாக ஐ.நா. அமைத்த விசாரணைக்குழு கடந்த அக்டோபர் 27ம் தேதி தனது சுமார் அறுநூறு பக்க அறிக்கையை சமர்ப்பித்துவிட்டது. ஏகப்பட்ட அட்டவணைகளும் அப்பாவி ஜனங்களுக்கு சத்தியமாகப் புரியாத புள்ளிவிவரங்களும் ஏராளமாக உள்ள இந்த அறிக்கையின் சாரத்தை சுருக்கமாகச் சொல்லுவதென்றால் இப்படிச் சொல்லலாம்:

"ஈராக்குக்காக ஐ.நா. ஏற்பாடு செய்த 'எண்ணெய்க்கு உணவு' திட்டத்தின் கீழ் 2200 நிறுவனங்களும் தனிநபர்களும் ஈராக்கிலிருந்து எண்ணெய் எடுக்கும் ஒப்பந்தத்தைப் பெற்றன. ஒப்பந்தம் அளித்தது ஈராக் அரசு. இந்த ஒப்பந்தத்துக்காக நிறைய லஞ்சப்பணம் அளிக்கப்பட்டிருக்கிறது. நிவாரணப் பொருள்கள் வாங்கிய வகையிலும் ஈராக் அரசு கணிசமான கமிஷன் பார்த்திருக்கிறது."

2200ல் இருவர்:

இந்தமாதிரி ஐ.நா. சபை அமைக்கும் கமிஷன்கள் அளிக்கும் அறிக்கைகளெல்லாம் பொதுவாக இதுவரை நம் ஊரில் எந்தவித சலனத்தையும் ஏற்படுத்தியதாகச் சரித்திரம் இல்லை. இம்முறை டீக்கடைகள் வரை இவ்விஷயம் பேசப்படுவதற்குக் காரணம்,

நட்வர்சிங்கும் காங்கிரஸ் கட்சியும். (ஒப்புக்குச் சப்பாணியாக காஷ்மீர் பேந்தர் கட்சியின் தலைவர் பீம்சிங் என்று ஒருவர் இருக்கிறார். இவர் வெகுநாளாகத் தாம் சதாம் உசேனின் நண்பர் என்று சொல்லிவருபவர். எண்ணெய் எடுக்கும் ஒப்பந்தம் இவருக்கும் வழங்கப்பட்டிருப்பதாக வோல்க்கர் கமிஷன் அறிக்கை சொல்கிறது. ஆனால் இவர் எண்ணெய் எடுக்கவில்லை.)

வோல்க்கர் கமிஷன் அறிக்கையில், எந்தெந்த நிறுவனங்களுக்கு எத்தனை பேரல் எண்ணெய் எடுக்க ஒப்பந்தம் வழங்கப்பட்டது; எந்தெந்த நிறுவனங்கள் எத்தனை எண்ணெய் இதுவரை எடுத்திருக்கின்றன என்கிற புள்ளிவிவரமெல்லாம் பொடிப் பொடியாக நிறையவே இருக்கின்றன. கண்ணில் பெட்ரோல் அல்ல – விளக்கெண்ணெய் ஊற்றிக்கொண்டு தேடிப்பார்த்தால் *"Table 3: Oil Beneficiary Table"* என்கிற பகுதியில் நட்வர்சிங்குக்கு நாலு மில்லியன் பேரல்கள் எண்ணெய் எடுக்க அனுமதி வழங்கப்பட்டதை அடுத்து அவர் ஸ்விட்சர்லாந்தைச் சேர்ந்த ‘மேஸ்•பீல்ட் ஏஜி’ என்கிற நிறுவனத்தின் மூலம் 1.936 மில்லியன் பேரல்கள் எண்ணெயை இதுவரை எடுத்திருப்பதாகக் கூறப்பட்டிருக்கிறது.

நட்வர்சிங்கோ, கோயிஞ்சாமியோ.. ரெண்டு டின் எடுத்துக் கொண்டுபோய் மொண்டு ஊற்றிக்கொண்டா வரமுடியும்? எண்ணெய் எடுப்பதென்பது மிகப்பெரிய ஜோலி. தொழில்முறை எண்ணெய் எடுக்கும் நிறுவனங்களால்தான் அது முடியும். அந்த வகையில் நட்வர்சிங்குக்காக மேஸ்ஃபீல்ட் ஏஜி என்கிற நிறுவனம் எண்ணெய் எடுத்திருப்பதாக அறிக்கை சொல்கிறது.

நட்வர்சிங் உடனடியாக இந்தக் குற்றச்சாட்டைக் கடுமையாக மறுத்திருக்கிறார். தன் பெயர் ஏன் சேர்க்கப்பட்டிருக்கிறது என்றே புரியவில்லை என்று சொல்லியிருக்கிறார்.

ஆனால் யார் விட்டார்கள்? தோண்டத்தோண்ட எண்ணெய் மட்டுமா கிடைக்கும்? செய்திகளும் வதந்திகளும் கூடத்தான்.

கோஃபி அன்னனுக்கு ஒரு கோஜோ அன்னன் மாதிரி நட்வர் சிங்குக்கு ஒரு ஜகத் சிங் இருக்கிறார். இந்த ஜகத் சிங்கின் நண்பர் ஆண்டலீப் சேகல் என்பவர் ஒரு வியாபாரி. ஈராக்குக்கு

இந்தியாவிலிருந்து உணவுப் பொருள்கள் அனுப்பியவர். இந்த இழையைப் பிடித்துக்கொண்டு ஆராய்ச்சிகள் ஆரம்பமாயின.

நட்வர்சிங்குக்கு நேரடியாக எண்ணெய் எடுத்ததில் தொடர்பு இல்லாவிட்டாலும் அவரது மகனின் நண்பர், ஈராக்குக்கு உணவுப் பொருள்கள் அனுப்பியிருப்பதை வைத்துக்கொண்டு முடிச்சுப் போடுவதில் சிரமம் இல்லை என்றாகிவிடுகிறது அல்லவா?

விஷயம் என்னவென்றால், ஜகத் சிங்கின் நண்பர் சேகல் (அவரது நிறுவனத்தின் பெயர் 'ஹம்தான் எக்ஸ்போர்ட்ஸ்') ஒரு ஜோர்டன் தேசத்து வங்கியின் மூலம் ஏழு லட்சத்து நாற்பத்தெட்டாயிரத்தி ஐநூற்று நாற்பது டாலர் தொகையை (கிட்டத்தட்ட 3.22 கோடி ரூபாய்) ஈராக் அரசுக்கு அனுப்பியிருக்கிறார் என்று வோல்க்கர் கமிஷன் அறிக்கை சொல்கிறது.

இந்தத் தொகை ஸ்விட்சர்லாந்து எண்ணெய் எடுக்கும் நிறுவனமான மேஸ்ஃபீல்ட் ஏஜியின் சார்பாகவே அனுப்பப்பட்டிருக்கிறது. இந்த மேஸ்ஃபீல்ட் நிறுவனம் தான் நட்வர் சிங் சார்பாக 1.9 மில்லியன் பேரல் எண்ணெய் எடுத்திருக்கிறது! விஷயம் புரிகிறதா?

மார்ச் 13, 2001 அன்று ஜோர்டன் தேசிய வங்கியில் சேகல் 60,000 டாலர் டெபாசிட் செய்திருப்பதாக வோல்கர் கமிஷன் சொல்கிறது. முன்னதாக ஜனவரி 2001ல் ஜகத் சிங்க்கும், பிப்ரவரி 2001ல் சேகலும் ஜோர்டனின் தலைநகர் அம்மானுக்குச் சென்று வந்திருப்பதற்கான ஆதாரங்கள் கிடைத்திருக்கின்றன. இந்த அறுபதாயிரம் டாலர் டெபாசிட் செய்யப்பட்ட சில மாதங்களுக்குள் (ஜூலை 5) ஜகத் சிங் மீண்டும்ஒருமுறைஅம்மானுக்குப்போயிருக்கிறார்.அதற்குஒருநாள் முன்னதாக (ஜூலை 4) சேகல் ஐக்கிய அரபு எமிரேட்ஸிலிருந்து துபாய்க்கு ஒரு பயணம் மேற்கொண்டிருக்கிறார். இடைப்பட்ட காலத்தில் மே 27, 2001 அன்று சேகலின் ஹம்தான் நிறுவனம் முன் சொன்ன4,38,000 டாலர் தொகையை ஜோர்டன் வங்கியில் டெபாசிட் செய்துவிட்டது. பிறகு ஜூன் 11ம் தேதி 59,808 டாலர் தொகையை மீண்டும் டெபாசிட் செய்திருக்கிறார்கள். கடைசியாக டிசம்பர் 19 அன்று 1,90,214 டாலர் தொகையை டெபாசிட் செய்திருக்கிறார்கள். இந்த விவரங்களையெல்லாம் இந்தியன் எக்ஸ்பிரஸ் நாளிதழ் தனது புலனாய்வுப் பிரிவின் மூலம் வெளிப்படுத்தியிருக்கிறது.

நட்வர்சிங்குக்கு மட்டுமல்லாமல் காங்கிரஸ் கட்சிக்கும் மேஸ்ஃபீல்ட் நிறுவனம்தான் எண்ணெய் எடுத்திருப்பதாகத் தெரிகிறது. வோல்க்கர் கமிஷன் அறிக்கையில் இந்த விவரம் இருப்பினும் மேஸ்ஃபீல்ட் நிறுவனம் இதுவரை வாயைத் திறக்க வில்லை. தன் தரப்பு என்று எந்தக் கருத்தையும் சொல்லவில்லை.

இதுதான் நட்வர் சிங்குக்கும் காங்கிரஸ் கட்சிக்கும் பெரிய தலைவலியாகிவிட்டது. குற்றம் ஏதும் செய்யவில்லை என்று அவர்கள் சொல்கிறார்கள். வோல்க்கர் கமிஷன் அறிக்கைக்கு எதிராகவே வழக்கு தொடரவிருப்பதாக ஜோக்கெல்லாம் அடிக்கிறார்கள்.

காமெடி டிராக்:

இந்த சூடான பிரச்னையில் நகைச்சுவைக்குரிய ஓர் அம்சம் உண்டென்றால் அது காஷ்மீர் பாந்தர் கட்சித் தலைவர் பீம்சிங்கின் அறிக்கைகள்தான்.

பீம்சிங் என்பவர் நீண்ட நெடுங்காலமாகவே தன்னை சதாம் உசேனின் நண்பர் என்று சொல்லிவருபவர். இப்போதும் அவர் அதை மறுக்கவில்லை. சதாம் ஆட்சிக்காலத்தில் 'எண்ணெய்க்கு உணவு' திட்டத்தின் கீழ் தனக்கு காண்ட்ராக்ட் தர ஈராக் தயாராக இருப்பதாக அறிவித்ததாகவும் தான் மறுத்துவிட்டதாகவும் இவர் சொல்லியிருக்கிறார். நட்பு காரணமாக சதாம் தனக்கு இந்த வாய்ப்பைத் தர முன்வந்திருக்கலாம் என்று சொன்ன பீம்சிங், தாம் ஒப்புக்கொள்ளாதபோதிலும் தனக்கு அனுப்பப்பட்ட காண்ட்ராக்ட் படிவங்களைப் புரட்டியபோது, அதில் வேறு யார்யாருக்கு ஒப்பந்தம் வழங்கப்பட உள்ளது என்கிற பட்டியல் இருந்ததாகவும் அதில் நட்வர்சிங்கின் பெயரைத் தாம் பார்த்ததாகவும் சொல்லியிருக்கிறார்.

இந்த ஒப்பந்தங்களெல்லாம் அன்றைய ஈராக்கின் துணைப் பிரதமர் தாரிக் அஜிஸ் மற்றும் துணை அதிபர் தாஹா யாசின் ரமதான் ஆகியோரை உள்ளடக்கிய ஒரு கமிட்டியினரால் வரையப்பட்டதாக பீம்சிங் சொல்கிறார். வோல்க்கர் கமிஷனும் இதனை மறுக்கவில்லை.

பீம்சிங் சதாமின் நண்பராகவே இருந்தபோதிலும் ஏன் இந்த ஒப்பந்தத்தை மறுத்து, நிராகரித்தார், அந்தளவு நேர்மையாளரா என்பதெல்லாம் இப்போது முக்கியமல்ல. மிகப்பெரியதொரு பொறியிலிருந்து அவர் தற்செயலாகத் தப்பித்திருக்கிறார் என்பதுதான் விஷயம்.

“வோல்க்கர் கமிஷன், ஒப்பந்தங்களை ஒப்புக்கொண்டு லாபம் பார்த்தவர்களின் பெயர்களை வெளியிட்டமாதிரி, தன்னைப் போல் நிராகரித்த கண்ணியவான்களின் பெயர்களையும் வெளியிட்டிருக்கலாம்” என்று கோஃபி அன்னனுக்குக் கடிதம் எழுதியிருக்கிறார் இவர்.

அடுத்தது என்ன?

வோல்க்கர் கமிஷன் அறிக்கையில் நட்வர் சிங் மற்றும் காங்கிரஸ் கட்சியின் பெயர்கள் இடம்பெற்றிருக்கின்றன. இருவரும் இதனை வன்மையாக மறுக்கிறார்கள். எதிர்க்கட்சிகள் வழக்கம்போல் பதவி விலக வற்புறுத்தி கோஷம் எழுப்பி வருகின்றன. ஜனநாயக நாட்டில் இதற்குக் கூட உரிமை இல்லாவிட்டால் என்ன அர்த்தம்?

ஆனால் செய்யவேண்டிய விஷயங்கள் பல இருக்கின்றன. கமிஷன் அறிக்கையில் இவர்களது பெயர்கள் இருப்பதனாலேயே இவர்கள் குற்றவாளிகள் என்று சொல்லிவிட முடியாது. குற்றம் ஆதாரபூர்வமாக நிரூபிக்கப்படவேண்டும். அதற்கு, மேஸ்ஃபீல்ட் நிறுவனம் முதலில் வாயைத் திறந்தாக வேண்டும். ‘ஆமாம், நான் நட்வர்சிங் மற்றும் காங்கிரஸ் கட்சியின் சார்பில் எண்ணெய் எடுத்தது உண்மைதான்’ என்று அவர்கள் சொன்னாலொழிய இவர்கள் மீது குற்றம் சாட்டுவதில் அர்த்தம் இல்லை.

இதெல்லாம் ஒரு புறம் இருக்க, அப்படியே நட்வர்சிங்கும் காங்கிரஸ் கட்சியும் ஈராக்கிடமிருந்து எண்ணெய் எடுக்கும் உரிமத்தை ஒருவேளை பெற்றிருந்தது உண்மையே என்றாலும் அது குற்றமாகுமா என்றொரு கேள்வியும் இருக்கிறது.

எல்லா அரசியல்வாதிகளும் தனிப்பட்ட முறையில் எத்தனையோ பிசினஸ் செய்யத்தான் செய்கிறார்கள். எல்லா பிசினஸிலும்

லஞ்சம் என்பது தவிர்க்க முடியாததொரு அம்சமாகவும் இருக்கவே செய்கிறது.

எண்ணெய் எடுக்கும் வாய்ப்பு வரும்போது அதைப் பயன்படுத்திக் கொள்வதில் என்ன தவறு என்று கேட்டால் அதற்கு பதிலே கிடையாது.

இந்திய அரசியல் அமைப்புச் சட்டப்படி இதற்கு அனுமதி உண்டா என்று முதலில் பார்க்கவேண்டும். இந்தியாவின் வெளிநாட்டு வர்த்தகக் கொள்கைகளுக்கு மாறாக ஏதும் செய்யப்பட்டிருக்கிறதா என்று ஆராய வேண்டும்.

அப்படி ஏதும் இல்லாத பட்சத்தில் இதனை ஒரு குற்றமாகக் கருதமுடியாது. ஆனால் தார்மீக நியாயம், தார்மீக ஒழுக்கம் என்று பார்க்கும்போது இந்த வாதங்கள் அடிபட்டுப் போகும். சம்பந்தப்பட்டவர்கள் பதவி விலகவேண்டித்தான் வரும் – குற்றம் நிரூபிக்கப்படுமானால்!

அதுவரை நட்வர்சிங்குக்கும் காங்கிரஸுக்கும் எந்த ஆபத்தும் இல்லை.

கடைசியாக ஒரே ஒரு விஷயம். வோல்க்கர் கமிஷன் அறிக்கையில் குறிப்பிடப்பட்டிருக்கும் மற்ற பல நிறுவனங்கள் இத்திட்டத்தில் அடைந்த லாபத்தொகை என்னவென்று பார்க்கும்போது நட்வர்சிங்கும் காங்கிரஸ¤ம் எடுத்ததாகச் சொல்லப்படும் எண்ணெயின் அளவோ, அதன் மதிப்போ வெறும் கொசு.

இன்னொரு கடைசி விஷயம். எதற்காக இந்த வோல்க்கர் கமிஷன் அமைக்கப்பட்டதோ, அந்த கோஜோ அன்னன் விஷயத்தில் இன்னும் ஒரு தெளிவு கிடைத்தபாடில்லை!

○ ○ ○

www.ingramcontent.com/pod-product-compliance
Ingram Content Group UK Ltd.
Pitfield, Milton Keynes, MK11 3LW, UK
UKHW042017190726
13854UKWH00005B/2338

9 789390 053568

Heinrich Henne

Die Wasserräder und Turbinen - ihre Berechnung und Konstruktion

Elementares Lehrbuch für Techniker, Mühlenbauer, Fabrikanten und zum Gebrauch in Maschinenbau-Fachschulen

unikum

Heinrich Henne

Die Wasserräder und Turbinen - ihre Berechnung und Konstruktion

Elementares Lehrbuch für Techniker, Mühlenbauer, Fabrikanten und zum Gebrauch in Maschinenbau-Fachschulen

---

ISBN/EAN: 9783845744551
Erscheinungsjahr: 2012
Erscheinungsort: Bremen, Deutschland

© Unikum in Europäischer Hochschulverlag GmbH & Co. KG, Fahrenheitstr. 1, 28359 Bremen. Alle Rechte beim Verlag und bei den jeweiligen Lizenzgebern.

www.unikum-verlag.de | office@unikum-verlag.de

Bei diesem Titel handelt es sich um den Nachdruck eines historischen, lange vergriffenen Buches. Da elektronische Druckvorlagen für diese Titel nicht existieren, musste auf alte Vorlagen zurückgegriffen werden. Hieraus zwangsläufig resultierende Qualitätsverluste bitten wir zu entschuldigen.

Heinrich Henne

Die Wasserräder und Turbinen - ihre Berechnung und Konstruktion

Elementares Lehrbuch für Techniker, Mühlenbauer, Fabrikanten und zum Gebrauch in Maschinenbau-Fachschulen

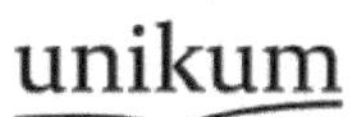

Die

Wasserräder u. Turbinen

ihre Berechnung und Konstruktion

Elementares Lehr- und Handbuch

für

Techniker, Mühlenbauer, Fabrikanten und zum Gebrauch in Maschinenbau-Fachschulen

Dritte verbesserte und erweiterte Auflage

von

Heinrich Henne
Ingenieur

Mit 65 Textabbildungen und einem Atlas von 18 Tafeln

Leipzig 1903

Verlag von Bernh. Friedr. Voigt

Vorwort
zur zweiten Auflage

Das vorliegende Buch sollte ursprünglich nur eine den Fortschritten der Technik entsprechend verbesserte Auflage des von Friedrich Neumann weiland Zivilingenieur in Halle a. d. S. verfassten Werkes „Die hydraulischen Motoren" sein, aber eine eingehende Prüfung der Sachlage zeigte, dass dem heutigen Stande der Technik nur durch eine völlig neue Arbeit zu genügen sei. Als solche darf denn auch dieses Buch gelten, indem es nur verschwindend wenig aus dem Neumannschen Werke unverändert übernommene Angaben enthält.

Während das Neumannsche Buch die Gesamtheit der hydraulischen Motoren umfasste, sind in vorliegendem nur die Wasserräder und Turbinen behandelt worden. Die Wassersäulenmaschinen blieben weg, einmal weil dieselben bei weitem nicht die gleiche Wichtigkeit wie die anderen Motoren haben und ferner, weil bei dem beschränkten Umfange des Buches der Platz besser zu einer gründlicheren Behandlung der Wasserräder und Turbinen verwendet wurde, zumal die Wassersäulenmaschinen ein für sich begrenztes Gebiet bilden.

Das Buch ist für weitere Kreise bestimmt und stellt sich deshalb hinsichtlich der erforderlichen Kenntnisse etwa auf den Standpunkt guter technischer Fachschulen, dabei hat der Verfasser aber immer danach gestrebt, die neueren Anschauungen und Rechnungsmethoden möglichst vollständig zu geben. Um das für Berechnungen erforderliche Formelmaterial thunlichst vollständig und einheitlich zu gestalten, wurde dem Buche eine kurze Uebersicht über die wichtigsten für Wasserkraft-Anlagen in Betracht kommenden Gesetze der Hydraulik als erster Teil eingefügt.

Die Litteratur über hydraulische Motoren ist ja jetzt ziemlich reichhaltig, aber wirklich gute Werke, auf welche sich ein Buch wie das vorliegende mit stützen durfte, sind keineswegs zahlreich. Der Verfasser hat die benutzten Qellen überall gebührend anzuführen gesucht, insbesondere sind die einschlägigen Arbeiten von Bach, Grashof, Herrmann u. a., sowie die „Zeitschrift des Vereins Deutscher Ingenieure" u. s. w. auch hier ausdrücklich zu nennen. Bei der Behandlung der Wasserräder musste das Bachsche Werk hauptsächlich herangezogen werden, weil es in Bezug auf Güte und Umfang des gebotenen einzig dasteht.

Die den Schluss des Werkes bildenden Beschreibungen und Darstellungen ausgeführter Wasserkraft-Anlagen u. s. w. konnten nur infolge des von einer Reihe angesehener Firmen bewiesenen Entgegenkommens geboten werden und es gebührt dafür den nachgenannten Maschinenfabriken auch an dieser Stelle der verbindlichste Dank des Verfassers. Zeichnungen ausgeführter Anlagen u. s. w. haben zur Benutzung überlassen: Maschinenfabrik Augsburg in Augsburg, Maschinenfabrik Esslingen in Esslingen, Maschinenfabrik Germania vorm. Schwalbe und Sohn, Chemnitz, Eisenwerk Karlshütte in Alfeld a. d. Leine, H. Queva & Komp., Erfurt, Aktiengesellschaft J. J. Rieter & Komp., Winterthur, J. Schrieder, Säckingen, N. T. Stumbeck, Rosenheim und J. M. Voith, Heidenheim a. d. Brenz.

Dass die Wasserräder mit Kulisseneinlauf gar nicht durch eine praktische Ausführung vertreten sind, war leider nicht zu vermeiden, es gelang nicht, Pläne eines solchen zu bekommen.

Die Verlagsbuchhandlung hat sich bemüht, in Bezug auf Ausstattung und Preis des Buches dem technischen Publikum möglichst entgegen zu kommen und so darf wohl auf eine freundliche Aufnahme des Buches, welches dem Wohlwollen der Herren Fachgenossen hiermit empfohlen sei, gehofft werden.

Heinrich Henne
Ingenieur

Vorwort

zur dritten Auflage

Nach kaum vierjährigem Zeitraum ist eine neue Auflage des vorliegenden Buches erforderlich geworden, bei welcher Gelegenheit nicht nur eine Reihe kleinerer Verbesserungen des bisherigen Inhaltes, die sich als erforderlich erwiesen hatten, bewirkt werden konnten, sondern auch Ergänzungen und Erweiterungen anzubringen waren.

Die Beschreibungen ausgeführter Konstruktionen insbesondere wurden bereichert durch Ausführungen der rühmlich bekannten Maschinenfabrik von Escher, Wyss & Komp. in Zürich, welche dem Verfasser Material in dankenswerter Weise zur Verfügung stellte.

Im übrigen gilt hinsichtlich Auffassung und Bestimmung des Werkes das in der Vorrede zur zweiten Auflage gesagte unverändert; dass der Verfasser dem Bedürfnis vieler entgegengekommen ist, darf aus dem raschen Absatz des Buches und der freundlichen Kritik, welche dasselbe erfahren hat, geschlossen werden, so dass zu hoffen ist, auch die neue Auflage werde eine gute Aufnahme finden.

Aachen, den 1. Februar 1903

Heinrich Henne
Ingenieur

Inhaltsverzeichnis

Seite

Erster Teil

Die wichtigsten Gesetze über den Ausfluss und die Bewegung des Wassers

---

Zweiter Teil

Allgemeines über Wasserkraftanlagen

Dritter Teil

Die Wasserräder

Vierter Teil

Die Turbinen

Fünfter Teil

Wahl des Motors

Seite

Sechster Teil

Regulatoren für Turbinen und Wasserräder

Siebenter Teil

Ausgeführte Wasserrad- und Turbinenanlagen

Erster Teil.

Die wichtigsten Gesetze über den Ausfluss und die Bewegung des Wassers.

Vorbemerkung: Alle Mafse u. s. w. sind, soweit nicht ausdrücklich anders angegeben ist, in Metern, Quadratmetern und Kubikmetern gedacht, Geschwindigkeiten in Metern pro Sekunde, Wassermengen in Kubikmetern pro Sekunde.

§ 1. Ausfluss des Wassers aus Gefässen u. s. w. bei unveränderlicher Druckhöhe.

a) Theoretische Ausflussgeschwindigkeit (Fig. 1).

Fig. 1.

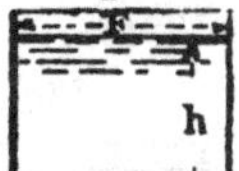

Aus einer Oeffnung von f qm Fläche im Boden eines Behälters, welcher den Querschnitt F qm hat, fliesse Wasser mit einer Geschwindigkeit von c m pro Sekunde aus. Ist h der Abstand der Oeffnung unter dem Wasserspiegel, so würde, wenn von Nebenumständen abzusehen wäre und wenn f im Verhältnis zu F sehr klein ist, sein

$$c = \sqrt{2gh} \quad \ldots . \; 1$$

worin g die Beschleunigung der Schwere ist (g = 9,81 m pro Sekunde). Diese Geschwindigkeit $c = \sqrt{2gh}$ ist die sogenannte „theoretische Ausflussgeschwindigkeit" des Wassers, und gleich der Geschwindigkeit, welche ein Körper erlangt, wenn er die Höhe h frei durchfällt.

Will man dem Wasser eine gewisse Ausflussgeschwindigkeit c erteilen, so ergibt sich aus 1 unter den gleichen Umständen die zugehörige Druckhöhe oder, wie man auch sagt, die betreffende „Geschwindigkeitshöhe" zu

$$h = \frac{c^2}{2g} \quad \ldots . \; 2.$$

Die Geschwindigkeitshöhe ist also diejenige Druckhöhe, welche zur Erzeugung der Geschwindigkeit eines in Bewegung begriffenen Wasserteilchens erforderlich war, abgesehen von allen Nebenumständen.

b) Theoretische Ausflussmenge.

Mit q werde die Wassermenge in cbm bezeichnet, welche in der Sekunde aus einem Gefäss fliesst, dann ist mit den vorigen Bezeichnungen

$$q = f \cdot \sqrt{2gh} \quad \ldots . \ 3$$

sofern keine Nebenumstände einwirken.

Wenn sich die Oeffnung nicht im horizontalen Boden des Gefässes, sondern in einer mehr oder minder vertikalen Wand befindet, so kann man die theoretische Ausflussmenge nach Gleichung 3 berechnen, wenn man unter h die Höhe des Wasserspiegels im Behälter über dem Schwerpunkt der Oeffnung versteht, und wenn die Weite der Oeffnung in senkrechter Richtung nicht zu gross h gegenüber ist.

Bezeichnet a die senkrechte Dimension der Oeffnung, so soll bei Anwendung der Gleichungen 1, 2 und 3 sein

$$h \geqq 2a \quad \ldots . \ 3a.$$

In allen anderen Fällen muss man beachten, dass die Geschwindigkeiten in verschieden hoch unter dem Wasserspiegel liegenden Punkten verschieden sind und sich verhalten wie die $\sqrt{h}$, also nicht ohne weiteres die im Schwerpunkt der Oeffnung herrschende Geschwindigkeit als mittlere angesehen werden darf.

Von besonderer Wichtigkeit in dieser Hinsicht ist der Ausfluss aus rechteckigen Oeffnungen in senkrechter Wand, weil diesem Fall der Ausfluss aus Schützenöffnungen, Wehren u. s. w. entspricht.

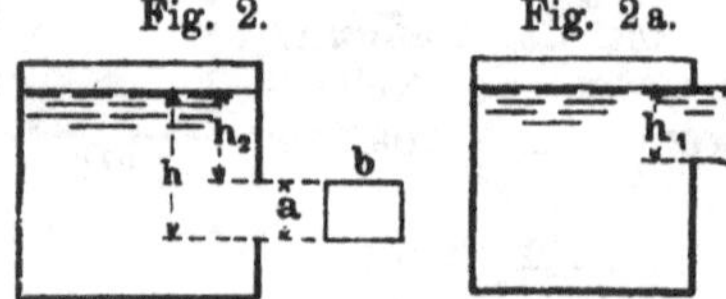

Fig. 2. Fig. 2a.

Es sei: a die Höhe, b die Breite einer rechteckigen Oeffnung in senkrechter Wand, die obere wagerecht liegende Kante liege in der Höhe h_2 unter dem Wasserspiegel, die untere in der Höhe h_1 (siehe Fig. 2), so ist die mittlere Ausflussgeschwindigkeit

$$c = \frac{2}{3}\sqrt{2g}\,\frac{\sqrt{h_1^3} - \sqrt{h_2^3}}{h_1 - h_2} \quad \ldots . \ 4$$

und die theoretische Ausflussmenge

$$q = a \cdot b \cdot \frac{2}{3}\sqrt{2g}\,\frac{\sqrt{h_1^3} - \sqrt{h_2^3}}{h_1 - h_2}$$

da $\quad a = h_1 - h_2$

$$q = b(h_1 - h_2)\frac{2}{3}\sqrt{2g}\,\frac{\sqrt{h_1^3} - \sqrt{h_2^3}}{h_1 - h_2}$$

$$q = \frac{2}{3}\sqrt{2g}\left(\sqrt{h^3_1} - \sqrt{h^3_2}\right) b \; \ldots \; 5.$$

Wird $h_2 = o$, fällt die obere Kante der Mündung mit dem Wasserspiegel zusammen, ist die rechteckige Oeffnung also ein durch 3 Seiten begrenzter Ausschnitt in der senkrechten Wand, ein „Ueberfall" (Fig. 2a), so erhält man aus 4 und 5

$$c = \frac{2}{3}\sqrt{2gh_1} \; \ldots \; 6$$

$$q = \frac{2}{3} b\, h_1 \sqrt{2gh_1} \; \ldots \; 7.$$

Liegt die Ausflussöffnung unter dem Wasserspiegel des Behälters, in welchen hinein der Ausfluss erfolgt (siehe Fig. 3) und ist h der Höhenunterschied der Wasserspiegel, so ist in diesem Falle

Fig. 3.

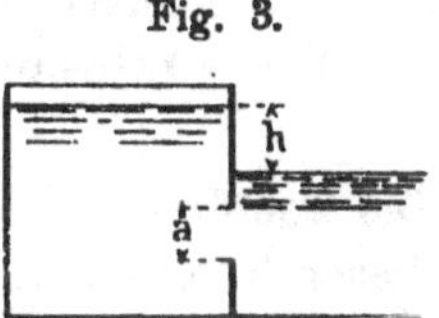

$$c = \sqrt{2gh} \; \ldots \; 4a$$

$$q = a \cdot b \sqrt{2gh} \; \ldots \; 5a.$$

c) Wirkliche Ausflussgeschwindigkeit.

Die wirkliche Ausflussgeschwindigkeit ist kleiner als die theoretische, weil ein Teil der Druckhöhe zur Ueberwindung von Reibungswiderständen u. s. w. beim Ausfluss verbraucht wird.

Unter Beibehaltung der früheren Bezeichnungen, nur mit der Aenderung, dass c die wirkliche Ausflussgeschwindigkeit sei, hat man

$$c = \varphi\sqrt{2gh} \; \ldots \; 8$$

worin $\varphi < 1$ der sogenannte Geschwindigkeitskoeffizient ist.

Wird mit y der zur Ueberwindung von Widerständen verbrauchte Druckhöhenbetrag bezeichnet, mit ζ der sogenannte Widerstandskoeffizient, so ist

$$y = \zeta \frac{c^2}{2g} \; \ldots \; 9 \qquad \zeta = \left(\frac{1}{\varphi^2} - 1\right) \; \ldots \; 10.$$

Fig. 4. Fig. 5.

Die Koeffizienten sind verschieden je nach der Gestaltung der Ausflussöffnung, handelt es sich um eine Oeffnung in dünner Wand, worunter man auch ganz allgemein eine Oeffnung mit scharfen (z. B. durch Abschrägung nach aussen gebildeten) Kanten (siehe Fig. 4) versteht, so ist im Mittel $\varphi = 0{,}96$ und $\zeta = 0{,}085$.

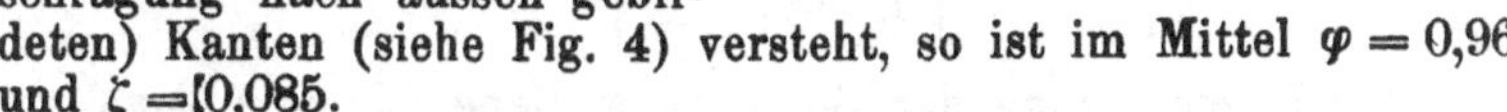

Handelt es sich dagegen um eine Oeffnung mit sorgfältig nach innen abgerundeten Kanten (Fig. 5), so kann φ nahe 1 sein.

d) Wirkliche Ausflussmenge.

Die wirkliche Ausflussmenge ist nicht nur der wirklichen Ausflussgeschwindigkeit entsprechend kleiner als die theoretische, sondern auch deshalb, weil der Querschnitt des ausfliessenden Strahles kleiner ist als die Ausflussöffnung; der wirksame Ausflussquerschnitt ist α f, worin $\alpha < 1$, wenn nicht die Gestaltung der Mündung der Verkleinerung von f entgegenwirkt.

α ist der sogenannte Kontraktionskoeffizient. Die Kontraktion, Zusammenziehung, des Stahles rührt daher, dass die Wasserteilchen der Mündung nicht in zur Ausflussrichtung parallelen Bahnen, sondern dazu geneigter Richtung zufliessen.

Die wirkliche Ausflussmenge ist also

$$q = \alpha \cdot f \cdot \varphi \sqrt{2gh} \quad \ldots . \quad 11.$$

Die Koeffizienten α und φ vereinigt man zu einem Koeffizienten, dieser Koeffizient, welcher mit f $\sqrt{2gh}$ resp. mit der sonst bestimmten theoretischen Ausflussmenge multipliziert, die wirkliche Ausflussmenge gibt, heisst Ausflusskoeffizient und werde mit μ bezeichnet, also gilt jetzt die Gleichung

$$q = \mu \cdot f \cdot \sqrt{2gh} \quad \ldots . \quad 12.$$

Der Koeffizient α, und also auch μ, ist nun verschieden nach der Art und Grösse der Kontraktion.

Man unterscheidet vollkommene und unvollkommene Kontraktion, ferner vollständige und unvollständige Kontraktion, es kann also eine Kontraktion vollkommen und dabei vollständig oder unvollständig sein u. s. w. Die Kontraktion ist vollkommen, wenn der Ausflussquerschnitt genügend klein ist gegen den senkrecht zur Ausflussrichtung gemessenen Querschnitt des Wassers, wenn die Kanten der Ausflussöffnung scharf und von den Begrenzungswänden des Behälters weit genug entfernt sind, im Verhältnis zu den Dimensionen der Oeffnung. Das ist z. B. der Fall, wenn bei einer rechteckigen Oeffnung die horizontale untere Kante um das 2,7fache der Mündungshöhe vom Boden absteht, und jede senkrechte Kante um das 2,7fache der Breite von den Seitenwänden.

Der Koeffizient der unvollkommenen Kontraktion heisse μ_1; μ bezeichne den der vollkommenen Kontraktion, F sei der Querschnitt des Wassers im Behälter, gemessen senkrecht zur Bewegungsrichtung, f die Grösse der Oeffnung, so ist, wenn man $\frac{f}{F} = n$ setzt, nach Weissbach für rechteckige Oeffnungen

$$\mu_1 = \mu \left[1 + 0{,}076 \left(9^n - 1\right)\right] \quad \ldots . \quad 13.$$

Zur Erleichterung der Berechnung diene folgende Tabelle.

Tabelle 1.

n	$\frac{\mu_1}{\mu}$	n	$\frac{\mu_1}{\mu}$	n	$\frac{\mu_1}{\mu}$	n	$\frac{\mu_1}{\mu}$
0	1,000	0,25	1,056	0,5	1,152	0,75	1,319
0,05	1,009	0,30	1,071	0,55	1,178	0,80	1,365
0,1	1,019	0,35	1,088	0,60	1,208	0,85	1,416
0,15	1,030	0,40	1,107	0,65	1,241	0,90	1,473
0,20	1,042	0,45	1,128	0,70	1,278	0,95	1,537

Die Kontraktion ist vollständig, wenn sie auf den ganzen Umfang der Oeffnung erfolgt, sie ist also unvollständig, wenn ein Teil des Umfanges der Ausflussöffnung von den Seitenwänden selbst gebildet wird. Bezeichnet u die Länge des Umfanges, auf welcher keine Kontraktion stattfindet, p den ganzen Umfang der Oeffnung, so ist für rechteckige Oeffnungen nach Weissbach der Koeffizient der unvollständigen Kontraktion

$$\mu_1 = \mu\left(1 + 0{,}155\,\frac{u}{p}\right) \quad . \; . \; . \; . \; 14$$

worin unter μ der Ausflusskoeffizient bei vollständiger Kontraktion verstanden ist.

Der Ausflusskoeffizient für vollkommene Kontraktion ist durch Versuche für verschiedene technische, wichtige Fälle bestimmt worden, nachstehend sollen einige derselben angegeben werden. Es ist zu beachten, dass die betreffenden Werte natürlich nur dann bei Berechnung von Aussflussmengen ganz zutreffende Resultate geben, wenn die Verhältnisse, auf welche die betreffenden Koeffizienten angewendet werden, wenigstens annähernd denjenigen gleichen, unter welchen die Versuche angegestellt wurden.

Im Mittel kann man bei vollkommener und vollständiger Kontraktion setzen

$$\alpha = 0{,}64, \quad \varphi = 0{,}96, \quad \mu = 0{,}615, \quad \zeta = 0{,}085.$$

c) Ausflusskoeffizienten für den Ausfluss aus rechteckigen Oeffnungen in senkrechter Wand bei vollkommener Kontraktion. Nach Poncelet und Lebros.

(nach Grashof, theoretische Maschinen-Lehre Bd. I.)

Die Versuche von Poncelet und Lebros fanden statt bei vollkommener und vollständiger Kontraktion. Die Ausflusskoeffizienten sind so bestimmt, dass man die Wassermengen nach der einfachen Formel $q = \mu \cdot f\sqrt{2gh}$ berechnen kann, worin h den senkrechten Abstand des Schwerpunktes der Oeffnung vom ruhenden Wasserspiegel bedeutet (siehe Fig. 6), also gemessen in ca. 1 m Abstand von

Fig. 6.

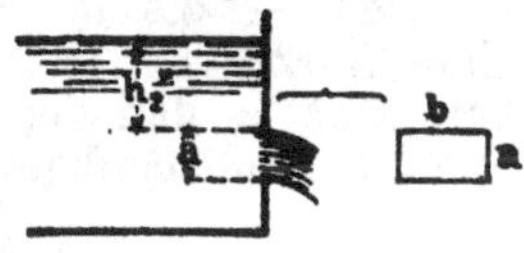

der Mündung. h_2 ist die Höhe der oberen horizontalen Mündungskante ebenfalls gemessen in so grossem Abstande (ca. 1 m) von der Mündung, dass der Wasserspiegel an der betreffenden Stelle in Ruhe gedacht werden kann; a ist die Höhe, b die Breite der Mündung in m, also $h = h_2 + \frac{a}{2}$. Der Ausfluss erfolgte in freie Luft.

Tabelle 2.

h_2 in Meter	Mündungshöhen a in Metern							
	bei einer Mündungsbreite b = 0,2 Meter						b = 0,6 Meter	
	0,01	0,02	0,03	0,05	0,1	0,2	0,02	0,2
0,015	0,697	0,660	0,632	0,612	0,593		0,644	
0,02	0,694	0,659	0,634	0,615	0,596	0,572	0,643	
0,03	0,688	0,659	0,638	0,620	0,600	0,578	0,642	0,593
0,04	0,683	0,658	0,640	0,623	0,603	0,582	0,642	0,595
0,05	0,679	0,658	0,640	0,625	0,605	0,585	0,641	0,597
0,06	0,676	0,657	0,640	0,627	0,607	0,587	0,641	0,599
0,07	0,673	0,656	0,639	0,628	0,609	0,588	0,640	0,600
0,08	0,670	0,656	0,638	0,629	0,610	0,589	0,640	0,601
0,09	0,668	0,655	0,637	0,629	0,610	0,591	0,639	0,601
0,10	0,666	0,654	0,637	0,630	0,611	0,592	0,639	0,602
0,12	0,663	0,653	0,636	0,630	0,612	0,593	0,638	0,603
0,16	0,658	0,650	0,634	0,631	0,614	0,596	0,637	0,604
0,20	0,655	0,648	0,633	0,630	0,615	0,598	0,635	0,605
0,25	0,653	0,646	0,632	0,630	0,616	0,599	0,634	0,606
0,30	0,650	0,644	0,632	0,629	0,616	0,600	0,633	0,607
0,40	0,647	0,642	0,631	0,628	0,617	0,602	0,631	0,607
0.50	0,644	0,640	0,630	0,628	0,617	0,603	0,630	0,607
0,60	0,642	0,638	0,630	0,627	0,617	0,604	0,629	0,607
0,70	0,640	0,637	0,629	0,627	0,616	0,604	0,628	0,607
0,80	0,637	0,636	0,629	0,627	0,616	0,605	0,628	0,606
0,90	0,635	0,634	0,628	0,626	0,615	0,605	0,627	0,606
1	0,632	0,633	0,628	0,626	0,615	0,605	0,626	0,605
1,5	0,615	0,619	0,620	0,620	0,611	0,602	0,623	0,602
2	0,611	0,612	0,612	0,613	0,607	0,601	0,620	0,602
3	0,609	0,610	0,608	0,606	0,603	0,601	0,615	0,601

Darf man, wie z. B. bei Gerinnen, den Wasserspiegel auch nicht in einigem Abstande von der Oeffnung als ruhend ansehen, so bedürfen die in obiger Tabelle enthaltenen Koeffizienten μ einer Korrektur. Hat n die Bedeutung wie in Gleichung 13 und bezeichnet μ_1 den abgeänderten Koeffizienten, so ist nach Weissbach bei vollständiger Kontraktion

$$\mu_1 = \mu(1 + 0{,}641\, n^2) \quad \ldots \quad 15.$$

Tabelle 3.

Für n =	0,05	0,10	0,15	0,20	0,25	0,30	0,35	0,40	0,45	0,50
wird $\frac{\mu_1}{\mu}$	1,002	1,006	1,014	1,026	1,04	1,058	1,079	1,103	1,13	1,16

Beispiel: Am Ende eines Gerinnes, dessen Querschnitt Fig. 7 darstellt, sei eine dünne Blechtafel eingesetzt, in welcher sich eine rechteckige Oeffnung befindet. Die Mafse u. s. w. sind aus Fig. 7 zu entnehmen, es soll die ausfliessende Wassermenge berechnet werden. Nach der früheren Bezeichnung ist:

Fig. 7.

$$f = 0,03$$
$$F = 0,30$$
$$\frac{f}{F} = n = 0,1.$$

Für $h_2 = 0,16$ ergibt sich bei $b = 0,2$ nach

Tabelle 2 für $a = 0,1 \quad \mu = 0,614$

„ $a = 0,2 \quad \mu = 0,596$

also „ $a = 0,15 \quad \mu = 0,605$.

Aus μ folgt nach Tabelle 3 $\mu_1 = 1,006$. $\mu = 0,609$, mithin nach Gleichung 12 $q = 0,609 f \cdot \sqrt{2gh} = 0,609 \cdot 0,03 \sqrt{2g \cdot 0,235}$ $= 0,039$ cbm pro Sekunde.

f) **Ausflusskoeffizienten für rechteckige Oeffnungen in senkrechter Wand mit Ansatzgerinnen.**

(Nach Grashof, theoretische Maschinen-Lehre Bd. I.)

Fliesst das Wasser nicht wie bisher gedacht völlig frei aus, sondern wie das z. B. bei Schützen am Anfange eines Gerinnes der Fall ist, längs eines horizontalen oder etwas abwärts geneigten Gerinnes weiter, so sind infolge der Reibung etc. an dem Gerinne die Ausflusskoeffizienten kleiner.

Fig. 8.

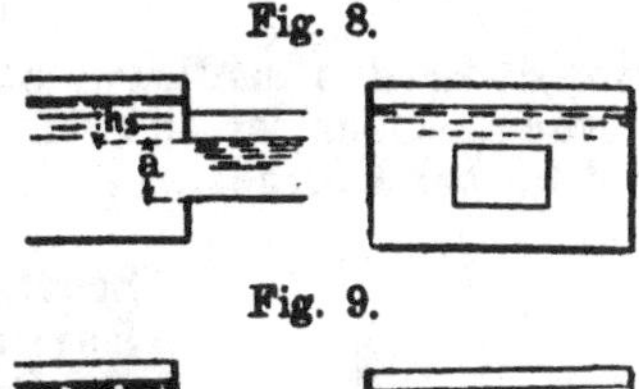

Lebros hat Versuche hierüber angestellt und zwar:

Fig. 9.

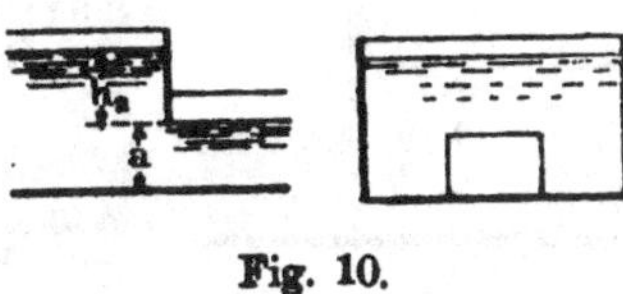

A bei vollkommener Kontraktion (Fig. 8) Gerinne 3 m lang.

B bei am unteren Rande aufgehobener Kontraktion (Fig. 9) Gerinne 3 m lang, horizontal.

Fig. 10.

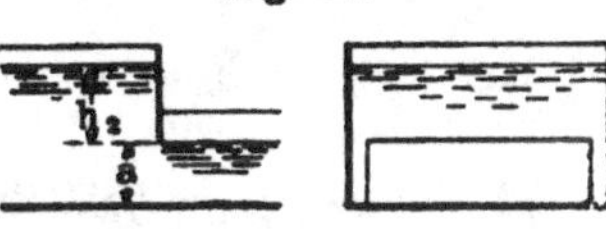

C desgl. Gerinne, 2,5 m lang und um $^1/_{10}$ seiner Länge geneigt.

D Kontraktion am unteren Rande aufgehoben, an den

Seiten sehr unvollkommen. Gerinne horizontal 3 m lang. Fig. 10.

E wie vorher, Gerinne wie bei C.

Die in nachstehender Tabelle 4 zusammengestellten Koeffizienten gelten für h_2 und h, welche in gleicher Weise bestimmt sind wie bei Tabelle 2, Bezeichnungen wie dort.

Tabelle 4.

h_2 Meter	μ für a = 0,05					μ für a = 0,2				
	A	B	C	D	E	A	B	C	D	E
0,02	0,488	0,487	0,585	0,512		0,480	0,480	0,527		
0,05	0,577	0,571	0,614	0,582	0,625	0,511	0,510	0,553	0,528	
0,10	0,624	0,605	0,632	0,621	0,639	0,542	0,538	0,574	0,560	0,593
0,20	0,627	0,617	0,645	0,637	0,649	0,574	0,566	0,592	0,589	0,617
0,50	0,625	0,626	0,652	0,647	0,656	0,599	0,592	0,607	0,618	0,632
1,00	0,624	0,628	0,651	0,649	0,656	0,601	0,600	0,610	0,630	0,638
1,50	0,619	0,627	0,650	0,647	0,656	0,601	0,602	0,610	0,633	0,641
2,0	0,613	0,623	0,650	0,644	0,656	0,601	0,602	0,609	0,632	0,642
3	0,606	0,618	0,649	0,639	0,656	0,601	0,601	0,608	0,630	0,641

Fig. 11.

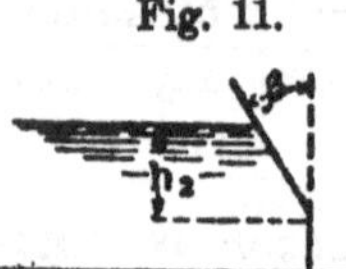

Handelt es sich um eine schrägstehende Schütze (siehe Fig. 11) und bedeutet β den Neigungswinkel gegen die Vertikale, so ist μ aus der Tabelle 5 zu entnehmen.

Tabelle 5.

β =	50°	45°	40°	35°	30°	0°
μ =	0,816	0,80	0,784	0,768	0,752	0,70

wobei an den seitlichen Kanten eine nur schwache Kontraktion vorauszusetzen ist und das Wasser in einem Gerinne fliesst, wie solche bei Poncelet-Rädern etc. in Anwendung sind.

Fig. 12.

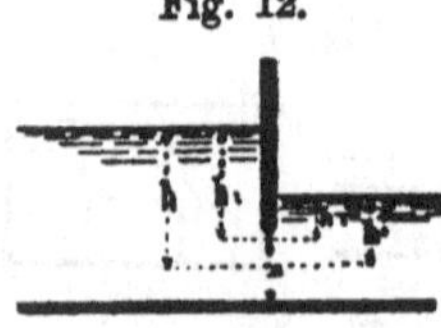

Für den Ausfluss unter senkrechten Schützen, ganz unter Wasser (Fig. 12) hat Bornemann Versuche angestellt, bei denen die Breite des Gerinnes 1,135 m, die Breite der Oeffnung b = 1,006 m betrug. Die Druckhöhen wurden gemessen an Stellen, wo die Wasserspiegel möglichst ruhig waren. a betrug bei den Versuchen 0,034 bis 0,174.

Ist $$h_2 + \frac{a}{2} = h \text{ und } h'_2 + \frac{a}{2} = h'$$

so ist $$\mu = 0{,}63775 + 0{,}29995 \frac{a}{h'} \quad \ldots \quad 16.$$

g) Wassermenge bei Ueberfällen.

Unter einem Ueberfall versteht man eine in einem Wasserlauf eingebaute senkrechte Wand, entweder mit einer oben horizontal über die ganze Flussbreite reichenden scharfen Kante, über welche das Wasser abfliesst, oder mit einem nicht über die ganze Breite reichenden rechteckigen Ausschnitt mit 3 scharfen Kanten, von denen die untere genau horizontal liegen muss. Liegt die horizontale Kante, über welche das Wasser ähnlich wie bei einem Wehr fliesst, über dem Unterwasserspiegel, so nennt man den Ueberfall „vollkommen" (Fig. 13, 14), im anderen Falle „unvollkommen" (Fig. 15).

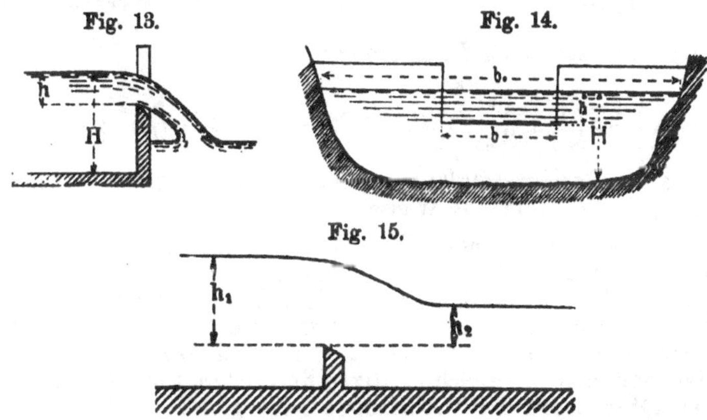

Fig. 13. Fig. 14. Fig. 15.

Bezeichnet man mit h die Höhe des Oberwasserspiegels über der Ueberfallkante, gemessen an einer genügend weit vom Ueberfall (mindestens 1 m) entfernten Stelle, wo die Absenkung des Wasserspiegels aufhört, also am Anfange der Stromschnelle.

Bezeichnet ferner

- b die Breite der Ueberfallöffnung (Fig. 14),
- b_0 die Breite des Wasserspiegels vor dem Ueberfalle, an der gleichen Stelle gemessen wie h,
- F den Querschnitt des Wasserlaufes vor dem Ueberfalle,
- q die überfliessende Wassermenge pro Sekunde,
- μ den Ausflusskoeffizienten,

so ist für vollkommene Ueberfälle

$$q = \mu b h \sqrt{2gh} \quad \ldots \quad 17.$$

Diese Formel ergibt sich aus Gleichung 7, wenn man den Wert $\frac{2}{3}$ daselbst mit in das zu bestimmende μ einrechnet.

Setzt man $\frac{b \cdot h}{F} = n$, so ist nach Weissbach (besonders für schmälere Ueberfälle, b = 0,3 bis 0,6 m), für b wesentlich $< b_0$ $\mu = \mu_0 (1 + 1{,}718 n^4)$ 18

$b = b_0$ $\mu = \mu_0 (1{,}041 + 0{,}3693 n^2)$ . . . 19

μ_0 kann man dabei der Grösse h entsprechend aus nachstehender Tabelle 6 entnehmen (aus Grashof, theoretische Maschinen-Lehre Bd. I).

Tabelle 6.

	h =	0,01	0,02	0,03	0,04	0,06	0,08	0,1	0,15	0,2	0,3
bei b = 0,2 m	μ_0 =	0,424	0,417	0,412	0,407	0,401	0,397	0,395	0,393	0,390	
bei b = 0,6 m	μ_0			0,418	0,416	0,412	0,409	0,406	0,400	0,395	0,391

Genauer soll nach Bornemann sein

$$q = b \cdot h \sqrt{2g} \left(h + \frac{c^2}{2g}\right)^{\frac{3}{2}} \left[0{,}640204 - 0{,}286217 \left(\frac{h}{H}\right)^{\frac{1}{2}}\right] \; . \; . \; . \; . \; 20$$

worin c die Geschwindigkeit des Wassers vor Beginn der Stromschnelle, H die Tiefe des Wassers daselbst.

Die Koeffizienten nach Weissbach (Gleichung 18 und 19) sollen nach neueren Versuchen bei Ueberfällen mit $b = b_0$ etwas zu klein sein, es ist überhaupt wiederholt hervorzuheben und immer zu beachten, dass selbst, wenn die Versuche ganz einwandfrei waren, die Verwendung der dabei ermittelten Koeffizienten nur dann zu gleich richtigen Resultaten wie bei den Versuchen führt, wenn die Verhältnisse nahe gleiche sind

Wer die neueren Versuche und die daraus hergeleiteten Koeffizienten kennen lernen und benutzen will, findet ausführliches in der „Zeitschrift des Vereins Deutscher Ingenieure" und zwar im Jahrgang 1889: Keller: Neueste Bestimmung der Wassermenge bei Ueberfällen durch M. H. Bazin; Jahrgang 1890: desgl. und Versuche über den Abfluss des Wassers bei vollkommenen Ueberfällen; Jahrgang 1892: Hansen: Die Bestimmung von Wassermengen etc.

Für unvollkommene Ueberfälle (Fig. 15) kann man, wenn h_1 die Höhe des Oberwasserspiegels, h_2 die Höhe des Unterwasserspiegels über der Ueberfallkante bezeichnet, setzen

$$q = \mu\, b\, h_1 \sqrt{2g(h_1 - h_2)} \; . \; . \; . \; . \; 21$$

h_1 und h_2 müssen an genügend weit vom Ueberfall entfernten Stellen, wo das Wasser möglichst in Ruhe ist, gemessen werden; μ kann für verschiedene Werte von $\frac{h_1 - h_2}{h}$ nach Tabelle 7 angenommen werden.

Tabelle 7.

$\frac{h_1 - h_2}{h_1}$	0,03	0,05	0,1	0,2	0,3	0,4	0,5	0,6	0,8
μ	0,546	0,522	0,516	0,507	0,497	0,487	0,474	0,459	0,427

Beispiel: In ein Gerinne von 1,2 m Breite ist zur Bestimmung der Wassermenge ein Ueberfall eingebaut worden. Der rechteckige, scharfkantige Ausschnitt in demselben hat eine Breite von 0,70 m. Die untere wagerechte Kante liegt 0,5 m über dem Gerinneboden. Der Ueberfall ist vollkommen, der Spiegel des gestauten Wassers liegt in 2 m Entfernung vom Ueberfall, 0,206 m über der horizontalen Ueberfallkante. Die Wassermenge soll bestimmt werden. Dies kann geschehen nach Gleichung 17 und 18. Es ist mit den dort angenommenen Bezeichnungen

$$b = 0{,}70, \; h = 0{,}206,$$

$$b \cdot h = 0{,}7 \cdot 0{,}206 = 0{,}144 \text{ qm}; \quad F = 1{,}2 \cdot (0{,}5 + 0{,}206) = 0{,}847 \text{ qm}$$

also $$n = \frac{0{,}144}{0{,}847} = 0{,}17.$$

μ_0 ist aus Tabelle 6 zu bestimmen und zwar können nur die daselbst für $b = 0{,}6$ m angegebenen Werte in Betracht kommen.

für $h = 0{,}2$ m ist $\mu_0 = 0{,}395$
für $h = 0{,}3$ m ist $\mu_0 = 0{,}391$.

Diese Differenz ist so gering, dass bei der nur kleinen Verschiedenheit des in Betracht kommenden $h = 0{,}206$ von $h = 0{,}2$ die Interpolation zu keinem anderen Werte führt, also gesetzt werde $\mu_0 = 0{,}395$. Nach Gleichung 18 ist nun

$$\mu = 0{,}395\,(1 + 1{,}718 \cdot 0{,}17^4) = 0{,}396$$

und nach Gleichung 17

$$q = 0{,}396 \cdot 0{,}144 \sqrt{2 \cdot 9{,}81 \cdot 0{,}206} = 0{,}118 \text{ cbm pro Sekunde.}$$

§ 2. Bewegung des Wassers in Kanälen und Flüssen.

a) Geschwindigkeiten eines Wasserlaufes, Erklärungen und Bezeichnungen.

Die Bewegung des Wassers in einem Wasserlaufe ist zu vergleichen mit der Bewegung eines Körpers auf schiefer Ebene unter dem Einfluss der Schwerkraft. Es ist die Bewegung des Wassers in Wasserläufen, also im Prinzip eine beschleunigte Bewegung, die Bewegungshindernisse, insbesondere die Reibung des Wassers am Bett, an der Luft u. s. w. verzehren jedoch teilweise oder gänzlich die beschleunigende Wirkung der Schwerkraft und daher kommt es, dass die Bewegung des Wassers eine mehr oder minder gleichförmige ist, insbesondere bei einigermassen regelmässig gestalteten Wasserbetten kann man die durchschnittliche Bewegung des Wassers als eine völlig gleichmässige ansehen, das soll bei den folgenden Betrachtungen stets vorausgesetzt sein.

Den Längsschnitt durch einen Wasserlauf nennt man sein „Längsprofil", betrachtet man die Geschwindigkeiten des Wassers in verschiedenen Tiefen eines solchen, so zeigt sich, dass die Geschwindigkeit nahe der Oberfläche am grössten ist, nach oben und unten hin nimmt sie ab.

Die Linie des Wasserspiegels im Längsprofil eines Flusses ist eine mehr oder weniger gegen die Horizontale geneigte Gradė oder Kurve, den Höhenunterschied zweier in einem gewissen Abstande gelegenen Punkte des Wasserspiegels nennt man das Gefälle des Flusses auf der betreffenden Strecke. Bezeichnet man das Gefälle mit h, die Entfernung der Punkte, auf welche es sich bezieht, mit l, so gibt der Quotient $\frac{h}{l}$ das Gefälle für die Längeneinheit an, man nennt diesen Wert das relative Gefälle, er sei bezeichnet mit J, also

$$\frac{h}{l} = J \quad \ldots\ldots \quad 22.$$

Einen Querschnitt durch den Wasserlauf nennt man ein Querprofil, in einem solchen ist wiederum in jeder Vertikalen die Geschwindigkeit (natürlich senkrecht zum Querprofil) am grössten nahe unter der Oberfläche u. s. w. wie beim Längsprofil, die grösste Geschwindigkeit überhaupt liegt in der Vertikalen, welche der grössten Wassertiefe entspricht; nach dem Umfange des Profiles hin nehmen die Geschwindigkeiten ab.

Die Fläche eines Querprofiles ist begrenzt oben durch die Horizontale des Wasserspiegels, im übrigen durch eine, die mehr oder minder unregelmässige Form des Bettes darstellende Linie, welche benetzter Umfang genannt wird. Diese Grösse werde bezeichnet mit p, die Breite des Wasserspiegels mit b, die Fläche des Querprofiles mit F, dann ist der Quotient $\frac{F}{b}$ die sogenannte mittlere Wassertiefe, sie heisse t_m; also:

$$\frac{F}{b} = t_m \quad \ldots\ldots \quad 23.$$

Den Quotienten aus Fläche und benetztem Umfang eines Querprofiles nennt man die mittlere hydraulische Tiefe, oder den Profilradius, des Querprofiles, er werde im folgenden mit R bezeichnet, also:

$$\left.\begin{aligned} \frac{F}{p} &= R \\ F &= R \cdot p \\ p &= \frac{F}{R} \end{aligned}\right\} \quad \ldots\ldots \quad 24.$$

Fliesst durch ein Querprofil von der Fläche F qm in der Sekunde eine Wassermenge von Q cbm und denkt man sich die Bewegung erfolgend mit einer gewissen mittleren, für alle Punkte des Profiles gleichen Geschwindigkeit c, so gelten die Gleichungen

$$\left.\begin{aligned} \frac{Q}{F} &= c \\ \text{oder} \quad Q &= F \cdot c \end{aligned}\right\} \dots . 25.$$

$$F = \frac{Q}{c}$$

Kennt man für eine Senkrechte im Längs- oder Querprofil die Wassergeschwindigkeit an der Oberfläche, c_0, sowie die in der Tiefe y unter dem Wasserspiegel gemessene Geschwindigkeit c_y, so kann man die mittlere Geschwindigkeit c_s in der Senkrechten annähernd berechnen aus

$$c_s = c_0 - \frac{m \cdot a^2}{3} \dots . 26$$

worin $m = \frac{c_0 - c_y}{y}$ und a die ganze Wassertiefe in der betreffenden Senkrechten.

Gleichung 26 gibt die mittlere Geschwindigkeit in einer Senkrechten, sollte also die mittlere Geschwindigkeit c (entsprechend Gleichung 25) für ein volles Querprofil berechnet werden, so müsste man dieses in eine Anzahl schmaler, senkrechter Streifen zerlegen, für die mittlere Senkrechte jeden Streifens c_s bestimmen und dann c bez. Q berechnen in folgender Weise:

Das Profil wird in n Streifen vom Flächeninhalt $f_1\ f_2\ f_3 \dots f_n$ zerlegt, ihnen entsprechen die mittleren Geshwindigkeiten $c_1\ c_2\ c_3 \dots c_n$, dann ist

$$\left.\begin{aligned} Q &= F \cdot c = f_1 c_1 + f_2 c_2 + f_3 c_3 + \dots f_n c_n \\ \text{oder} \quad c &= \frac{f_1 c_1 + f_2 c_2 + f_3 c_3 + \dots f_n c_n}{F} \end{aligned}\right\} \dots . 27.$$

Kennt man die grösste Geschwindigkeit c_{max} in einem Querprofil, dieselbe liegt insbesondere bei kleinen Querprofilen und geringeren Wassertiefen nahe an der Oberfläche, so kann man nach Bazin c bestimmen aus

$$c = \frac{c_{max}}{1 + 14\sqrt{\alpha + \frac{\beta}{R}}} \dots . 28.$$

Hierin hat R die schon bekannte Bedeutung, α und β sind Erfahrungskoeffizienten, über welche im folgenden (Tabelle 8) noch näheres mitgeteilt wird.

Legt man in nicht zu grossen Abständen (ein- bis zweifache Wasserspiegelbreite) Querprofile durch einen Wasserlauf und sind $F_1\ F_2\ F_3 \dots F$ deren Flächeninhalte, so stellt der Quotient

$\frac{F_1 + F_2 + F_3 + \ldots F_n}{n}$ die Fläche eines Durchschnittsprofiles dar, man nennt dasselbe mittleres Querprofil. Wenn in Gleichung 25 unter F das mittlere Querprofil auf einer gewissen Strecke eines Wasserlaufes verstanden wird, so ist dann c die mittlere Wassergeschwindigkeit dazu, zugleich auch die mittlere Geschwindigkeit des Wassers in der betreffenden Flussstrecke. Kennt man also für eine gewisse Strecke eines Wasserlaufes die mittlere Geschwindigkeit und das mittlere Profil, so kann man die Wassermenge nach Gleichung 25 berechnen.

b) Beziehungen zwischen Gefälle, Beschaffenheit des Bettes und Geschwindigkeit des Wassers.

Bei der Berechnung von Kanalanlagen, Veränderungen an Wasserläufen und dergl. handelt es sich darum, bei bekannter Beschaffenheit des Flussbettes, bei bekannter Grösse der Querprofile und bekanntem Gefälle, die Wassermenge zu berechnen, oder aber für eine gegebene Wassermenge und angenommene Geschwindigkeit, das erforderliche Gefälle zu bestimmen u. s. w.

Zu diesem Zwecke sind eine Anzahl Formeln von verschiedenen Hydrotechnikern aufgestellt worden, welche alle davon ausgehen, dass die mittlere Geschwindigkeit einer Wasserlaufstrecke proportional ist der Wurzel aus dem Produkt von Profilradius und relativem Gefälle. Die allgemeine Form dieser Formeln ist

$$c = k \sqrt{R \cdot J} \quad \ldots . \; 29.$$

Hierin ist c die mittlere Geschwindigkeit, R der Profilradius (siehe Gleichung 24) und J das relative Gefälle (siehe Gleichung 22), k ist ein Koeffizient, welcher von verschiedenen Forschern verschieden angegeben wird.

Als die zutreffendsten Werte von k gelten zur Zeit die nach den Angaben von Bazin einerseits und Ganguillet nnd Kutter andererseits berechneten.

Beide Arten variieren je nach der Beschaffenheit des Flussbettes und der Grösse des Profilradius, bei Ganguillet und Kutter auch nach der Grösse des relativen Gefälles.

Die Formel 29 heisst in ihrer einfachen Gestalt die Chezy-Eytelweinsche Formel nach den Forschern, welche sie aufstellten und zuerst nutzbar machten.

Nach Bazin ist:

$$k = \sqrt{\frac{1}{\alpha + \frac{\beta}{R}}} \quad \ldots . \; 30.$$

Darin sind α und β Grössen, welche von Bazin für verschiedene Beschaffenheiten des Flussbettes bestimmt worden sind, sie sind aus der folgenden Tabelle 8 (aus Taschenbuch der Hütte) zu entnehmen, in derselben finden sich auch die für verschiedene Werte von R bei bestimmten α und β sich ergebenden k.

Für kleinere Wasserläufe, insbesondere Kanäle, hält man die Bazinschen Angaben für hinreichend zutreffend.

Tabelle 8.

	Gehobeltes Holz und Zement	Quader und nicht gehobeltes Holz	Mauerwerk aus Bruchsteinen	Erde	Gerölle (nach Kutter)
$\alpha =$	0,00015	0,00019	0,00024	0,00028	0,00040
$\beta =$	0,0000045	0,0000133	0,00006	0,00035	0,0007
R in m	Werte von k				
0,10	71,6	55,6	34,5	16,3	11,6
0,15	74,5	59,9	39,5	19,6	14,0
0,20	76,1	62,4	43,0	22,2	16,0
0,25	77,2	64,1	45,6	24,4	17,7
0,30	77,9	65,3	47,7	26,3	19,1
0,35	78,4	66,2	49,3	28,0	20,4
0,40	78,8	66,9	50,6	29,4	21,6
0,45	79,1	67,5	51,8	30,7	22,6
0,50	79,3	67,9	52,7	31,9	23,6
0,60	79,7	68,7	54,2	34,0	25,3
0,70	80,0	69,2	55,4	35,8	26,7
0,80	80,2	69,6	56,3	37,3	28,0
0,90	80,3	69,9	57,1	38,7	29,1
1,00	80,4	70,1	57,7	39,8	30,2
1,20	80,6	70,5	58,7	41,8	31,9
1,40	80,8	70,8	59,5	43,4	33,3
1,60	80,9	71,0	60,0	44,8	34,6
1,80	81,0	71,2	60,5	45,9	35,6
2,00	81,0	71,3	60,9	46,9	36,5
2,50	81,2	71,6	61,5	48,8	38,3
3,00	81,2	71,7	62,0	50,2	39,7
4,00	81,3	71,9	62,6	52,2	41,7
5,00	81,4	72,0	63,0	53,5	43,0
6,00	81,4	72,1	63,2	54,4	44,0

Nach Ganguillet und Kutter ist:

$$k = \frac{23 + \frac{1}{m} + \frac{0,00155}{J}}{1 + \left(23 + \frac{0,00155}{J}\right)\frac{m}{\sqrt{R}}} \quad \ldots \quad 31.$$

Hierin haben J und R die bisherigen Bedeutungen, m ist ein von der Rauhigkeit des benetzten Umfanges abhängiger Koeffizient.

Tabelle 9.

Relatives Gefälle J	Kanäle von sorgfältig gehobeltem Holz oder glattem Zement m = 0,010		Kanäle von gewöhnlichen Brettern m = 0,012		Kanäle von behauenen Quadersteinen oder gut gefügten Ziegeln m = 0,013		Kanäle von Bruchsteinen m = 0,017		Kanäle in Erde, natürliche Flüsse und Bäche m = 0,025		Gewässer mit gröberen Geschieben oder mit Wasserpflanzen m = 0,030	
	α	β	α	β	α	β	α	β	α	β	α	β
0,00005									94,0	1,350	87,3	1,62
0,00006									88,8	1,221	82,2	1,465
0,00008									82,4	1,059	75,7	1,271
0,0001	138,5	0,385	121,8	0,462	115,4	0,500	97,3	0,654	78,5	0,962	71,8	1,155
0 0002	130,7	0,307	114,1	0,369	107,7	0,400	89,6	0,523	70,7	0,769	64,1	0,922
0,0003	128,2	0,282	111,5	0,338	105,1	0,366	87,0	0,479	68,2	0,704	61,5	0,845
0,0004	126,9	0,269	110,2	0,320	103,8	0,349	85,7	0,457	66,9	0,672	60,2	0,806
0,0005	126,1	0,261	109,4	0,313	103,0	0,339	84,9	0,444	66,1	0,652	59,4	0,783
0,0006	125,6	0,256	108,9	0,307	102,5	0,332	84,4	0,435	65,6	0,640	58,9	0,767
0,0007	125,2	0,252	108,5	0,302	102,1	0,328	84,0	0,428	65,2	0,630	58,5	0,756
0,0008	124,9	0,249	108,3	0,299	101,8	0,324	83,8	0,424	64,9	0,623	58,3	0,748
0,001	124,5	0,245	107,9	0,295	101,5	0,319	83,4	0,417	64,5	0,614	57,9	0,736
0,002	123,8	0,238	107,1	0,285	100,7	0,309	82,6	0,404	63,8	0,594	57,1	0,713
0,003	123,5	0,235	106,8	0,282	100,4	0,306	82,3	0,400	63,5	0,588	56,8	0,705
0,004	123,4	0,234	106,7	0,281	100,3	0,304	82,2	0,398	63,4	0,585	56,7	0,702
0,005	123,3	0,233	106,6	0,280	100,2	0,303	82,1	0,396	63,3	0,583	56,6	0,699
0,006	123,3	0,233	106,6	0,279	100,2	0,302	82,1	0,395	63,3	0,581	56,6	0,698
0,007	123,2	0,232	106,5	0,279	100,1	0,301	82,0	0,395	63,2	0,580	56,5	0,696
0,008	123,2	0,232	106,5	0,278	100,1	0,301	82,0	0,394	63,2	0,580	56,5	0,696
0,009	123,2	0,232	106,5	0,278	100,1	0,301	82,0	0,394	63,2	0,579	56,5	0,695
0,010	123,1	0,231	106,5	0,278	100,1	0,301	82,0	0,393	63,1	0,579	56,5	0,694
0,010	123	0,230	106,3	0,276	99,9	0,299	81,8	0,391	63	0,575	56,3	0,690

Setzt man in Gleichung 31 den Ausdruck im Zähler:

$$23 + \frac{1}{m} + \frac{0{,}00155}{J} = \alpha$$

und im Nenner:

$$\left(23 + \frac{0{,}00155}{J}\right) m = \beta,$$

so geht obige Gleichung über in

$$k = \frac{\alpha}{1 + \frac{\beta}{R}} \quad \ldots \; 32.$$

Ganguillet und Kutter haben nun für verschiedene Arten Wasserläufe m bestimmt, und auch für verschiedene J, die den m entsprechenden Werte von α und β berechnet und in Tabellen zusammengestellt (Zeitschrift des österr. Ingenieur- und Architekten-Vereins 1869). Die nebenstehende Tabelle 9 ist ein Auszug.

c) Grösste und kleinste zulässige Geschwindigkeit in Kanälen.

Wenn das Wasser die Kanalwandungen nicht durch seine Bewegung angreifen soll, darf die Geschwindigkeit desselben eine gewisse Grösse nicht überschreiten. Diese grösste zulässige Geschwindigkeit ist verschieden nach der Art des Kanalbettes, nachstehende Tabelle 10 gibt einige Werte für dieselbe.

Tabelle 10.

Beschaffenheit des Bettes	Grösster zulässiger Wert der mittleren Geschwindigkeit c = in m
Schlammige Erde, brauner Töpferthon	0,11
Fetter Thon	0,23
Fetter Flusssand	0,46
Kiesiger Boden	0,96
Grobsteiniger Boden	1,23
Konglomerate, Schiefer	1,86
Lagerhafte Gebirgsarten	2,27
Harte Felsen	3,69

Fliesst das Wasser sehr langsam, so setzen sich, falls es Sinkstoffe als Sand, Schlamm etc. führt, diese leicht ab, soll das vermieden werden, so muss die mittlere Geschwindigkeit des Wassers eine Mindestgrösse haben. Diese beträgt

c = 0,21, wenn es leichten Schlamm und
c = 0,42, wenn es Sand führt.

Im allgemeinen ist zu sagen, dass man die Geschwindigkeit c bei Wassergräben für Kraftanlagen nicht unter 0,4 bis 0,5 m wählen möge.

d) Bestimmung der Kanalabmessungen.

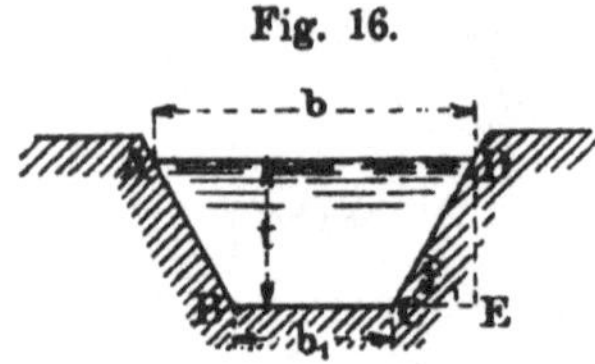

Fig. 16.

Die Querprofile der Kanäle haben meist eine trapezförmige Gestalt (siehe Fig. 16). Die Seitenwände müssen unter einem von der Beschaffenheit der Wandungen abhängigen Winkel, dem sogenannten Böschungswinkel gegen die Horizontale geneigt sein, damit die Haltbarkeit gewährleistet ist. Der Böschungswinkel werde bezeichnet mit δ (siehe Fig. 16).

Die in Fig. 16 mit CE bezeichnete Strecke nennt man die absolute Böschung, der Quotient $\frac{CE}{DE} = \cot g\, \delta$ heisst relative Böschung. Tabelle 11 gibt für verschiedene Wandungen die geeigneten Werte von $\cot g\, \delta$ und die genau oder sehr annähernd entsprechenden Winkel.

Tabelle 11.

Art der Wandung	$\cot g\, \delta$	δ	
Eiserne und hölzerne Gerinne	0	90°	
Gutes Mauerwerk bei kleinen Kanälen .	0	90°	
Futtermauern	0,5	$63\frac{1}{2}$°	
Feste Erde mit Uferbekleidung	1	45°	gegrabene Kanäle
Feste Erde ohne Bekleidung	1,5	$33\frac{1}{2}$°	
Lockerer Boden	2	$26\frac{1}{2}$°	

Gleichung 29, welche lautet $c = k\sqrt{RJ}$ kann man umformen in:

$$J = \frac{c^2}{k^2 R} \quad . . . . 33.$$

Daraus ersieht man, dass für ein bestimmtes c also auch für ein bestimmtes F beziehentlich Q (Bezeichnungen wie unter a) J um so kleiner wird je grösser R ist, R aber wird um so grösser, je kleiner man bei gegebenem F den benetzten Umfang p machen kann. Insbesondere bei Benutzung des Wassers zu motorischen Zwecken ist es aber sehr wünschenswert, das Gefälle, welches für die Fortbewegung des Wassers in den Kanälen aufzuwenden ist, thunlichst klein zu machen, um desto mehr für das Wasserrad oder die Turbine zu erhalten.

Ist ein Kanal l m lang, so ist das durch denselben verloren gehende Gefälle h bestimmt durch:

$$h = J \cdot l \quad . . . . 34.$$

Für den Inhalt und die Dimensionen eines trapezförmigen Profiles lassen sich nun sofort nach Fig. 16 folgende Gleichungen angeben:

$$F = \frac{AD + BC}{2} \cdot t.$$

worin t die Wassertiefe oder

$$F = (b - t \cot g \delta) t \quad \ldots \quad 35,$$

hieraus folgt

$$b = \frac{F}{t} + t \cot g \delta \quad \ldots \ldots \quad 36$$

oder

$$b_1 = \frac{F}{t} - t \cot g \delta \quad \ldots \ldots \quad 37.$$

Der benetzte Umfang ergibt sich zu

$$p = AB + BC + CD = \frac{t}{\sin \delta} + b_1 + \frac{t}{\sin \delta} = b_1 + 2 \frac{t}{\sin \delta}$$

setzt man für b_1 den Wert $b_1 = b - 2 t \cot g \delta$, so wird

$$p = b + 2 t \left(\frac{1}{\sin \delta} - \cot g \delta \right) \quad \ldots \quad 38,$$

setzt man noch für b den Wert aus Gleichung 36 ein, so hat man

$$p = \frac{F}{t} + t \cot g \delta + 2 t \left(\frac{1}{\sin \delta} - \cot g \delta \right),$$

soll nun p für ein gegebenes F möglichst klein sein, so muss t eine bestimmte Grösse haben und zwar ist dann

$$t = \sqrt{\frac{F \sin \delta}{2 - \cos \delta}} \quad \ldots \quad 39.$$

$$\frac{b}{t} = \frac{2}{\sin \delta} \quad \ldots \ldots \ldots \quad 40.$$

Für rechteckige Profile, also $\sin \delta = 1$ gibt das $\frac{b}{t} = 2$, oder $b = 2t$.

Die Einhaltung des günstigsten Querprofiles erfordert verhältnismässig tiefe Kanäle; grosse Tiefen sind aber nicht immer leicht durchführbar, besonders bei Kanälen für grosse Wassermengen.

Redtenbacher hat deshalb für Werkkanäle nachstehende Formeln aufgestellt, bei denen $\frac{b}{t}$ mit F wächst.

$$\frac{b_1}{t} = 2{,}7 + 0{,}9 F \quad \ldots \ldots \ldots \quad 41$$

$$\frac{b}{t} = 2{,}7 + 0{,}9 F + 2 \cot g \delta \quad \ldots \quad 42.$$

Das Berechnungsverfahren für einen Kanal wäre nun etwa folgendes: Es ist gegeben die Wassermenge Q cbm pro Sekunde, man wählt zunächst c; bestimmt $F = \frac{Q}{c}$, bestimmt nach Tabelle 11 den Winkel δ, berechnet t aus Gleichung 39, b aus 40, p dann nach Gleichung 38, R nach Gleichung 24.

Nun kann man, falls man die Bazinschen Koeffizienten verwenden will, k bestimmen nach Gleichung 30, beziehentlich Tabelle 8, dann J aus Gleichung 33, und h aus Gleichung 34.

Will man die Bestimmung von k nach Ganguillet und Kutter vornehmen, so muss man J versuchsweise annehmen, oder aber auch zunächst in obiger Weise ermitteln, dann k nach Gleichung 32 und Tabelle 9 berechnen. Ergibt sich dann J nach Gleichung 33 genügend nahe gleich der Annahme, oder dem erst berechneten Werte, so kann man sich begnügen, anderenfalls berechnet man mit dem neuen J nochmals k und erhält ein noch genaueres J.

Mitunter geht man auch von der Annahme eines relativen Gefälles aus, man kann dann

J = 0,0003 bis 0,0005 für Zuführkanäle,
J = 0,0005 bis 0,001 für Abflusskanäle

nehmen, natürlich kommt es auf den speziellen Fall an; kurzen Kanälen kann man ohne grossen Verlust an Gefälle auch höhere Werte von J geben u. s. w.

Hat man J angenommen, so bestimmt man k, indem man R vorläufig versuchsweise annimmt, nach Gleichung 30 oder 32 (Tabelle 8 oder 9), berechnet dann nach Gleichung 29 die mittlere Geschwindigkeit c, damit F nach Gleichung 25, δ, t, p und R wie vorher; stimmt das berechnete R mit dem versuchsweise angenommenen überein, so ist die Aufgabe gelöst, wenn nicht, führt man die Rechnung mit dem gefundenen R wiederholt durch.

Zahlenbeispiel: Die Abmessungen eines Kanales zu bestimmen, in welchem pro Sekunde 1,5 cbm Wasser fliessen sollen; er erhält 800 m Gesamtlänge und ist in festem Erdreich auszuheben, die Wände sollen nicht bekleidet werden.

Es werde angenommen

$$c = 0{,}45 \text{ m pro Sekunde},$$

also nach Gleichung 25

$$F = \frac{Q}{c} = 1{,}5 : 0{,}45 = 3{,}333 \text{ qm}.$$

Für festes Erdreich ohne Bekleidung ist nach Tabelle 11

$$\delta = 33^1/_2{}^0 \text{ und } \cot g\, \delta = 1{,}5,$$

nach Gleichung 39 nun

$$t = \sqrt{\frac{3{,}333 \sin 33^1/_2}{2 - \cos 33^1/_2}} = \sqrt{\frac{3{,}333 \cdot 0{,}552}{2 - 0{,}834}} = 1{,}256 \text{ (abgerundet)},$$

nach Gleichung 40 folgt

$$b = \frac{2 \cdot 1{,}257}{0{,}552} = 4{,}550 \text{ m},$$

aus Gleichung 38 folgt

$$p = 4,55 + 2 \cdot 1,256\left(\frac{1}{0,552} - 1,5\right) = 5,334,$$

also nach Gleichung 24

$$R = 3,333 : 5,334 = 0,625.$$

Nach Tabelle 8 ist (nach Bazin) für Erde bei

$$R = 0,625, \; k = 34,45,$$

nach Gleichung 33

$$J = \frac{0,45^2}{34,45^2 \cdot 0,65} = 0,00026,$$

also nach Gleichung 34

$$h = 800 \cdot 0,00026 = 0,208 = 0,21 \text{ m}.$$

Ein Beispiel für Anwendung der Formel von Ganguillet und Kutter soll bei anderer Gelegenheit mit vorgeführt werden.

§ 3. Berechnung der Stauwerke.

Um den Wasserspiegel eines Flusses etc. zu erhöhen, sei es um das Gefälle einer längeren Strecke auf einer kürzeren zu vereinigen, sei es zur Ansammlung grösserer Wassermengen, errichtet man Stauwerke, Wehre. Die Höhe, um welche der gestaute Wasserspiegel über dem ursprünglichen liegt, nennt man Stauhöhe; sie ist zu messen am Beginn der Stromschnelle, also in einigen Metern Entfernung vom Wehre. Die Erhebung des Wasserspiegels durch das Stauwerk erstreckt sich prinzipiell auf die ganze stromauf gelegene Flussstrecke, sie wird jedoch in einer gewissen Entfernung vom Wehre so klein, dass sie daselbst als nicht mehr vorhanden oder wenigstens nicht ins Gewicht fallend angesehen werden darf.

Die Entfernung, in der das eintritt, vom Wehr, nennt man die Stauweite. Im Längsprofil eines gestauten Wasserlaufes zeigt sich der Wasserspiegel als eine nach oben konkave Linie, die man Staukurve nennt.

Man unterscheidet feste und bewegliche Wehre, sowie Wehre, welche aus beiden Arten kombiniert sind.

Bei den festen Wehren entspricht jedem Wasserstande bezugsweise jeder Wassermenge, eine andere Höhenlage des gestauten Wasserspiegels, bei den beweglichen Wehren dagegen kann man durch Verstellen derselben in gewissen Grenzen eine bestimmte Höhenlage einhalten. Die einfachsten und wichtigsten Anlagen sind die festen Wehre, sie sollen deshalb den Zwecken dieses Buches entsprechend näherer Betrachtung unterzogen werden.

Die Berechnung der Wassermenge, welche über ein Wehr fliesst oder die Berechnung der zum Ueberfliessen einer gewissen Wassermenge erforderlichen Druckhöhe erfolgt im Prinzip ganz so wie bei den Ueberfällen, nur ist zu beachten, dass der Koeffizient μ für Wehre, welche mehr oder minder sorgfältig abgerundete Kanten haben, grösser ist als für Ueberfälle.

Den vollkommenen Ueberfällen entspricht das Ueberfallwehr, bei diesem liegt also der Scheitel über dem Unterwasserspiegel, während er beim Grundwehr, welches dem unvollkommenen Ueberfall entspricht, darunter liegt.

a) Stauhöhe und Wassermenge.

Es werde bezeichnet mit: (siehe auch Fig. 17)

Q_0 die ganze Wassermenge eines Flusses u. s. w. in cbm pro Sekunde,

Q die durch einen Aufschlaggraben oder dergl. abgezweigte Wassermenge,

Q_1 die über das Wehr fliessende Wassermenge,

H die Stauhöhe | gemessen am Anfang der Stromschnelle,

h die Höhe des gestauten Wasserspiegels über dem Wehrscheitel | gemessen am Anfang der Stromschnelle,

b die Wehrbreite,

c die Geschwindigkeit, mit welcher das Wasser dem Wehre zufliesst,

F_1 der Flächeninhalt des Querprofiles des gestauten Flusses nahe dem Wehr,

dann ist

$$Q_1 = Q_0 - Q \quad \ldots\ldots \quad 43.$$

$$c = \frac{F_1}{Q_0} \quad \ldots\ldots \quad 44.$$

Fig. 17.

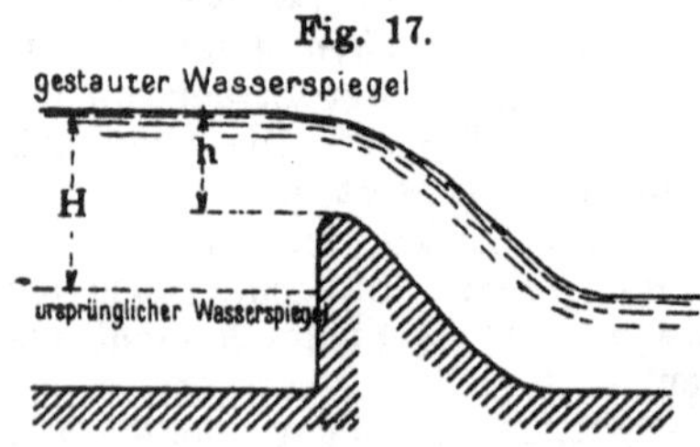

Für Ueberfallwehre gilt nun folgendes:

Ist c so klein, dass es unberücksichtigt bleiben darf, so ist

$$Q_1 = \mu\, b\, h \sqrt{2gh} \quad \ldots\ldots \quad 45,$$

muss man c berücksichtigen und setzt $\frac{c^2}{2g} = e$, so ist

$$Q_1 = \mu\, b \sqrt{2g}\left[\sqrt{(h+e)^3} - \sqrt{e^3}\right] \quad \ldots\ldots \quad 46.$$

In den Gleichungen 45 und 46 ist $\mu = 0{,}53$ bis $0{,}57$ zu setzen.

Für ein gegebenes H kann man nach Gleichung 45 oder 46 leicht h berechnen aus

$$h = \sqrt[3]{\frac{Q_1{}^2}{2g\,\mu^2\,b^2}} \quad \ldots\ldots \quad 47$$

beziehentlich

$$h = \sqrt[3]{\left(\frac{Q_1}{\mu\, b\sqrt{2g}} + \sqrt{e^3}\right)^2} - e \quad \ldots\ldots \quad 48.$$

Die Höhe des Wehrscheitels über dem ursprünglichen Wasserspiegel ergibt sich dann zu H — h, und da man für die Erbauung des Wehres die Höhenlage des ursprünglichen Wasserspiegels in Bezug auf irgend einen Festpunkt bestimmt haben muss, kennt man auch die Höhenlage des Wehrscheitels in Bezug auf diesen.

Man muss nun die Grössen H und h nicht nur für einen Wasserstand, für eine bestimmte Wassermenge des Flusses kennen, sondern auch für andere, besonders für den grössten vorkommenden Wasserstand, die grösste Wassermenge.

Sind die Wassermengen von Haus aus bekannt durch Messung derselben, so ergibt sich das einzuschlagende Verfahren ohne weiteres nach dem Vorangegangenen; häufig kennt man nur die Wasserstände, nicht aber die denselben entsprechenden Wassermengen; man kann letztere dann in folgender Weise berechnen:

Q_0 die normale Wassermenge sei bekannt, ebenso F_0 das zugehörige Querprofil des ungestauten Flusses an einer bestimmten Stelle und R_0 der entsprechende Profilradius (siehe Gleichung 24), dann ist für einen anderen Wasserstand, dem an gleicher Stelle das Querprofil F_2 mit dem Profilradius R_2 entspricht, die zugehörige Wassermenge Q_2 zu bestimmen, nach Ganguillet und Kutter aus

$$Q_2 = \frac{F_2}{F_0} \frac{R_2}{R_0} \frac{\beta + \sqrt{R_0}}{\beta + \sqrt{R_2}} Q_0 \quad \ldots \quad 49.$$

Hierin hat β die in Gleichung 32 angenommene Bedeutung und kann aus Tabelle 9 entnommen werden.

Handelt es sich um ein Grundwehr, so gelten, je nachdem ob die Geschwindigkeit des Wassers in Betracht zu ziehen oder zu vernachlässigen ist, folgende Formeln:

$$Q_1 = \mu_1 b \cdot h \sqrt{2gh} + \mu_2 b \cdot a \sqrt{2gh} \quad \ldots \quad 50,$$

wenn die Geschwindigkeit des Wassers vor dem Wehr sehr klein ist und

$$Q_1 = \mu_1 b \sqrt{2g} \left[\sqrt{(h+e)^3} - \sqrt{e^3}\right] + \mu_2 b \cdot a \sqrt{2g(h+e)} \quad \ldots \quad 51,$$

wenn die Geschwindigkeit des Wassers zu berücksichtigen ist. Hierin ist $\mu_1 = 0{,}53$ bis $0{,}57$ und $\mu_2 = 0{,}62$ zu setzen. h ist der Höhenunterschied zwischen dem Unterwasserspiegel und dem Wasserspiegel des gestauten Flussteiles und zwar gemessen in Bezug auf zwei in einiger Entfernung vom Wehre gelegene Punkte; a ist die Höhe des Unterwasserspiegels über dem Wehrscheitel (siehe Fig. 18), e hat dieselbe Bedeutung wie in Gleichung 48 und 49.

Fig. 18.

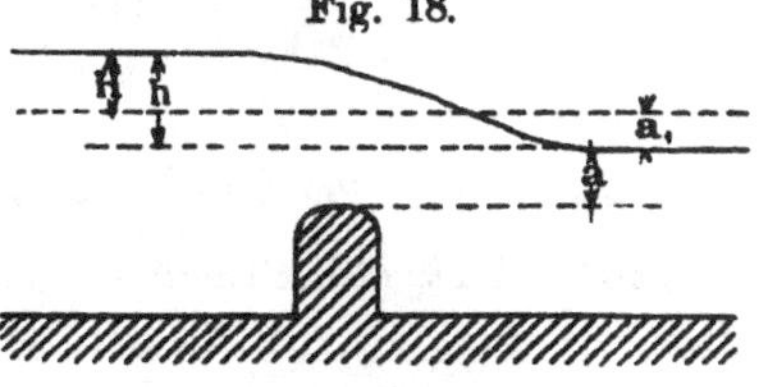

Bei der Bestimmung der Höhenlage des Wehrscheitels hat man nun folgendes zu beachten. Die Stauhöhe H bezieht sich auf den ursprünglichen Fluss, hinter dem Wehr fliessen aber wegen der Ableitung von Q nur Q_1 cbm pro Sekunde, im ursprünglichen Wasserlauf dagegen Q_0, der Wasserspiegel unterhalb erfährt also eine Erniedrigung. Diese Erniedrigung, sie heisse a_1, ist die Differenz der Wassertiefen des ursprünglichen Flusses und des durch die Stauanlage veränderten.

Gleichung 49 gibt die Möglichkeit aus dem bekannten Querprofil F_0 für die Wassermenge Q_0 das der Wassermenge Q_1 entsprechende F′ und damit angenähert die Differenz der Wassertiefen zu finden.

Kennt man a_1, so ergibt sich

$$h = H + a_1 \quad . \; . \; . \; . \quad 51a$$

und es ist a zu berechnen aus Gleichung 50 oder 51.

Die Höhenlage des Wehrscheitels unter dem ursprünglichen Wasserspiegel folgt dann zu $a_1 + a$.

b) Stauweite.

Die bisherigen Berechnungen gingen immer aus von der Voraussetzung, dass die Stauhöhe H bestimmt sei. Das ist auch insofern der Fall, als man dieselbe bei dem ja in jedem Falle bekannten Gefälle, welches nutzbar gemacht werden soll, so gross als möglich macht. Die Grenze, bis zu der man jedoch nur gehen darf, ist gezogen durch die zulässige Stauweite; denn eine Erhebung des ursprünglichen Wasserspiegels auf einer längeren Strecke als der, welche dem betreffenden Besitzer der Wasserkraft zur Verfügung steht, schädigt leicht die Interessen anderer und führt zu Prozessen.

Die angenäherte Berechnung der Stauweite kann vermittelst der nachstehenden Formel von Rühlmann bewirkt werden, in derselben bedeutet

H die Stauhöhe am Wehr (wie bisher),
H_1 die Stauhöhe an einer um die Länge l vom Wehr entfernten Stelle,
t die Tiefe des ungestauten ursprünglichen Wasserlaufes $\left(t = \frac{F}{b}\right)$,
J das relative Gefälle auf der Strecke l.

Es ist:

$$J\,l = t\left\{\varphi\left(\frac{H}{t}\right) - \varphi\left(\frac{H_1}{t}\right)\right\} \quad . \; . \; . \; . \quad 52.$$

Die Werte von $\varphi\left(\frac{H}{t}\right)$ und $\varphi\left(\frac{H_1}{t}\right)$ sind aus der folgenden Tabelle 12 zu entnehmen.

Tabelle 12.

$\frac{H}{t}$	$\varphi\left(\frac{H}{t}\right)$	$\frac{H}{t}$	$\left(\frac{H}{t}\right)$	$\frac{H}{t}$	$\varphi\left(\frac{H}{t}\right)$	$\frac{H}{t}$	$\varphi\left(\frac{H}{t}\right)$
0,01	0,0067	0,3	1,3428	1,4	2,7264	5	6,4019
0,02	0,2444	0,4	1,5119	1,5	2,8337	6	7,4056
0,03	0,3863	0,5	1,6611	1,6	2,9401	—	—
0,04	0,4889	0,6	1,7980	1,7	3,0458	8	9,4097
0,05	0,5701	0,7	1,9266	1,8	3,1508	10	11,4117
0,06	0,6376	0,8	2,0495	1,9	3,2553	15	16,4139
0,07	0,6958	0,9	2,1683	2,0	3,3595	20	21,4147
0,08	0,7482	1,0	2,2841	2,5	3,8754	30	31,4153
0,09	0,7933	1,1	2,3971	3,0	4,3844	50	51,4157
0,1	0,8353	1,2	2,5084	3,5	4,8911	100	101,4158
0,2	1,1361	1,3	2,6179	4	5,3958		

An einer Stelle, wo $\frac{H_1}{t}$ den Wert 0,01 erhält, kann man die Stauung als nicht mehr bemerkbar ansehen, für $\frac{H_1}{t} = 0{,}01$ gibt Tabelle 12 den Wert 0,0067 an, also ist die grösste Stauweite

$$l = \frac{t}{J}\left\{\varphi\left(\frac{H}{t}\right) - 0{,}0067\right\} \quad \ldots\ldots 53.$$

Die Rühlmannsche Formel setzt voraus, dass die Flussbreite gross ist im Vergleich zur Tiefe, dass das Querprofil des ursprünglichen Flusses auf die Strecke l und das relative Gefälle J annähernd überall die gleichen sind.

c) Berechnung der Stauanlagen.

Bei der Berechnung einer Stauanlage, z. B. für ein Ueberfallwehr, könnte also im allgemeinen folgendermassen verfahren werden.

Man nehme für den normalen Zustand des Flusses, dem die Wassermenge Q_0 entspricht, H an, prüfe nach Gleichung 53 die Zulässigkeit des betreffenden Wertes, ergiebt sich l zu gross, so ist H zu verkleinern und die Rechnung zu wiederholen, bis es passt; hiernach bestimme man Q_1 aus Gleichung 43, h aus Gleichung 47 oder 48, damit H — h und die Höhenlage des Wehrscheitels.

Man ermittle nun die grösste vorkommende Wassermenge aus Gleichung 49 (sofern sie nicht ohnedies schon bekannt ist), zieht man von dieser den Maximalwert der im Aufschlaggraben abzuzweigenden Wassermenge Q_{max} ab, so erhält man die bei dem höchsten Wasserstand über das Wehr gehende Wassermenge $Q_{1\,max}$; also

$$Q_{1\,max} = Q_2 - Q_{max}.$$

Zu diesem $Q_{l\,max}$ bestimmt man wie vorher den zugehörigen Wert von h_{max} und kann dann die max Stauhöhe H_{max} bestimmen. Ist nämlich t die Wassertiefe des normalen ursprünglichen Flusses an der Stelle des Wehres, t_{max} die Tiefe des ungestauten Flusses beim hohen Wasserstande ebenda, so ist

$$H_{max} = H + t - h + h_{max} - t_{max}.$$

Schliesslich hat man auch für H_{max} nach Gleichung 53 die Stauweite zu berechnen und falls sie sich unzulässig gross ergibt, H zu verkleinern und die Rechnung zu wiederholen.

Ein Zahlenbeispiel wird am Schlusse des zweiten Teiles nach der Besprechung der allgemeinen Grundsätze bei Errichtuug von Wasserkraftanlagen gegeben werden.

§ 4. Bewegung des Wassers in Rohrleitungen.

a) Druckverhältnisse und Geschwindigkeiten.

Fig. 19 veranschauliche den allgemeinen Fall einer Rohrleitung. E ist ein Behälter, dessen Zufluss gleich dem Abfluss ist, dessen Wasserspiegel also immer auf gleicher Höhe bleibt. Von diesem Behälter geht in geneigter und etwas gekrümmter Lage eine Rohrleitung D C B A mit veränderlichem, kreisförmigem Querschnitt ab. Die Ausflussöffnung liegt bei A, dieselbe hat den Querschnitt F, an den Punkten B und C der Rohrleitung habe diese die Querschnitte F_1 und F_2

Bei A B und C sind offene, senkrechte Rohre mit der Rohrleitung D C B A verbunden, um vermittelst derselben die Druckverhältnisse zu beobachten, solche Rohre nennt man Piezometerrohre.

Wenn die Rohrleitung bei A geschlossen ist, so steht in den Piezometerrohren das Wasser, nach dem Gesetz der kommunizierenden Röhren, überall gleich hoch mit dem Wasser in E. Die Höhen der Wassersäulen über den Mittelpunkten von F, F_1, F_2, welche mit h, h_1 und h_2 bezeichnet seien, sind gleich dem senkrechten Abstande — Gefälle — vom Wasserspiegel in E bis zu den betreffenden Punkten. Die Druckhöhen h, h_1, h_2, welche den Druck des Wassers in der geschlossenen Rohrleitung, also bei ruhendem Wasser, angeben, nennt man hydrostatische Druckhöhen. Die Differenz der hydrostatischen Druckhöhen für zwei Punkte einer Rohrleitung ist gleich dem Gefälle der Rohrleitung zwischen den Punkten. Ist die Rohrleitung bei A geöffnet, so fliesst das Wasser mit einer

Fig. 19.

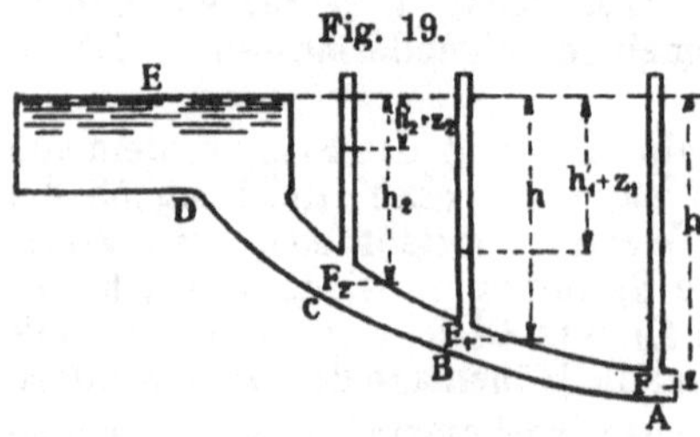

Geschwindigkeit c aus, die nach Gleichung 1 zu $c = \sqrt{2gh}$ zu berechnen wäre, wenn das ganze Gefälle dafür in Betracht käme. Das ist aber nicht der Fall, denn die Bewegungswiderstände in der Rohrleitung können sehr erheblich sein, sie werden hervorgerufen durch Kontraktion und Reibung beim Einfluss in die Rohrleitung, durch Reibung des Wassers an den Rohrwandungen, durch Krümmungen u. s. w. Zur Ueberwindung dieser Widerstände wird ein Teil des Gefälles verbraucht, dieses Gefälle — auch Widerstandshöhe genannt — werde bezeichnet mit z. Zur Erzeugung der Ausflussgeschwindigkeit steht also in Wirklichkeit ein Gefälle $h - z$ zur Verfügung und man hat c zu berechnen aus

$$c = \sqrt{2g(h - z)} \quad \ldots \quad 54.$$

Im Piezometerrohre bei A steht während des Ausflusses keine Wassersäule, denn soweit das Gefälle nicht durch Bewegungswiderstände in der Leitung von D bis A aufgezehrt wurde, ist es völlig in Geschwindigkeit verwandelt.

Aus dem Querschnitt F fliesst pro Sekunde die Wassermenge $Q = F \cdot c$, dieselbe Wassermenge fliesst dann auch bei B und C durch F_1 und F_2, mithin wenn c_1 die Geschwindigkeit des Wassers in der Rohrleitung bei B und c_2 bei C ist, muss

$$F c = F_1 c_1 = F_2 c_2 \text{ oder}$$

$$c_1 = \frac{F c}{F_1}; \quad c_2 = \frac{F c}{F_2}; \quad c_2 = \frac{F_1 c_1}{F_2}.$$

Je nachdem ob F_1 grösser oder kleiner ist als F, ist c_1 kleiner oder grösser als c. Zur Erzeugung von c_1 ist ein Gefälle von $h'_1 = \frac{c_1^2}{2g}$ erforderlich, zur Ueberwindung der Bewegungswiderstände von D bis B ein Gefälle von z_1, im Punkte B ist also insgesamt ein Gefälle $h'_1 + z$ für die Bewegung des Wassers verbraucht und es bleibt im Piezometerrohre B eine Wassersäule von

$$h_1 - (h'_1 + z_1) = h_1 - h'_1 - z_1,$$

ebenso im Piezometerrohre C eine Wassersäule von $h_2 - h'_2 - z_2$.

Diese während der Bewegung des Wassers in den Piezometerrohren stehenden Wassersäulen geben den Druck an, welchen die Rohrwandung noch durch das bewegte Wasser erleidet; man nennt sie hydraulische Druckhöhen. Es ergibt sich also nach dem Vorangegangenen der Satz:

hydraulische Druckhöhe = hydrostatische Druckhöhe — Geschwindigkeitshöhe — Widerstandshöhe

oder

hydrostatische Druckhöhe = hydraulische Druckhöhe + Geschwindigkeitshöhe + Widerstandshöhe

oder

Geschwindigkeitshöhe = hydrostatische Druckhöhe — hydraulische Druckhöhe — Widerstandshöhe u. s. w.

Bezeichnet man die hydraulische Druckhöhe mit h_y, die hydrostatische mit h, die Geschwindigkeitshöhe mit h' und die Widerstandshöhe mit z, so kann man schreiben

$$\left.\begin{aligned} h_y &= h - h' - z \\ h &= h_y + h' + z \end{aligned}\right\} \quad \ldots\ldots 55.$$

$$h' = h - h_y - z$$

Wenn $h > h' + z$ ist, so ist h_y positiv, das Wasser steigt also im Piezometer noch etwas in die Höhe, es drückt von innen nach aussen und hat das Bestreben, an undichten Stellen des Rohres auszutreten; ist dagegen $h < h' + z$, so ist h_y negativ, d. h. es herrscht im Rohre ein niedrigerer Druck als aussen, würde man ein nach unten gehendes Piezometerrohr anbringen, so würde dieses Wasser aus einem Behälter bis zu einer Höhe h_y ansaugen.

Um sich die Verhältnisse bei solchen negativen Drucken anschaulich zu machen, hat man nur zu allen Druckhöhen noch den Druck der Atmosphäre, ausgedrückt in Wassersäule (10,3 m), zu addieren, dadurch erhält man die absoluten Drucke im Rohre, welche man mit dem ausserhalb des Rohres herrschenden absoluten Druck, das ist gewöhnlich nur der Druck der Atmosphäre, vergleichen kann. Ein Zahlenbeispiel mag das erläutern: An einem Punkte einer Rohrleitung betrage die hydrostatische Druckhöhe 6 m; also herrscht bei ruhendem Wasser in der Rohrleitung der absolute Druck $6 + 10{,}3 = 16{,}3$ m; bei geöffnetem Ausflusse bewege sich das Wasser mit einer Geschwindigkeit von 10 m pro Sekunde; dieser entspricht eine Geschwindigkeitshöhe von $\frac{10^2}{2g} = 5{,}097$ m.

Die Bewegung des Wassers bis zum betreffenden Punkte der Rohrleitung bedinge eine Widerstandshöhe von 3 m, also sind für die Bewegung des Wassers verbraucht $(5{,}097 + 3) = 8{,}097$ m. Um diesen Betrag müssen also der absolute hydrostatische Druck und der absolute hydraulische Druck differieren. Die absolute hydrostatische Druckhöhe beträgt im fraglichen Punkte nach obigen aber 16,3 m, also muss die absolute hydraulische Druckhöhe daselbst sein $16{,}3 - 8{,}097 = 8{,}203$ m.

Herrscht im Innern des Rohres der absolute Druck 8,203 m, so muss, da aussen um das Rohr der absolute Druck 10,3 m, das ist der Druck der Atmosphäre, herrscht, von innen nach aussen ein Druck von $8{,}203 - 10{,}3 = -2{,}097$ m herrschen, das heisst der Druck im Rohre ist um 2,097 m kleiner als ausserhalb. Ebenso hätte unsere Gleichung 55 ergeben:

$$h_y = 6 - 5{,}097 - 3 = -2{,}097 \text{ m}.$$

b) Bewegungswiderstände.

Zur Berechnung von Rohrleitungen bedarf es noch der Bestimmung von z. Diese erfolgt, indem man die einzelnen Widerstände bestimmt und sie addiert.

Es bedeute z_e die Widerstandshöhe für den Einfluss des Wassers in die Rohrleitung, z_r die der Reibung des Wassers an den Rohrwänden entsprechende Widerstandshöhe, z_k die durch Krümmungen und z_q die durch plötzliche Querschnittsänderungen bedingten Widerstandshöhen u. s. w., dann ist

$$z = z_e + z_r + z_k + z_q \quad \ldots \quad 56.$$

Man kann setzen

$$z_e = 0{,}50 \frac{c_e^2}{2g} \text{ bis } 0{,}08 \frac{c_e^2}{2g} \quad \ldots \quad 57,$$

worin c_e die Geschwindigkeit in der Einflussöffnung der Rohrleitung, der kleinere Wert gilt für besonders gut abgerundete Einmündungen.

Zur Berechnung von z_r sind verschiedene Formeln von den Hydraulikern aufgestellt worden, hier soll als für die Zwecke des Buches völlig genügend die viel benützte und verbreitete Weissbachsche angegeben werden.

$$z_r = \lambda \frac{l}{d} \frac{c_1^2}{2g} \quad \ldots \quad 58.$$

Hierin ist l die Länge der Rohrleitung, d der Durchmesser, c_1 die Geschwindigkeit des Wassers, g die Beschleunigung der Schwere, λ ein Koeffizient, der bestimmt werden kann aus

$$\lambda = 0{,}01439 + \frac{0{,}009471}{\sqrt{c_1}} \quad \ldots \quad 59;$$

bequemer aus Tabelle 13 für verschiedene c_1 zu entnehmen ist.

Tabelle 13.

c_1	λ	c_1	λ	c_1	λ	c_1	λ
0,1	0,0443	0,5	0,0278	1	0,0239	2	0,0211
0,2	0,0356	0,6	0,0266	1,1	0,0234	2,5	0,0204
0,3	0,0317	0,7	0,0257	1,2	0,0230	3	0,0198
0,4	0,0294	0,8	0,0250	1,5	0,0221	4	0,0191

Der Reibungswiderstand in einer Rohrleitung ist also um so grösser, je grösser die Geschwindigkeit des Wassers, je länger die Rohrleitung, je kleiner ihr Durchmesser ist.

Gleichung 58 ist streng genommen nur für Rohrleitungen von überall gleichem Durchmesser und gleicher Geschwindigkeit in allen Querschnitten gültig; handelt es sich um eine Rohrleitung, welche aus mehreren Strängen von verschiedenen, aber innerhalb des einzelnen Stranges gleichem Durchmesser besteht, so berechnet man z für jeden Teilstrang für sich und addiert die Werte. Handelt es sich um eine Leitung, bei welcher der Durchmesser allmählich abnimmt oder zunimmt (langes konisches

Rohr), so kann man, wenn die Durchmesser nur wenig verschieden sind, einen Mittelwert einführen, sonst aber zerlegt man sich die Leitung in Teilstrecken, bei denen das der Fall ist, berechnet z für jede und addiert die Werte.

Der Widerstand, welchen Krümmungen in der Rohrleitung der Bewegung des Wassers bieten, ist, wenn der Durchmesser des Rohres klein ist, im Verhältnis zum Radius der Krümmung, und wenn ebenso der Winkel, um den die Rohrleitung durch die Krümmung abgelenkt wird, klein ist, nicht von Belang, er kann aber im anderen Falle sehr erheblich sein.

Fig. 20.

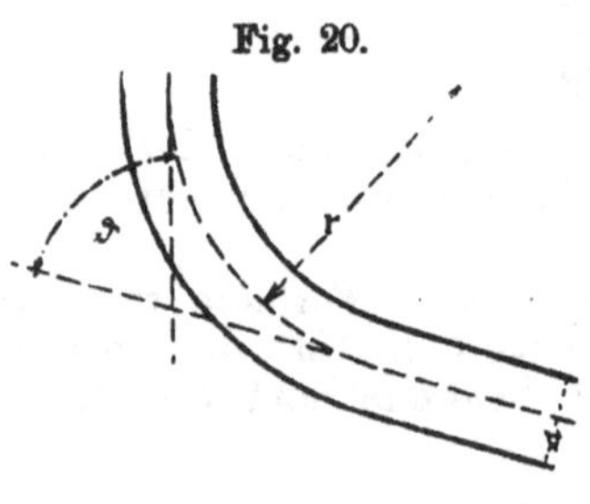

Es bedeute, ausser den bisherigen Bezeichnungen, δ den Ablenkungswinkel einer Krümmung und r den Krümmungsradius (siehe Fig. 20), z_k die Widerstandshöhe infolge der Krümmung, so ist

$$z_k = \lambda \frac{\delta}{90} \frac{c_1{}^2}{2g} \quad \ldots . \; 60.$$

Hierin ist λ ein Koeffizient, welcher abhängig ist vom Verhältnis $\frac{d}{r}$;

$$\lambda = 0{,}131 + 0{,}163 \sqrt{\left(\frac{d}{r}\right)^7} \quad \ldots . \; 61.$$

Tabelle 14 enthält für verschiedene $\frac{d}{r}$ zugehörige Werte von λ.

Tabelle 14.

$\frac{d}{r}$	0,2	0,4	0,6	0,8	1	1,2	1,4	1,6	1,8	2
λ	0,131	0,138	0,158	0,206	0,294	0,440	0,661	0,977	1,408	1,979

Für Kniee, wo die Schenkel geradlinig aneinander stossen (siehe Fig. 21) gilt

$$z_k = \lambda \frac{c^2}{2g} \quad \ldots . \; 62,$$

Fig. 21.

worin λ ein vom Winkel δ abhängiger Koeffizient ermittelt werden kann aus

$$\lambda = 0{,}9457 \sin^2 \frac{\delta}{2} + 2{,}047 \sin^4 \frac{\delta}{2} \quad . \, . \; 63.$$

Für verschiedene δ sind die zugehörigen Werte von λ in Tabelle 15 enthalten.

Tabelle 15.

δ^0	20	40	60	80	90	100	110	120
λ	0,046	0,139	0,364	0,740	0,984	1,260	1,556	1,861

Die Bestimmung des durch plötzliche Querschnittsänderungen einer Rohrleitung hervorgerufenen Drückhöhenverlustes soll nur für die dem Zwecke des Buches entsprechenden wichtigsten Fälle betrachtet werden. Fliesst das Wasser aus einem engen Rohre vom Querschnitt F_2 unmittelbar in ein weiteres vom Querschnitt F_1 (Fig. 22) und ist c_1 die im Querschnitt F_1 herrschende Geschwindigkeit, so ist

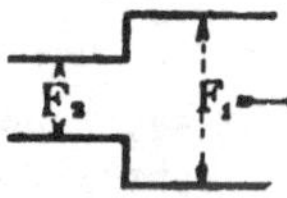

$$z_q = \left(\frac{F_1}{F_2} - 1\right)^2 \frac{c_1^2}{2g} \quad \ldots \quad 64.$$

Fig. 22.

Ist dagegen der Querschnitt F_1 kleiner als F_2 und fliesst das Wasser plötzlich aus dem weiteren in den engeren Rohrteil (siehe Fig. 23), so ist

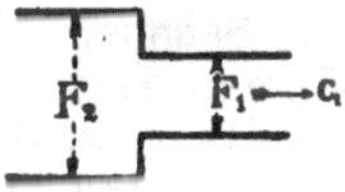

$$z_q = \left(1 - \frac{F_1}{F_2}\right) \frac{c_1^2}{2g} \quad \ldots \quad 65.$$

Fig. 23.

Solche plötzliche Querschnittsänderungen sollen bei gut konstruierten Rohrleitungen thunlichst vermieden werden, erstreckt sich der Uebergang auf ein einigermassen längeres Rohrstück und erfolgt er allmählich, so ist der Verlust durch die Querschnittsänderung verschwindend.

c) **Verfahren bei der Berechnung.**

Gewöhnlich ist eine bestimmte Wassermenge Q gegeben, ebenso die Länge der zu erbauenden Rohrleitung l und das ganze Gefälle h, die Weite der Rohrleitung ist zu bestimmen, die Ausflussgeschwindigkeit und die Druckverluste sind zu berechnen. Meistens wird noch verlangt, dass das Wasser am Ende der Rohrleitung mit einer möglichst grossen Geschwindigkeit ausfliesse bezw. dass es vor dem Austritt eine möglichst grosse hydraulische Druckhöhe, das heisst in diesem Falle einen möglichst grossen noch ausnutzbaren Druck hat.

Diesen Forderungen wird durch eine möglichst kleine Geschwindigkeit entsprochen, und man geht deshalb bei der Berechnung zunächst mit Annahme einer passenden Geschwindigkeit c vor. Dabei ist zu bedenken, dass, je kleiner die Gschwindigkeit, desto weiter die Rohrleitung und damit um so teurer, so dass bei zu kleinen Geschwindigkeiten der Kapitalaufwand nicht mehr durch den erreichbaren Vorteil gerechtfertigt wird. Bei den Rohrleitungen, die hier besonders ins Auge zu fassen sind, empfiehlt es sich, die Geschwindigkeit $c_1 = 0{,}8$ bis 1,5 m zu machen, ohne dass diese Vorschrift irgend wie bindend ist. Hat man c_1 angenommen, so ergibt sich F_1, der Querschnitt der Rohrleitung aus $F_1 = \frac{Q}{c_1}$ und damit der Durchmesser d. Dann sind die Widerstandshöhen aus Gleichung 57 bis 65 und 56 zu berechnen, c aus Gleichung 54, h_r u. s. w. aus Gleichung 55.

Handelt es sich darum zu berechnen, welche Wassermenge aus einer Rohrleitung von bekanntem Durchmesser und bekannter Länge bei einem bestimmten Gefälle fliessen kann, so weiss man, dass $c = \sqrt{2gh}$ der nur erreichbare höchst mögliche Wert von c ist; man nimmt nun versuchsweise einen kleineren Wert von c an, bestimmt daraus, wenn die Grösse der Mündung F, aus welcher das Wasser fliessen soll, kleiner als der Rohrquerschnitt $F_1 = \frac{\pi d^2}{4}$ ist, $c_1 = \frac{F \cdot c}{F_1}$ und berechnet z, den gefundenen Wert von z setzt man in Gleichung 54 ein; ergibt sich daraus ein von dem versuchsweise angenommenen verschiedener Wert von c, so ermittelt man für das neue c das entsprechende z und so fort, bis Uebereinstimmung herrscht.

Beispiel: Einer Turbine sollen in der Sekunde 1,1 cbm Wasser durch eine Rohrleitung zugeführt werden. Das ganze Gefälle beträgt 40 m, die Länge der Rohrleitung wird 210 m betragen, am Ende derselben befindet sich eine Krümmung, welche eine Ablenkung um 60° bewirkt. An die Rohrleitung schliesst sich ein für die Einführung des Wassers in das Turbinenrad passend geformtes Mundstück (Leitapparat). Die Geschwindigkeit des Wassers in der Rohrleitung soll sein $c_1 = 1{,}5$ m. Es soll berechnet werden, wie gross der Gefälleverlust z in der Rohrleitung, vom Beginn bis vor das Mundstück ist, welcher hydraulische Druck vor dem Passieren des Mundstückes herrscht, mit welcher Geschwindigkeit c das Wasser aus dem Mundstück ausfliesst, wenn die durch das Mundstück selbst verursachte Widerstandshöhe erfahrungsgemäss zu 6 Prozent des Gefälles angenommen werden darf, schliesslich soll der erforderliche Austrittsquerschnitt für das Mundstück angegeben werden.

Es ist

$$F_1 = \frac{Q}{c_1} = \frac{1{,}1}{1{,}5} = 0{,}7333 \text{ qm},$$

also der Rohrdurchmesser

$$d = \sqrt{\frac{0{,}7333 \cdot 4}{\pi}} = 0{,}966 \text{ m}.$$

Der Verlust beim Eintritt z_e ergibt sich aus Gleichung 57 für ein einigermassen gut abgerundetes Mundstück zu $z_e = 0{,}3 \cdot \frac{1{,}5^2}{2 \cdot 9{,}81}$; der Wert $\frac{1{,}5^2}{2 \cdot 9{,}81}$ wird noch öfter gebraucht, er wird deshalb für sich bestimmt zu $\frac{1{,}5^2}{2 \cdot 9{,}81} = 0{,}115$ m, also

$$z_e = 0{,}3 \cdot 0{,}115 = 0{,}034 \text{ m}.$$

Der Reibungswiderstand z_r folgt aus Gleichung 58, wenn man für $c_1 = 1{,}5$ aus Tabelle 13 den zugehörigen Wert von $\lambda = 0{,}022$ einsetzt.

$$z_r = 0{,}022 \cdot \frac{210}{0{,}966} \cdot \frac{1{,}5^2}{2\,g} = 0{,}022 \cdot \frac{210}{0{,}966} \cdot 0{,}115 = 0{,}55 \text{ m}.$$

Zur Bestimmung des Krümmungswiderstandes ist der Krümmungsradius zu wählen, er sei $r = 1{,}2$, also $\frac{d}{r} = \frac{0{,}966}{1{,}2} = 0{,}805$.

Den Koeffizienten λ kann man nun aus Tabelle 14 für $\frac{d}{r} = 0{,}8$ entnehmen, er ist $\lambda = 0{,}206$, also nach Gleichung 60

$$z_k = 0{,}206 \frac{60^0}{90} \frac{1{,}5^2}{2 \cdot 9{,}81} = 0{,}206 \cdot \frac{2}{3} \cdot 0{,}115 = 0{,}016 \text{ m}.$$

Hiernach folgt nach Gleichung 56

$$z = z_e + z_r + z_k = 0{,}034 + 0{,}55 + 0{,}016 = 0{,}6 \text{ m}.$$

Der hydraulische Druck vor dem Mundstück wird ermittelt aus Gleichung 55 zu

$$h_y = h - h' - z, \text{ worin } h = 40, \; h' = 0{,}115 \text{ und } z = 0{,}6, \text{ also}$$

$$h_y = 40 - 0{,}115 - 0{,}6 = 39{,}285 \text{ m}.$$

Die Widerstandshöhe im Mundstück beträgt nach Voraussetzung 6 Prozent des Gefälles, also $\frac{40}{100} \cdot 6 = 2{,}4$ m; die Gesamtwiderstandshöhe für die ganze Rohrleitung einschliesslich Mundstück beträgt also

$$z = 0{,}6 + 2{,}4 = 3 \text{ m}.$$

Die Ausflussgeschwindigkeit aus dem Mundstück ergibt sich nach Gleichung 54 zu

$$c = \sqrt{2 \cdot 9{,}81\,(40 - 3)} = 26{,}942 \text{ m},$$

mithin der Ausflussquerschnitt des Mundstückes

$$F = \frac{Q}{c} = \frac{1{,}1}{26{,}942} = 0{,}0408 \text{ qm}.$$

§ 5. Wassermessung.

Unter Wassermenge versteht man die Bestimmung der Wassermenge, welche ein Wasserlauf in einer bestimmten Zeit — gewöhnlich in einer Sekunde — an den Messungsort heranführt. Die Wassermessung kann erfolgen: direkt durch Aichung oder durch Ausfluss aus Mündungen unter Verhältnissen, für welche die Ausflusskoeffizienten bekannt sind, ferner indirekt durch Querprofil und Geschwindigkeitsmessungen.

a) Wassermessung durch Aichung.

Unter Aichung versteht man das Auffangen des Wassers in Gefässen von bekanntem Inhalt, unter Beobachtung der zum Füllen der Gefässe erforderlichen Zeit. Das Verfahren eignet sich in der Regel nur für kleinere Wassermengen. Wie bei allen Wassermessungen hat man dabei darauf zu achten, dass die Messung nur erfolgt, wenn der Wasserlauf im Beharrungszustande ist, d. h. dass nicht mehr Wasser in das Gefäss fliesst als der Wasserlauf in der betreffenden Zeit heranführt. Gewöhnlich wird zum Zwecke der Messung der Wasserspiegel durch einen Einbau etwas gestaut; sobald seine Höhenlage sich nicht mehr verändert, ist der Beharrungszustand eingetreten.

b) Wassermessung durch Ausfluss aus Mündungen.

Die Messung durch Ausfluss aus Mündungen ist sehr gebräuchlich, inbesondere werden dazu vollkommene Ueberfälle angewandt. Die Bestimmung der Wassermenge kann nach den im § 1 angegebenen Gesetzen, also nach Gleichung 12, 17 u. s. w. erfolgen. Die Koeffizienten sind den Tabellen zu entnehmen oder zu berechnen. Bezüglich der Genauigkeit der Resnltate gilt das ebenfalls schon im § 1 Gesagte. Dieselbe kann nur dann befriedigend sein, wenn die Messung unter ähnlichen Umständen erfolgt wie die Bestimmung der Koeffizienten; freilich ist das oftmals nicht möglich, dann muss man sich aber auch gestehen, dass die Resultate einigermassen ungenau sein können.

Die Einhaltung der meistens erforderlichen vollkommenen Kontraktion ist leicht zu ermöglichen, die scharfen Kanten erzielt man durch Anwendung von Blechstreifen, Blechtafeln, in welche die Mündungen eingeschnittten sind, oder bei Holz durch Abschrägung der Kanten nach aussen. Man achte darauf, dass die horizontale Lage der Ueberfallkanten etc. eingehalten wird, die Druckhöhen in richtigem Abstande vom Ueberfall etc. und erst dann, wenn der Beharrungszustand des Wassers eingetreten ist, gemessen werden.

c) Messung der Querprofile.

Die Messung der Querprofile ist eine rein geometrische Aufgabe und braucht hier nicht näher behandelt zu werden, bei unregelmässigen Profilen dürfen nicht zu wenig Punkte des benetzten Umfanges bestimmt werden, allgemein achte man darauf, dass das Profil senkrecht zur Stromrichtung liegt.

d) Messung der Geschwindigkeit durch Schwimmer.

Die einfachste Methode der Geschwindigkeitsmessung ist die mittels Oberflächenschwimmer. Dieser ist eine Hohlkugel, ein Brettchen mit aufrecht stehender Marke, eine Flasche oder dergl., er schwimmt angenähert mit der an der Oberfläche des Wassers herrschenden Geschwindigkeit; es ist darauf zu achten, dass er möglichst wenig aus dem Wasser herausragt, damit der Luftwiderstand nicht verzögernd wirkt. Schwimmer haben das Bestreben, in der Stromrinne zu schwimmen, also die grösste Oberflächengeschwindigkeit anzunehmen, man hat deshalb bei ihrer Verwendung folgendermassen zu verfahren.

Man bestimmt in einer möglichst geraden Flussstrecke zwei in einem genügend grossen Abstand gelegene Querprofile, so dass der Schwimmer einige Minuten von einem zum anderen braucht. Der Schwimmer wird dann in einer so grossen Entfernung (vielleicht 20 m) oberhalb des stromauf gelegenen Profiles möglichst nahe dem Stromstrich in das Wasser gegeben, dass er beim Passieren des oberen Querprofiles die grösste Oberflächengeschwindigkeit bereits angenommen hat.

Ein Beobachter bestimmt den Durchgang des Schwimmers durch das stromauf, ein zweiter den Durchgang durch das stromab gelegene Querprofil, die Zeit, welche zwischen beiden Durchgängen verstrich, wird notiert. Ist s die Länge des Schwimmerweges, t die Zeit, so ist $c_0 = \frac{s}{t}$ die gesuchte Oberflächengeschwindigkeit. Natürlich wiederholt man den Versuch einige Male zur Kontrolle und sieht dann den Mittelwert als gültig an.

Alle Schwimmermessungen leiden an Ungenauigkeit, insbesondere bei Wind treten leicht so erhebliche Fehler auf, dass dann die Messung besser unterbleibt.

e) Bestimmung der Wassergeschwindigkeit durch die Pitot-Darcysche Röhre.

Taucht man, wie Fig. 24 angibt, eine rechtwinkelig gebogene, beiderseits offene Röhre so in fliessendes Wasser, dass die Oeffnung des unter Wasser befindlichen, horizontal gehaltenen Schenkels der Strömungsrichtung zugekehrt ist, so steigt infolge des Stosses des heranströmenden Wassers der Wasserspiegel im stehenden Schenkel bis zu einer gewissen Höhe über den Flusswasserspiegel. Diese Höhe, sie werde bezeichnet mit h, ist abhängig von der Geschwindigkeit c, mit welcher das Wasser gegen die Oeffnung des liegenden Schenkels heranfliesst, je grösser diese, desto grösser h.

Fig. 24.

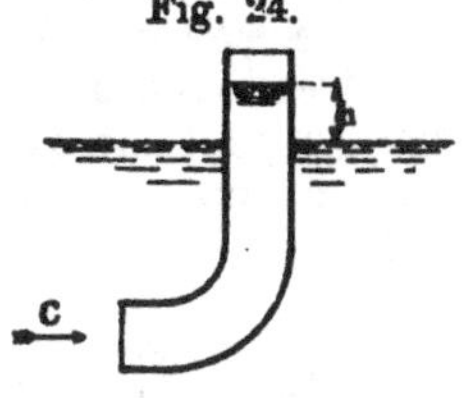

Hat man h durch Beobachtung bestimmt, so kann man c berechnen aus

$$c = k\sqrt{h}.$$

Hierin ist k ein von den Dimensionen und der Beschaffenheit des Instrumentes abhängiger Koeffizient, der durch Versuche für jedes Instrument ermittelt werden muss.

In der einfachsten ursprünglichen Form gibt ein solches, nach ihrem Erfinder Pitotsche Röhre genanntes, Instrument freilich keine genauen Resultate, es ist aber ausser anderen, besonders durch Darcy erheblich verbessert worden, und in dieser verbesserten Form ein sehr gutes und brauchbares Messinstrument, besonders geeignet zu Messungen nahe am benetzten Umfange. Man kann mit der Pitotschen Röhre, so lange es sich nicht um grosse Tiefen handelt, die Geschwindigkeit in jedem Punkte eines Querprofiles messen, was zur genauen Ermittelung der Wassermenge sehr günstig ist. Die Röhre zeigt aber nur die im Momente der Beobachtung vorhandene Geschwindigkeit an; die Geschwindigkeit des Wassers wechselt aber auch an einer Stelle fortwährend etwas, und man macht deshalb, und auch sonst der Kontrolle wegen, mehrere Ablesungen nacheinander für jeden Punkt.

f) Bestimmung der Wassergeschwindigkeit mit dem hydrometrischen Flügel.

Der hydrometrische Flügel, ein zuerst von Woltmann (Woltmannscher Flügel) angegebener, von Amsler-Laffon, Harlacher und anderen sehr vervollkommneter Apparat, besteht im Prinzip aus einem durch die Strömung des Wassers in Umdrehung versetzten Flügelrädchen mit windmühlenartigen Flügeln, dessen Umdrehungen durch Welle, Schnecke und Schneckenrädchen in der Weise gezählt werden, dass jeder Umdrehung des Schneckenrades das Ertönen oder Sichtbarwerden eines Zeichens entspricht, was auf rein mechanischem, elektrischem oder dergleichem Wege bewerkstelligt wird. Der Apparat ist gewöhnlich an einer Stange beweglich befestigt, so dass er für die gewünschte Wassertiefe leicht eingestellt werden kann. Die Einstellung in die Stromrichtung, welcher das Flügelrädchen natürlich zugekehrt sein muss, erfolgt entweder selbstthätig durch ein mit dem Apparat verbundenes Steuer oder vermittelst einer Visiereinrichtung durch den Beobachter.

Je grösser die Geschwindigkeit des Wassers ist, desto mehr Umdrehungen macht das Flügelrädchen, die Beziehungen zwischen der Umdrehungszahl n des Flügels und der Wassergeschwindigkeit c hat man durch verschiedene Gleichungen auszudrücken versucht, die einfachste von Chafles aufgestellte Formel lautet

$$c = \alpha + \beta n,$$

eine andere von Exner

$$c = \sqrt{\alpha^2 + \beta n^2}.$$

Hierin sind α und β durch Versuche festzustellende Konstanten und zwar ist α diejenige Geschwindigkeit, bei welcher der Flügel überhaupt erst in Thätigkeit tritt. Die Versuche zur Ermittelung der Konstanten werden meistens in der Weise angestellt, dass man den Flügel in ruhendem Wasser mit verschiedenen Geschwindigkeiten nacheinander hin bewegt.

Ueber sonstige Gleichungen u. dergl. siehe „Zeitschrift des Vereins Deutscher Ingenieure“, Jahrgang 1895, S. 917.

Der hydrometrische Flügel gibt, weil die Zählung der Umdrehungen sich auf einen gewissen Zeitraum erstreckt, nicht nur die momentan an der betreffenden Stelle herrschende, sondern die durchschnittliche Geschwindigkeit an, seine Anwendung ist besonders bei grösseren Wassertiefen vorteilhaft, weniger geeignet ist er für Messungen nahe am benetzten Umfange. Sollen genaue Resultate erzielt werden, so muss die Flügelachse mit der Richtung der Wassergeschwindigkeit zusammenfallen.

Hydrometrische Flügel werden gefertigt von Amsler-Laffon in Schaffhausen, T. Ertel und Sohn in München, A. Ott in Kempten und anderen; aus den Preislisten und Prospekten der Verfertiger ist auch näheres über die Konstruktion der Instrumente zu ersehen.

g) Berechnung der Wassermenge.

Hat man die Oberflächengeschwindigkeit im Stromstrich mittels Schwimmer bestimmt, so kann man daraus die mittlere Geschwindigkeit berechnen nach Gleichung 28, indem man c_{max} als der grössten Oberflächengeschwindigkeit gleichwertig betrachtet.

Gleichung 28 würde dann lauten

$$c = \frac{c_0}{1 + 14\sqrt{\alpha + \frac{\beta}{R}}},$$

worin natürlich α und β die im § 2 festgesetzte Bedeutung haben. Für rasche und nur überschlägliche Bestimmungen kann man auch c ermitteln aus

$$c = 0{,}67\, c_0 + 0{,}027\, c_0^2.$$

Kennt man die mittlere Geschwindigkeit c, so ist die Wassermenge pro Sekunde $Q = F \cdot c$, worin unter F der Flächeninhalt eines mittleren Querprofiles (siehe § 2a) für die Flussstrecke, auf welcher die Geschwindigkeit gemessen wurde, verstanden ist.

Kann man die Geschwindigkeitsmessungen mit dem hydrometrischen Flügel vornehmen oder mit der Pitot-Darcyschen Röhre, so zerlegt man sich das Querprofil, in welchem die Messungen vorgenommen werden sollen, in eine grössere Anzahl regelmässiger Flächen, bestimmt für jede die zugehörige Wassergeschwindigkeit und multipliziert den Inhalt des Flächenteiles mit dieser. Die Addition aller Werte gibt die ganze Wassermenge. Man kann z. B. das Querprofil in eine Anzahl vertikaler Streifen zerlegen (Fig. 25); die in der Mitte liegenden Flächenteile sind dann mehr oder weniger vollkommene Rechtecke, in diesen bestimme man die Geschwindigkeit für einen auf der Mittellinie jedes Flächenteiles um ca. 0,55 bis 0,60 der Wassertiefe unter dem Spiegel liegenden Punkt, bei den mehr dreieckförmigen Flächenteilen erfolge die Geschwindigkeitsbestimmung im Schwerpunkt. Bei grösserer Wassertiefe kann auch noch eine horizontale Teilung des Querprofiles ratsam sein (Fig. 26), man bestimmt dann die Geschwindigkeit im Schwerpunkt jeden Flächenteiles. Sind f_1, f_2 und f_3 . . . die Inhalte der einzelnen Flächenteile, c_1, c_2 und c_3 die zugehörigen Wassergeschwindig-

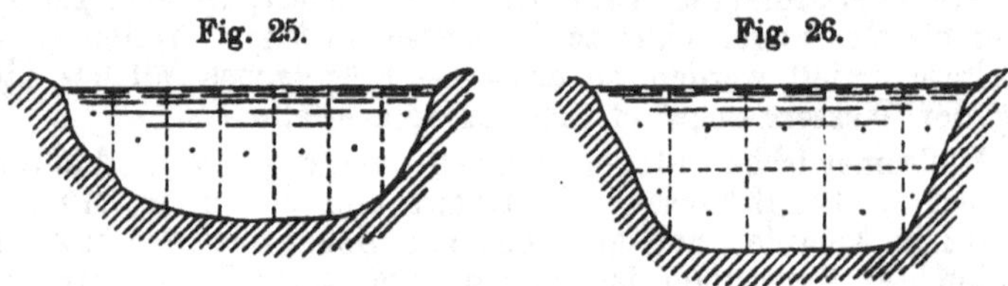

Fig. 25. Fig. 26.

keiten, so ist, wenn F die Fläche des ganzen Querprofiles, c die mittlere Geschwindigkeit und Q die Wassermenge ist

$$Q = f_1 c_1 + f_2 c_2 + f_3 + c_3 + \ldots = F_c.$$

Zur Berechnung der Wassermengen für einen anderen Wasserstand als den bei der Wassermessung beobachteten kann Gleichung 49 in § 3 benutzt werden.

Die Kenntnis der Wassermengen zu verschiedenen Zeiten ist für die richtige Bestimmung aller Verhältnisse einer Wasserkraftanlage von grossem Werte, man errichte also, wenn irgend möglich, lange Zeit vor Projektierung einer solchen einen Pegel, das ist ein im Wasser stehender Mafsstab, an der Stelle, wo das Querprofil gemessen wird und notiere in regelmässigen Zwischenräumen den Wasserstand.

Das Querprofil muss natürlich soweit über den normalen Wasserstand hinaus festgelegt werden, dass man dann durch Einzeichnen höherer oder niedrigerer Wasserstände die Flächeninhalte des benetzten Querprofiles, benetzten Umfanges u. s. w. für diese bestimmen kann.

Zweiter Teil.

Allgemeines über Wasserkraftanlagen.

§ 6. Arbeitsvermögen des Wassers, Wirkungsgrad, Nutzgefälle.

Eine Wassermenge von Q cbm hat ein Gewicht von $Q\gamma$ kg, wenn $\gamma = 1000$, das Gewicht eines Kubikmeters Wasser ist, sinkt eine solche Wassermenge von der Höhe h herunter, so leistet dabei die Schwerkraft eine Arbeit von $Q\gamma H$ Meterkilogrammen (mkg). Liegt also eine Wassermenge Q in der Höhe H über einem Punkt, oder steht sie, was auf dasselbe hinauskommt, in diesem Punkte unter dem Drucke H, so besitzt sie, vermöge ihrer Lage in Bezug auf den Punkt, beziehentlich vermöge ihrer Pressung, das Arbeitsvermögen $\gamma Q H$, welches auch als potentielle Energie bezeichnet wird.

Fliesst aus einer Oeffnung die Wassermenge Q mit der Geschwindigkeit c aus, so hat die Schwerkraft zur Erzeugung dieser Geschwindigkeit eine Arbeit von $\frac{1}{2}\gamma\frac{Q}{g}c^2$ geleistet. Diese Arbeit kann dem Wasser durch Verlangsamung seiner Bewegung entzogen werden und man nennt dieses dem Wasser infolge seines Bewegtseins eigene Arbeitsvermögen kinetische Energie (auch lebendige Kraft, obgleich diese Bezeichnung leicht irre führt, denn Kraft und Arbeit sind eben nicht identisch). Liegt die Ausflussöffnung H Meter unter dem Wasserspiegel, so hat die Wassermenge Q bis zum Ausfluss die Höhe H durchsinken müssen, also ist die potentielle Energie $\gamma H Q$ verwandelt worden in die kinetische Energie $\frac{1}{2}\gamma\frac{Q}{g}c^2$, was wir schreiben

$$\gamma Q H = \frac{1}{2}\gamma\frac{Q}{g}c^2,$$

welcher Gleichung der schon früher gebrauchte Wert

$$c = \sqrt{2gH}$$

entsprechen muss und auch entspricht.

Das Arbeitsvermögen des in einer Rohrleitung in Bewegung befindlichen Wassers ist im allgemeinen von beiderlei Art. Dem hydraulischen Ueberdruck entspricht potentielles, der Geschwindigkeit kinetisches Arbeitsvermögen; nimmt der hydraulische Ueberdruck infolge Erhöhung der Geschwindigkeit, durch Minderung des Durchflussquerschnittes ab, so nimmt die potentielle Energie ab, die kinetische entsprechend zu, ebenso umgekehrt, die Summe bleibt, abgesehen von Veränderung der Widerstände, die gleiche.

Bei den hydraulischen Motoren kommen ähnliche und gleiche Verhältnisse in Betracht. Bei den Wassersäulenmaschinen, auf deren nähere Besprechung in diesem Buche verzichtet wird, wirkt das Wasser wesentlich durch potentielles Arbeitsvermögen, durch seinen Druck, bei den Wasserrädern sowohl durch sein Gewicht (potentielles Arbeitsvermögen) als auch mehr oder minder dadurch, dass seine Bewegung abgeändert wird und es seine Geschwindigkeit abgibt (kinetisches Arbeitsvermögen).

Das Arbeitsvermögen und die Arbeitsleistung pflegt man zu technischen Zwecken in Pferdestärken zu berechnen und versteht unter 1 Pferdestärke eine Arbeit von 75 mkg in einer Sekunde, 1 PS = 75 mkg. Einem Gefälle H und einer Wassermenge Q entspricht also ein Arbeitsvermögen $\frac{\gamma Q H}{75}$ PS. Dieses von der Wasserkraft dargebotene Arbeitsvermögen heisst auch deren absolute Leistung und werde mit N_0 bezeichnet, also

$$N_0 = \frac{\gamma Q H}{75} = 1000 \frac{Q H}{75} \quad \ldots \quad 1.$$

Zwingt man das Wasser in einer hydraulischen Kraftmaschine Arbeit zu leisten, so wird man ihm doch nie sein volles Arbeitsvermögen entziehen können, aus dem einfachen Grunde, weil schon zum Verlassen der Maschine noch Bewegung nötig ist, also kinetische Energie geopfert werden muss. Aber auch wenn man die in Betracht kommende Grösse von H unter Berücksichtigung dieses Umstandes festsetzt, wird man die sich ergebende absolute Leistung nicht gänzlich durch den Motor erhalten, weil die Bewegung des Wassers in der Maschine selbst mit Arbeitsverlusten, durch Stoss, Reibung u. s. w. verknüpft ist und weil ferner auch die Eigenbewegung des Motors nicht ohne Arbeitsverluste durch Reibung, Luftwiderstand u. s. w. möglich ist. Die Arbeit, welche man dem Motor zum Weiterverbrauch entnehmen kann, und die in Pferdestärken ausgedrückt mit N bezeichnet werde, ist die Nutzleistung, dieselbe ist also immer kleiner als die absolute Leistung. Das Verhältnis $\frac{N}{N_0}$ nennt man den Wirkungsgrad, es sei bezeichnet mit η also

$$\left. \begin{aligned} \eta &= \frac{N}{N_0} \\ N &= \eta N_0 \end{aligned} \right\} \quad \ldots \quad 2.$$

Der Wirkungsgrad η, welcher stets kleiner als 1 ist, ist ein wichtiger Mafsstab für die Güte einer Anlage, je grösser η, desto besser hat der Erbauer derselben sie in Rücksicht auf Arbeitsleistung eingerichtet.

Man kann nun den Wirkungsgrad beziehen sowohl auf die gesamte Wasserkraftanlage als auch bloss auf die eigentliche Maschinenanlage allein, danach wird er etwas verschieden ausfallen.

So sehr man nun auch nach einem recht hohen Wirkungsgrad der ganzen Anlage streben soll, ist doch immer zu bedenken, dass es nicht nur darauf ankommt, eine hohe Nutzleistung zu erhalten, sondern dass die Nutzleistung auch unter wirtschaftlich günstigsten Verhältnissen erreicht wird. Wasserbauten sind vielfach ganz ausserordentlich kostspielig, und man wird also in jedem Falle durch Berechnung der Anlagekosten, der Verzinsung und Instandhaltungskosten u. s. w. untersuchen, welcher Wirkungsgrad, beziehentlich welche Abmessungen der Anlage die auch wirtschaftlich vorteilhafteste Lösung der Aufgabe bedingen.

Als Wertmesser der hydraulischen Motoren kann natürlich nur ein Wirkungsgrad in Betracht kommen, welcher sich auf die Maschinenanlage allein bezieht. Im ersten Teil dieses Buches ist gezeigt worden, dass die Bewegung des Wassers in Kanälen und Rohrleitungen einen gewissen Aufwand von Gefälle bedingt; soweit derartige Anlagen erforderlich sind zur Heranführung des Wassers an die eigentliche motorische Anlage, wird man das durch sie verbrauchte Gefälle nicht der Maschinenanlage anrechnen dürfen, sondern muss die für diese in Betracht kommende absolute Leistung mit einem entsprechend kleineren Gefälle berechnen. Dieses Gefälle, welches also für die Ausnützung durch die Maschinenanlage zu Gebote steht, wird Nutzgefälle genannt und werde mit H bezeichnet.

Bei der Bestimmung des Nutzgefälles kann es mitunter zweifelhaft sein, wie weit die eigentliche Maschinenanlage reicht. Bei Zuführung und Abführung des Wassers durch gewöhnliche Kanäle, wie bei den meisten Wasserradanlagen und Turbinen in offenen Kammern, sieht man hinsichtlich der Gefälleverluste als zur Maschinenanlage gehörig alles das an, was zwischen dem Ende des Obergrabens und Anfang des Untergrabens liegt, ebenso hält man es, wenn auch an den Obergraben eine kürzere Rohrleitung nach dem Motor angeschlossen ist, oder eine solche von diesem nach dem Untergraben führt, es werden dann also die Verluste in diesen Rohren dem Motor zur Last gelegt.

Bei sehr langen Rohrleitungen, insbesondere wo es sich nicht nur um eine möglichst kurze vertikale oder doch stark geneigte Verbindung der Wasserspiegel mit dem Motor handelt, also um Rohrleitungen, welche vollkommen die Stelle der Aufschlaggräben vertreten, muss man natürlich die Gefälleverluste gerade so wie bei Gräben in Anrechnung bringen und darf sie nicht der Maschinenanlage zuweisen.

Bezeichnet H_0 den senkrechten Abstand des Oberwasserspiegels am Ende des Aufschlaggrabens, vom Unterwasserspiegel am Anfang des Untergrabens, bezogen auf Stellen, wo sich das Wasser noch, beziehentlich schon in gleichförmiger Bewegung befindet, c_0 die Geschwindigkeit, mit welcher das Wasser im Obergraben zufliesst, c_3 die Geschwindigkeit, mit welcher es im Untergraben abfliessst, so ergibt sich

$$\frac{c_0^2}{2g} + H_0 - \frac{c_3^2}{2g} = H \text{ oder } H = H_0 + \frac{c_0^2 - c_3^2}{2g} \quad \ldots . \; 3.$$

Das im Obergraben heranfliessende Wasser hat das kinetische Arbeitsvermögen $\frac{\gamma Q c_0^2}{2g}$, ausserdem in Bezug auf den Unterwasserspiegel das potentielle Arbeitsvermögen $\gamma Q H_0$, von der Summe beider muss ihm wegen der Abflussgeschwindigkeit c_3 noch das Arbeitsvermögen $\frac{\gamma Q c_3^2}{2g}$ bleiben, alles übrige darf der Motor aufnehmen, so dass

$$\frac{\gamma Q c_0^2}{2g} + \gamma Q H_0 - \frac{\gamma Q c_3^2}{2g} = \gamma Q H,$$

woraus obige Gleichungen sofort folgen.

Von den Erbauern von Wassermotoren wird vielfach H_0 als Nutzgefälle angesehen und bei Angeboten der Wirkungsgrad darauf bezogen, wenn das auch nicht allgemein richtig ist, so kann es doch vielfach zulässig sein, wenn c_0 und c_3 wenig verschieden voneinander oder H_0 gegenüber sehr klein sind. Bei kleinen Werten von H_0 und verhältnismässig grossem Werte von $\frac{c_0^2 - c_3^2}{2g}$ ist aber freilich H keineswegs durch H_0 ersetzbar.

Nicht selten — leider — werden aber Grössen als Nutzgefälle in Rechnung gestellt, die ganz und gar nicht dafür gelten können; so ist es eine viel beliebte Art, den Betrag, um welchen eine Turbine über dem normalen Unterwasser liegt, einfach als nicht zum nutzbaren Gefälle gehörig anzusehen, dass dabei ein grösserer Wirkungsgrad herausgerechnet werden kann, als wenn man streng den Begriff des nutzbaren Gefälles festhält, ist klar; und wenn man dann so gefundenen Wirkungsgraden ohne weiteres die gleiche Bedeutung beilegt, wie den anderen in strengerer Weise ermittelten, so kommt das manchmal sehr auf Täuschung hinaus. Im einzelnen Fall kann es ja ziemlich gleich sein, welches Gefälle eine Fabrik ihrer Offerte zu Grunde legt, denn der Abnehmer hat ja die versprochene Nutzleistung als mit anderen Angeboten direkt vergleichbaren Wert, aber Wirkungsgradzahlen, welche als allgemeiner Wertmesser ausgeführter Konstruktionen gelten sollen, müssen auf gleicher solider Basis beruhen.

Um die von einer Wasserkraft zu erwartende Nutzleistung zu bestimmen, bedarf man der Kenntnis der Grössen H_0, c_0, c_3; während c_0 und c_3 in gewissem Grade willkürlich sind, ist H_0, sofern sie einmal gewählt sind, auch festgelegt und kann unter Beachtung der im ersten Teil gegebenen Regeln über die Bewegung des Wassers in Kanälen und Rohrleitungen berechnet werden.

Ausser den schon in diesem Paragraphen angewandten Bezeichnungen seien noch folgende eingeführt:

H_f das Gefälle des Flusses, d. h. der senkrechte Abstand des Wasserspiegels vor dem Einfluss in den Obergraben vom Wasserspiegel des Flusses an der Ausmündung des Untergrabens.

λ der Widerstandskoeffizient für den Einfluss des Wassers aus dem Fluss in den Obergraben, also $\frac{\lambda c_0^2}{2g}$ das hierbei verlorene Gefälle.

h_0 das der, überall gleich vorausgesetzten, Geschwindigkeit c_0 entsprechende Gefälle im Obergraben.

h_3 das entsprechende Gefälle im Untergraben.

Die Geschwindigkeit des Wassers im Flusse unmittelbar vor Eintritt in den Obergraben werde als so klein angenommen, dass sie ohne Fehler vernachlässigt werden kann; scheint das nicht zulässig, so ist ja die nachfolgende Betrachtung leicht entsprechend abzuändern.

Zum Eintritt des Wassers in den Obergraben und Annahme der Geschwindigkeit c_0 ist ein Gefälle $\frac{c_0^2}{2g} + \lambda \frac{c_0^2}{2g}$ oder $(1 + \lambda)\frac{c_0^2}{2g}$ erforderlich; der Obergraben muss auf seine ganze Länge das Gefälle h_0 bekommen, um die Ueberwindung der Reibung an den Wandungen zu ermöglichen ohne Verringerung der Geschwindigkeit. Zwischen den Wasserspiegeln vor dem Obergraben und am Ende desselben liegt also das Gefälle $(1 + \lambda)\frac{c_0^2}{2g} + h_0$.

Die Geschwindigkeit des Wassers im Untergraben c_3 ist an der Stelle, wo der Wasserspiegel desselben um H_0 unter dem des Obergrabens am Ende liegt, schon vorhanden, zu ihrer Aufrechterhaltung auf der ganzen Länge des Untergrabens muss dieser nur das Gefälle h_3 bekommen, man hat mithin

$$H_f = (1 + \lambda)\frac{c_0^2}{2g} + h_0 + H_0 + h_3 \text{ oder}$$

$$H_0 = H_f - (1 + \lambda)\frac{c_0^2}{2g} - (h_0 + h_3) \;.\;.\;.\;.\; 4.$$

Hierin kann man λ etwa zu 0,5 annehmen, passiert das Wasser beim Einfluss in den Kanal eine Oeffnung, welche kleiner als der Kanalquerschnitt ist, so hat man das für den Durchgang erforderliche Gefälle nach den im ersten Teil gegebenen Gesetzen zu ermitteln und an Stelle von $(1 + \lambda)\frac{c_0^2}{2g}$ einzusetzen.

§ 7. Anordnung der Gesamtanlage.

Das Gefälle der natürlichen Wasserläufe erreicht in den bei weitem meisten Fällen, also wenn es sich nicht gerade um Wasserfälle, Stromschnellen und dergleichen handelt, gewöhnlich erst auf einer grösseren Längenerstreckung einen so hohen Wert, wie zum Betrieb von Maschinen nötig ist. Infolge der unregelmässigen Beschaffenheit des Flussbettes wird dabei das Gefälle grösstenteils oder ganz zur Ueberwindung der Bewegungswiderstände verbraucht, die Geschwindigkeit des Wasser erreicht dabei nicht einen solchen Wert, dass das Arbeitsvermögen einigermassen dem Gefälle einer längeren Flussstrecke entspräche. Man muss also durch künstliche Anlagen wenigstens einen möglichst erheblichen Teil des Gefälles auf eine kurze Strecke, innerhalb welcher der hydraulische Motor eingeschaltet wird, zusammenfassen. Das geschieht durch Errichtung von Stauanlagen und dadurch, dass man für die Zuführung des Wassers zum Motor, ebenso wie für die Abführung, Kanäle (Ober- und Untergraben) oder Rohrleitungen von solchen günstigen Abmessungen und Beschaffenheiten anlegt, dass die Bewegung des Wassers in ihnen einen möglichst unerheblichen Teil des ganzen Gefälles verzehrt.

Welche Lage zum natürlichen Wasserlauf das zu erbauende Werk, die Kanäle und Stauanlagen haben müssen, hängt natürlich ganz von den speziellen Umständen ab und ist nicht allgemein zu entscheiden. Da auch der Kostenpunkt eine wesentliche Rolle spielt, kommt es nicht nur auf die Gewinnung eines möglichst hohen Nutzgefälles an, sondern auch auf möglichst günstige wirtschaftliche Verhältnisse, man wird deshalb vielfach am besten thun, mehrere Projekte aufzustellen und die Resultate in allen Hinsichten zu vergleichen.

Man kann z. B. den Aufstau durch ein nahe am Ende der zu benutzenden Flussstrecken befindliches Wehr bewirken und das Werk daneben erbauen, dann erhält man zwar sehr kurze Aufschlagkanäle oder gar nur ein Gerinnestück für die Zuleitung, aber meistens wird man mit dem Stau doch nicht so hoch gehen können wie wünschenswert wäre, und bei leicht veränderlichem Unterwasserstande ist die Lage des Werkes unmittelbar am Flusse auch oft unangenehm.

Zweigt man am Beginn der zu benützenden Flussstrecke einen Obergraben ab, legt das zu treibende Werk seitwärts vom Flusse zwischen Anfang und Ende der Strecke an und führt von ihm einen Untergraben bis zum Ende der Flussstrecke, so gewinnt man leicht ein verhältnismässig hohes Nutzgefälle, die Anlagekosten können aber recht beträchtlich sein.

Schliesslich kann man auch ein Stauwerk innerhalb der zu benützenden Flussstrecke, mehr oder minder in der Mitte derselben errichten, vor dem Stauwerk einen kürzeren Obergraben nach der seitlich vom Fluss liegenden Maschinenanlage abzweigen und von ihr einen längeren Untergraben nach dem Ende der Flussstrecke führen. Das ist vielfach die beste allgemeine Anordnung.

Die Wehranlagen und Gräben, Rohrleitungen und dergleichen sind nach den im ersten Teil des Buches gegebenen Regeln zu berechnen, wobei man die grösste vorkommende Aufschlagwassermenge zu Grunde legt. Wie hoch man die grösste zu verwendende Aufschlagmenge anzusetzen hat, hängt von den besonderen Verhältnissen des einzelnen Falles ab.

Ist das Gefälle sehr wenig oder gar nicht veränderlich und steigt der Arbeitsbedarf nicht über die der normalen Wassermenge entsprechende Leistung, so ist diese Menge ausschlaggebend. Schwankt dagegen das Gefälle stärker oder erhöht sich zeitweilig der Arbeitsbedarf, so ist zu untersuchen, ob es — sofern natürlich der Fluss genügend Wasser führt — rätlich ist, die Wasserkraftanlage der maximalen oder nur der normalen Leistung anzupassen, oder ob man den zeitweiligen Mehrbedarf an Leistung, beziehentlich den Ausfall bei abnehmendem Gefälle durch einen Reservemotor anderer Art deckt. Das ist wieder eine wirtschaftliche Frage, man wählt den Weg, welcher mit dem geringsten Aufwand für Kapitalverzinsung, Abschreibung, Betriebs- und Unterhaltungskosten u. s. w. verknüpft ist.

Am Anfang des Obergrabens muss in der Regel eine den Wassereinfluss regelnde Schützeneinrichtung, Einlassschleuse oder dergleichen angebracht werden, am Ende des Obergrabens oder sonst an geeigneter Stelle ist ein Freigerinne ebenfalls mit zugehörigem Schützen anzuordnen, damit bei Stillstand des Motors oder Wasserüberschuss das Wasser, ohne durch den Motor zu gehen, entweichen kann.

Ueber die besonderen Anordnungen der Kanäle, Gerinne, Stauwerke findet man ausführliches im Handbuch der Ingenieurwissenschaften, Band III (herausgegeben von Franzius u. s. w.), in Bergmann und Kögels praktischem Mühlenbauer und anderen.

Hier sei nur hinsichtlich der Stauwerke folgendes erwähnt: Man unterscheidet, wie schon im § 3 gesagt, Ueberfall und Grundwehre, ersteres sind solche, bei denen die Krone über, letzteres solche, bei denen sie unter dem Unterwasserspiegel liegt; ferner kann ein Wehr senkrecht zur Flussrichtung liegen — gerades Wehr — oder in gerader Linie schräg dazu — schiefes Wehr — oder auch in gebrochener bezw. gekrümmter Linie, wobei die konvexe Seite stromauf liegt, der Festigkeit wegen.

Schiefe und gekrümmte Wehre wendet man besonders an, wenn das gerade Wehr nicht breit genug ist, um bei Hochwasser ein Anwachsen des Staues über das zulässige Mass zu verhindern.

Ein Wehr, welches über die ganze Flussbreite reicht, nennt man ein vollkommenes Wehr, nimmt es nur einen Teil der Flussbreite ein, so heisst es unvollkommenes oder lichtes Wehr.

Feste Wehre sind solche, bei denen einer bestimmten Wassermenge eine bestimmte Stauhöhe entspricht, bei denen der Querschnitt des durchfliessenden Wassers entweder wie bei den festen Ueberfallwehren überhaupt nur vom Stande des Oberwassers abhängt, weil die Lage der Wehrkrone unveränderlich ist, oder überhaupt nur eine bestimmte Grösse hat, wenn die Durchflussöffnung ganz unter dem Wasserspiegel liegt.

Bewegliche Wehre sind solche, bei denen durch Verstellung der sie bildenden Schützen, Klappen u. s. w. die Durchflussöffnung und der Stau in gewissen Grenzen willkürlich veränderlich sind. Beide Arten kommen auch vereinigt vor.

Bei allen Wehranlagen ist es erforderlich, das Unterspülen und Aushöhlen des Bodens vor, hinter und unter dem Wehre durch geeignete Massregeln zu verhindern. Man errichtet zu diesem Zwecke genügend tief gehende Spundwände, lässt das überstürzende Wasser durch feste Sturzbetten und Abschussdecken auffangen, mildert auch die Gewalt des Sturzes, indem man ihn stufenweise erfolgen lässt.

Zur Erläuterung der gewöhnlichen Wehranordnungen mögen die Figuren 1 bis 16, Taf. 1, dienen. Figuren 1 bis 4, Taf. 1, stellen ein hölzernes Ueberfallwehr dar, bei welchem der Absturz des Wassers in 2 Abstufungen erfolgt. Fig. 1, Taf. 1, ist eine Ansicht des Wehres von der Stauseite aus, h ist die nach Fig. 15 (schiefwinkelige Projektion) oder Fig. 16 ausgeführte Spundwand, welche das Durchdringen des Wassers unter dem Wehre verhindern soll und auf der das Wehr ruht, g ist die den Abschluss der Spundwand bildende Grundschwelle, welche etwas über der Flusssohle liegt, die Spundwand reicht nach beiden Seiten gehörig weit (2,5 bis 3 m und mehr) in die Ufer hinein, am Ende der Grundschwelle g sind die Flügelsäulen b b aufgesetzt, e e e sind die Wehrsäulen, auf welchen der die Stauhöhe bestimmende Balken, der Fachbaum f liegt, die Wandflächen zwischen f, e e und b b werden durch gespundete Bohlen ausgefüllt. Die auf den Fachbaum f aufgesetzten Säulen d d begrenzen die Durchflussbreite des Wehres, an sie schliessen sich nach beiden Seiten bis zu den Flügelsäulen b b Bohlenwände mit den darauf liegenden Holmen a an, c c stellen den inneren Bretterverschlag des Wehres dar. Figur 2 ist ein Längenprofil des Wehres, ausser den schon vorhergenannten Teilen erkennt man die Grundschwellen m m für die sogenannte Ausschussdecke A, welche auf den Pfählen n n aufliegen, ferner die Abschussdecken B und C, in gleicher Weise konstruiert, i ist der Brückensteg, k die Säulen zum Geländer, l die Strebebänder. Figur 3, Tafel 1, zeigt die Abschussdecke C von der Unterwasserseite, h′ ist eine Spundwand zur Abhaltung des Wassers vom Untergrunde unter dem Wehr, d die Säulen der Seitenwände, d′ die Streben, o der Bohlenbelag, m die Grundschwelle, a die längsliegenden, die Säulen jeder Seite verbindenden Holme. Figur 4, Tafel 1, ist der Grundriss des Wehres. Figuren 12, 13, 14 zeigen die verschiedenen Arten zur Herstellung der Böden und Wandungen.

Figuren 5, 6, 7, Tafel 1, stellen steinerne Ueberfallwehre dar, 5 und 6 zeigen die Anwendung von Pfahlrosten zur Gründung, Figur 7, Tafel 1, ist der Schnitt eines Wehres im Gebirgsfluss Thurr im Elsass, es hat eine Breite von 30 m und 2,5 m Stauhöhe. b ist ein Betonkern, welcher über die ganze Wehrbreite reicht; das aus Blöcken von je mindestens 0,5 cbm Grösse hergestellte Grundmauerwerk ist mit einer Hausteinschicht c c c abgedeckt, auf welche Bretter d zur Regulierung des Staues bei Niederwasser aufgesetzt werden können. Die Abbildung zeigt auch den zur Versetzung der Blöcke etc. verwandten Krahn. Das Wehr hat sich gut bewährt.

Figuren 8 bis 11, Tafel 1, geben ein hölzernes bewegliches Wehr, Schleusenwehr wieder, welches durch 4 nebeneinander liegende Schützen — Schleusen — gebildet wird. Figur 8 ist ein Querschnitt durch das Wehr, Figur 9 ein Längsschnitt, Figur 10 ein Grundriss und Figur 11 ein Querschnitt unmittelbar vor den Schützen.

In Figur 8, Tafel 1, bezeichnet l die Spundwand, wie solche auf der oberen und unteren Seite des Wehres angebracht werden, c die Schwelle auf der Spundwand, n die Längsholme zur Aufnahme des Bohlenbelages o, r die Säulen der Flügelwände, r′ die Streben dazu, q die Holme der Flügelwände und s die Ankerholme. In Figur 9, Tafel 1, ist a der Fachbaum, i die darunter liegende Spundwand, b b sind die Schwellen zur Aufnahme des Bohlenbelages vor und hinter dem Fachbaum, sie liegen auf den Pfählen h h, c c sind die übrigen Schwellen für die Bohlenflächen, auf den Pfahl- und Spundwänden h h, g und l, f ist die vor der vorderen Spundwand der Vorschussdecke befindliche Pfahlwand mit ihrer Verschwellung, d die Schwelle, auf welcher sich die Abschussdecke bricht, k die darunter liegende Spundwand, m die vor der vorderen Spundwand der Abschussdecke liegende Pfählung mit der Schwelle e, A die Seitenwandung der Vorschussdecke, o der Bohlenbelag, r r sind die Säulen der Seitenwände, q die Holme derselben, t die Griessäulen, an denen die Schützentafeln in Falzen gehen. Ferner sind B die Seitenwände der Abschussdecke, w die Säulen zum Brückensteg, p p deren Stützen, x x die Balken des Brückensteges, y der Bohlenbelag desselben. In Figur 10, Tafel 1, sind alle Bezeichnungen durch vorstehendes erklärt, mit x sind die zwischen Pfählen etc. bleibenden Zwischenräume benannt, welche mit Thon ausgestampft werden vor Aufbringung des Bohlenbelages. In Figur 11, Tafel 1, sieht man die vier Schützen, jeder hängt an zwei Ketten, wird in Falzen u geführt und kann durch das Windezeug z bewegt werden.

Ein Schleusenwehr neuester Bauart stellen die Figuren 17 bis 20, Tafel 1, dar. Es ist das Regawehr zu Greifenberg in Pommern, gebaut von J. Heyn, Zivilingenieur etc. in Stettin. Bei diesem Wehre ist eine besondere Schützenanordnung bemerkenswert, es ist mit sogenannten Rollschützen, D R.-P. 37528, versehen. Ueber Schützen und Wehr mögen folgende von Herrn Heyn überlassene Beschreibungen wiedergegeben werden: Das Wesen der

Patentrollschützen besteht darin, dass die Schützentafeln mit Rollen versehen sind, durch welche sie sich an die Griessäulen legen, auf die Rollen wird der Wasserdruck übertragen und zur Bewegung der Schützen ist nun nur die Ueberwindung rollender Reibung nötig, welche erheblich kleiner ist als die bei Schützen gewöhnlicher Art auftretende gleitende Reibung. In den Figuren 17 bis 20, Tafel 1, sind die Rollen mit a bezeichnet. Figur 17, Tafel 1, veranschaulicht einen Horizontalschnitt, in grösserem Mafsstabe gezeichnet, durch eine Griessäule und den angrenzenden Teil einer Schützentafel. Es bedeutet f die eiserne Griessäule, d die Schützentafel aus Holz, a eine der Rollen, die an der Schützentafel befestigt sind durch die Lagerböcke b, und welche die Schützentafel an den Griessäulen führen. An der Seite, wo die Rollen sind, ist eine Blechplatte c angebracht, welche bis auf etwa 20 mm an die Griessäule heranreicht, dann ist eine Holzleiste g vor diesen verbleibenden Spielraum von etwa 20 mm gelegt und diese Holzleiste ist durch ein Leder h mit der Schützentafel d verbunden, es ist nun leicht erkenntlich, dass sich die Holzleiste g durch den Wasserdruck an die Griessäule anlegen muss und dadurch die Abdichtung zwischen Schützentafel und Griessäule herstellt; der Arm e, welcher zwischen zwei Knaggen, die an der Holzleiste befestigt sind, liegt, ist noch angeordnet an der Schützentafel, um die Holzleiste unter allen Umständen mitzunehmen bei der Bewegung der Schützentafel, falls dies durch das Leder h nicht schon geschehen sollte.

Das Wehr selbst wird durch die Figuren 18 bis 20, Tafel 1, dargestellt. Von dem alten Wehr waren stehen geblieben: die Wehrmauer C, die beiden Spundwände D, E, der Fachbaum G, die drei Pfahlreihen H, J und F mit ihren Holmen K, L und M, sowie der Belag Q.

Zur erhöhten Sicherung der Wehrmauer C wurde noch der ganze Raum zwischen den beiden Spundwänden D und E mit einer 500 mm starken Betonschüttung O ausgelegt. Der Beton ist hergestellt aus 5 Teilen Steinschlag, 3 Teilen Kies und 1 Teil Zement; dies ist eine Mischung, die bei derartigen Wasserbauten ein durchaus festes und undurchdringliches Gemäuer gibt.

An den Ufern wurden die beiden Pfeiler A und B aus guten Hartbrandziegeln und in Zementmörtel gemauert hergestellt; dieselben sind 1300 mm × 1800 mm in der Grundfläche gross.

Dieselben stützen sich noch gegen angrenzende Gebäude, wie Figur 20, Tafel 1, erkennen lässt.

Die Weite des Wehres, also die lichte Entfernung der beiden Pfeiler A und B beträgt 11,700 m; wie die Figuren 18 und 20 zeigen, sind die 4 Schütztafeln 1, 2, 3 und 4 angeordnet und waren also 3 Griessäulen f nötig.

Die Griessäulen f sind unten in gusseiserne Schuhe w gelagert; diese Schuhe sind durch je 2 lange Anker N in der Betonschüttung verankert, da der grösste Teil des Wasserdruckes auf den unteren Teil der Griessäulen und damit auf die Schuhe w einwirkt.

Am oberen Ende werden die Griessäulen durch die Bügel n gehalten; die Bügel n sind um einen Zapfen P in der Richtung von unten nach oben drehbar; die Zapfen P sind an dem aus 3 starken T-Trägern zusammengenieteten Oberbalken t befestigt.

Die Bügel n umschlingen die Griessäulen und werden letztere mittels des Holzkeiles m in die senkrechte Lage eingestellt.

Der Oberbalken t ist nur auf den beiden Uferpfeilern A und B gelagert; er trägt sich also in seiner ganzen Länge von 11,70 m zwischen den Pfeilern frei; er dient, wie oben schon bemerkt, zum Festhalten der Griessäulen an ihren oberen Enden und hat also in horizontaler Richtung eine nicht unbedeutende Kraft aufzunehmen.

Dem vertikalen Druck, welcher durch das Gewicht der Winden, Schütztafeln, Laufbrücke, Bedienungsmannschaften u. s. w. u. s. w. erzeugt wird, hat er ebenfalls Widerstand zu leisten.

Ferner dient der Oberbalken t zur Aufnahme der Winden für das Heben und Senken der Schütztafeln und zur Anbringung einer Laufbrücke v, welche behufs Bedienung der Winden angeordnet ist. Die Laufbrücke v ruht auf Konsolen n und ist mit Geländer versehen, damit die Leute gegen Herunterfallen geschützt sind.

Die Winden bestehen aus den Kettentrommeln p, dem Schneckenrade s, der Schnecke z und der Handkurbel q; an letzterer kann ein Mann das Heben und Senken der Schütztafeln besorgen. Die Schütztafeln hängen in je 2 Ketten an der Winde; das Heruntergehen der Schütztafeln ist durch die eigene Schwere derselben gesichert.

Der Wasserstand vor den Schütztafeln 1 und 2 ist 1300 mm und der vor den Schütztafeln 3 und 4 ist 1600 mm. Die Schütztafeln 1 und 2 sind in geöffneter, die 3 und 4 in geschlossener Stellung gezeichnet.

Sollen nun auch die Griessäulen, nachdem die Schützen alle geöffnet sind, zum Durchlassen grosser Eisschollen entfernt werden, so geschieht dies auf folgende Weise:

Nachdem durch Entfernung des Keiles m die Griessäulen am oberen Ende gelöst sind, werden mittels eines bereit gehaltenen hölzernen Hebebaumes die Griessäulen soviel angehoben, als sie unten in die Schuhe w hineinreichen; sowie dies geschehen, werden sie unten vom Wasserstrom fortgeschleudert, bleiben aber am oberen Ende in den Bügeln n hängen, da der Querstift l am oberen Ende der Griessäulen so lang ist, dass er nicht durch die Bügel hindurch kann; es ist begreiflich, wie nun die gelösten Griessäulen durch die Eisschollen gehoben werden und diesen freien Durchgang zulassen; der oben erwähnte Querstift l dient auch dazu, die Griessäulen anzuheben und zwar legt man den erwähnten Hebebaum auf den Oberbalken t und unter den Querstift l zum Anheben der Griessäulen aus der unteren Anlage des Schuhes w.

Der Erbauer gibt an, dass man die vier Schützen und die drei Griessäulen, wenn Gefahr im Verzuge ist, mit 8 Leuten in höchstens 5 Minuten entfernen könne. Eine so schnelle Oeffnung des ganzen Wehres wird natürlich nur in Fällen dringender Gefahr geboten erscheinen; zur gewöhnlichen Bedienung des Wehres genügt ein Mann, welcher die Schützen öffnen und schliessen kann. Der Oberbalken t ist deshalb so hoch gelegt, damit die Schützen genügend hoch über den höchsten Wasserstand gehoben werden können.

Die über dem Oberwasser angeordnete Fahrbrücke dient zum Wagenverkehr, sie hat mit der eigentlichen Wehranlage nichts zu thun.

Das Wehr ist seit Juli des Jahres 1888 dem Betriebe übergeben und soll sich sehr gut bewährt haben.

§ 8. Zahlenbeispiel zur allgemeinen Berechnung einer Wasserkraftanlage.

Zur Errichtung einer Wasserkraftanlage von 110 Pferdestärken grösster Nutzleistung steht ein Fluss zu Gebote, welcher auf der benutzbaren Länge von 1700 m ein Gesamtgefälle von 6,8 m hat und im normalen Zustande 2,7 cbm Wasser pro Sekunde führt.

Nehmen wir einstweilen und vorbehältlich späterer Abänderung an, dass durch die Stauanlage, die Gräben, 10 Prozent des Gefälles verloren gehen, so können wir das Nutzgefälle $H = 6{,}1$ m setzen. Der anzuwendende hydraulische Motor habe erfahrungsgemäss einen Wirkungsgrad $\eta = 0{,}75$.

Nach Gleichung 1 und 2, § 6, ist $N = \eta \cdot 1000 \frac{QH}{75}$, woraus folgt $Q = \frac{75\,N}{\eta \cdot 1000}$, also brauchen wir zum Betriebe des Motors eine Wassermenge $Q = \frac{75 \cdot 110}{0{,}75 \cdot 1000 \cdot H} = 1{,}8$ cbm.

Durch örtliche Messungen sei festgestellt, dass in 700 m Entfernung vom stromauf gelegenen Anfangspunkt der zu benutzenden Flussstrecke ein festes Ueberfallwehr im Flusse errichtet werden kann, ferner dass der Wassermenge von 2,7 cbm pro Sekunde ein benetztes Querprofil von 3 qm Fläche mit einem benetzten Umfange von 8,1 m entspricht. Die Wassertiefe des Flusses beträgt in der Stromrinne gemessen 0,6 m, die Breite 7 m.

Die grösste normale Wassermenge ist nicht bekannt, wohl aber ist durch Messungen bestimmt, dass die ihr entsprechende Wassertiefe in der Stromrinne 0,9 m beträgt, womit dann aus dem Querprofil des Flussbettes folgt, dass das benetzte Querprofil dabei 5,5 qm, der benetzte Umfang 10 m und die Flussbreite im Wasserspiegel 9,2 m beträgt.

Geben wir allen Grössen, welche der Wassermenge von 2,7 cbm entsprechen, den Index o, allen denen, welche der grössten Wassermenge entsprechen, den Index 2, so kennen wir jetzt folgende, in § 2 und § 3 erwähnte, für die Rechnung nötige Grössen

$$Q_0 = 2{,}7 \text{ cbm}, \quad Q = 1{,}8 \text{ cbm}, \quad F_0 = 3 \text{ qm}, \quad p_0 = 8{,}1 \text{ m},$$

$$\text{mithin } R_0 = \frac{3}{8{,}1} = 0{,}37 \text{ m}; \quad b_0 = 7 \text{ m, ferner}$$

$$F_2 = 5{,}5 \text{ qm}, \quad p_2 = 10 \text{ m, mithin } R_2 = 0{,}55 \text{ m},$$

nach Gleichung 49, § 3, ist

$$Q_2 = \frac{F_2}{F_0} \frac{R_2}{R_0} \frac{\beta + \sqrt{R_0}}{\beta + \sqrt{R_2}} Q_0,$$

worin nach Tabelle 9 entsprechend

$$J = \frac{6{,}8}{1700} = 0{,}004 \text{ und } m = 0{,}025, \quad \beta = 0{,}585,$$

$$\text{also } Q_2 = \frac{5{,}5}{3} \frac{0{,}55}{0{,}37} \cdot \frac{0{,}585 + \sqrt{0{,}37}}{0{,}585 + \sqrt{0{,}55}} = 6{,}63 \text{ cbm}.$$

Das Gefälle des Flusses auf der bis zum Wehr reichenden 700 m langen Strecke beträgt $700 \cdot 0{,}004$ m = 2,8 m, wir wählen die Stauhöhe H_s um 0,3 m kleiner, also $H_s = 2{,}5$ m und haben nun zu untersuchen, ob hierbei der Stau am Anfangspunkt der benutzbaren Flussstrecke in den zulässigen Grenzen bleibt. Es sei zulässig, dass dort eine Aufstauung um 0,03 m eintrete, wenn unsere angenommene Stauhöhe von 2,5 m dazu passt, muss sich aus Gleichung 52, § 3, l = 700 m ergeben.

In Gleichung 52, § 3, haben wir folgende Grössen einzusetzen,

$$J = 0{,}004, \quad t = \frac{F_0}{b} = \frac{3}{7} = 0{,}429, \quad H = 2{,}5, \quad H_1 = 0{,}03,$$

$$\text{also } \frac{H}{t} = \frac{2{,}5}{0{,}429} = 5{,}828 \text{ und } \frac{H_1}{t} = \frac{0{,}03}{0{,}429} = 0{,}07,$$

wobei die betreffenden Bezeichnungen natürlich nur die Gleichung 52 entsprechende Bedeutung haben und nicht mit den anderweit damit gemeinten Grössen zu verwechseln sind.

Nach Tabelle 12, § 3, ist dann

$$\varphi\left(\frac{H}{t}\right) = 7{,}2294 \text{ und}$$

$$\varphi\left(\frac{H_1}{t}\right) = 0{,}6958,$$

also ist nach Gleichung 53 zu schreiben

$$0{,}004\, l = 0{,}429\,(7{,}2294 - 0{,}6958) \text{ oder } l = 700{,}7 \text{ m},$$

unsere Annahme der Stauhöhe zu 2,5 m ist also für den normalen Wasserstand zulässig. Später ist noch zu untersuchen, ob das auch bei hohem Wasserstande der Fall ist, und es mag die Bestimmung gelten, dass, sofern dann der Stau unzulässig weit reicht, der zulässige Zustand durch Oeffnung eines beweglichen, seitlich des festen Ueberfallwehres anzulegenden beweglichen Wehres, einer Schleuse, herbeigeführt werde.

Zunächst ist die Höhenlage der Wehrkrone zu bestimmen in Bezug auf den gestauten Wasserspiegel bei normalem Stande.

Die über das Wehr fliessende Wassermenge ergibt sich nach Gleichung 43, § 3, zu

$$Q_1 = Q_0 - Q = 2{,}7 - 1{,}8 = 0{,}9 \text{ cbm pro Sekunde,}$$

also nach Gleichung 47 und Figur 17, § 3, wenn man die Geschwindigkeit des Wassers vor dem Wehre als unbeachtlich ansieht,

$$h = \sqrt[3]{\frac{Q_1^2}{2 g \mu^2 b^2}} = \sqrt[3]{\frac{0{,}9^2}{2 \cdot 9{,}81 \cdot 0{,}55^2 \cdot 7^2}}$$

wenn $\mu = 0{,}55$ und $b = b_0 = 7$ m = Flussbreite.

Das gibt ausgerechnet $h = 0{,}141$ m, also der Wehrscheitel liegt 0,141 m unter dem gestauten Wasserspiegel. Die Wassertiefe in der Stromrinne des ungestauten Flusses betrug in normalem Zustande 0,6 m, die Stauhöhe 2,5 m, also liegt der Wehrscheitel um $2{,}5 + 0{,}6 - 0{,}141 = 2{,}959$ m über der Flusssohle und 2,359 m über dem ursprünglichen Wasserspiegel.

Nun kann man zur Untersuchung der Stauverhältnisse bei hohem Wasserstande übergehen.

Zunächst sei angenommen, dass die volle Wassermenge, welche nach Ableitung der zum Betriebe der Kraftanlage erforderlichen 1,8 cbm verbleibt, über das Ueberfallwehr fliesse, dann ist nach früherem in diesem Falle

$$Q_1 = Q_2 - Q = 6{,}63 - 1{,}8 = 4{,}83 \text{ cbm.}$$

Die erforderliche Höhenlage h des gestauten Wasserspiegels über dem Wehrscheitel ergibt sich, da die Breite des Wehres unveränderlich ist, nach Gleichung 47, § 3, zu

$$h = \sqrt[3]{\frac{4{,}83^2}{2 \cdot 9{,}81 \cdot 0{,}55^2 \cdot 7^2}} = 0{,}431 \text{ m.}$$

Diesem Wert von h entspricht eine Stauhöhe von $2{,}959 + 0{,}431 - 0{,}9 = 2{,}49$ m.

Die Breite b des ungestauten Flusses bei hohem Wasserstand ist, wie schon eingangs angegeben, 9,2 m, das benetzte Querprofil 5,5 qm, mithin die mittlere hydraulische Tiefe

$$t = \frac{F}{b} = \frac{5{,}5}{9{,}2} = 0{,}6 \text{ m.}$$

Damit ergibt sich

$$\frac{H}{t} = \frac{2{,}49}{0{,}6} = 6{,}15$$

und nach Tabelle 12

$$\varphi\left(\frac{H}{t}\right) = 7{,}5559,$$

ferner wenn die Erhöhung des Wasserstandes durch den Stau am Anfang der Flussstrecke wiederum nicht mehr als 0,03 m betragen darf

$$\frac{H_1}{t} = \frac{0{,}03}{0{,}6} = 0{,}05,$$

also nach Tabelle 12

$$\varphi\left(\frac{H_1}{t}\right) = 0{,}5701,$$

und folglich nach Gleichung 52

$$0{,}04\,l = 0{,}6\,(7{,}5559 - 0{,}5701) \text{ oder}$$
$$l = 1048 \text{ m}.$$

Der Stau würde also nicht schon bei 700 m den noch zulässigen Wert von 0,03 m erreichen, sondern erst in 348 m Entfernung über den Anfangspunkt der zu benutzenden Flussstrecke hinaus; da das nicht zulässig ist und doch die Stauhöhe bei normalem Wasserstand nicht verringert werden möchte, so muss also das Ueberfallwehr mit einer Ablassschleuse verbunden werden. Setzen wir fest, dass bei normal geöffneter Schütze der Schwerpunkt der rechteckigen Ausflussöffnung 1,5 m unter dem normalen Oberwasserspiegel liege, so ergibt sich deren Grösse für das in Betracht kommende Durchflussquantum von rund 4 cbm aus

$$Q = \mu \cdot F\sqrt{2gh} \text{ oder für } Q = 4,\ h = 1{,}5,\ \mu = 0{,}45,$$
$$4 = 0{,}45 \cdot F\sqrt{2 \cdot 9{,}81 \cdot 1{,}5} \text{ oder}$$
$$F = 1{,}64 \text{ qm},$$

gibt man also der Schleuse eine lichte Durchflussbreite von 1,5 m, so muss der Schützen um 1,64 : 1,5 = 1,1 m gezogen werden.

Jetzt kann die Berechnung der Aufschlaggräben erfolgen. Das zu errichtende Werk liege so, dass der Obergraben 350 m, der Untergraben 550 m Länge bekommen muss. Die Wandungen beider Gräben werden in Bruchsteinmauerwerk hergestellt, die Geschwindigkeit des Wassers in ihnen soll $c_0 = c_3 = 0{,}6$ m pro Sekunde sein.

Der Wassermenge 1,8 cbm und der Geschwindigkeit 0,6 m pro Sekunde entspricht der Wasserquerschnitt von 1,8 : 0,6 = 3 qm. Das Querprofil der Kanäle sei ein Rechteck; nach § 2, Gleichung 39 und 40, erhält dasselbe seine vorteilhafteste Gestalt, wenn die Breite b = 2 t = doppelte Tiefe, also die Fläche

$$F = b\,t = 2\,t^2 \text{ oder } 3 = 2\,t^2 \text{ also}$$

$$t = \sqrt{\frac{3}{2}} = 1{,}225 \text{ m und } b = 2{,}45 \text{ m}.$$

Der benetzte Umfang dieses Querprofiles ist $p = 4{,}9$ m, also nach Gleichung 24, § 2

$$R = \frac{F}{p} = \frac{3}{4{,}9} = 0{,}612 \text{ m.}$$

Um nun das relative Gefälle der Kanäle berechnen zu können nach Gleichung 33, § 2, muss noch der Koeffizient k bekannt sein; wenn wir diesen nach Ganguillet und Kutter bestimmen wollen, muss eine vorläufige Annahme für das relative Gefälle J gemacht werden, wir setzen versuchsweise $J = 0{,}0002$. Tabelle 9, § 2, gibt für $J = 0{,}0002$ und $m = 0{,}017$ (entsprechend den in Bruchsteinen gemauerten Kanälen), $\alpha = 89{,}6$ und $\beta = 0{,}523$, also nach Gleichung 32, § 2

$$k = \frac{\alpha}{1 + \frac{\beta}{R}} = \frac{89{,}6}{1 + \frac{0{,}523}{0{,}612}} = 48{,}3$$

und dann nach Gleichung 33, § 2

$$J = \frac{c_0^2}{k^2 R} = \frac{0{,}6^2}{48{,}3^2 \cdot 0{,}612} = \frac{0{,}36}{1428} = 0{,}00025.$$

Dieses Resultat stimmt mit unserer Annahme nicht genügend überein, wir setzen jetzt versuchsweise den erhaltenen Wert ein, also $J = 0{,}00025$, hierfür gibt Tabelle 9 durch Interpolation $\alpha = 88{,}3$, $\beta = 0{,}501$, mithin wird

$$k = \frac{88{,}3}{1 + \frac{0{,}501}{0{,}612}} = 48{,}5 \text{ und } J = \frac{0{,}6^2}{48{,}5^2 \cdot 0{,}612} = 0{,}00025,$$

so dass also der Wert $J = 0{,}00025$ definitiv beizubehalten ist. Zur Erzeugung der Geschwindigkeit im Obergraben $c_0 = 0{,}6$ m und zur Ueberwindung des Widerstandes beim Einfluss in demselben ist ein Gefälle $(1 + \lambda)\frac{c_0^2}{2g}$ aufzuwenden (siehe § 6), mit $\lambda = 0{,}5$ und $c_0 = 0{,}6$ hat man $(1 + \lambda)\frac{c_0^2}{2g} = (1 + 0{,}5)\frac{0{,}6^2}{2 \cdot 9{,}81} = 0{,}027$ oder abgerundet $= 0{,}03$ m.

Der Wasserspiegel am Anfang des Obergrabens muss also um 0,03 m, die Sohle um $0{,}03 + 1{,}225 = 1{,}255$ m unter dem Wasserspiegel des gestauten Flusses liegen. Der Kanal muss ein Gefälle h_0 erhalten, welches nach Gleichung 34 mit $J = 0{,}00025$ und $l = 350$ sich ergibt zu $h_0 = 0{,}00025 \cdot 350 = 0{,}0875$ m, der Untergraben bekommt ein Gefälle $h_u = 0{,}00025 \cdot 550 = 0{,}1375$ m. Diese Beträge runden wir ab auf $h_0 = 0{,}09$ und $h_u = 0{,}14$ m.

Vom Anfang der Flussstrecke bis zum Wehr geht ein Gefälle von 0,3 m verloren, denn die Stauhöhe am Wehre beträgt 2,5 m, das Gefälle bis zum Unterwasserspiegel am Wehre 2,8 m.

Zur Ermittelung des Nutzgefälles nach Gleichung 3 und 4, § 6, ist zu setzen $H_f = 6{,}8 - 0{,}3 = 6{,}5$ m, also nach Gleichung 4, § 6, $H_0 = 6{,}5 - 0{,}03 - 0{,}09 - 0{,}14 = 6{,}24$ m und nach Gleichung 3

$$H = H_0 + \frac{c_0^2 - c_3^2}{2\,g} \qquad H = 6{,}24 + \frac{0{,}6^2 - 0{,}6^2}{2\,g} = 6{,}24 \text{ m.}$$

Das Nutzgefälle ist also etwas grösser als ursprünglich angenommen wurde, man könnte das Gefälle des Ober- und Untergrabens etwas vergrössern und die Querprofile verkleinern, doch behält man zur Sicherheit letztere lieber bei.

Dritter Teil.

Die Wasserräder.

---

§ 9. Arten der Wasserräder, Bezeichnungen und allgemeine Grundlagen.

Die Wasserräder im allgemeinen sind hydraulische Kraftmaschinen, bei denen das Wasser infolge seiner Wirkung auf geeignet gestaltete, in einem ringförmigen Schaufelkranz angeordnete Schaufeln, diesen und damit das Rad in Umdrehung versetzt. Die Wasserräder in engerem Sinne, um die es sich jetzt hier handelt, haben mit den später zu besprechenden Turbinen so viele Merkmale gemeinsam, dass eine ganz scharfe Abgrenzung von jenen und eine allemal zutreffende Begriffsfeststellung nicht wohl möglich ist, doch gilt, wenigstens für die gebräuchlichen Arten der Wasserräder, dass das Wasser auf demselben Umfang (nämlich dem äusseren) ein- und austritt, dass sie stets mit liegender Welle gebaut werden und kleine Winkelgeschwindigkeiten, also niedrige Umdrehungszahlen aufweisen, bei den Turbinen dagegen fliesst das Wasser durch das Rad hindurch, die Bauart mit liegender Welle kommt zwar nicht selten vor, tritt aber gegen die mit stehender Welle zurück und die Winkelgeschwindigkeit ist erheblich grösser als bei den eigentlichen Wasserrädern.

Je nach der Höhenlage der Wassereinführung in das Rad unterscheidet man oberschlächtige, rückenschlächtige, mittelschlächtige, tief- und unterschlächtige Wasserräder. Auf Tafel 1, Figur 24 bis 27, sind die verschiedenen Gruppen, durch schematische Schnitte senkrecht zur Radachse, dargestellt. Beim oberschlächtigen Rad (Tafel 1, Figur 24) erfolgt die Einführung des Wassers im oder nahe am Scheitel des Rades, der Durchmesser des Rades ist also etwas kleiner als das Gefälle H_0. Beim rückenschlächtigen Rad (Tafel 1, Figur 25) erfolgt die Einführung des Wassers in der Höhe zwischen Scheitel und Achse, die Drehungsrichtung des Rades stimmt im tiefsten Punkt mit der

Abflussrichtung des Wassers überein, der Raddurchmesser ist meist etwas grösser als das Gefälle H_0.

Beim mittelschlächtigen Rad (Tafel 1, Figur 26) liegt der Punkt, wo der Wasserstrahl in das Rad eintritt, in Höhe der Achse oder auch etwas darunter, und beim tief- und unterschlächtigen Wasserrade (Tafel 1, Figur 27) tritt das Wasser im unteren Teile in das Rad. Bei den zuletzt genannten Radgattungen ist also der Raddurchmesser erheblich grösser als das Gefälle.

Das oberschlächtige und das rückenschlächtige Wasserrad werden so gebaut, dass die den Schaufelkranz an den Stirnseiten begrenzenden Ringflächen als volle Wandungen ausgeführt werden, dass also die Schaufelräume nur auf der äusseren, cylindrischen Fläche offene Zellen bilden. Solche Räder nennt man Zellenräder, die anders gebauten, bei denen also die Schaufelräume auch nach innen oder nach den Seiten offen sind, heissen Schaufelräder.

Damit das Wasser, insbesondere bei Schaufelrädern nicht schon alsbald nach seinem Einfluss wieder aus dem Rade zu fliessen beginnt, sondern dasselbe möglichst nicht eher verlässt, als der Schaufelraum in der tiefsten Lage angekommen ist, umgibt man das Rad auf dem wasserhaltenden Bogen, das heisst auf dem Teile seines Umfanges, welcher von den wasserhaltenden Schaufelräumen eingenommen wird, mit einem zum Rad konzentrischen, an das Gerinne anschliessenden Mantel, welcher Kropf genannt wird.

Rücken-, mittel- und tiefschlächtige Räder besserer Art werden mit Kropf ausgeführt und dann auch Kropfräder genannt.

Die den Wassereinlauf in der gehörigen Weise sichernden und regulierenden Teile sind ebenfalls von verschiedener Art und bilden einen weiteren Einteilungsgrund für die Wasserräder. Man lässt das Wasser unter Spannschützen ausfliessen, das sind solche, bei denen die Ausflussöffnung ganz unter dem Wasserspiegel liegt und in ihrer Grösse von der Erhebung des Schützen abhängig ist (siehe Tafel 1, Fig. 21 u. 22). Ferner hat man Koulissenschützen (siehe Tafel 1, Figur 25). Das sind solche, bei denen kanalartige Mundstücke von unveränderlichem Querschnitt die Einführung des Wassers bewirken, die Veränderung der Wassermenge wird dann in der Weise bewirkt, dass einer oder mehrere der Kanäle abgesperrt werden. Schliesslich sind noch die Ueberfallschützen zu nennen (Tafel 1, Figur 23 und 26), bei denen, wie der Name sagt, das Wasser über den Schützen hinweg fliesst. Man unterscheidet hiernach Wasserräder mit Spannschützen, Wasserräder mit Koulissenschützen, auch Koulissenräder schlechthin genannt, und Wasserräder mit Ueberfallschützen.

Hinsichtlich der Wasserwirkung ist zu bemerken, dass bei den oberschlächtigen und rückenschlächtigen Rädern im wesentlichen die Schwere des im Rad niedersinkenden Wassers wirkt, bei den anderen Rädern tritt schon mehr oder minder erheblich die Wirkung durch die Geschwindigkeit hervor, ja bei manchen unterschlächtigen Rädern ist letztere die lediglich in Betracht kommende.

Ausser den oben schon genannten Wasserrädern sind noch das Sagebienrad, das Zuppingerrad und das Ponceletrad besonders zu erwähnen. Das Sagebienrad gehört seiner Beaufschlagungs- und Bauart nach zu den tiefschlächtigen Kropfrädern mit Ueberfallschützen, es hat seinen Namen vom französischen Ingenieur Sagebien und ist charakterisiert durch einen Schaufelkranz von sehr bedeutender radialer Abmessung, grosse Breite, eng gestellte Schaufeln und sehr geringe Umdrehungszahlen. Das Zuppingerrad ist eine wesentlich verbesserte Form des Sagebienrades (siehe Tafel 7, Fig. 9). Das Wasser wirkt in ihm sowohl wie im Sagebienrad wesentlich durch sein Gewicht.

Das Ponceletrad (siehe Tafel 1, Fig. 22) ist ein unterschlächtiges Rad mit Spannschützen und gekrümmten Schaufeln, bei ihm wirkt das Wasser durch das der Geschwindigkeit entsprechende Arbeitsvermögen und zwar wird dem Wasser seine Geschwindigkeit nicht plötzlich entzogen, es wirkt nicht durch Stoss, sondern die Abnahme der Geschwindigkeit erfolgt allmählich, ganz wie bei den Turbinen, weshalb das Ponceletrad auch vielfach diesen zugezählt wird.

Ein Wasserrad besteht aus den Schaufeln, welche an den ringförmigen Radkränzen befestigt sind, den Armen und der Welle mit Zubehör. Je nachdem ob die ringförmigen Stirnflächen des Schaufelkranzes offen oder geschlossen sind, sagt man, das Rad ist ohne oder mit Seitengetäfer gebaut. Bei den Rädern mit Seitengetäfer, z. B. bei den Zellenrädern, dient dieses zur Befestigung der Schaufeln und dann sind also die äusseren Radkränze gleichbedeutend mit dem Seitengetäfer. Der Abschluss des Schaufelkranzes nach innen, wie er bei den Zellenrädern nötig ist, erfolgt durch den sogenannten Radboden. Der Raum zwischen zwei Schaufeln werde, wie vorstehend schon geschehen, immer als ein Schaufelraum bezeichnet, die Gesamtheit der Schaufelräume und Schaufeln eines Rades bildet den Schaufelkranz. Die radiale Abmessung des Schaufelkranzes nennt man die Kranztiefe, sie werde im folgenden stets mit a bezeichnet (siehe Fig. 27), die axiale Dimension eines Schaufelraumes heisst Radbreite, sie werde bezeichnet mit b (siehe Fig. 27). Die Entfernung zweier Schaufeln, gemessen auf dem äusseren Radumfang, werde Schaufelteilung genannt und mit e bezeichnet (Fig. 27). Den Teil des Radumfanges, welcher im einfliessenden Wasserstrahl liegt, nennt man Einlaufbogen, für diesen sei i als Bezeichnung eingeführt.

Unter der Umfangsgeschwindigkeit v des Rades ist stets der von einem Punkte des äusseren Umfanges in einer Sekunde zurückgelegte Weg zu verstehen.

Zur Erbauung der Wasserräder kommt sowohl hartes wie weiches Holz und Eisen in Betracht; die älteren Wasserräder und auch neue einfachster Art findet man bis auf kleinere Teile

Zapfen u. dergl. ganz aus Holz gebaut. Bessere Räder werden, wenn auch nicht allemal ganz, so doch wenigstens in den wichtigsten Teilen (z. B. die Schaufeln) aus Eisen konstruiert. Die Zu- und Abflussgerinne werden aus Holz, Eisen oder Mauerwerk

Fig. 27.

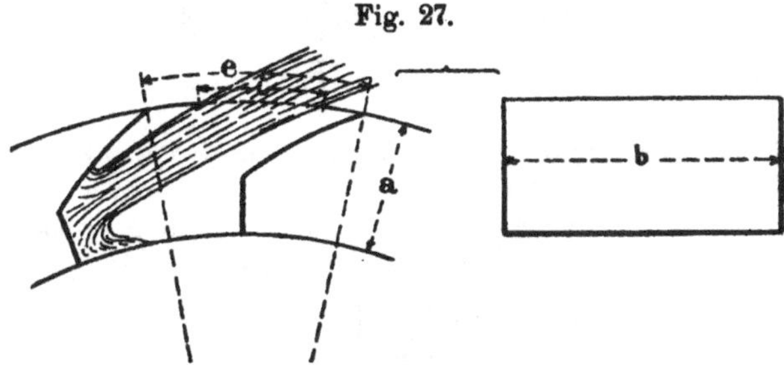

hergestellt; bei den oberschlächtigen Rädern sind die betreffenden Bauten sehr einfacher Art, bei den Kropfrädern aller Art und den unterschlächtigen Rädern sind dieselben aber oft sehr schwierig herzustellen und deshalb kostspielig. Beispiele über die Gerinneanlagen geben die Tafeln.

Als Abschluss der allgemeinen Betrachtung der Wasserräder mögen nun noch einige Gleichungen angeführt werden, welche bei allen Arten Wasserrädern gelten und in den folgenden Abschnitten immer wieder verwendet werden.

Es haben Q, γ, H, H_0, c_0, c_3, N, N_0, η die bereits im zweiten Teil, § 6, angegebenen Bedeutungen, a, b, v, e sind die in diesem Paragraphen schon erklärten Bezeichnungen, und es bezeichnen weiter r den Radius des äusseren Radumfanges, z die Schaufelzahl, U die Anzahl Umdrehungen des Rades in einer Minute, k den sogenannten Füllungskoeffizienten, π die Ludolfsche Zahl = 3,1416.

Nach § 6, Gleichung 3, ist

$$H = H_0 + \frac{c_0^2 - c_3^2}{2g} \quad \ldots . \; 1,$$

ferner nach § 6, Gleichung 1 und 2

$$N = \eta \frac{1000\,Q\,H}{75} \quad \ldots . . \; 2.$$

Also findet man bei gegebenem H und verlangtem N, wenn man η je nach dem Radsysteme erfahrungsmässig annimmt, die erforderliche Aufschlagwassermenge aus

$$Q = \frac{75 \cdot N}{1000 \cdot \eta \cdot H} \quad \ldots . \; 3.$$

Das in einer Sekunde an der Einflussstelle vorbei gehende Radvolumen ist a, b, v. Dieser Raum muss zur Aufnahme des pro Sekunde zufliessenden Wassers nicht nur hinreichen, sondern soll gewöhnlich wesentlich grösser sein, was durch die Beziehung

$$\left.\begin{aligned} \frac{Q}{a,\, b,\, v} &= k \\ Q &= k\, a,\, b,\, v \\ b &= \frac{Q}{a,\, v,\, k} \end{aligned}\right\} \quad \ldots \; 4$$

ausgedrückt wird, wenn k stets kleiner als 1 ist, was schon der Schaufeldicken wegen der Fall wäre.

Das Rad hat z Schaufeln, die sich auf dem äusseren Umfange in gleichen Abständen e folgen, also

$$\left.\begin{aligned} 2\pi r &= z e \\ e &= \frac{2\pi r}{z} \\ z &= \frac{2\pi r}{e} \end{aligned}\right\} \quad \ldots \; 5.$$

In einer Minute legt ein Punkt des Radumfanges den Weg 60 v zurück, da das Rad U Umdrehungen in der gleichen Zeit macht, lässt sich dieser Weg auch durch $2\pi r u$ ausdrücken und es folgt aus

$$\left.\begin{aligned} 60\, v &= 2\pi r u \\ u &= \frac{30\, v}{\pi \cdot r} = 9{,}55\, \frac{v}{r} \end{aligned}\right\} \quad \ldots \; 6.$$

Da im folgenden sehr häufig die Ausdrücke „absolute Geschwindigkeit des Wassers, absoluter Wasserweg, relative Geschwindigkeit, relativer Wasserweg" vorkommen, so sei im voraus dazu nachstehendes bemerkt: Unter der absoluten Geschwindigkeit des Wassers versteht man diejenige in Bezug auf den ruhenden Raum, der absolute Wasserweg ist der Weg, welchen ein bewegtes Wasserteilchen in Bezug auf den ruhenden Raum beschreibt. Die relative Geschwindigkeit des Wassers ist die Geschwindigkeit, welche es einem selbst in Bewegung begriffenen Körper gegenüber hat, also z. B. der Weg, um den es sich in einer Sekunde einem bewegten Körper nähert oder um den es sich von ihm entfernt, es ist die Geschwindigkeit, welche ein Wasserteilchen in Bezug auf das in Umdrehung befindliche Wasserrad hat. Der relative Wasserweg ist der Weg, welchen das Wasser in Bezug auf einen bewegten Körper, also z. B. in Bezug auf das sich drehende Wasserrad beschreibt.

Fig. 28.

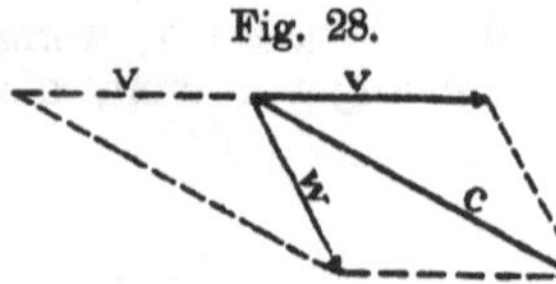

Ist c die absolute Geschwindigkeit des Wassers, v die absolute Geschwindigkeit (Umfangsgeschwindigkeit) des Rades in dem Punkte, wo sich das Wasserteilchen befindet, so ergibt sich die relative Geschwindigkeit w bekanntlich nach dem Gesetz vom Parallelogramm der Geschwindigkeiten allemal nach Grösse und Richtung als die Geschwindigkeit, welche man zu v hinzufügen muss, um c als Resultante zu erhalten (siehe Fig. 28).

Man pflegt das auch häufig etwas anders aufzufassen und sagt dann, man findet die relative Geschwindigkeit eines Punktes (Wasserteilchen) in Bezug auf ein bewegtes System (Wasserrad), indem man dem Punkte (Wasserteilchen) ausser der absoluten Geschwindigkeit c noch die Geschwindigkeit v des Systems (Wasserrad), aber in entgegengesetztem Sinne erteilt denkt und die resultierende Geschwindigkeit ermittelt (siehe Fig. 28).

Die Gewichtswirkung des Wassers auf die Schaufeln bedarf keiner besonderen Erläuterung, aber die Wirkung des Wassers vermöge seiner Geschwindigkeit, insbesondere die Stosswirkung, soll nachstehend noch etwas näher besprochen werden, nachdem der Begriff der relativen Geschwindigkeit oben erklärt wurde.

Fig. 29 stelle den Schnitt durch eine ebene Schaufel dar, gegen welche ein Wasserstrahl fliesst. Die Schaufel habe eine Eigengeschwindigkeit v, das Wasser die absolute Geschwindigkeit c_1, im übrigen gelten die aus der Figur ersichtlichen Bezeichnungen. Die relative Geschwindigkeit w_1, also die Geschwindigkeit, welche das Wasser der bewegten Schaufel gegenüber hat, ergibt sich durch das Parallelogramm der Geschwindigkeiten A C D E, in welchem $AD = c_1$, $AC = v$ und $AE = w_1$ ist. Die Geschwindigkeit w_1 wird beim Auftreffen auf die Schaufel zerlegt, in die beiden Komponenten $n = AG$ senkrecht zur Schaufel und $w_2 = AF$ in die Schaufelrichtung fallend. Die Komponente n wird durch den Stoss vernichtet, mit w_2 fliesst das Wasser längs der Schaufel hin und verlässt dieselbe bei B. Die absolute Geschwindigkeit c_2, mit welcher dies geschieht, ist die Resultante aus v und w_2, also die Diagonale B J im Parallelogramm B H J K.

Fig. 29.

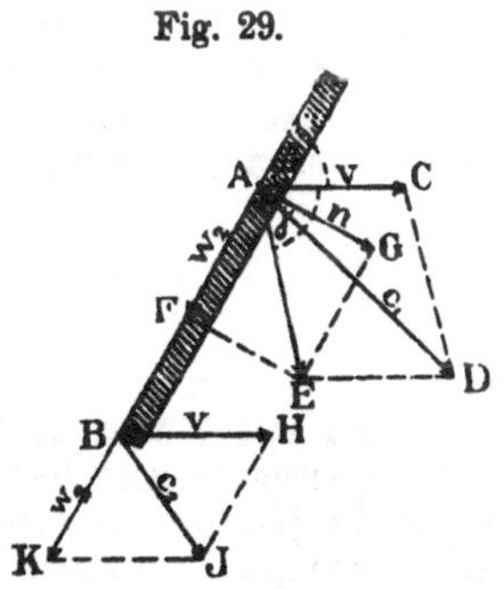

Das Arbeitsvermögen, welches jedes Kilogramm Wasser vor dem Auftreffen in A mitbringt, ist $\frac{c_1^2}{2g}$, das Arbeitsvermögen, welches durch die Vernichtung der Geschwindigkeitskomponente n in Verlust kommt, beträgt $\frac{n^2}{2g}$ und das Arbeitsvermögen, welches es noch von der Schaufel mit hinwegnimmt $\frac{c_2^2}{2g}$. Ist A die Arbeit, welche ein Kilogramm Wasser zur weiteren Verwertung an die Schaufel überträgt, so muss

$$A = \frac{c_1{}^2 - n^2 - c_2{}^2}{2\,g}$$

sein.

Aus Fig. 29 folgt

$$c_1{}^2 = v^2 + w_1{}^2 + 2\,v\,w_1 \cos\gamma,$$
$$w_1{}^2 = w_2{}^2 + n^2,$$
$$c_2{}^2 = v^2 + w_2{}^2 - 2\,v\,w \cos\beta.$$

Es muss also sein

$$c_1{}^2 - c_2{}^2 - n^2 = 2\,v\,(w_2 \cos\beta + w_1 \cos\gamma),$$

da nun

$$(w_2 \cos\beta + w_1 \cos\gamma) = n \sin\beta,$$

ist auch

$$c_1{}^2 - c_2{}^2 - n^2 - 2\,v\,n \sin\beta$$

oder

$$A = \frac{2\,v\,n \sin\beta}{2\,g}.$$

Bei gegebenen Werten von v und β wird A um so grösser sein, je grösser n ist. Der grösste Wert von n wird erzielt, wenn die Richtung von c_1 mit n zusammenfällt, wenn der Strahl senkrecht zur Schaufel gerichtet ist.

Der grösste überhaupt mögliche Wert von A entspricht dann der weiteren Bedingung

$$v \sin\beta = {}^1\!/_2\, c,$$

dann ist

$$A = {}^1\!/_2 \frac{c_1{}^2}{2\,g}.$$

Man sieht, dass auch im günstigsten Falle, bei der Wirkung eines Wasserstromes gegen ebene Schaufeln (Stosswirkung) höchstens die Hälfte des dem Wasser innewohnenden kinetischen Arbeitsvermögens nutzbar gemacht werden kann und deshalb beschränkt man die Stosswirkung so weit als möglich.

Wollte man den Stoss vermeiden, also $n = o$ machen, so müsste w_1 mit w_2 nach Grösse und Richtung zusammenfallen, dann würde bei einer ebenen Schaufel, weil w_2 sich nicht weiter ändert, $c_2 = c_1$ und mithin $A = o$ sein.

Anders verhält sich die Sache bei gekrümmten Schaufeln (siehe Tafel 2, Figur 10); beginnt dort das Wasser seine Bewegung an der Schaufel hin ohne Stoss mit der relativen Geschwindigkeit w_1, so ist dennoch die absolute Abflussgeschwindigkeit c_2 verschieden von c_1, weil sich der Winkel, welcher in Fig. 29 mit β bezeichnet ist, nach der Abflussstelle hin immer mehr gegen den Wert an der Zuflussstelle ändert. Man hat es nun in der Hand, die Schaufel so zu krümmen, dass c_2 erheblich kleiner wird als c_1 und dann ist, ohne dass ein Stoss nötig wäre,

$$A = \frac{c_1{}^2 - c_2{}^2}{2\,g}.$$

§ 10. Das oberschlächtige Wasserrad.

Beim oberschlächtigen Wasserrad, dessen Anwendungsgebiet Gefälle von 3 bis 10 m bei kleinen und mittleren Wassermengen bilden, tritt das Wasser im Scheitel des Rades oder doch nahe demselben in das Rad ein, die Arbeitsleistung wird fast ausschliesslich durch die Wirkung der Schwerkraft auf das in den Schaufelräumen befindliche, infolge der Raddrehung allmählich niedersinkende Wasser bedingt. Da diese Arbeit um so grösser ist, je länger der Weg ist, auf welchem die Schwerkraft wirkt, je länger das Wasser während seiner Bewegung mit dem Rade in relativer Ruhe zu demselben verbleibt, so muss also das Bestreben bei der Konstruktion eines oberschlächtigen Rades wesentlich darauf gerichtet sein, dass das Wasser möglichst nahe dem Oberwasserspiegel im Rade zur Ruhe kommt und es möglichst nahe am Unterwasserspiegel zu verlassen beginnt.

Es wird also besonders der Eintritt in das, und der Austritt aus dem Rade zu untersuchen sein, um die Grundlagen für die Berechnung auszuführender Räder herzuleiten; zuvor aber mag eine Zusammenstellung der zu verwendenden Bezeichnungen gegeben werden, auf die dann zum Teil auch bei Besprechung der anderen Wasserräder verwiesen werden soll.

a) Bezeichnungen.

Es bedeute:

H das ganze für das Wasserrad verfügbare Gefälle.

H_0 den senkrechten Abstand des Oberwasser- und Unterwasserspiegels am Rade, bezogen auf Stellen, wo das Wasser ruhig fliesst.

H_1 die Höhe, um welche die Stelle, wo das Wasser in das Rad tritt, unter dem Oberwasserspiegel liegt.

H_e die Höhe, um welche der Wasserspiegel eines Schaufelraumes unter dem Oberwasserspiegel liegt, wenn die Hälfte des von einem Schaufelraum aufzunehmenden Wassers zur Ruhe im Rad gelangt ist.

H_2 den senkrechten Abstand der tiefsten Stelle des Rades vom Unterwasserspiegel.

h den senkrechten Abstand des Schwerpunktes der Ausflussöffnung im Gerinne vom Oberwasserspiegel.

h_1 die Höhe, um welche der Radscheitel unter dem Schwerpunkt der Ausflussöffnung im Gerinne liegt, $h_1 = H_1 - h$.

h_a die Höhe über dem tiefsten Radpunkte, in welcher das Wasser aus dem Rade zu fliessen beginnt.

h_m die Höhe über dem tiefsten Radpunkte, in welcher die Hälfte des Wasserinhaltes eines Schaufelraumes ausgeflossen ist.

h_u die Höhe über dem tiefsten Radpunkte, in welcher der Ausfluss aus dem Rade vollendet ist.

h_2 der den Höhen h_a, h_m und h_n entsprechende Mittelwert.
c_0 die Geschwindigkeit des Wassers im Obergraben.
c_3 die Geschwindigkeit des Wassers im Untergraben.
c die Geschwindigkeit, mit welcher das Wasser das Gerinne verlässt.
c_1 die absolute Geschwindigkeit, mit welcher das Wasser in das Rad eintritt.
c_e die absolute Geschwindigkeit, mit welcher das eintretende Wasser bei halbgefülltem Schaufelraum auf dem Wasserspiegel in diesem auftrifft.
c_2 die mittlere absolute Austrittsgeschwindigkeit des Wassers aus dem Rade.
v die Umfangsgeschwindigkeit des Wasserrades am äusseren Umfange.
v_e die Umfangsgeschwindigkeit des Wasserrades an der Stelle, wo der eintretende Strahl auf den der halben Wasserfüllung einer Zelle entsprechenden Wasserspiegel trifft.
w_1 die relative Geschwindigkeit, mit welcher das Wasser in das Rad eintritt (entsprechend c_1 und v).
w_e die relative Geschwindigkeit beim Auftreffen des Wassers auf den dem halben Wasserinhalt einer Zelle entsprechenden Wasserspiegel im Rade (entsprechend c_e und v_e).
w_2 die mittlere relative Geschwindigkeit, mit welcher das Wasser das Rad verlässt.
φ den Winkel, welchen die Tangente an die Mittellinie des aus dem Gerinne fliessenden Strahles mit der Horizontalen bildet.
δ den Winkel, welchen der nach der Eintrittsstelle des äusseren Radumfanges gezogene Radius mit der Vertikalen bildet.
α den Winkel, welchen die absolute Eintrittsgeschwindigkeit c_1 mit der horizontalen durch den Eintrittspunkt des Radumfanges bildet.
α_e den Winkel, welchen die Geschwindigkeit c_e mit dem horizontal gedachten Wasserspiegel des Schaufelraumes bildet.
β den Winkel, unter dem die Radschaufeln gegen den äusseren Radumfang geneigt sind.

y_0 den Gefälleverlust beim Ausfluss aus dem Gerinne.
y_1 den Gefälleverlust beim Eintritt in das Rad.
y_2 den Gefälleverlust beim Austritt aus dem Rad.
y_z den der Zapfenreibungsarbeit A_z entsprechende Gefälleverlust.
y_s den den sämtlichen untergeordneten Arbeitsverlusten entsprechenden Gefällebetrag.

Q die Wassermenge in einer Sekunde.
q den Wasserinhalt eines Schaufelraumes.
γ das Gewicht eines Kubikmeters Wasser.
k den Füllungskoeffizienten.

a die Kranztiefe.
b die Radbreite.
b_0 die Breite des Strahles.
s die senkrecht zur Breite und senkrecht zur Geschwindigkeit c gemessene Stärke des Strahles.
f den senkrecht zur Radachse genommenen Wasserquerschnitt einer Zelle, der Wassermenge q entsprechend.
r den Radius des äusseren Radumfanges:
z die Zahl der Radschaufeln.
e die Schaufelteilung.
i die Länge des Einlaufbogens.
U die Zahl der Radumdrehungen in einer Minute.
N_0 die absolute Leistung in Pferdestärken.
N die Nutzleistung in Pferdestärken.
η den Wirkungsgrad.
g die Beschleunigung der Schwere = 9,81 m.
$\pi = 3{,}1416$.

b) Ausfluss aus dem Gerinne und Eintritt in das Rad.

Das Wasser wird gewöhnlich durch ein Gerinne von rechteckigem Querschnitt an das Rad herangeführt; aus dem Gerinne lässt man es entweder aus einer senkrechten Oeffnung am Ende des Gerinnes ausfliessen und in freiem Strahle in das Rad eintreten, oder man lässt es auch durch eine Oeffnung im Boden des Gerinnes, an welche sich ein kurzes, entsprechend geneigtes und bis nahe an die Eintrittsstelle des Radumfanges reichendes Mundstück — Lutten — anschliesst, strömen.

Fig. 30.

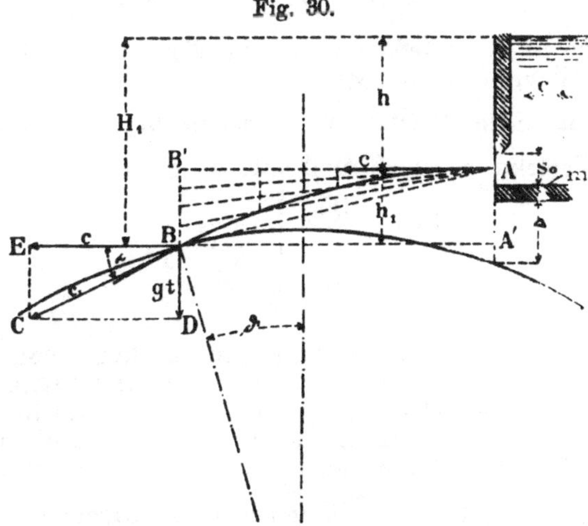

Der Ausfluss aus einer senkrechten Oeffnung, dem also die Bedingung $\varphi = o$ entspricht, werde zuerst behandelt, zur Veranschaulichung der Verhältnisse diene Fig. 30. A ist die Mitte der rechteckigen Ausflussöffnung, ein in A austretendes Wasserteilchen soll die Geschwindigkeit c haben. Da A um h unter dem Wasserspiegel im Gerinne liegt, muss, wenn c_0 und y_0 die in vorangegangenen angenommenen Bedeutungen haben, sein

$$\frac{c^2}{2g} = \frac{c_0^2}{2g} + h - y_0 \quad . \; . \; . \; . \; 7,$$

denn das Wasserteilchen kommt am Ende des Gerinnes schon mit der Geschwindigkeit c_0 an.

In der Regel ist c_0 sehr klein und es geht entweder ganz oder doch zu einem erheblichen Teile verloren, so dass wir keinen grossen Fehler begehen, wenn wir es in den gewöhnlichen Fällen vernachlässigen, beziehentlich bei der Schätzung des Verlustes y_0 als mit berücksichtigt ansehen, also einfach schreiben

$$\frac{c^2}{2g} = h - y_0 \quad . \; . \; . \; . \; 7a.$$

Für y_0 gilt die Gleichung:

$$y_0 = \zeta \frac{c^2}{2g} \quad . \; . \; . \; . \; 8,$$

worin $\zeta = 0.12$ bis $0{,}20$, je nachdem, ob die Ausflussmündung in Rücksicht auf Kontraktion, Reibung u. s. w. mehr oder weniger vollkommen ist.

Aus Gleichung 7a und 8 folgt

$$h = (1 + \zeta) \frac{c^2}{2g} \quad . \; . \; . \; . \; 9.$$

Wenn in einer Sekunde Q cbm Wasser aus dem Gerinne fliessen sollen, muss der Wasserstrahl unmittelbar an der Ausflussöffnung einen Querschnitt $\frac{Q}{c}$ haben und also ist, wenn s die Strahlstärke, b_0 die Strahlbreite bedeutet

$$\left.\begin{aligned} b_0 s &= \frac{Q}{c} \\ s &= \frac{Q}{c b_0} \end{aligned}\right\} \quad . \; . \; . \; . \; 10.$$

Das bei A austretende Wasserteilchen hat, wenn man vom Luftwiderstand absieht, nach t Sekunden in horizontaler Richtung den Weg c t zurückgelegt und würde in Fig. 30 nach B' gekommen sein, wenn nicht gleichzeitig die Schwere einwirkte. Infolge der letzteren ist es in t Sekunden, den Fallgesetzen entsprechend, um die Höhe $\frac{1}{2} g t^2$ gesunken und nach dem Gesetz vom Parallelogramm der Bewegungen gelangt deshalb das Wasserteilchen nach einer Zeit t zum Punkte B, welcher gefunden wird, indem man die beiden gleichzeitig erfolgenden Bewegungen nacheinander vorgenommen denkt. B liegt um $\frac{1}{2} g t^2$ unter B'. Bestimmt man für eine grössere Anzahl Werte von t die zugehörigen Lagenpunkte des Wasserteilchens und legt durch diese Punkte eine stetige Kurve, so erhält man den absoluten Weg eines in der Strahlmitte fliessenden Wasserteilchens, also die Mittellinie des Strahles. Die Mittellinie des Wasserstrahles ist eine Parabel, deren Scheitel in A liegt, man braucht also nur einen Punkt ausser A durch Rechnung zu bestimmen und kann dann eines der bekannten Konstruktionsverfahren anwenden.

Wenn das Wasser an den Radumfang gelangt (Punkt B, Fig. 30), hat es in horizontaler Richtung, vom Luftwiderstand abgesehen, immer noch die Geschwindigkeit c, $BE = c$ in Fig. 30, aber in vertikaler Richtung ist seine Geschwindigkeit unter dem Einflusse der Schwere von o, im Punkt A, Fig. 30, bis auf g t, im Punkte B, Fig. 30, $BD = g t$ gestiegen, wenn t wie bisher die Zeit bedeutet, welche zu der Bewegung erforderlich ist. Die wirkliche Geschwindigkeit des Wassers beim Eintritt in das Rad, die absolute Eintrittsgeschwindigkeit c_1, setzt sich aus beiden zusammen nach dem Gesetz vom Parallelogramm der Geschwindigkeiten.

In Fig. 30 ist

$$c_1 = BC = \sqrt{BE^2 + BD^2},$$

oder

$$c_1 = \sqrt{c^2 + (g t)^2} \quad \ldots \ldots 11.$$

Nach den schon festgestellten Bezeichnungen ist, in Bezug auf Fig. 30,

$$BB' = A'A = h_1,$$

ferner ist nach den Fallgesetzen

$$BD = g t = \sqrt{2 g AA'} = \sqrt{2 g h_1},$$

oder

$$(g t)^2 = 2 g h_1,$$

also nach Gleichung 11

$$c_1 = \sqrt{c^2 + 2 g h_1} \quad \ldots \ldots 11a,$$

setzt man hierin den Wert für c aus Gleichung 7a ein und berücksichtigt, dass der Wert $h + h_1 = H_1$ gesetzt werden soll (siehe Bezeichnungen), so geht 11a über in

$$c_1 = \sqrt{2 g (H_1 - y_0)} \quad \ldots \ldots 11b$$

und man erhält daraus

$$H_1 = \frac{c_1^2}{2 g} + y_0 \quad \ldots \ldots 12.$$

Die Gleichungen 7, 7a, 8, 9, 10, 11a, 11b und 12 gelten natürlich nicht nur für $\varphi = o$, sondern ganz allgemein, welche Richtung c auch haben mag; für die unter 7 bis 10 ist das ohne weiteres einzusehen, aber auch für die unter 11a, 11b und 12 ist es rasch zu beweisen, denn jedes bei A austretende Kilogramm Wasser hat infolge seiner Geschwindigkeit das Arbeitsvermögen $\frac{c^2}{2g}$, infolge des Herabsinkens um die Höhe h_1 wächst das Arbeitsvermögen auf $\frac{c^2}{2g} + h_1$. Die Geschwindigkeit im Punkte B muss diesem Gesamtarbeitsvermögen entsprechen, mithin muss sein

$$\frac{c^2}{2g} + h_1 = \frac{c_1{}^2}{2g},$$

woraus das oben Gesagte folgt.

Der Winkel EBC in Fig. 30 wird nach unserer früheren Festsetzung bezeichnet mit α, und es ist

$$\left.\begin{array}{l} \cos\alpha = \frac{BE}{BC} = \frac{c}{c_1} \text{ oder } c = c_1 \cos\alpha \\ c_1 = \frac{c}{\cos\alpha} \end{array}\right\} \quad \dots\dots 13.$$

$$\left.\begin{array}{l} \sin\alpha = \frac{BD}{BC} = \frac{g\,t}{c_1} \text{ oder } g\,t = c_1 \sin\alpha \\ t = \frac{c_1 \sin\alpha}{g} \end{array}\right\} \quad \dots\dots 14.$$

Da nun t bekannt ist, kann die Lage des Punktes B bestimmt werden durch die Horizontalentfernung AB′ und die Höhe AA′ = BB′.

Es ist:

$$AB' = c\,t = c_1 \cos\alpha \frac{c_1 \sin\alpha}{g} = c_1{}^2 \sin\alpha \cos\alpha = c_1{}^2 \sin 2\alpha \quad .\,.\, 15,$$

$$AA' = h_1 = \frac{1}{2} g\,t^2 = \frac{1}{2} g \left(\frac{c_1 \sin\alpha}{g}\right)^2 = c_1{}^2 \sin^2\alpha \quad \dots\dots\dots 16,$$

$$H_1 = h + h_1, \text{ auch } h_1 = H_1 - h \quad \dots\dots 16a.$$

Erfolgt der Ausfluss aus dem Gerinne durch einen Lutten wie Fig. 31 zeigt, so ist nur zu bedenken, dass das bei A austretende Wasserteilchen sich jetzt in horizontaler Richtung nicht wie vorher mit der Geschwindigkeit c bewegt, sondern nur mit $c \cos\varphi$, der horizontalen Komponente, und dass die Bewegung in vertikaler Richtung nicht wie vorher mit der Geschwindigkeit o beginnt und auf g t anwächst nach t Sekunden, sondern mit $c \sin\varphi$ beginnt und auf $c \sin\varphi + g\,t$ anwächst.

Die mittlere Wasserbahn entspricht einer Parabel, deren Scheitel um $\frac{c^2 \sin^2\varphi}{2g}$ über A und in horizontalem Sinne um $\frac{c^2 \sin 2\varphi}{2g}$ von A entfernt liegt.

Im Punkte B, beim Eintritt in das Wasserrad, soll das Wasserteilchen die absolute Geschwindigkeit c_1, welche mit der

Fig. 31.

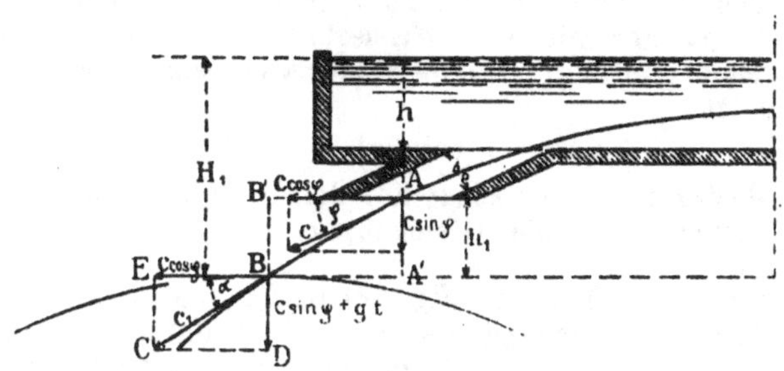

Horizontalen durch B den Winkel α bildet, haben, dann muss, wenn man wie immer vom Luftwiderstand absieht, ähnlich wie bei den Gleichungen 13 bis 16a sein:

$$\left.\begin{aligned} c\cos\varphi &= c_1\cos\alpha \\ \text{oder} \qquad c &= \frac{c_1\cos\alpha}{\cos\varphi} \end{aligned}\right\} \ldots\ldots 17,$$

und ferner

$$\left.\begin{aligned} c\sin\varphi + g\,t &= c_1\sin\alpha \\ t &= \frac{c_1\sin\alpha - c\sin\varphi}{g} \end{aligned}\right\} \ldots\ldots 18,$$

also
$$A\,B' = c\cos\varphi\, t = c_1\cos\alpha\,\frac{c_1\sin\alpha - c\sin\varphi}{g},$$

oder wenn man für $c\sin\varphi$ den der Gleichung 17 entsprechenden Wert $\frac{c_1\cos\alpha}{\cos\varphi}\sin\varphi$ einsetzt und die Gleichung umformt

$$A\,B' = c_1{}^2\cos\alpha\,\frac{\sin\alpha\cos\varphi - \cos\alpha\sin\varphi}{\cos\varphi\, g},$$

$$\left.\begin{aligned} \text{oder} \qquad A\,B' &= \frac{c_1{}^2}{g}\frac{\cos\alpha}{\cos\varphi}\cdot\sin(\alpha-\varphi) \\ \text{und auch} \qquad A\,B' &= (c_1\cos\alpha)^2\,\frac{\operatorname{tg}\alpha - \operatorname{tg}\varphi}{g} \end{aligned}\right\} \ldots\ldots 19,$$

schliesslich

$$\left.\begin{aligned} &A\,A' = h_1 = c\sin\varphi\, t + \frac{1}{2}g\,t^2 = \frac{c_1{}^2}{2g}\frac{\sin(\alpha+\varphi)\sin(\alpha-\varphi)}{\cos^2\varphi} \\ &\text{oder auch} \\ &A\,A' = h_1 = \frac{c_1{}^2\cos^2\alpha}{2g}\left[\operatorname{tg}^2\alpha - \operatorname{tg}^2\varphi\right] \end{aligned}\right\} \ldots 20,$$

sowie selbstverständlich auch noch Gleichung 16a

$$A A' = h_1 = H_1 - h.$$

Wenn der Lutten, wie das in der Regel der Fall ist, ganz nahe an das Rad heran reicht, kann man das zwischen A und B liegende Stück der mittleren Wasserbahn annähernd als gerade Linie ansehen und folglich ohne Fehler von Belang setzen $\alpha = \varphi$.

Dann ist

$$A B' = h_1 \cdot \operatorname{cotg} \alpha \quad . \quad . \quad . \quad . \quad 21.$$

Zur Bestimmung der sonst auf den Eintritt Bezug habenden Grössen dienen dann die Gleichungen 16a, 12, 11b, 11a, 10, 9, 8, 7a, 7.

Das im Punkte B (siehe Fig. 32) in das Rad tretende Wasser hat die absolute Geschwindigkeit c_1, welche unter dem Winkel α gegen die horizontale durch B geneigt ist. Schliesst der nach B gezogene Radius mit der Senkrechten durch den Mittelpunkt des Radumfanges den Winkel δ ein, so muss die dem Punkt B entsprechende Umfangsgeschwindigkeit v, als Tangente mit c_1 den Winkel $(\alpha - \delta)$ bilden. Die Geschwindigkeit, mit welcher sich das Wasser im Punkte B in Bezug auf das rotierende Wasserrad bewegt, die relative Geschwindigkeit des Wassers w (siehe Fig. 32) ergibt sich, nach dem Gesetz vom Parallelogramm der Geschwindigkeiten, am einfachsten durch Konstruktion des Parallelogrammes, von dem die Diagonale c_1, die eine Seite v, und der Winkel zwischen ihnen $(\alpha - \delta)$ gegeben ist (siehe Fig. 32).

Fig. 32.

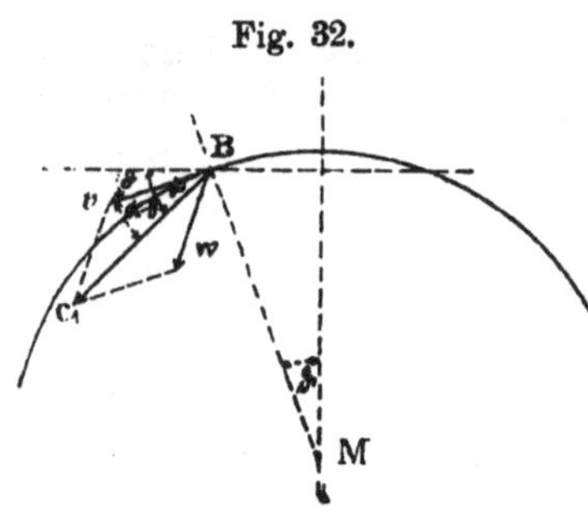

Wenn eine Radschaufel den eintretenden Wasserstrahl an irgend einer Stelle schneidet, so wird, wenn die Richtung der Schaufel nicht mit der Richtung der relativen Geschwindigkeit an der betreffenden Stelle übereinstimmt, ein Stoss des Wassers gegen die Schaufel erfolgen, dabei geht der Betrag an Arbeitsvermögen verloren, welcher der zur Schaufelrichtung senkrechten Komponente der relativen Geschwindigkeit entspricht. Nun wird zwar die relative Geschwindigkeit auf jeden Fall schliesslich beim Auftreffen auf den Radbogen oder den Wasserspiegel im Rad nutzlos vernichtet und der Stoss gegen die Schaufelflächen wäre dann ohne Belang, wenn er nur gegen die Vorderfläche der Schaufeln, also in der Umdrehungsrichtung erfolgte. Das ist aber nicht der Fall, denn ein Teil des einfliessenden Wassers trifft gegen den Schaufelrücken, und dann bewirkt der Stoss eine Abnahme des im Rade aufgespeicherten kinetischen Arbeitsvermögens. Dieser Verlust, dessen Ersatz natürlich die vom Rade abzugebende Arbeit mindert, könnte vermieden werden, wenn man die Schaufel nach der Kurve des relativen Wasserweges krümmte. Diese Form hat aber den Nachteil, dass das Wasser das Rad zu zeitig verlässt, wodurch ein Verlust entsteht, welcher den anderen leicht überwiegt, so dass man einen nicht ganz stossfreien Eintritt in den Kauf nimmt. Ueber die Verzeichnung des relativen Wasserweges und die genauere Bestimmung der Stossverluste u. s. w. findet man Ausführliches in dem Werke „Die Wasserräder" von Professor v. Bach, Stuttgart. Hier soll der ganze Gefälleverlust beim Eintritt unter der zulässigen Annahme bestimmt werden, dass er derjenigen relativen Geschwindigkeit w_e entspricht, mit welcher ein Wasserteilchen auf dem Wasserspiegel eines Schaufelraumes auftrifft, wenn gerade der halbe Wasserinhalt sich angesammelt hat und zur Ruhe gegen das Rad gekommen ist.

In dem Augenblicke, wo der Schnittpunkt B der Strahlmittellinie mit dem äusseren Radumfang (siehe Fig. 33) zusammenfällt mit dem Mittelpunkt einer Schaufelteilung, ist die halbe Wassermenge, welche auf jeden Schaufelraum kommt, in den betreffenden Schaufelraum eingetreten, ein Teil des Wassers hat sich schon unten im Raume angesammelt, das übrige enthält der im Rade zwischen Peripherie und Wasserspiegel befindliche Strahlteil. Wenn das in diesem Augenblicke bei B eintretende Wasserteilchen schliesslich auch auf dem als horizontal anzusehenden Wasserspiegel im Rade ankommt, ist die halbe Wasserfüllung des Schaufelraumes annähernd zur Ruhe gegen das Rad und zum Stoss gelangt.

Der Punkt, in welchem das Auftreffen auf den Wasserspiegel erfolgt, heisse S, kennt man den senkrechten Abstand desselben H_e vom Oberwasserspiegel, so kann man auch w_e berechnen. Zur Bestimmung der Grösse H_e wollen wir das nachstehende zwar nur annähernd genaue aber für unsere Zwecke genügende Verfahren benutzen, zu dessen Erläuterung Fig. 33 diene. Angenommen, die Lage des Punktes B zum Radscheitel, sowie die Grösse des Radhalbmessers r liessen es zulässig erscheinen, die Fortbewegung des in Betracht gezogenen Schaufelraumes als geradlinig horizontal anzusehen, so würde die gesuchte Höhe dadurch gefunden, dass man den Wasserspiegel einfach in die in der Mittellage zum Strahl befindliche Zelle horizontal so einträgt, dass der dadurch bestimmte Wasserquerschnitt der halben Zellenfüllung entspricht, also $\frac{f}{2}$ beträgt. Mit den schon früher festgestellten Bedeutungen von Q q f z kann man folgende Gleichungen aufstellen:

$$q = \frac{Q e}{v} \quad \ldots \ldots \ldots \quad 22.$$

$$f = \frac{q}{b} = \frac{Q e}{v b} \quad \ldots \ldots \quad 23.$$

Der so aus der Zeichnung bestimmte Abstand des Wasserspiegels n der Zelle vom Oberwasserspiegel werde mit H_e bezeichnet, der Punkt, wo das Wasserteilchen auftreffen würde,

Fig. 33.

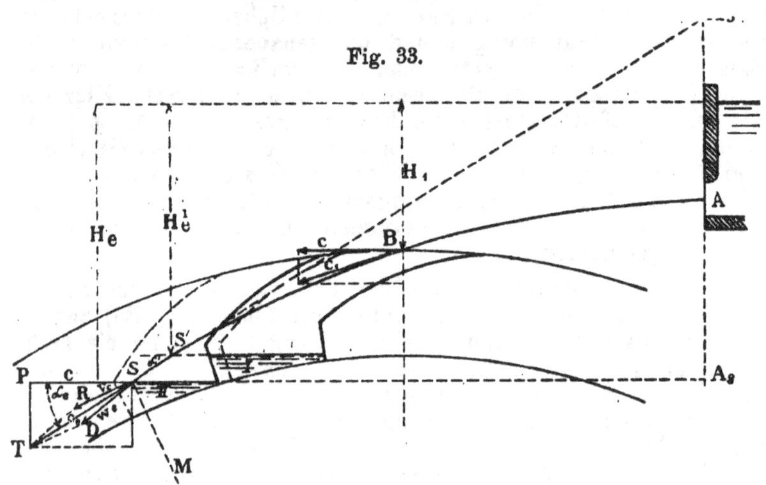

mit S', die absolute Geschwindigkeit des Wassers daselbst mit c_e', dann ist

$$c_e' = \sqrt{2g(H_e' - y_0)} \quad . \; . \; . \; . \; 24$$

und der Winkel α' zwischen der Wasserspiegelhorizontale und c_e' bestimmt durch Gleichung 13 zu

$$\cos\alpha' = \frac{c}{c_e'} \quad . \; . \; . \; . \; 25,$$

denn die Geschwindigkeit des Wassers in horizontaler Richtung bleibt sich, abgesehen vom Luftwiderstand, gleich.

Für $\varphi > 0$ ergibt sich nach Gleichung 17

$$\cos\alpha' = \frac{c \cos\varphi}{c_e'} \quad . \; . \; . \; . \; 26.$$

Die Geschwindigkeit in vertikaler Richtung betrug im Punkte B $c_1 \sin\alpha$, braucht das Wasser zur Bewegung von B nach S' die Zeit t_1, so ist bei der Ankunft in S_1' die Vertikalkomponente der absoluten Geschwindigkeit angewachsen auf $c_1 \sin\alpha + g\, t_1$ und es muss sein:

$$c_1 \sin\alpha + g\, t_1 = c_e' \sin\alpha' \quad \text{oder}$$

$$t_1 = \frac{c_e' \sin\alpha' - c_1 \sin\alpha}{g} \quad . \; . \; . \; . \; 27.$$

Nun ist aber die Bewegung des Schaufelraumes keine geradlinig horizontale, sondern eine Drehbewegung mit der Geschwindigkeit v am äusseren Umfange; das Rad hat sich also daselbst in der Zeit t_1 um $v t_1$ gedreht, der betreffende Schaufelraum ist also aus der in Fig. 33 mit I bezeichneten Lage in die Lage II gekommen. Trägt man in den Schaufelraum Lage II den horizontalen Wasserspiegel so ein, dass der Wasserquerschnitt wieder $\frac{f}{2}$ entspricht, dann ist der Abstand desselben vom Oberwasserspiegel ein genauerer Wert von H_e. Man kann das Verfahren nochmals wiederholen und so immer genauere Werte von H_e bestimmen, aber bei der sonstigen Unsicherheit der Verlustberechnung ist es unnötig; der zweite Wert genügt.

Der Punkt S ist der Schnittpunkt der Mittellinie des Wasserstrahles mit der Wasserspiegelhorizontalen der Lage II des Schaufelraumes, er wird durch Konstruktion gefunden. Es ist ferner bestimmt c_e durch

$$c_e = \sqrt{2 g (H_e - y_0)} \quad \ldots . \; 28,$$

und α_e durch

$$\left.\begin{aligned} \cos \alpha_e &= \frac{c}{c_e} \quad \text{wenn } \varphi = 0 \\ \text{und} \quad \cos \alpha_e &= \frac{c \cos \varphi}{c_e} \quad \text{wenn } \varphi > 0 \end{aligned}\right\} \ldots . \; 29.$$

Bezeichnet man den aus der Zeichnung zu entnehmenden Radius des Punktes S mit r_e, so erhält man die Umfangsgeschwindigkeit im Punkte S zu

$$v_e = \frac{v r_e}{r} \quad \ldots . \; 30.$$

Damit sind c_e, α_e und v_e bekannt und w_e leicht nach dem Parallelogrammgesetz durch Zeichnung zu ermitteln, oder, wenn man den Winkel SMB bestimmt, zu berechnen. Die zeichnerische Ermittelung erfolgt bequem in folgender Weise: nachdem S bestimmt ist, zieht man in diesem Punkte an die Parabel eine Tangente, deren genaue Lage dadurch bestimmt ist, dass sie die Parabelachse genau so hoch über dem Scheitel schneiden muss als S senkrecht unter dem Scheitel liegt. In Fig. 33 ist $S A_e'$ diese Tangente, A der Parabelscheitel und $A A_s = A A_s'$. Man macht nun in dem gewählten Massstabe die Horizontale $SP = c$ (beziehentlich $SP = c \cos \varphi$ wenn $\varphi > 0$), zieht in P eine Senkrechte zu SP, welche die verlängerte Tangente $S A_e'$ in T schneidet, dann muss $ST = c_e$ sein. (Man kann natürlich auch c_e aus Gleichung 28 berechnen und von S aus direkt auftragen.) Weiter zieht man den Radius SM und macht senkrecht dazu $SR = v_e$, dann ergibt sich, wenn man DS gleich und parallel RT macht, $w_e = DS$.

Die Geschwindigkeit w_e wird durch den Stoss und die Wirbelungen des angesammelten Wassers vernichtet, der ihm entsprechende Gefällebetrag geht der Nutzleistung verloren

$$y_1 = \frac{w_e^2}{2g} \quad \ldots \quad 31.$$

Da der in das Rad tretende Strahl die im Schaufelraum befindliche Luft zum Teil verdrängen muss, ist dafür Sorge zu tragen, dass dieselbe auch entweichen kann, anderenfalls tritt eine Kompression derselben ein, bis schliesslich die Luft unter Verspritzen von Wasser den Strahl durchbricht. Die Luftabführung wird beim oberschlächtigen Rade am besten dadurch erreicht, dass man dem Rade eine genügend grössere Breite als dem eintretenden Wasserstrahl gibt. Nach Bach „Die Wasserräder" soll bei Rädern ohne Mittelkranz sein:

$$\left.\begin{array}{ll} & b_0 = b - 2 \cdot 0{,}2 \\ \text{bis} & b_0 = b - 2 \cdot 0{,}1 \end{array}\right\} \quad \ldots \quad 32.$$

Bei Rädern mit einem oder mehreren Mittelkränzen soll man so verfahren, als ob es sich um zwei oder mehr selbständige Wasserräder nebeneinander handelte. (Siehe Fig. 34 nach Bach).

Fig. 34.

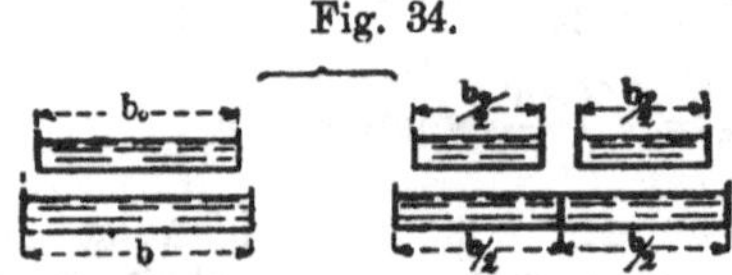

c) **Einwirkung der Zentrifugalkraft auf das Wasser im Rade.**

Bei den bisherigen Untersuchungen wurde der Wasserspiegel in den Radzellen als horizontal angesehen, das ist nun streng genommen nicht richtig, aber bei den dem Radscheitel nahen Zellen ohne merklichen Fehler zulässig. Für den Austritt des Wassers kommen jedoch Zellen in solchen Lagen in Betracht, dass man den Wasserspiegel in ihnen bei genaueren Berechnungen nicht einfach als horizontal ansehen darf, sondern den hier merklicheren Einfluss der Zentrifugalkraft berücksichtigen muss, infolge deren der Wasserspiegel keine horizontale Fläche bildet.

Fig. 35.

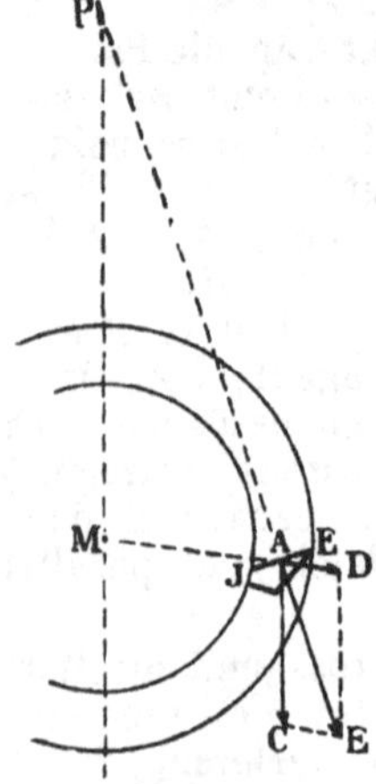

Auf das in einem Schaufelraume befindliche Wasser von der Masse m wirkt die Schwerkraft $AC = mg$ (siehe Fig. 35) vertikal, die Zentrifugalkraft $AD = \frac{m v^2}{r}$ (v = Umfangsgeschwindigkeit von A) dagegen radial auswärts, beide Kräfte geben eine Resultante A E, gegen die sich der Wasserspiegel senkrecht einstellt. Verlängern wir die Resultante A E nach rückwärts bis zum Schnitt P mit einer Vertikalen durch M, so ist

$$\triangle MPA \backsim \triangle CAE, \text{ also muss}$$

$$\frac{MP}{MA} = \frac{AC}{AE} \quad \text{oder wegen } AC = mg \text{ und } CE = AD = \frac{mv^2}{r} \text{ und } MA = r,$$

$$\frac{MP}{r} = \frac{mg}{\frac{mv^2}{r}} \quad \text{oder}$$

$$MP = \frac{r^2 g}{v^2} \quad \ldots\ldots \quad 33,$$

oder wenn man für $\frac{r}{v}$ den sich aus Gleichung 6, § 8, ergebenden Wert $\frac{r}{v} = \frac{9{,}55}{U}$ einsetzt und für g seinen Zahlenwert 9,81, so wird sehr annähernd

$$MP = \frac{895}{U^2} \quad \ldots\ldots \quad 33a,$$

worin U bekanntlich die Umdrehungszahl des Rades ist.

Die Wasserspiegel sämtlicher Schaufelräume sind also Cylinderflächen, deren gemeinschaftliche Achse parallel der Radachse ist und in einer Höhe $\frac{895}{U^2}$ über derselben liegt.

Bei den in Betracht kommenden Umdrehungszahlen fällt MP so gross aus, dass man ohne Fehler den Wasserspiegel als ebene Fläche senkrecht zu AP ansehen darf, in den dem Scheitel nahen Lagen fällt sie annähernd mit der Horizontalen zusammen, in den mehr in Höhe der Radachse liegenden Zellen ist sie geneigt zum Horizont.

d) Ausfluss aus dem Rade.

Der tiefste Punkt des Wasserrades soll um H_2 über dem Unterwasser liegen, damit bei geringen Schwankungen des Unterwasserstandes das Rad nicht gleich eintaucht, „watet", wie man sagt, denn da gewöhnlich die Abflussrichtung des Unterwassers beim oberschlächtigen Rade der Umdrehungsrichtung des letzteren entgegengesetzt ist, hat das Waten im Unterwasser erhebliche Arbeitsverluste zur Folge.

Würde das ganze in einem Schaufelraum befindliche Wasser in der tiefsten Lage auf einmal mit der absoluten Geschwindigkeit c_2 ausfliessen, so wäre, da c_2 beim Auftreffen auf den Wasserspiegel vernichtet wird, $\frac{c_2{}^2}{2g} + H_2$ das durch den Ausfluss aus dem Rade verloren gehende Gefälle. Das Wasser tritt aber nicht auf einmal und nicht erst im tiefsten Punkte des Rades aus, sondern der Ausfluss beginnt schon, sobald der Wasserspiegel einer Zelle die äussere Kante der Radschaufel erreicht, in der Höhe h_a über dem tiefsten Radpunkte und hört erst auf in der Höhe h_u, wenn die im äusseren Endpunkte der Schaufelkurve an diese gezogene Tangente mit der Wasserspiegellinie zusammenfällt, also beinahe horizontal liegt (siehe Fig. 36). Der Ausfluss erfolgt allmählich in der Zeit, in welcher der Schaufelraum aus der h_a entsprechenden in die h_u entsprechende Lage kommt. Eine genaue Berechnung des Gefälleverlustes beim Austritt des Wassers aus dem Rade würde verlangen, dass für eine grössere Anzahl nicht zu weit voneinander entfernter Schaufellagen (innerhalb h_a und h_u) der Verlust beim Uebergang aus einer Lage in die nächste bestimmt und dann der Gesamtverlust als Summe aller Einzelverluste festgestellt würde, wobei noch zu bedenken wäre, dass zur Erzeugung einer Ausflussgeschwindigkeit der Wasserspiegel im Schaufelraum, in der Weise wie bei einem Ueberfall, etwas über die Schaufelkante liegen muss. Dieses Verfahren gibt Bach in seinem Werke „Die Wasserräder" an, auf welches in dieser Hinsicht zu verweisen ist. Weniger genau, etwas zu gross, aber den praktischen Bedürfnissen für gewöhnliche Fälle genügend, erhält man den Gefälleverlust beim Ausfluss des Wassers aus dem Rade in folgender Weise. Man bestimmt ausser h_a und h_u noch die Höhe h_m über dem tiefsten Radpunkte, welche derjenigen Schaufellage entspricht, in der bei halber Zellenfüllung der Wasserspiegel mit der äusseren Schaufelkante abschneidet.

Fig. 36.

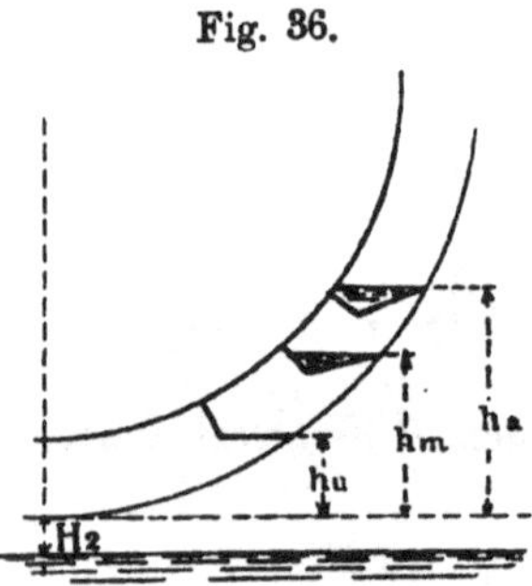

Da nun h_2 der Mittelwert von h_a, h_m und h_u sein soll, also die Höhe über dem tiefsten Radpunkt vorstellt, in welcher die ganze Zellenfüllung auf einmal ausfliessen müsste, um den gleichen Arbeitsverlust wie beim allmählichen Ausfluss zu ergeben, so muss, wenn man annimmt, dass der allmähliche Ausfluss gleichmässig mit der Abnahme von h_a auf h_m einesteils und von h_m auf h_u anderenteils erfolgt, sein

$$q\,h_2 = \frac{q}{2}\left(\frac{h_a + h_m}{2}\right) + \frac{q}{2}\left(\frac{h_m + h_u}{2}\right) \quad \text{oder}$$

$$h_2 = \frac{h_m}{2} + \frac{h_a + h_u}{4} \quad \ldots\ldots \quad 34.$$

Die Bestimmung der Höhen h_a, h_m und h_u erfolgt durch Zeichnung. Man zieht nach dem äusseren Endpunkte E eines Schaufelschnittes (siehe Fig. 37) eine Gerade JE, welche mit der Schaufellinie einen Wasserquerschnitt f (entsprechend q) begrenzt. Im Mittelpunkte A dieser Geraden JE errichtet man eine Senkrechte, auf welcher der Punkt P bestimmt wird, indem man aus M einen Kreis mit dem Radius $MP = \frac{895}{U^2}$ schlägt. Da gewöhnlich aber der Platz auf der Zeichnung hierzu nicht ausreicht, zieht man von einem genügend nahe an M auf AM gelegenen Punkte A_1 eine Parallele zur Senkrechten in A und findet den auf MP gelegenen Punkt P_1, indem man von M aus einen Kreis mit dem Radius $MP_1 = \frac{895}{U^2} \cdot \frac{A_1 M}{AM}$ schlägt. Nun kann man den durch MP_1 bestimmten Durchmesser ziehen, welcher den unteren Radumfang in P_2 schneidet, fällt man jetzt auf $P_1 P_2$ von E ein Lot, dessen Fusspunkt auf $P_1 P_2$, E_1 heisse, so ist $P_2 E_1 = h_a$. Genau so verfährt man zur Bestimmung von h_m, nur muss dabei die Wasserspiegellinie $\frac{f}{2}$ abgrenzen. Die Höhe h_u wird gefunden, indem man an den äusseren Endpunkt der Schaufelkurve eine Tangente an diese zieht und verfährt wie vorher, aber den Punkt A mit dem Endpunkt E der Schaufelkurve zusammenfallen lässt.

Fig. 37.

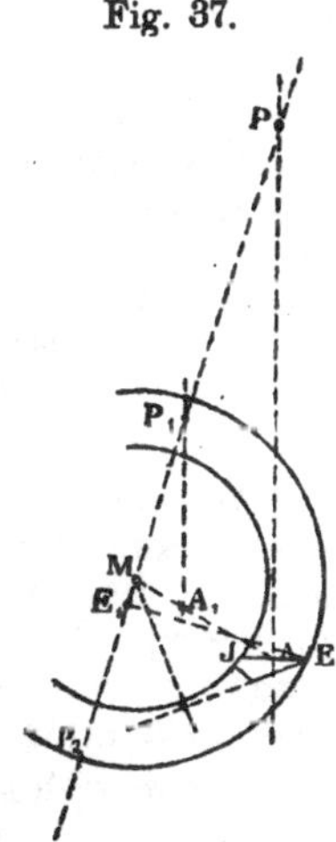

Die absolute Geschwindigkeit c_2, mit welcher das Wasser das Rad verlässt, ist die Resultante der relativen Ausflussgeschwindigkeit w_2 und der Umfangsgeschwindigkeit v, w_2 ist nicht bekannt, kann aber, da es im Vergleich zu v sehr klein ist, ruhig vernachlässigt werden, so dass wir setzen dürfen

$$c_2 = v.$$

Es beträgt also das durch die absolute Ausflussgeschwindigkeit verloren gehende Gefälle $\frac{v_2}{2g}$ und da der Ausfluss in der mittleren Höhe $H_2 + h_2$ über dem Unterwasser erfolgt, beträgt das Ganze beim Ausfluss des Wassers in Verlust kommende Gefälle

$$y_2 = \frac{v^2}{2g} + H_2 + h_2 \quad . \ . \ . \ . \ 35.$$

e) **Der Arbeitsverlust durch Zapfenreibung.**

Sind d_1 und d_2 in Metern die Durchmesser der beiden Endzapfen einer Wasserradwelle, L_1 und L_2 in Kilogramm die von den betreffenden Zapfen auf die Lager ausgeübten Zapfendrucke, so ist die Arbeit der Zapfenreibung

$$A_z = \frac{L_1 \mu \pi d_1 U}{60} + \frac{L_2 \mu \pi d_2 U}{60}$$

$$= \frac{\mu \pi U}{60} (L_1 d_1 + L_2 d_2) \quad \ldots \quad 36.$$

Setzt man hierin nach Bach für stählerne und schmiedeeiserne Zapfen auf Bronze $\mu = \frac{1}{16}$ und für π seinen Zahlenwert ein, so ergibt sich sehr angenähert

$$A_z = 0{,}0033 (L_1 d_1 + L_2 d_2) U \quad \ldots \quad 36\,a.$$

Ist y_z der Gefällebetrag, welcher zur Leistung von A_z in Betracht kommt, so muss

$$y_z Q = A_z \text{ sein}$$

oder

$$y_z = \frac{A_z}{Q} \quad \ldots \quad 37.$$

Zur Bestimmung von L_1 und L_2, deren Grössen ja auch für d_1 und d_2 massgebend sind, muss man die auf die Wasserradwelle wirkenden Kräfte nach Grösse. Richtung und Lage kennen. Diese Kräfte sind: das Gewicht des Wasserrades und der Welle G, das Gewicht des Zahnrades auf der Welle oder des Zahnkranzes am Rad R, das Gewicht des Wassers im Rade W und der Zahndruck K.

W und K lassen sich aus den anzunehmenden oder berechneten Hauptabmessungen des Wasserrades leicht ermitteln, zur genauen Bestimmung von G und R muss der fertige Entwurf vorliegen. Will man, ohne diesen erst zu machen, einen Näherungswert von A_2 und y_2 berechnen, so muss man G und R nach bekannten Ausführungen und nach Erfahrung schätzen.

Einen guten Anhalt für sorgfältig bemessene eiserne Räder normaler und nicht übermässig schwerer Bauart geben nachstehende Formeln von Bach („Die Wasserräder")

$$G = 540\,a \sqrt{(2\,r\,b)^3} \text{ bis } 580\,a \sqrt{(2\,r\,b)^3} \quad \ldots \quad 38,$$

wenn ein vom Rade getrenntes besonderes Zahnrad auf der Welle angeordnet ist und

$$G + R = 700\,a \sqrt{(2\,r\,b)^3} \text{ bis } 750\,a \sqrt{(2\,r\,b)^3} \quad \ldots \quad 39.$$

wenn der Zahnkranz am Rade selbst befestigt ist.

f) Sonstige Arbeitsverluste.

Ausser den schon besprochenen Gefälleverlusten, welche sich wenigstens annähernd genau einzeln berechnen liessen, kommen noch einige Verluste mehr untergeordneter Art vor, deren rechnerische Einzelbestimmung unthunlich ist. Es wird beim Eintritt des Wassers in das Rad ein kleiner Teil desselben auch bei guter Konstruktion verspritzt; infolge Adhäsion des Wassers an den Radschaufeln fliesst nicht alles Wasser aus, wenn ein Schaufelraum in der tiefsten Lage ankommt, sondern es wird eine kleine Menge noch ein Stück wieder gehoben, ferner kommt der Luftwiderstand in Betracht u. s. w.

Alle diese Verluste mögen zusammen bewertet sein durch einen Gefällebetrag y_s, diesen kann man nach Grashof annehmen bei eisernen Rädern zu

$$\left.\begin{array}{ll} & y_s = 0{,}01\,H \text{ bis } 0{,}02\,H \\ \text{und bei hölzernen Rädern zu} & y_s = 0{,}02\,H \text{ bis } 0{,}04\,H \end{array}\right\} \quad \ldots . \; 40.$$

g) Wirkungsgrad.

Die Nutzleistung des oberschlächtigen Wasserrades ergibt sich nach dem Vorangegangenen zu

$$N = \frac{\gamma\, Q\,(H - y_0 - y_1 - y_2 - y_z - y_s)}{75}$$

und da die absolute Leistung $N_0 = \frac{\gamma\, Q\, H}{75}$ ist, folgt der Wirkungsgrad

$$\eta = \frac{H - y_0 - y_1 - y_2 - y_z - y_s}{H} \quad \ldots . \; 41.$$

Die Bedingungen, unter denen er möglichst gross wird, ergeben sich aus der Betrachtung der für die Einzelverluste festgestellten Werte; bei der Bestimmung der Radabmessungen u. s. w. wird näher darauf eingegangen werden.

Zur vorläufigen angenäherten Schätzung des Wirkungsgrades oberschlächtiger Wasserräder kann man nachstehende Formel benutzen, welche unter Zugrundelegung gebräuchlicher Durchschnittsverhältnisse aus Gleichung 41 folgt. (Nach Grashof, theoret. Masch.-Lehre, Bd. III)

$$\eta = 0{,}8 + \frac{H}{80} - 0{,}018\, v^2 - \frac{0{,}094\, v^2 + 0{,}48}{H} \quad \ldots . \; 42.$$

Man sieht, dass der Wirkungsgrad um so kleiner ist, je kleiner das Gefälle ist und um so grösser (natürlich in gewissen Grenzen), je kleiner die Umfangsgeschwindigkeit des Rades gewählt werden kann. Für sehr kleine Gefälle ist das oberschlächtige Wasserrad ungeeignet. Die Veränderung der Aufschlagwassermenge bei einem gegebenen Rade hat innerhalb recht weiter Grenzen wenig Einfluss auf den Wirkungsgrad. Das kommt daher, dass bei Zunahme von Q über die normale Grösse zwar y_1 abnimmt, weil der Wasserspiegel in den Zellen höher zu liegen kommt, dagegen y_2 zunimmt, weil der Ausfluss aus dem Rade in grösserer Höhe über dem tiefsten Radpunkte beginnt; umgekehrt wächst, wenn Q unter die normale Grösse sinkt, y_1, weil dann das Auftreffen des Wassers im Rade tiefer erfolgt, aber y_2 nimmt gleichzeitig ab, weil bei geringerem Zelleninhalt der Ausfluss erst in einer tieferen Lage beginnt. A_z ist verhältnismässig um so bedeutender, je mehr Q vermindert wird.

Hiernach eignet sich das oberschlächtige Wasserrad recht wohl für veränderliche Aufschlagmengen.

§ 11. Verfahren bei der Berechnung eines oberschlächtigen Wasserrades, Wahl der Grundgrössen u. s. w.

Von Haus aus gegeben, oder durch örtliche Messung beziehentlich Berechnung bestimmt, sind Q, H_0, c_0 und c_3. Mitunter, wo Wasser im Ueberfluss zu Gebote steht, ist auch N gegeben, woraus aber Q nach § 9, Gleichung 3, bei Annahme eines passenden Wertes von η zu finden ist.

Der Gang der Berechnung der Wasserräder kann nun folgender sein, wobei zunächst die durch Fig. 30 veranschaulichte Art des Wasserausflusses aus dem Gerinne vorausgesetzt werde.

I. Bestimmung von H erfolgt nach Gleichung 1, § 9, welche lautet

$$H = H_0 + \frac{c_0^2 - c_3^2}{2g}.$$

II. Annahme von H_2. Das Rad soll, wenn möglich, auch bei etwas erhöhtem Stande des Unterwassers nicht in diesem waten, dementsprechend ist H_2 zu wählen, gewöhnlich

$$H_2 = 0{,}050 \text{ Meter bis } 0{,}1 \text{ Meter} \quad .\ .\ .\ .\ 43,$$

aber auch mehr oder weniger. Bei niedrigen Gefällen spielt ein grösseres H_2 natürlich eine dem Wirkungsgrade nachträglichere Rolle wie bei hohen Gefällen.

III. Annahme von v. Da der Austrittsverlust y_2 (siehe § 10, Gleichung 35) nicht unbeträchtlich von der Grösse der Umfangsgeschwindigkeit v abhängt, wird man danach streben, v möglichst klein zu machen, aber es ist auch zu bedenken, dass, je kleiner v ist, desto grösser (bei bestimmtem k und a) nach Gleichung 4, § 9, die Radbreite b sein muss. Je grösser b ist, desto schwerer wird das Rad u. s. w., desto bedeutender wird also auch der Preis. Auch die Grösse und das Gewicht der Zahnräder zur Fortpflanzung der Bewegung wachsen mit abnehmendem v und beeinflussen Preis und Wirkungsgrad der Anlage ungünstig.

Die besten Resultate werden, wie bewährte Ausführungen gezeigt haben, mit

$$v = 1{,}5 \text{ bis } 2{,}2 \text{ Meter} \quad .\ .\ .\ .\ 44$$

erzielt. Man wird, sofern nicht die Umdrehungszahl der zu betreibenden Maschinen anderes erfordert, die kleineren Werte von v bei kleineren Werten von H, die grösseren Werte von v bei grösseren Werten von H anwenden.

IV. Annahme von k. Je grösser k, desto kleiner wird nach Gleichung 4, § 9, bei gegebenem v der Wert a b und da a nur in engen Grenzen schwankt, desto kleiner im allgemeinen b, desto leichter und billiger also das Wasserrad. Je grösser k, desto mehr werden die Schaufelräume angefüllt und desto höher muss also der in Fig. 33 mit S bezeichnete Punkt liegen, um so kleiner werden H_e, w_e und y_1 sein, aber in desto grösserer Höhe über dem tiefsten Radpunkte wird der Ausfluss aus dem Rade beginnen. Der Verlust y_2 wächst mit k. Als brauchbarer Wert ist je nach Umständen zu nehmen

$$k = {}^1/_4 \text{ bis } {}^1/_2 \quad \ldots . \; 45.$$

V. Annahme von a. Ein grosses a bedingt bei bestimmtem v und k ein schmales, also billiges Rad; aber auch einen grösseren Wert von y_1 wie ein kleineres a u. s. w. Die gebräuchlichen Werte von a liegen zwischen a = 0,25 Meter und a = 0,4 Meter. Bach („Die Wasserräder") empfiehlt zur Bestimmung von a folgende Formel

$$a = {}^1/_6 \sqrt[3]{H} \text{ bis } {}^1/_4 \sqrt[3]{H} \quad \ldots . \; 46.$$

Die kleineren Werte wende man besonders bei kleinen Wassermengen und auch bei niederen Gefällen an, die grösseren Werte von a dagegen bei grösseren Wassermengen und bei hohen Gefällen.

VI. Berechnung von b und b_0. Nachdem Q, v, k und a bekannt sind, folgt b aus Gleichung 4, § 9, zu $b = \frac{Q}{k\,a\,v}$ und hieraus nach § 10, Gleichung 32

$$b_0 = b - 2 \cdot 0{,}2 \text{ bis } b - 2 \cdot 0{,}1.$$

VII. Wahl von c. Da mit c natürlich auch c_e und folglich y_1 wächst, wird man es klein zu halten suchen, eine gewisse Grösse ist aber unerlässlich, damit das Wasser, wenn auch nicht stossfrei, so doch wenigstens ohne beträchtliche Gefälleverluste durch Stoss gegen den Schaufelrücken in das Rad fliesst; c muss grösser als v sein. Vielfach wird die Grösse von c indirekt bestimmt durch die Annahme $c_1 = 1{,}75\,v$ bis $2\,v$, wir wollen hier den Angaben Bachs entsprechend setzen

$$c = 2{,}5 \sqrt{v} \quad \ldots . \; 47.$$

VIII. Berechnung von y_0 nach Gleichung 8, § 10, welche lautet: $y_0 = \zeta \frac{c^2}{2g}$, worin $\zeta = 0{,}12$ bis $0{,}20$.

IX. Berechnung von h nach Gleichung 7a, § 10, aus welcher folgt $h = \frac{c^2}{2g} + y_0$.

X. Bestimmung der Strahldicke s nach Gleichung 10, § 10, welche lautet: $s = \frac{Q}{c\,b_0}$.

XI. Wahl des Winkels δ. Je grösser δ, desto weiter liegt der in Fig. 30 mit B bezeichnete Punkt, wo das Wasser in das Rad tritt, vom Radscheitel ab. Die Betrachtungen, welche in § 10 bei Bestimmung des Eintrittsverlustes y_1 anzustellen waren, zeigen, dass H_e und damit y_1 um so bedeutender ausfallen müssen, je weiter B in der Umdrehungsrichtung des Rades vom Scheitel desselben entfernt ist. Es ist deshalb wohl das Richtigste, B in den Scheitel zu verlegen, also

$$\delta = o \quad \ldots \quad 48$$

zu machen. Bach hat darauf hingewiesen, dass durch eine Verlegung des Punktes B ein wenig rückwärts vom Scheitel in manchen Fällen noch beachtliche Verbesserungen des Wirkungsgrades, sogar gegenüber der Scheitellage zu erreichen sind. Die älteren Vorschriften empfehlen $\delta = 10^0$ zu wählen, hauptsächlich damit das Angehen des Rades in der gewünschten Richtung gesichert ist. Die Sicherheit des Angehens kann man aber leicht auch bei der Lage des Punktes B im Scheitel und rückwärts von demselben erreichen, durch Anbringung einer besonderen Anlassvorrichtung, welche das Wasser zunächst in einem geeignet tief gelegenen Punkte in das Rad führt.

XII. Wahl des Winkels α. Der Winkel, welchen die absolute Eintrittsgeschwindigkeit c_1 mit v im Punkte B (Fig. 32) bildet, heisse ψ und es ist $\psi = \alpha - \delta$.

Je kleiner ψ ist, desto kleiner wird bei gegebenem c_1 auch der Winkel RST, Fig. 33, desto kleiner mithin w_e und y_1; desto besser entspricht eine für die Verringerung des Austrittsverlustes günstige Schaufelform auch dem stossfreien Eintritt. Da nun $\delta = o$ oder wenigstens sehr klein sein soll, muss einem kleinen ψ ein kleines α entsprechen. Das kleine α bedingt, wie Gleichung 16, § 10, zeigt, ein kleines h_1, dieses darf aber nicht beliebig klein werden, damit noch ein genügender Spielraum $\triangle$ (siehe Fig. 30) zwischen dem Rad und dem Gerinne bezw. Einlaufblech bleibt. Vorbehältlich späterer Abänderung bei Bedarf wähle man

$$\alpha - \delta = 10^0 \text{ bis } 15^0 \quad \ldots \quad 49,$$

woraus α mit dem unter XI gewählten Werte von δ folgt. Ist $\delta = o$, so empfiehlt es sich $\alpha = 12$ bis 15^0 zu machen.

XIII. Bestimmung von c_1 und H_1, c_1 ergibt sich aus Gleichung 13, § 10, welche lautet: $c_1 = \frac{c}{\cos\alpha}$, dann folgt H_1 nach Gleichung 12, § 10, zu $H_1 = \frac{c_1^2}{2g} + y_0$.

XIV. Bestimmung der Lage des Punktes B (Fig. 30). Nach den Gleichungen 15 und 16, § 10, ist, in Bezug auf Fig. 30

$$A B' = \frac{c_1{}^2 \sin 2\alpha}{2g}$$

und

$$A A' = h_1 = H_1 - h = \frac{c_1{}^2 \sin^2 \alpha}{2g}.$$

XV. Bestimmung des Radhalbmessers r. Da, wie auch ein Blick auf Fig. 30 zeigt,

$$H_1 + r \cos\delta + r + H_2 = H_0 \text{ ist,}$$

muss sein

$$r = \frac{H_0 - H_1 - H_2}{(1 + \cos\delta)} \quad \ldots . \; 50.$$

Nach dieser Gleichung kann man also r mit Hilfe der bisher ermittelten Grössen berechnen, für $\delta = o$ lautet sie

$$r = \frac{H_0 - H_1 - H_2}{2} \quad \ldots . \; 51.$$

Zwischen dem Gerinneboden, bezw. dem als Fortsetzung desselben bis nahe an das Rad dienenden Einlaufblech, muss zur Sicherheit noch ein genügender Spielraum $\triangle$ (siehe Fig. 30) bleiben. Der nach Gleichung 50 oder 51 berechnete Wert von r ist darauf zu prüfen, ob dies der Fall ist. Der Gerinneboden oder das Einlaufblech habe die Stärke m, deren Wert durch Festigkeitsrücksichten bestimmt ist und je nach der Radbreite bei Anordnung eines Einlaufbleches zu

$$m = 0{,}004 \text{ bis } 0{,}01 \text{ Meter} \quad \ldots . \; 52$$

angenommen werden kann.

Der Spielraum $\triangle$ darf um so kleiner sein, je genauer das Rad rund läuft und je genauer auf der ganzen Breite derselbe Durchmesser eingehalten ist, ausserdem ist zu berücksichtigen, ob Eisansatz in Betracht kommt oder nicht. Bei sehr genau gearbeiteten eisernen oberschlächtigen Wasserrädern mittlerer Grösse (3 m Radius und 2 m Breite), bei denen Eisansatz nicht zu befürchten ist (Radstube geheizt), kann man sich nach Bach begnügen mit

$$\triangle = 0{,}005 \text{ Meter} \quad \ldots . \; 53,$$

in den gewöhnlich vorkommenden Fällen dürfte sich empfehlen

$$\left.\begin{array}{ll} \text{bei eisernen Rädern} & \triangle = 0{,}02 \text{ bis } 0{,}03 \text{ Meter} \\ \text{bei hölzernen Rädern} & \triangle = 0{,}03 \text{ bis } 0{,}05 \text{ Meter} \end{array}\right\} \ldots . \; 54$$

zu machen.

Nach Fig. 30 muss nun sein

$$h + \frac{s}{2} + m + \triangle + \sqrt{r^2 - (A'B)^2} = H_1 + r\cos\delta \quad \ldots . \; 55,$$

ergibt sich bei Einsetzung der Zahlenwerte in obige Gleichung die rechte Seite kleiner wie die linke, so hat man entweder h (also auch c) zu verkleinern und erforderlichenfalls α dabei etwas zu vergrössern und die Rechnung mit den veränderten Werten zu wiederholen oder man behält h bei und ändert H_1, also c_1, woraus dann der entsprechende Wert von α folgt nach Gleichung 10, § 13, aus

$$\cos \alpha = \frac{c}{c_1}.$$

Ist die rechte Seite von Gleichung 55 nur wenig grösser wie die linke, so fällt $\triangle$ eben grösser als angenommen aus und man würde nur ändern (durch Verkleinerung von H_1), wenn der Unterschied sehr bedeutend wäre.

XVI. Bestimmung der Umdrehungszahl U. Die Zahl der Umdrehungen in einer Minute kann mit den bestimmten Werten von v und r nun nach Gleichung 6, § 9, ermittelt werden zu

$$U = 9{,}55 \frac{v}{r}.$$

Der erhaltene Zahlenwert wird in den seltensten Fällen ohne weiteres eine ganze Zahl sein, letzteres ist aber in Rücksicht auf die Transmission (einfache Uebersetzungsverhältnisse) sehr erwünscht und man rundet deshalb den berechneten Wert von U nach oben oder unten entsprechend ab. Hätte sich z. B. ergeben $9{,}55 \frac{v}{r} = 4{,}6$, so würde man setzen $U = 5$.

XVII. Endgültige Festsetzung von v. Dem unter XVI schliesslich festgesetzten Werte von U entspricht ein Wert von v, welcher etwas von dem ursprünglich (unter III) angenommenen abweicht, er ergibt sich aus $v = \frac{U \cdot r}{9{,}55}$.

Da die Annahme von v unter III und die Bestimmung von c unter VII mit einer gewissen Willkür erfolgt, hat man im allgemeinen nicht nötig, die bisherigen sonstigen Annahmen und Rechnungswerte zu ändern. In manchen Fällen wird man höchstens kontrollieren, wie sehr sich bei bestimmtem b der Füllungskoeffizient ändert, indem man k berechnet aus Gleichung 4, § 9, zu

$$k = \frac{Q}{a \cdot b\, v},$$

erscheint k zu gross, so ändert man b und die davon abhängigen Grössen.

XVIII. Bestimmung der Schaufelteilung, Schaufelzahl, Armzahl. Auf Grund der bisherigen Annahmen und Rechnungsergebnisse kann man jetzt in der Zeichnung eines Schnittes normal zur Radachse sowohl die Lage des Radmittelpunktes zum Gerinne etc., den äusseren Radumfang und die Punkte A und B (siehe Fig. 30 und 33) bestimmen. Man zeichnet nun die durch A und B gehende Parabel als Mittellinie des Strahlschnittes in genügender Erstreckung über B hinaus und kann weiter die obere und untere Begrenzungslinie des Strahlschnittes bestimmen, indem man in genügend vielen Punkten der Parabel A B senkrecht nach oben und unten $\frac{s}{2}$ abträgt, denn da in horizontaler Richtung die Strahlgeschwindigkeit überall die gleiche — nämlich c — ist, muss auch der vertikale Strahlquerschnitt überall der gleiche sein. Senkrecht zur Strahlmittellinie nimmt natürlich der Strahlquerschnitt von A nach B ab, weil die absolute Strahlgeschwindigkeit von A bis B wächst. Aus der Zeichnung kann nun die Grösse i (siehe Fig. 27) entnommen werden und danach nehme man (nach Bach) die Schaufelteilung e an zu

$$e = \frac{4}{3} i \text{ bis } \frac{3}{2} i \quad \ldots \quad 56.$$

Grashof empfiehlt

$$e = 0{,}75 a + 0{,}1 \quad \ldots \quad 57.$$

Mit dem so nach Gleichung 56 oder 57 vorläufig bestimmten Werte von e erhält man aus Gleichung 5, § 9, die Schaufelzahl $z = \frac{2 \pi r}{e}$.

z muss natürlich eine ganze Zahl und soll auch ein einfaches vielfaches der Armzahl sein, letztere bestimme man nach der Regel

$$\text{Armzahl} = 2 r + 2 \quad \ldots \quad 58.$$

Hat man hiernach den endgültigen Wert von z gewählt, so bestimmt man den endgültigen Wert von e aus $e = \frac{2 \pi r}{z}$.

XIX. Bestimmung der Schaufelform. Die Schaufelform soll zwei Ansprüchen genügen, sie soll so beschaffen sein, dass gar kein Stoss des Wassers gegen den Schaufelrücken stattfindet oder doch wenigstens nur ein kleiner Teil des eintretenden Wassers davon betroffen wird, und sie soll ferner so beschaffen sein, dass der Ausfluss des Wassers über die äussere Schaufelkante erst in einer möglichst tiefen Lage derselben beginnt. Beide Forderungen lassen sich nicht zugleich vollkommen erfüllen, sondern man muss sich damit begnügen, einen Mittelweg zu gehen.

Eine brauchbare Schaufelform für eiserne (Blech-) Schaufeln erhält man in der durch Fig. 38 veranschaulichten Weise. Man zieht $J J_1$ radial, macht ferner

$$\left.\begin{array}{l} J_1 E = 1{,}3 \ e \\ J \ F = 0{,}33 a \end{array}\right\} \text{ bis } \left.\begin{array}{l} 1{,}25 e \\ 0{,}4 \ a \end{array}\right\}$$

legt durch E und F einen Kreisbogen vom Radius

$$r_s = 2 \cdot FE \text{ bis } 3FE$$

und rundet die bei F entstehende Ecke zweckentsprechend ab; a und e haben die bekannten Bedeutungen.

Fig. 38.

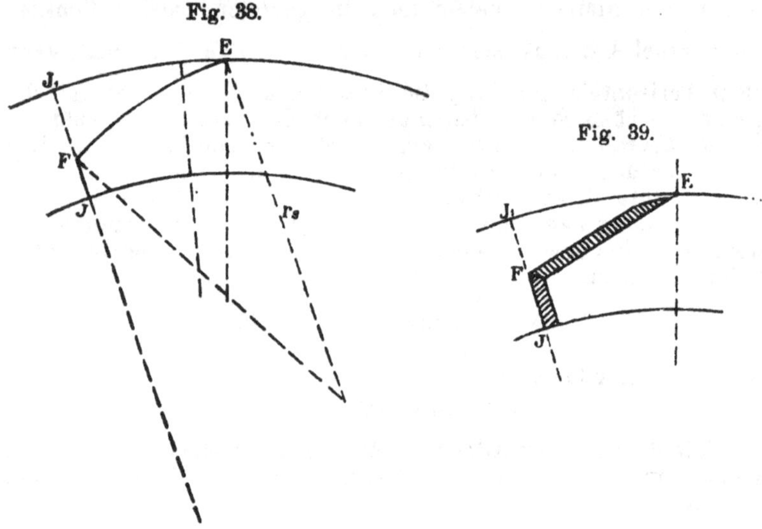

Fig. 39.

Hölzerne Schaufeln bilde man in der durch Fig. 39 dargestellten Weise. Es soll sein

$$J\,F = 0{,}4 \text{ a bis } 0{,}5\,\text{a}$$
$$J_1\,E = 1{,}25\,\text{e}.$$

Man nennt das Stück JF die Riegelschaufel und FE die Stossschaufel.

XX. Bestimmung des Wirkungsgrades. Der Gefälleverlust y_0 ist unter VIII schon bestimmt worden, y_1 wird berechnet nach Gleichung 31, § 10, nach Bestimmung von w_e in der dort unter Bezug auf Fig. 33 besprochenen Weise, y_2 folgt aus Gleichung 35, § 10. Nachdem man h_2 durch Ermittelung von h_m, h_s und h_u (siehe Gleichung 34 und Fig. 37) bestimmt hat. Für v ist natürlich der unter XVII festgestellte Wert einzusetzen. Hinsichtlich der Bestimmung von y_z und y_s ist nur auf das darüber in § 10 Gesagte zu verweisen. Nach Berechnung aller Einzelverluste folgt η aus Gleichung 41, § 10, welche etwas anders geschrieben lautet

$$\eta = 1 - \frac{y_0 + y_1 + y_2 + y_z + y_s}{H}.$$

Liegt der durch Fig. 31 dargestellte Ausfluss aus dem Gerinne vor, so erleidet der Gang der Rechnung nur wenig leicht verständliche Abänderungen. Nachdem man wie vorher unter I bis VI verfahren ist, folgt zunächst die Wahl von δ und α, sowie die Annahme von φ (gewöhnlich nahezu $\varphi = \alpha$). Hieran schliesst sich wie vorher unter VII die Bestimmung von c, nur hat man zu setzen $c \cdot \cos\varphi = 2{,}5\sqrt{v}$, im übrigen ist wie vorher zu verfahren.

§ 12. Das rückenschlächtige Wasserrad.

(Räder mit Koulisseneinlauf.)

Das rückenschlächtige Wasserrad ist im wesentlichen dadurch gekennzeichnet, dass das Wasser dem Rade durch einen besonderen Einlaufapparat in bestimmter Richtung in einer Höhenlage zwischen Radachse und Radscheitel zugeführt wird und in der Regel im Untergraben vom Rade in einer mit der Raddrehung übereinstimmenden Richtung abfliesst. Das rückenschlächtige Wasserrad wird als freihängendes Rad, wie das oberschlächtige und als Kropfrad ausgeführt, es eignet sich für mittlere Gefälle (5 bis 8 m), für mittlere auch wechselnde Wassermengen. Als Kropfrad ausgeführt kann es von vorzüglichem Wirkungsgrade sein. Wegen der mit der Raddrehung übereinstimmenden Bewegungsrichtung des abfliessenden Wassers eignet es sich innerhalb gewisser Grenzen auch für wechselnden Unterwasserstand. Die Wasserwirkung ist die gleiche wie beim oberschlächtigen Wasserrade.

Wenn das rückenschlächtige Rad als freihängendes Rad gebaut wird, so gelten im wesentlichen die beim oberschlächtigen Rad gegebenen theoretischen Grundlagen. Nachstehend soll deshalb das Kropfrad ins Auge gefasst werden. Die im weiteren gebrauchten Bezeichnungen stimmen, abgesehen von wenigen weiter unten genannten Ausnahmen mit den in § 10 aufgeführten überein und sind dort nachzusehen.

Folgende wichtige Bezeichnungen sind abweichend bez. neu hinzu kommend:

Q_1 die Wassermenge, welche aus der obersten Koulisse fliesst.
Q_2 die Wassermenge, welche aus der mittleren Koulisse fliesst.
Q_3 die Wassermenge, welche aus der untersten Koulisse fliesst.
α der Winkel, welchen die Richtung der absoluten Einflussgeschwindigkeit c_1 mit dem Radumfang bildet.
y_r der Gefälleverlust durch den Wasserverlust im Kropfe.
y_u der Gefälleverlust infolge Wasserreibung am Kropf.
h_a die Eintauchtiefe des Rades.
h_2 die Höhe, um welche der Wasserspiegel im untersten Schaufelraum über dem Unterwasserspiegel liegt.
c_3' die Geschwindigkeit, mit welcher das Wasser seinen Abfluss im Untergraben unmittelbar am Rade beginnt.

Die Bedeutung sonstiger einzelner Bezeichnungen ist in folgendem stets mit erklärt.

a) Ausfluss aus den Koulissen.

Der Koulissenapparat besteht gewöhnlich aus 3 Koulissen übereinander, welche so dimensioniert sind, dass die beiden oberen für den Ausfluss der normalen Wassermenge genügen, die dritte noch hinzu geöffnet wird beim grössten Wasserverbrauch. Es sind nun zunächst die allgemeinen Bedingungen für die Konstruktion der Koulissen festzustellen, unter denen der Ausfluss des Wassers in gegebener Menge mit vorgeschriebener Geschwindigkeit und Richtung erfolgt.

Dabei soll zunächst die Betrachtung auf eine Koulisse (z. B. die obere) beschränkt sein, bei mehreren Koulissen ist ja die Sache im Prinzip die gleiche für jede. Soll das Wasser im Punkte B mit der absoluten Geschwindigkeit c_1 in das Rad treten, so muss der Punkt B um die Höhe

$$H_1 = \frac{c_1^2}{2g} + y_0 - \frac{c_0^2}{2g} \quad \ldots . 59$$

Fig. 40.

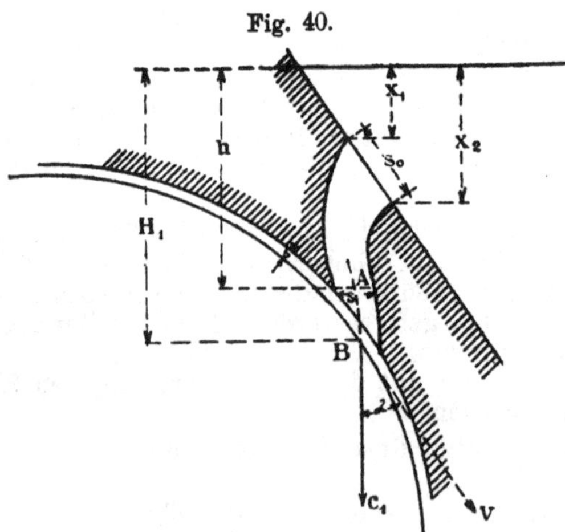

unter dem Oberwasserspiegel, wie er sich beim Gange des Rades einstellt, liegen. Hierin ist y_0 der Gefälleverlust auf dem Wege vom Oberwasserspiegel bis zum Punkte B, zu ermitteln aus

$$y_0 = \frac{\zeta c_1^2}{2g} \quad \ldots . 60$$

mit $\zeta = 0{,}12$ bis $0{,}15$ (nach Bach) bei so sorgfältiger Ausführung der Koulisse, dass dem Wasser keine gröberen Bewegungshindernisse geboten werden. Sofern c_0 ganz oder sehr wesentlich in Verlust kommt, infolge Kontraktion beim Eintritt in die Koulissen, ist y_0 entsprechend höher zu wählen.

Der Schwerpunkt A der normal zum Strahl zu nehmenden Ausflussmündung der Koulisse liegt, wie Fig. 40 zeigt, in einer

Höhe h unter dem Oberwasserspiegel, welcher kleiner ist als H_1, das Wasser fliesst bei A mit der Geschwindigkeit

$$c = \sqrt{2g(h - y_0)} \quad \ldots . \quad 61.$$

Die durch den Querschnitt bei A fliessende Wassermenge folgt dann aus

$$Q_1 = \varphi\, b_0\, s \sqrt{2g(h - y_0)} \quad \ldots . \quad 62$$

oder die erforderliche Strahlstärke

$$s = \frac{Q_1}{\varphi\, b_0 \sqrt{2g(h - y_0)}} \quad \ldots . \quad 63.$$

In diesen Gleichungen 62 und 63 ist φ der Kontraktionskoeffizient für den Ausfluss der Koulisse. Je sorgfältiger bei der Konstruktion der Koulisse auf Parallelismus der Wasserbahnen hingearbeitet wird, desto grösser wird φ gewählt werden dürfen; bei sehr guten Anordnungen darf $\varphi = 1$ gesetzt werden.

Es ist nun nicht genügend zu wissen, dass die Ausflussmündung der Koulisse nach Grösse und Höhenlage den Anforderungen des Wasserdurchganges entspricht, sondern es muss geprüft werden, ob das auch bei der Eintrittsöffnung der Koulisse der Fall ist. Ist s_0 die normale Weite der Einflussöffnung und sind x_1 und x_2 die Abstände der oberen und der unteren horizontalen Begrenzung vom Oberwasserspiegel, so muss, wenn die Konstruktion genügend sein soll,

$$Q_1 = \mu\, s_0\, b_0 \frac{2}{3} \sqrt{2g} \frac{\sqrt{x_1^3} - \sqrt{x_2^3}}{x_1 - x_2} \quad \ldots . \quad 64$$

sein, worin μ der Ausflusskoeffizient aus dem Gerinne in die Koulisse ist. Man kann nach Bach bei unbedeutender Kontraktion

$$\mu = 0{,}9 \quad \ldots . \quad 65$$

setzen.

Sind wie gewöhnlich mehrere Koulissen angeordnet, so geht man von der Bestimmung und Aufzeichnung der obersten aus und schliesst die der anderen an, wobei selbstredend sich für c_1, H_1, h, s, s_0, x_1 und x_2 bei jeder Koulisse andere Werte ergeben.

Die Form der Einlaufkanäle soll, wie schon gesagt, einen möglichst kontraktionslosen Ausfluss gestatten und weiter die Bedingung erfüllen, dass jeder der aus den Koulissen tretenden Strahlen den Radumfang unter dem gleichen Winkel α schneide.

Zur bequemen und sicheren Gestaltung so beschaffener Koulissen dient nachstehendes, von Bach in seinem Werke „Die Wasserräder" angegebenes Verfahren.

In Fig. 41 ist, wie bisher, B der Punkt des äusseren Radumfanges (in einem Schnitt senkrecht zur Radachse), in welchem das Wasser mit der Geschwindigkeit c_1 in das Rad tritt. Da c_1 unter dem Winkel α gegen den Radumfang beziehentlich die im Punkte B an diesen gezogene Tangente geneigt sein soll, muss eine in B zu c_1 errichtete Senkrechte Tangente an einem Kreise vom Radius $r \sin \alpha$ sein, an welcher Stelle des äusseren Radumfanges B auch liege. Die Länge der Tangente zwischen B und dem Tangentialpunkt O_1 aber muss $B O_1 = r \cos \alpha$ sein. Man schlägt um B einen Kreis vom Radius $\frac{s_1}{2}$ und von O_1 aus zwei diesen Kreis tangierende Kreise, sowie einen Kreis durch B_1. Der eine dieser Kreise (mit dem kleinsten Radius) schneidet den Kropfkreis in C; man zieht $O_1 C$, die Verlängerung dieser Graden

Fig. 41.

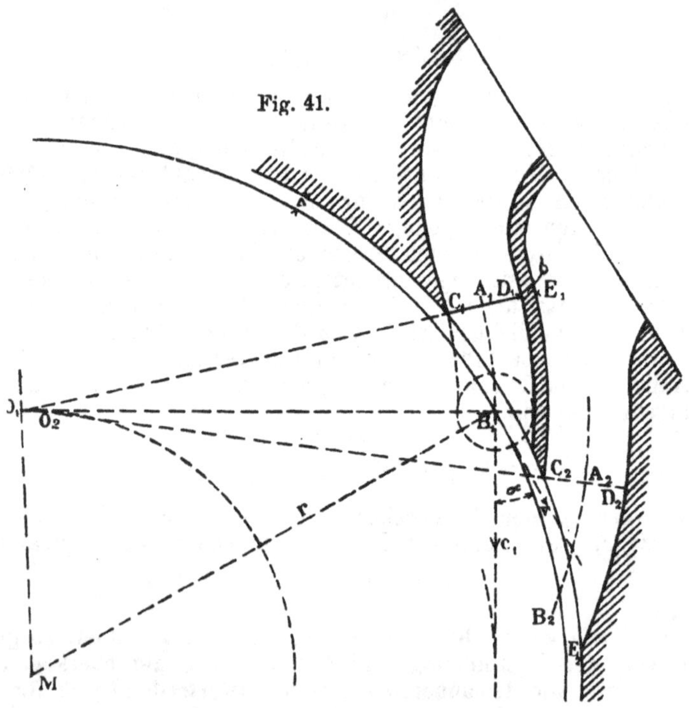

schneidet den Kreis durch B_1 in A_1 und den dritten Kreis in D_1. A_1 ist der Mittelpunkt der Ausflussmündung der oberen Koulisse, der Kreisbogen $D_1 F_1$ gibt die Form an, welche das Koulissenblech nach der Austrittsseite hin haben muss. Man macht nun weiter $D E = \sigma$, also gleich der Blechstärke (4 bis 8 mm), schlägt mit dem Radius $O_1 E_1$ einen Kreis um O_1, welcher den Kropfkreis in C_2 schneidet, dann zieht man durch C_2 eine Tangente $C_2 O_2$ an den schon erwähnten Kreis, macht auf dieser Tangente $C_2 D_2 = s_2$ und $C_2 A_2 = A_2 D_2$, schlägt durch A_2 und D_2 Kreise von O_2, von denen der durch A_2 den Radumfangkreis in B_2 und der durch D_2 den Kropfkreis in F_2 schneidet. A_2 ist der Mittelpunkt der Ausflussöffnung der zweiten Koulisse, B_2 der sonst allgemein mit B bezeichnete Punkt des Wassereintrittes in das Rad, $D_2 E_2$ die Begrenzungslinie des zweiten Koulissenbleches nach dem Austritt hin. Bei der dritten Koulisse hat man ebenso zu verfahren. Soll der Winkel α bei den verschiedenen Koulissen eine verschiedene Grösse haben, so ist natürlich für jede Koulisse der Radius des Tangentenkreises ein anderer. Nachdem man die Gestalt der Koulissen nach der Ausflussseite hin bestimmt hat, vervollständigt man sie nach der Seite des Wassereintrittes durch stetige Kurven und beachtet das vorher über die Kontrolle der Höhenlage und Grösse der Einmündungen Gesagte.

b) Eintritt des Wassers in das Rad.

Die Verhältnisse sind hier ganz ähnliche wie beim oberschlächtigen Rade, nur insofern tritt beim rückenschlächtigen Wasserrade mit Kropf eine Abweichung ein, als durch letzteren der beim oberschlächtigen Rade wesentlich in Betracht kommende verfrühte Austritt über dem Unterwasser verhindert wird und man deshalb beim Kropfrad den Eintritt nur in Rücksicht auf möglichst geringen Eintrittsverlust anzuordnen hat. Man wählt also den Winkel α und die Grösse von c_1 so, dass w_1 mit der Richtung des äussersten Schaufelelementes zusammenfällt (Winkel zwischen v und $w_1 = \beta$), also das Wasser seine relative Bewegung im Rade längs der Schaufel ohne Stoss beginnt. Ferner gibt man der Schaufel nicht, wie vielfach geschehen, eine eckige oder kübelartige Gestalt, sondern eine stetig gekrümmte Form nach Art der in Fig. 42, wodurch man besonders bewirkt, dass das Auftreffen des Wassers im Rade möglichst nahe am Oberwasserspiegel, also mit einer möglichst kleinen Geschwindigkeit erfolgt.

Fig. 42.

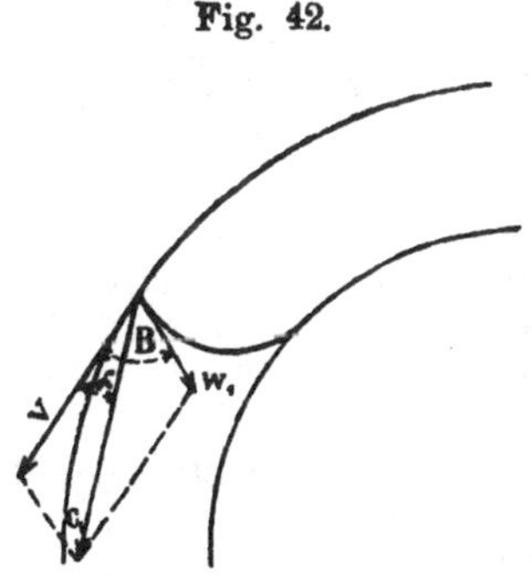

Zur Bestimmung des Gefälleverlustes beim Eintritt des Wassers in das Rad gelangen wir in folgender Weise. Wir denken uns die in Betracht kommende Wassermenge (aus einer, aus zwei oder drei Koulissen) in einem unendlich dünnen Strahl vereinigt und machen weiter die zulässige Annahme, dass der Mittelwert des Eintrittsverlustes dem Arbeitsverlust des Wasserteilchens entspricht, welches in dem Augenblicke auf dem Wasserspiegel im Rade auftrifft, in welchem die halbe Zellenfüllung im Rade zu relativer Ruhe gelangt ist. Das betreffende Teilchen tritt bei B in das Rad, wenn der Mittelpunkt J des Teilbogens des betreffenden Schaufelraumes mit B zusammenfällt (Fig. 43). Das Wasserteilchen beginnt seine Bewegung in das Rad bei B in vertikaler Richtung mit der Geschwindigkeit $c_1 \sin(\alpha + \vartheta)$, wenn unter ϑ der Winkel verstanden wird, welchen ein nach B gezogener Radius mit der Senkrechten durch die Radachse bildet.

In t Sekunden legt das Wasserteilchen unter dem beschleunigenden Einfluss der Schwere den vertikalen Weg $c_1 \sin(\alpha + \vartheta) t + \frac{g t^2}{2}$ zurück.

In Fig. 43 ist in dem Schaufelraumschnitt, dessen Teilbogenmitte J mit B zusammenfällt, die Wasserspiegelhorizontale so eingetragen, dass sie einen Wasserquerschnitt bestimmt, welcher der halben auf einen Schaufelraum kommenden Wassermenge entspricht, die Höhe, um welche dieser Wasserspiegel unter B liegt, sei bezeichnet mit h_e. Die Bewegung des Rades kann man in Rücksicht auf die Grösse des Radius auf der kurzen dem Wassereinlauf entsprechenden Strecke ohne schädlichen Fehler als geradlinig ansehen, dann lässt sich der Weg, welchen der Wasserspiegel in t Sekunden senkrecht abwärts zurücklegt, ausdrücken, durch $v \sin \vartheta\, t$. Das Wasserteilchen soll in der gleichen Zeit t von B nach S kommen, wo es den Wasserspiegel erreicht, also muss sein

Fig. 43.

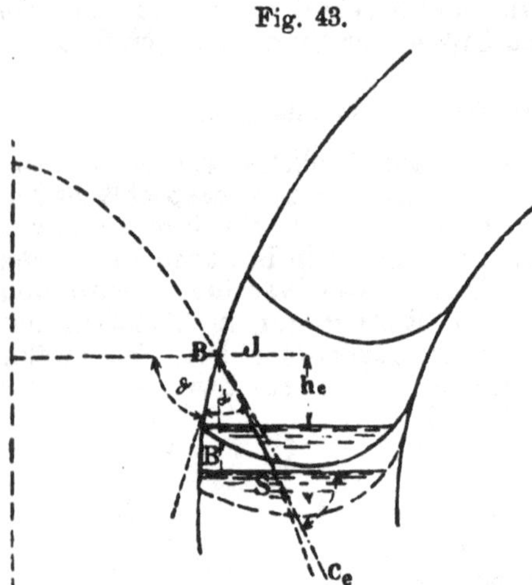

$$c_1 \sin(\alpha + \vartheta) t + g \frac{t^2}{2} = h_e + v \sin \vartheta\, t,$$

hieraus folgt

$$g t^2 + 2 t [c_1 \sin(\alpha + \vartheta) - v \sin \vartheta] = 2 h_e$$

oder wenn man die quadratische Gleichung auflöst

$$t = \frac{1}{g} \Big[\sqrt{2 g h_e + [c_1 \sin(\alpha + \vartheta) - v \sin \vartheta]^2} - c_1 \sin(\alpha + \vartheta) + v \sin \vartheta \Big] \quad \ldots \quad 66.$$

Mit dem gefundenen t aber kann man H_e den Vertikalabstand des Punktes S vom Oberwasserspiegel bestimmen aus

$$H_e = H_1 + h_e + v \sin \vartheta\, t \quad \ldots \quad 67.$$

Der Horizontalabstand des Punktes S von B ergibt sich zu

$$B'S = c_1 \cos(\alpha + \vartheta) t \quad \ldots \quad 68.$$

Hat man S bestimmt, so folgt die absolute Geschwindigkeit c_e, mit welcher das Wasser in S ankommt, zu

$$c_e = \sqrt{2g(H_e - y_0)} \quad \ldots . \quad 69.$$

Die Neigung des Strahles im Punkte S gegen den Wasserspiegel ist dadurch bestimmt, dass die Horizontalkomponente von c_e natürlich wieder gleich $c_1 \cos(\alpha + \vartheta)$ sein muss, so dass, wenn ψ den Neigungswinkel von c_e gegen die Horizontale bezeichnet

$$\cos\psi = \frac{c_1 \cos(\alpha + \vartheta)}{c_e} \quad \ldots . \quad 70$$

sein muss.

Ist aber c_e nach Grösse und Lage bekannt, so findet man w_e durch Konstruktion des Geschwindigkeits-Parallelogrammes in bekannter Weise; im übrigen ist auf das beim oberschlächtigen Rade hinsichtlich der Ermittelung des Eintrittsverlustes Gesagte zu verweisen.

Mit w_e folgt schliesslich, da ja das Wasser relativ zum Rade in Ruhe kommen muss, also w_e vernichtet wird

$$y_1 = \frac{w_e^2}{2g} \quad \ldots . \quad 71.$$

Will man sich, ohne die etwas umfängliche Rechnung zu machen, mit einem Näherungswert begnügen, so kann man nach Grashof setzen

$$y_1 = \frac{w_1^2}{2g} + h_e \quad \ldots . \quad 71a.$$

Wenn nur eine Koulisse in Betracht kommt, ist es zweifellos, wie die Lage des Punktes B zu wählen ist, bei mehreren Koulissen seien $H_1' H_1'' H_1'''$ die Höhen der Eintrittspunkte der einzelnen Strahlen unter dem Oberwasserspiegel, dann ergibt sich, wenn $Q_1 Q_2 Q_3$ die Wassermengen der einzelnen Strahlen sind, die Lage von B aus

$$H_1 = \frac{H_1' Q_1 + H_1'' Q_2 + H_1''' Q_3}{Q_1 + Q_2 + Q_3} \quad \ldots . \quad 72.$$

Der stossfreie Eintritt am äussersten Schaufelende ist natürlich, wenn ein einheitlicher Winkel α vorgeschrieben ist, nur an einer Stelle möglich; damit möglichst Stösse gegen die Schaufelrücken vermieden werden, konstruiert man so, dass der stossfreie Eintritt der Strahlmittellinie der obersten Koulisse entspricht.

Damit beim rückenschlächtigen Rade die von dem einfliessenden Wasser verdrängte Luft aus den Schaufelräumen entweichen kann, muss man Sorge tragen, dass dies nach innen hin (durch Oeffnungen im Radboden) geschehen kann, denn insbesondere bei Kropfrädern mit Seitengetäfer ist ein seitliches Entweichen links und rechts vom einfliessenden Strahl des Einlaufapparates und Kropfes wegen nicht möglich, wenn man nicht übermässige Radbreiten anwenden will. Häufig wird gar kein eigentlicher Radboden angeordnet, sondern die inneren Teile der Schaufeln werden so gestaltet, dass sie einen genügenden Abschluss nach innen geben und ein Durchfliessen des Wassers verhindern, aber doch voneinander so viel abstehen, dass die Luft entweichen kann.

c) **Arbeitsverluste des Wassers während des Verweilens im Rade.**

Zwischen den Schaufeln und dem Kropfe muss in Rücksicht auf unvermeidliche Ungenauigkeiten der Ausführung und Veränderungen des Rades im Betriebe ein gewisser Spielraum $\triangle$ bleiben. Durch die deshalb zwischen Schaufeln und Kropf vorhandenen spaltförmigen Oeffnungen dringt Wasser aus einem Schaufelraum in den darunter befindlichen nächsten. Bezeichnet man mit m die Druckhöhe, unter welcher der Ausfluss erfolgt, mit n den Höhenunterschied der Wasserspiegel in den zwei auf-

Fig. 44.

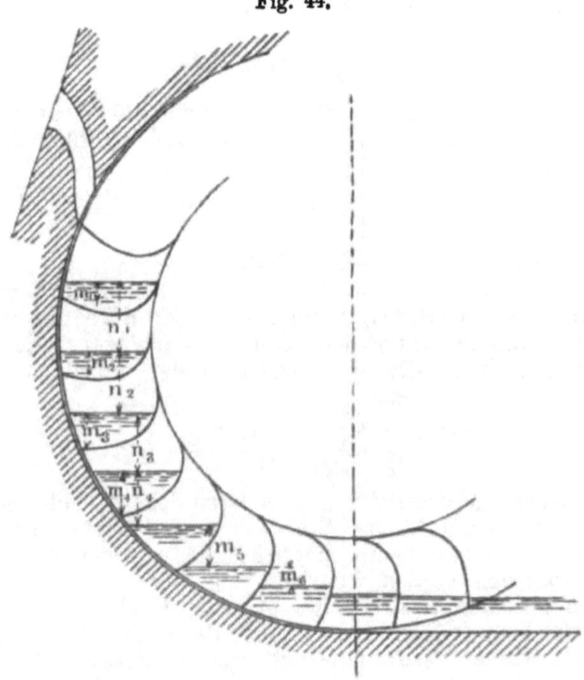

einander folgenden Schaufelräumen und die Grösse der Ausflussöffnung mit f_s, so ist $\mu f_s \sqrt{2gm}$ die Wassermenge, welche pro Sekunde aus einem Schaufelraum in den anderen fliesst, wenn μ

der entsprechende Ausflusskoeffizient ist und $\mu f_s \sqrt{2gmn}$ die Arbeit, welche hierbei verloren geht.

Wir zeichnen wie Fig. 44 zeigt, in einem Schnitt senkrecht zur Radachse die Schaufeln so ein, dass der Mittelpunkt J des Teilbogens eines Schaufelraumes mit dem tiefsten Punkte des äusseren Radumfanges zusammenfällt. In die Schaufelräume werden die Wasserspiegel horizontal eingetragen und die hierdurch bestimmten Höhen derselben über den Schaufelspalten mit $m_1\ m_2\ m_3$ u. s. w., die Abstände der aufeinander folgenden Wasserspiegel mit $n_1\ n_2\ n_3$ u. s. w. bezeichnet. Von da an, wo der Wasserspiegel eines Schaufelraumes mit dem vorhergehenden Schaufelspalt in gleicher Höhe bezw. über demselben liegt, sind m und n identisch. Denken wir uns das Rad in Bewegung, so müssen die verschiedenen Werte von m und n sich bei den verschiedenen Schaufelräumen so lange ändern, bis jeder Schaufelraum in die Anfangslage des vorangegangenen gekommen ist, da aber die einzelnen Schaufeln so nahe bei einander liegen, dass die Schwankungen der Werte von n und m besonders in den wichtigen höheren Lagen nicht sehr gross sind, begehen wir keinen erheblichen Fehler, wenn wir so rechnen, als ob der Ausfluss aus den Schaufelräumen konstant unter den durch eine Zeichnung nach Fig. 44 gegebenen Druckhöhen u. s. w. erfolgte.

Wenn y_r den Gefälleverlust bezeichnet, welcher der ganzen pro Sekunde im Kropf in Verlust kommenden Arbeit entspricht, muss sein:

$$Q y_r = \mu f_s (n_1 \sqrt{2gm_1} + n_2 \sqrt{2gm_2} + \ldots. + m_5 \sqrt{2gm_5} + \ldots.)$$

oder

$$y_r = \frac{\mu f_s}{Q}(n_1 \sqrt{2gm_1} + n_2 \sqrt{2gm_2} + \ldots + m_5 \sqrt{2gm_5} + \ldots) \ldots 73.$$

Hierin ist bei Rädern mit Seitengetäfer

$$f_s = \triangle b \ldots . 74$$

und μ nach Bach, je nach Gestalt der Schaufelenden

$$\mu = 0{,}8 \text{ bis } 0{,}95 \ldots . 75.$$

In Fig. 45, 46 und 47 (nach Bach) sind die entsprechenden Grössen von μ eingeschrieben.

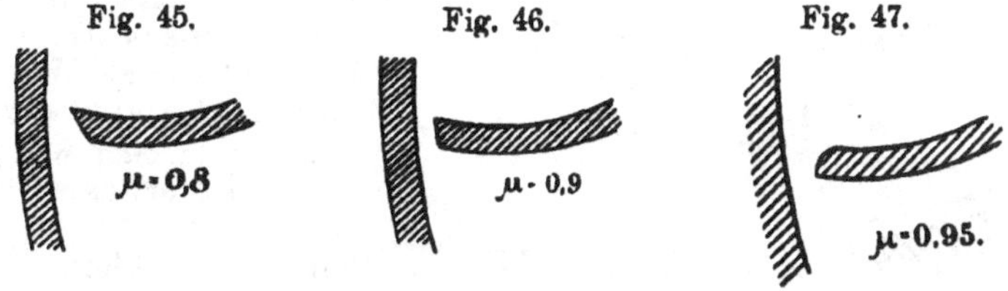

Fig. 45. Fig. 46. Fig. 47.

Bei Rädern ohne Seitengetäfer, also mit offenen Stirnflächen, sind bei jedem Schaufelraum die an den Stirnseiten vorhandenen

Schaufelspalten zu beachten und für den Ausfluss aus diesen die der Schaufelform und Lagen entsprechenden Gefälle in Betracht zu ziehen.

Ausser dem Verlust v_r durch den Ausfluss aus den Schaufelspalten entsteht bei der Drehung des Rades durch Bewegung des Wassers an den Kropfwandungen hin noch ein Verlust infolge der dabei auftretenden Reibung. Der diesem Verluste entsprechende Gefällebetrag sei bezeichnet mit y_u.

Zur Bestimmung von y_u diene folgende Gleichung:

$$y_u = \frac{\varrho \, l \, b \, v^3}{Q \cdot 1000} \quad \dots \quad 76.$$

Hierin setze man:

$$\left.\begin{array}{ll} \text{bei glatter Zementwandung oder} \\ \text{Wand aus gehobelten Brettern} & \varrho = 0{,}25 \\ \text{bei Wandung aus Quadermauerwerk} & \varrho = 0{,}40 \end{array}\right\} \quad \dots \quad 77.$$

d) Austritt des Wassers aus dem Rade.

Man findet in Bezug auf die Lage des Rades zum Unterwasser und den Austritt des Wassers aus dem Rade drei verschiedene Anordnungen.

Fig. 48.

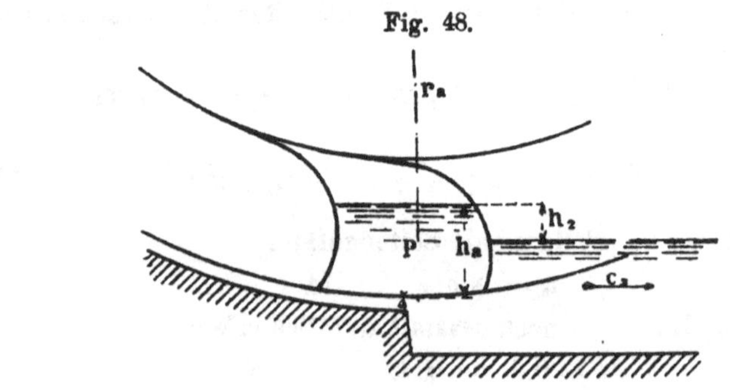

Fig. 49.

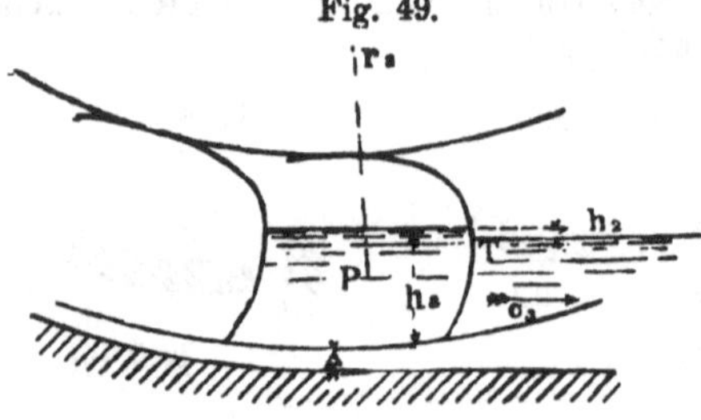

Das Rad kann frei über dem Unterwasser hängen, dann gilt das beim oberschlächtigen Rade über den Wasseraustritt Gesagte oder es kann mehr oder weniger in das Unterwasser tauchen, das ist der Fall bei Kropfrädern und dann kann das Abflussgerinne entweder mit einem Absatz an den Kropf anschliessen, wie Fig. 48 zeigt oder wie in Fig. 49 dargestellt, eine direkte

Fortsetzung des Kropfmantels bilden. In dem durch Fig. 48 dargestellten Falle beginnt das Wasser seine Fortbewegung im Abflussgerinne bereits am Rade mit der Geschwindigkeit c_3, welche meist wesentlich kleiner als die Umfangsgeschwindigkeit des Rades ist; um den durch dieses Verhältnis bedingten Druck der Schaufeln gegen das Unterwasser auf ein thunlichst kleines Mafs zu beschränken, ist der Gerinneabfall angebracht.

Bezeichnet man mit r_a den Abstand des Schwerpunktes P des Wasserquerschnittes eines in tiefster Lage befindlichen Schaufelraumes von der Radmitte, mit h_a die Eintauchtiefe, d. h. die Höhe des Unterwasserspiegels über dem tiefsten Radpunkte und mit h_2 die Höhe des Wasserspiegels im untersten Schaufelraum über dem Unterwasserspiegel, so entspricht das dem Wasser im untersten Schaufelraum, infolge seiner Lage und Geschwindigkeit, noch eigene Arbeitsvermögen einem Gefälle von

$$h_2 + \frac{v^2\left(\frac{r_a}{r}\right)^2}{2g}.$$

Der Widerstand, welchen die Radschaufel bei ihrem Fortschreiten in dem weniger rasch bewegten Unterwasser überwinden muss, beträgt bei der eingetauchten Fläche $b\,h_a$ Quadratmeter $\gamma\, b\, h_a\, \delta \frac{(v - c_3)^2}{2g}$ Kilogramm und da sich die Schaufel mit der Geschwindigkeit v bewegt, beträgt die Arbeit zur Ueberwindung dieses Widerstandes pro Sekunde $\gamma\, b\, h_a\, \delta \frac{(v - c_3)^2 v}{2g}$ Meterkilogramm und entspricht, da sie von einer Wassermenge Q geleistet wird, einem Gefälle $\frac{\gamma\, b\, h_a\, \delta\, (v - c_3)^2 v}{\gamma\, Q \cdot 2g}$, worin $\gamma = 1000$ und δ ein Koeffizient ist, welcher $= 1{,}5$ zu setzen ist.

Der Verlust beim Austritt des Wassers aus dem Rade, welcher einem Gefälle y_2 entspricht, folgt, da nur das der Geschwindigkeit c_3 entsprechende Arbeitsvermögen für die Fortbewegung des Wassers nutzbar gemacht wird, aus

$$y_2 = h_2 + \frac{v^2\left(\frac{r_a}{r}\right)^2}{2g} - \frac{c_3{}^2}{2g} + \frac{b\, h_a\, \delta\, (v - c_3)^2 v}{2gQ} \quad \ldots\ldots \; 78.$$

Macht man hierin $h_a = 0$, so verschwindet zwar das letzte Glied, aber desto grösser ist h_2, macht man dieses $= 0$, so wächst das letzte Glied erheblich, der Verlust schwankt also zwischen nicht sehr weiten Grenzen.

Wählt man hingegen die Anordnung nach Fig. 49, so sind vorteilhaftere Bedingungen für die Kleinheit von y_2 möglich. Das Wasser beginnt hier seine Fortbewegung im Untergraben mit einer Geschwindigkeit, sie heisse c_3', welche grösser als c_3, die sonst im Untergrabenende herrschende, und nur wenig kleiner als v ist.

Wäre $c_3' = v$, so erführe, abgesehen von dem Umstande, dass v in verschiedenen Abständen von der Radachse verschieden ist, die Bewegung der Schaufel im Unterwasser gar keinen Widerstand und es müsste, sofern das Volumen der eingetauchten Radteile ausser acht zu lassen wäre, der Wasserspiegel im untersten Schaufelraum in gleicher Höhe mit dem Wasserspiegel im Abflusskanal stehen. Der Ausdruck $\frac{\gamma b h_a \delta (v - c_3)^2 v}{2 g Q}$ in Gleichung 78 würde verschwinden, weil an Stelle von c_3 nun $c_3' = v$ einzusetzen wäre, womit er in o übergeht. Da auch $h_2 = o$ würde, müsste $y_2 = v^2 \left(\frac{r_a}{r}\right)^2 - \frac{c_3^2}{2g}$ sein, also wesentlich kleiner als bei Anordnung eines Gerinneabfalles und die Anordnung mit direktem Uebergang des Kropfmantels in den Gerinneboden ist deshalb entschieden richtiger. Hierbei muss

$$(h_a + \triangle) c_3' = \frac{Q}{b} \quad \ldots . \; 79$$

sein, woraus sich die Eintauchtiefe

$$h_a = \frac{Q}{b c_3'} - \triangle \quad \ldots . \; 80$$

ergibt.

Den Wert von h_2 findet man dann aus der Zeichnung, indem man den Wasserspiegel in die tiefst stehende Zelle so einträgt, dass der Wasserquerschnitt der auf einen Schaufelraum kommenden Wassermenge entspricht. Die Geschwindigkeit c_3' wird man so zu wählen suchen, dass sie der Umfangsgeschwindigkeit des Rades im Punkt T, Fig. 49, annähernd gleicht.

Die Berechnung von y_2 ist im übrigen dann nach Gleichung 78 zu bewirken, nur ist eben im letzten Gliede statt c_3 nur c_3' zu setzen, also

$$y_2 = h_2 + \frac{\left[v \cdot \frac{r_a}{r}\right]^2}{2g} - \frac{c_3^2}{2g} + \frac{\gamma b h_a \delta (v - c_3')^2 v}{2 g Q} \quad \ldots . \; 81.$$

Fig. 50.

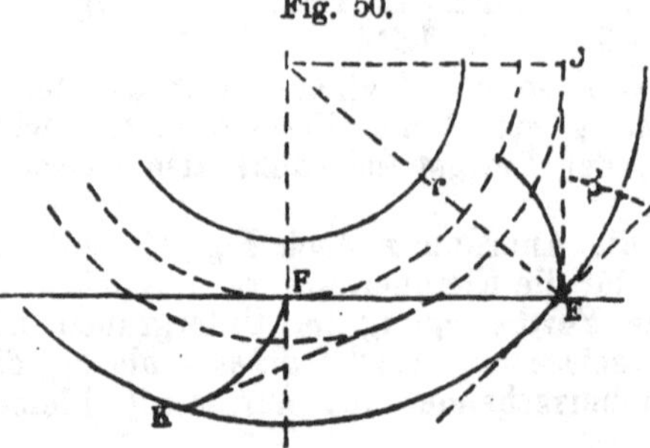

Damit nun ausser dem Verlust y_2, welcher an sich unvermeidlich ist, nicht noch ein weiterer dadurch entsteht, dass die Schaufeln beim Austritt aus dem Unterwasser dieses zu heben suchen, schöpfend wirken, müssen die Schaufeln so gestaltet sein, dass in jeder Schaufelstellung (soweit sie im Unterwasser liegt) das an der Eintauchstelle befindliche Schaufelelement senkrecht zum Wasserspiegel steht. Dieser Bedingung entspricht die Krümmung der Schaufel nach einer Evolvente, deren Grundkreis die Horizontale des Unterwasserspiegels tangiert; es genügt aber auch ein annähernd gleicher Kreisbogen. In Fig. 50 ist E F der Unterwasserspiegel, M F der Radius des Evolventengrundkreises, F K die Evolvente, E ist der Punkt, wo die Schaufel das Unterwasser völlig verlässt, die Tangente an das dort befindliche Schaufelelement muss senkrecht zu F E stehen; fällt man von M aus ein Lot M J auf diese Senkrechte zu F E, so gibt M J den Radius eines Kreises um M an, zu dem die Tangenten an alle äusseren Schaufelenden wiederum Tangenten sind. Der Winkel J E G, welchen die äussersten Schaufelelemente mit dem Radumfang bilden, ist β und da

$$\sphericalangle JEG = \sphericalangle MEF = \beta,$$

muss sein

$$\cos\beta = \frac{EF}{EM} = \frac{EF}{r} \quad . \; . \; . \; . \; 82.$$

Die Strecke E F kann man in jedem einzelnen Falle aus der Zeichnung entnehmen.

e) Arbeitsverlust durch Zapfenreibung.

Hierüber gilt natürlich das beim oberschlächtigen Rade Gesagte prinzipiell unverändert. Es ist die Arbeit der Zapfenreibung A_z zu ermitteln nach Gleichung 36a und das ihr entsprechende Gefälle y_z nach Gleichung 37: $y_z = \frac{A_z}{Q}$. Zur Bestimmung des Radgewichtes G gibt Bach nachstehende Formel für Räder mit Seitengetäfer und Tragkränzen aus Gitterwerk

$$G = 330\,a\sqrt{(2\,b\,r)^3} \text{ bis } 360\,a\sqrt{(2\,b\,r)^3} \quad . \; . \; . \; . \; 83,$$

kleine Räder fallen etwas schwerer aus.

f) Sonstige Arbeitsverluste.

Ausser den schon genannten wesentlichen Arbeitsverlusten kommen noch eine Anzahl weniger bedeutende Arbeitsverluste vor, zu denen besonders auch der Luftwiderstand gehört. Das Gefälle, welches diesen sämtlichen nebensächlichen Verlusten entspricht, soll wie beim oberschlächtigen Rade mit y_s bezeichnet werden und kann nach den dort unter Nr. 40 angegebenen Gleichungen geschätzt werden zu

$y_s = 0{,}01\,H$ bis $0{,}02\,H$ bei eisernen Rädern,

$y_s = 0{,}02\,H$ bis $0{,}04\,H$ bei hölzernen Rädern.

g) Wirkungsgrad.

Die Nutzleistung N des rückenschlächtigen Wasserrades finden wir nach dem Vorhergehenden bei Kropfrädern zu

$$N = \frac{\gamma Q}{75}(H - y_0 - y_1 - y_r - y_u - y_2 - y_z - y_s) \quad . \; . \; . \; . \; 84.$$

Der Wirkungsgrad η ergibt sich aus

$$\eta = \frac{H - y_0 - y_1 - y_r - y_u - y_2 - y_z - y_s}{H} \quad . \; . \; . \; . \; . \; . \; . \; 84\,b.$$

Der Wirkungsgrad rückenschlächtiger Räder kann bei sehr guten Konstruktionen $\eta = 0{,}75$ bis $0{,}80$ erreichen, Räder älterer Bauart werden freilich meist nicht mehr als $\eta = 0{,}6$ bis $0{,}65$ geben.

§ 13. Verfahren bei der Berechnung eines rückenschlächtigen Wasserrades mit Koulisseneinlauf.

Die Grössen Q, H_0, c_0, c_3 sind bekannt beziehentlich vor Beginn der eigentlichen Berechnung zu ermitteln, der Gang der Berechnung kann dann in folgender Weise durchgeführt werden.

I. Bestimmung von H nach Gleichung 1 in § 9, welche lautet:

$$H = H_0 + \frac{c_0^2 - c_3^2}{2g}.$$

II. Annahme von r. Die Wahl von r ist in gewissem Grade willkürlich, für die Herabminderung des Eintrittsverlustes y_1 ist ein grosser Wert von r günstig, andererseits bedingen grosse Radien auch schwere und teure Räder. Grashof empfiehlt für rückenschlächtige Räder r etwas kleiner als $^2/_3$ H zu machen, bei weniger hohen Gefällen freilich dürfte eher zu raten sein, r etwas grösser als $^2/_3$ H zu nehmen. Nach Bach soll allgemein bei Rädern mit Koulisseneinlauf

$$r = \frac{H + 3{,}5}{2} \quad . \; . \; . \; . \; 85$$

sein. Diese Formel gibt höhere Werte von r und bedingt eine in Bezug auf die Radachse niedrige Lage des Einlaufes, welche sich mehr derjenigen nähert, welche die mittelschlächtigen Räder charakterisiert.

III. Vorläufige Wahl von v. Im grossen und ganzen gilt auch hier das beim oberschlächtigen Rade über den Einfluss von v Gesagte. Hinsichtlich des Gefälleverlustes y_r ist ein grosses v insofern günstig, als dadurch die Radbreite und damit die Grösse f_s verkleinert wird. Man kann bei rückenschlächtigen Rädern recht wohl etwas grössere Werte von v als beim oberschlächtigen Wasserrade anwenden und

$$v = 1{,}6 \text{ bis } 2{,}2 \text{ m} \quad \dots . \ 86$$

wählen, wobei die grösseren Werte am besten für höhere Gefälle, die kleineren für niedrigere Gefälle passen.

IV. Bestimmung der Umdrehungszahl U. Nach Gleichung 6 des § 9 ist $U = 9{,}55 \frac{v}{r}$, U soll möglichst eine ganze Zahl sein, man rundet deshalb den durch obige Gleichung gefundenen Wert entsprechend ab und schliesst hieran

V. die endgültige Bestimmung von v, welches aus

$$v = \frac{U \cdot r}{9{,}55} \text{ folgt.}$$

VI. Bestimmung der Radtiefe a. Je kleiner man v wählte, desto grösser möchte a sein, auch hängt a davon ab, ob das Rad mitunter in hohem Stauwasser arbeiten muss oder nicht. Ist das der Fall, so muss a grösser als sonst sein, damit bei hohem Wasserstande die gewöhnlich sogar gesteigerte Aufschlagwassermenge in den untersten Schaufelräumen auch noch Platz hat und nicht in das Radinnere gedrängt wird.

Bach gibt zur Annahme von a eine Formel an, welche mit den hier gebrauchten Bezeichnungen

$$a = 0{,}5 \sqrt[3]{\frac{r}{H}} \text{ bis } 0{,}63 \sqrt[3]{\frac{r}{H}} \quad \dots . \ 87$$

lauten würde.

Bei der durch Fig. 49 dargestellten Anordnung des Wasserabflusses wird in normalen Fällen, wenn nicht bedeutende Schwankungen des Unterwasserstandes zu befürchten sind

$$a = 2 h_a \text{ bis } 3 h_a \quad \dots . \ 88$$

sein können; nach Bestimmung von h_a prüfe man den angenommenen Wert von a in dieser Hinsicht.

VII. Wahl von k. Je grösser k, desto schmäler und billiger wird das Rad, desto kleiner wird auch der Verlust y_1. In Bezug auf den Gefälleverlust y_r besteht der Einfluss von k darin, dass bei wachsendem k die Radbreite b abnimmt mit ihr die Schaufelspaltfläche f_0, dagegen nehmen die in Fig. 44 mit m bezeichneten Druckhöhen zu. Die Zunahme der Ausflussmenge durch die Schaufelspalten erfolgt aber nur proportional $\sqrt{m}$ und deshalb sinkt bei wachsendem k (abnehmendem b) y_r etwas. Zu hoch darf man mit k natürlich nicht gehen, wenn der Uebertritt des Wassers in das Radinnere sicher vermieden werden soll.

Wenn das Rad sehr wechselnde Wassermengen verarbeiten soll, wird man für die normale mittlere Wassermenge

$$k = 0{,}35 \quad \dots . \ 89$$

setzen können, aber nachträglich noch prüfen, ob bei der grössten Wassermenge noch

$$k = 0{,}60 \text{ ist} \quad \dots . \ 90.$$

Wenn es sich um weniger schwankende Wassermengen handelt, kann man

$$k = 0{,}40 \text{ bis } 0{,}50 \quad \ldots \quad 91$$

nehmen.

Bei grossen Werten von k darf man nicht vergessen, dass von dem Schaufelkranzraum ein gewisser Teil durch die Konstruktionsteile eingenommen wird, dass also, auch wenn es sonst zulässig wäre, nicht $k = 1$ werden kann.

VIII. **Bestimmung von b und b_0.** Nach Gleichung 4 in § 9 ist $b = \frac{Q}{k\,a\,v}$. Die Strahlbreite b_0 nehme man etwas schmäler als b, etwa

$$b_0 = b - 0{,}10 \text{ Meter bis } b - 0{,}15 \text{ Meter} \quad \ldots \quad 92.$$

IX. **Bestimmung der Schaufelteilung, Schaufelzahl und Armzahl.** Je mehr Schaufeln das Wasserrad hat, desto weniger Wasser kommt auf einen Schaufelraum, desto kleiner werden in gewissem Grade die in Fig. 44 mit m und n bezeichneten Höhen, desto kleiner wird also auch der Gefälleverlust y_r, desto grösser freilich auch das Radgewicht und mit ihm der Reibungsverlust und die Kosten.

Die Schaufelteilung wird in der Regel

$$e = 0{,}35 \text{ bis } 0{,}50 \text{ Meter betragen} \quad \ldots \quad 93.$$

Die kleinen Werte von e passen für kleinere Gefälle und eiserne Schaufeln, die grösseren für hohe Gefälle und Schaufeln von Holz, jedoch ohne dass man sich gerade an eine bestimmte Regel zu binden braucht.

Mit einem vorläufig angenommenen Werte von e folgt die Schaufelzahl z aus

$$z = \frac{2\pi r}{e}.$$

Dieser Wert soll eine ganze Zahl und ein Vielfaches der Armzahl sein, welche man nach der in § 11 gegebenen Formel 58 bestimme.

Hat man den Wert von z entsprechend abgerundet, so folgt der endgültige Wert von e aus

$$e = \frac{2\pi r}{z}.$$

Findet man bei der späteren Bestimmung von y_r, dass e zu gross, also z zu klein ist, so ändert man die Werte nachträglich ab.

X. **Bestimmung von c_3'.** Nach dem im vorigen Paragraphen Gesagten soll c_3' wenig verschieden von v sein und etwa der Radgeschwindigkeit gleichen, welche an dem in Fig. 49 mit T bezeichneten Punkte vorhanden ist. Da man h_a noch nicht kennt, also T in der Zeichnung noch nicht genau bestimmen kann, es überhaupt ja nicht auf einen ganz streng bestimmten Wert ankommt, kann man c_3' mit genügender Annährung ermitteln aus

$$c_3' = \frac{v(r - a k)}{r} \quad \ldots \quad 94.$$

Der Teil des Abflussgerinnes unmittelbar am Rad ist c_3' entsprechend zu entwerfen und muss allmählich in den Teil übergehen, wo das Wasser mit der Geschwindigkeit c_3 fliesst.

XI. Wahl von $\triangle$. Je sorgfältiger das Rad ausgeführt ist, desto kleiner darf $\triangle$, der Spielraum zwischen Kropf und Gerinne sein. Bei sehr gut ausgeführten eisernen Rädern, deren Wellen in verstellbaren Lagern laufen, darf man, eine ebenfalls sehr genaue Ausführung des Kropfes vorausgesetzt, mit $\triangle$ bis 0,005 heruntergehen. In gewöhnlichen Fällen wird man bei immerhin guter Ausführung

$$\left.\begin{array}{ll} \text{für eiserne Räder} & \triangle = 0{,}010 \text{ bis } 0{,}015 \text{ Meter} \\ \text{für hölzerne Räder} & \triangle = 0{,}020 \text{ bis } 0{,}025 \text{ Meter} \end{array}\right\} \quad \ldots \quad 95$$

nehmen können.

XII. Bestimmung der Eintauchtiefe h_a. Jetzt kann die Eintauchtiefe bestimmt werden durch Gleichung 80, welche lautet

$$h_a = \frac{Q}{b\, c_3'} - \triangle.$$

XIII. Bestimmung der Schaufelform und des Winkels β. Nachdem h_a ermittelt ist, kann man $r - h_a$ die Höhe der Radachse über dem Unterwasser bestimmen und anfangen, das Rad aufzuzeichnen.

In einem senkrecht zur Radachse geführten Schnitt durch den Schaufelkranz zeichnet man den Unterwasserspiegel ein, bestimmt die in Fig. 50 mit F und E bezeichneten Punkte und kann dann β ermitteln aus Gleichung 82: $\cos\beta = \frac{EF}{r}$

Die Form des äusseren Schaufelteiles erhält man durch Aufzeichnung der Evolvente FK und Ermittelung eines annähernd gleichen Kreisbogens; nach innen lässt man eine passende zuerst etwas gestreckte und dann gegen den Radboden wieder stärker gekrümmte Kurve (nach Fig. 48, 49) anschliessen.

XIV. Wahl des Winkels α. Der Winkel α zwischen v und c_1 soll möglichst klein sein, damit w_e und y_1 möglichst klein werden, ein sehr kleines α hat aber den Nachteil, dass der Einlaufbogen sehr lang wird und insbesondere bei Anordnung mehrerer Koulissen die unterste sehr tief unter den Oberwasserspiegel zu liegen kommt, dann ist aber der Vorteil, den sonst ein kleines α hat, hinfällig, weil c_1 unnütz gross wird.

Man findet

$$\alpha = 22_0 \text{ bis } 30_0 \quad \ldots . \quad 96.$$

Die kleineren Werte von α dürften besonders für höhere Gefälle und kleinere Wassermengen anwendbar sein, die grösseren also bei niedrigeren Gefällen und grossen Wassermengen. Im Durchschnitt wird man $\alpha = 26^0$ machen.

XV. Bestimmung der Eintrittsgeschwindigkeit c_1 für die oberste Koulisse. Die Winkel α und β, sowie die Umfangsgeschwindigkeit v sind jetzt bekannt, damit ist auch c_1 keine willkürliche Grösse mehr, sondern muss dem Gesetze $\frac{c_1}{v} = \frac{\sin \beta}{\sin(\beta - \alpha)}$ entsprechen. Also ist

$$c_1 = \frac{v \sin \beta}{\sin(\beta - \alpha)} \quad \ldots . \quad 97.$$

XVI. Bestimmung von y_0 für die oberste Koulisse. Nach Gleichung 60 ist

$$y_0 = \frac{\zeta c_1^2}{2g}$$

mit $\zeta = 0{,}12$ bis $0{,}15$, bei sorgfälltig gebildeten Koulissen.

XVII. Bestimmung von H_1 für die oberste Koulisse. Nach Gleichung 59 ist

$$H_1 = \frac{c_1^2}{2g} + y_0 - \frac{c_0^2}{2g},$$

wobei das im § 12, betreffend c_0 Gesagte zu beachten ist.

XVIII. Konstruktion der Koulissen. Da die Höhe h (siehe Fig. 40) erst bekannt ist, wenn der Punkt A bestimmt ist, kann s nicht genau voraus berechnet werden, sondern ist anzunehmen. Je kleiner man s wählt, desto besser wird man eine sichere Führung des Wassers erreichen, andererseits ist es erwünscht, dass die oberste Koulisse bei der normalen geringsten Aufschlagwassermenge gerade ausreicht. Zu klein darf man s nicht machen, um Verstopfung der Koulisse zu verhüten.

Die Werte von s werden je nach Umständen von s = 0,050 Meter bis s = 0,010 Meter schwanken. Der kleinste Wert ist nur bei reinem Wasser (ohne erheblichen Laubgang u. s. w.) zulässig. In den gewöhnlichen Fällen wird man bei der oberen Koulisse mit s = 0,070 bis 0,080 Meter auskommen, die unteren aber meist etwas weiter machen dürfen.

Hat man s für die oberste Koulisse gewählt, so zeichnet man dieselbe nach dem in § 12 beschriebenen, durch Fig. 41 dargestellten Verfahren auf. Sobald der Punkt A_1 bestimmt ist, kann man die Wassermenge, welche durch die Koulisse fliesst, berechnen nach Gleichung 62, welche lautet

$$Q_1 = \varphi b_0 s \sqrt{2g(h_1 - y_0)}.$$

Ergibt sich Q_1 zu sehr abweichend von dem gewünschten Werte, so ist je nach Erfordernis und Möglichkeit entweder die Strahlstärke s oder die Rad- und Strahlbreite zu ändern.

Nachdem man die oberste Koulisse entworfen hat, folgen in der bekannten Weise (siehe Fig. 41 in § 12) die anderen, man berechnet Q_2 und Q_3 und hat zu beachten, dass $Q_1 + Q_2 + Q_3$ der grössten in Betracht kommenden Wassermenge mindestens gleich sein muss.

Dass der Entwurf darauf hin geprüft werden muss, ob die Wassermengen Q_1, Q_2, Q_3 unter den gegebenen Verhältnissen auch oben in die Koulissen einfliessen können (siehe § 12), ist wiederholt zu betonen.

Die Stärke der Koulissenbleche nehme man in gewöhnlichen Fällen je nach der Breite zu 4 bis 8 mm an, die Seitenwangen müssen breit genug sein, um genügende Festigkeit zu bieten und in dauerhafter Weise mit dem Gerinne verbunden zu werden, 0,35 m dürfte die normale Grösse sein.

XIX. Berechnung des Wirkungsgrades. Der Verlust y_0 wurde schon unter XVI bestimmt. Der Gefälleverlust y_1 ist nach der in § 12 in Bezug auf Fig. 43 erläuterten Weise zu ermitteln. Bemerkt sei noch folgendes: Man wird bei genaueren Rechnungen y_1 sowohl für die oberste Koulisse allein, als auch für die beiden oberen zusammen und schliesslich bei Benutzung aller drei Koulissen ermitteln. Je nachdem ist, wie schon in § 12 erklärt, die Höhe H_1, um welche der in Betracht zu ziehende Eintrittspunkt unter dem Oberwasserspiegel liegt, eine verschiedene.

Beim Ausfluss aus der obersten Koulisse ist

$$H_1 = H_1'$$

Beim Ausfluss aus den beiden oberen Koulissen ist

$$H_1 = \frac{H_1' Q_1 + H_1'' Q_2}{Q_1 + Q_2} \quad \ldots \; 98.$$

Beim Ausfluss aus allen drei Koulissen

$$H_1 = \frac{H_1' Q_1 + H_1'' Q_2 + H_1''' Q_3}{Q_1 + Q_2 + Q_3}$$

Zur Bestimmung von y_r ermittelt man aus der Zeichnung in der durch Fig. 44 erläuterten Weise die verschiedenen Werte von m und n und setzt sie in die Gleichung 73 ein.

An die Bestimmung von y_r schliesst sich unter Benutzung derselben Zeichnung diejenige von y_2 nach Gleichung 81 an (vergl. auch Fig. 49). Der Gefälleverlust y_u wird nach Gleichung 76 berechnet. Hinsichtlich der Gefälleverluste y_z und y_s gilt das in § 12 Gesagte. Wenn man y_z vor einer genaueren Gewichtsberechnung schätzungsweise berücksichtigen will, so nehme man $y_z = 0{,}012\,H$ bis $0{,}015\,H$. Sind alle Einzelverluste bestimmt, so folgt η aus Gleichung 84b, welche lautet

$$\eta = \frac{H - y_0 - y_1 - y_r - y_u - y_2 - y_z - y_s}{H}.$$

§ 14. Das mittelschlächtige bez. tiefschlächtige Wasserrad (Räder mit Ueberfalleinlauf). Verfahren bei der Berechnung.

Unter einem mittelschlächtigen Rade soll nach früherem ein solches verstanden werden, bei dem das Wasser in Höhe der Radachse oder etwas darunter eintritt und unter tiefschlächtigen Rädern mögen solche gemeint sein, bei denen das Wasser zwar unterhalb der Radachse in das Rad eintritt, aber doch noch so hoch über den Unterwasserspiegel, dass wenigstens ein nicht unerheblicher Teil der Wasserwirkung im Rade in der Gewichtswirkung des niedersinkenden Wassers besteht. Ein strenger Unterschied zwischen mittel- und tiefschlächtigen Wasserrädern ist nicht zu machen, die theoretischen Grundlagen für die Berechnung sind für beide Arten die gleichen und zwar im wesentlichen dieselben wie beim rückenschlächtigen Rade.

Hinsichtlich der Wasserwirkung kommt besonders bei kleinen Gefällen die Wirkung infolge der Gechwindigkeit mit in Betracht und weil bei kleinen Gefällen die Gefälleverluste beim Eintritt und Austritt des Wassers nicht wesentlich kleiner als bei mittleren und hohen Gefällen ausfallen, bleibt der Wirkungsgrad in solchen Fällen etwas gegen den der vorher behandelten Räder für höhere Gefälle zurück, gewöhnlich wird er zwischen 0,6 und 0,7 liegen, sehr gute und sachgemässe Konstruktion der Räder vorausgesetzt.

Mittel- und tiefschlächtige Räder kommen zwar auch als freihängende Zellenräder vor, aber wenn von einem guten Wirkungsgrade die Rede sein soll, müssen sie als Kropfräder gebaut werden.

Vielfach werden sie dann als an den Stirnseiten offene Räder ausgeführt, dann muss das Gerinne seitlich möglichst nahe anschliessen und man wird im allgemeinen besser thun, geschlossene Stirnkränze anzuwenden, so dass dicht an das Rad reichende Wasserbänke unnötig sind.

Hinsichtlich des Wassereintrittes in das Rad kommt sowohl die Anwendung des Koulisseneinlaufes, als auch des Ueberfallschützens und des Spannschützens in Betracht.

Wird, was wohl höchstens beim mittelschlächtigen Rade manchmal der Fall ist, der Koulisseneinlauf angewandt, so gelten vollständig die beim rückenschlächtigen Wasserrade in §§ 12 und 13 gegebenen theoretischen Grundlagen und Berechnungsverfahren. Etwas anders wird die Sache beim Ueberfallschützen und Spannschützen.

Die beim Einfluss des Wassers über einen Ueberfallschützen obwaltenden Verhältnisse mögen in Beziehung auf Fig. 51 besprochen worden.

Der Ueberfallschützen ist oben mit einem Leitblech A_0 A A_1 versehen, dessen Gestalt mit der unteren Fläche des Wasserstrahles übereinstimmen soll.

Je mehr Wasser überfliessen soll, desto grösser muss s_0 (Fig. 51) sein, desto tiefer muss die Schütze stehen, je weniger Wasser überfliessen soll, desto höher. In jeder Lage ist die Gestalt des Strahles eine andere, das Leitblech kann nur für eine

Fig. 51.

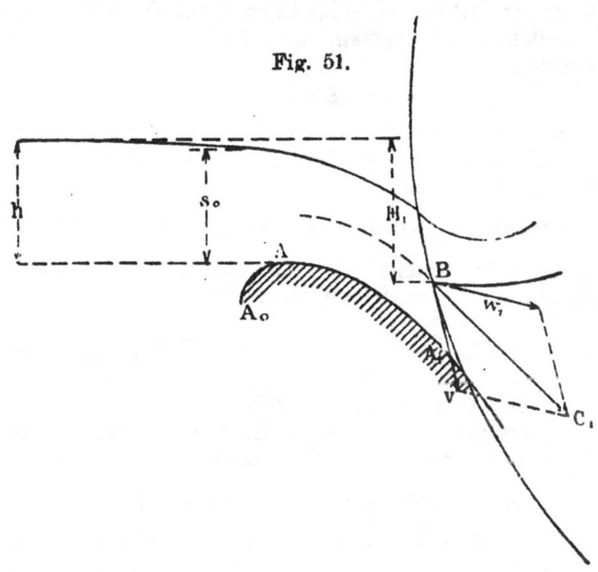

annähernd passen und das soll die Lage des Ueberfallschützens sein, welche der normalen Wassermenge entspricht. Freilich kann auch für diese von einer genauen, sicheren Gestaltung des Leitbleches deshalb keine Rede sein, weil über die Gestalt des Strahles keine ausreichenden Untersuchungen vorliegen.

Bezeichnet h die Höhe, um welche der Scheitel des Ueberfalles unter dem Oberwasserspiegel liegt, gemessen an einer Stelle, wo die durch den Ueberfall bedingte Absenkung des Wasserspiegels noch nicht bemerkbar ist, h_0 das der Geschwindigkeit c_0 entsprechende Gefälle, also $h_0 = \frac{c_0^2}{2g}$, Q die normale Wassermenge, b_0 die Strahlbreite, μ den Ausflusskoeffizienten und g die Beschleunigung der Schwere, so ist nach § 3, Gleichung 46

$$Q = \mu b_0 \sqrt{2g} \left[\sqrt{(h + h_0)^3} - \sqrt{h_0^3}\right] \quad \ldots \quad 99.$$

Der Koeffizient μ ist für Ueberfälle der hier in Betracht kommenden Art nicht genau bekannt, doch kann man mindestens

$$\mu = 0{,}52 \quad \ldots \quad 100$$

annehmen, dann folgt aus Gleichung 99

$$h = \sqrt[3]{\left(\frac{Q}{\mu b_0 \sqrt{2g}} + \sqrt{h_0^3}\right)^2} - h_0 \quad \ldots \quad 101$$

oder wenn man für μ und $\sqrt{2g}$ die Werte einsetzt

$$h = \sqrt[3]{\left(\frac{Q}{2{,}3\,b_0} + \sqrt{h_0^3}\right)^2} - h_0.$$

Betreffs der Gestalt des Strahles kann, freilich nicht ohne gewisse Willkür angenommen werden, dass die Dicke desselben über dem Ueberfallscheitel

$$s_0 = 0{,}9\,h \quad . \; . \; . \; . \; 102$$

betrage und dass die Mittellinie des Strahles der Parabel sehr nahe gleichkommt, welche der freien Bewegung des mittleren Wasserfadens entspricht.

Der Scheitel der betreffenden Parabel müsste also um $\frac{0{,}9\,h}{2} =$ 0,45 h über dem Scheitel des Leitbleches liegen und die Geschwindigkeit des Wassers daselbst würde

$$c = \varphi \sqrt{2g\left(h - \frac{s_0}{2}\right)} = \varphi \sqrt{2g \cdot 0{,}55\,h} \quad . \; . \; . \; . \; 103$$

sein, wobei $\varphi = 0{,}95$ zu setzen wäre.

Der horizontale Weg eines in der Strahlmitte fliessenden Wasserteilchens beträgt in t Sekunden c t Meter, der vertikale Weg in derselben Zeit $\frac{1}{2} g t^2$. Durch Wahl eines passenden t (z. B. t = 0,3 Sekunden) bestimmt man die Abstände eines Punktes der Parabel vom Scheitel und kann dann diese konstruieren.

Trägt man für eine genügende Anzahl Punkte $\frac{s_0}{2}$ von der Parabel aus senkrecht nach unten ab, so erhält man die Gestalt des Leitbleches.

Die Richtung der Gleitbahnen für den Ueberfallschützen ist so zu wählen, dass das Leitblech in allen Stellungen möglichst dicht am Rade liegt, ohne es bei der Verstellung zu berühren.

Der Punkt B (siehe Fig. 51), in welchem das Wasser in das Rad tritt, ist bestimmt durch den Schnitt der Strahlmittellinie mit dem äusseren Radumfangskreise. Je weiter weg vom Ueberfall die Radmitte liegt und je kleiner r ist, desto tiefer liegt B, desto grösser werden H_1 und damit c_1, y_0 und y_1. Der Winkel α ist bestimmt durch die Tangenten im Punkte B, an den Radumfang einerseits und die Strahlmittellinie andererseits. Er ist um so grösser, je weniger tief B unter der Radachse liegt, da aber kleine Werte von α erwünscht sind, wird man danach streben, die Radachse hoch zu legen, was wieder, um zu tiefe Lagen von B unter dem Oberwasserspiegel zu vermeiden, im Verhältnis zum Gefälle grosse Werte von r fordert, man findet

$$r = 1{,}5\,H \text{ bis } 2\,H \quad . \; . \; . \; . \; 104.$$

Der Winkel α ist nach vorstehendem bei Rädern mit Ueberfalleinlauf nicht so in das Belieben des Konstrukteurs gestellt, wie beim Koulisseneinlauf. Der Winkel β, welchen die äusseren Schaufelenden mit dem Radumfang bilden, wird auch hier so zu wählen sein, dass die Schaufeln dem Unterwasser senkrecht entsteigen (siehe § 12 und Fig. 50), im allgemeinen wird dann die relative Eintrittsgeschwindigkeit, deren Grösse und Lage von der Grösse der Umfangsgeschwindigkeit v, der Eintrittsgeschwindigkeit c_1 und des Winkels α abhängen, nicht genau in die Richtung des äussersten Schaufelelementes fallen, der Eintritt erfolgt nicht ganz stossfrei. Durch passende Wahl von r und der Höhenlage der Radachse, sowie eventuelle geringe Korrektur von v kann man aber durch wiederholtes Probieren völlig befriedigende Verhältnisse erzielen, grösser als v sollte w_1 nicht sein.

Die Bestimmung von c_1 erfolgt nach der schon mehrfach benutzten Gleichung

$$c_1 = \sqrt{(H_1 - y_0) 2 g} \quad \ldots\ldots \; 103,$$

worin

$$y_0 = 0{,}1\, H_1 \text{ bis } 0{,}12\, H_1 \quad \ldots\ldots \; 106.$$

Die genaue Richtung von c_1 findet man, indem man im Punkte B (Fig. 51) die Tangente an die Parabel zieht, dieselbe muss die durch den Scheitelpunkt der Parabel gelegte Vertikale genau so hoch über dem Scheitel schneiden, als B unter dem Scheitel liegt.

Die Bestimmung des Gefälleverlustes y_1 beim Eintritt des Wassers in das Rad erfolgt ganz so, wie es beim rückenschlächtigen Wasserrad in Bezug auf Fig. 43 in § 12 besprochen wurde.

Eine besonders zu erwähnende Art der tiefschlächtigen Räder mit Ueberfalleinlauf sind die sogen. Zuppinger-Räder, so genannt nach dem Baurat Zuppinger, dem wir die Einführung derselben verdanken. Diese Räder, welche besonders für stark wechselnde Unterwasserstände, kleine Gefälle und grosse Wassermengen geeignet sind, zeichnen sich durch grosse Radtiefen aus. Bei ihnen ist $a = \frac{1}{2} r$ bis $\frac{2}{3} r$.

Der Einfluss des Wassers in das Rad bei Anwendung eines Spannschützens erfolgt in ganz ähnlicher Weise, wie bei einer einzigen Koulisse, nur dann tritt eine Abweichung ein, wenn der Schützen vom Rade weit absteht, in letzterem Falle ist das über den Eintritt bei Ueberfallschützen Gesagte entsprechend mit zu berücksichtigen.

Während nun beim Ueberfalleinlauf der kleinsten Wassermenge der höchste Schützenstand und die kleinsten Werte von h und H_1 entsprechen, ist es beim Spannschützen umgekehrt, dessen tiefster Stand entspricht der kleinsten Wassermenge. Beim Spannschützen wächst also y_1 mit abnehmender Wassermenge erheblich. Das ist aber gerade unerwünscht und man wird deshalb den Ueberfalleinlauf überall vorziehen, wo er sich anbringen lässt und nicht lokale Verhältnisse zur Benutzung des Spannschützen zwingen.

Das Verfahren bei der Berechnung eines mittel- bezw. tiefschlächtigen Wasserrades soll nachstehend nur für den Fall, dass ein Ueberfallschützen angewandt wird, erläutert werden, weil erstens dieser Fall der wichtigere ist und zweitens die Abweichungen bei Anwendung des Spannschützens so unerhebliche sind, dass die entsprechende Abänderung des Verfahrens keinerlei Schwierigkeiten bereiten dürfte.

Der Gang der Berechnung kann etwa folgender sein, wobei die in § 12 und 13 bez. 10 und 11 aufgeführten Bezeichnungen gelten.

I. Bestimmung von H nach Gleichung 1 in § 9

$$H = H_0 + \frac{c_0^2 - c_3^2}{2g}.$$

II. Annahme von r. Nach Gleichung 104 soll sein $r = 1{,}5\,H$ bis $2\,H$, unter Umständen auch mehr.

III. Vorläufige Wahl von v. Obschon bezüglich v das in § 13 unter III Gesagte auch hier gilt, wird man besonders bei kleinen Gefällen sich doch mit etwas geringeren Werten von v begnügen, um die Gefälleverluste beim Ein- und beim Austritt des Wassers nicht zu gross im Verhältnis zum Gefälle zu erhalten. Ohne dass man sich an eine Regel streng zu binden braucht, kann man im Mittel setzen

$$v = 1{,}2 \text{ bis } 1{,}6 \text{ Meter} \quad \ldots \quad 107.$$

IV. Bestimmung der Umdrehungszahl. $U = 9{,}55\,\frac{v}{r}$ und Abrundung auf eine ganze Zahl.

V. Endgiltige Bestimmung von v. $v = \frac{U\,r}{9{,}55}$.

VI. Bestimmung der Radtiefe a. Hier ist das in § 13 unter VI sowie oben im vorliegenden Paragraphen Gesagte zu beachten. Man kann die im § 13 unter 87 angegebene Formel

$a = 0{,}5 \sqrt[3]{\frac{r}{H}}$ bis $0{,}63 \sqrt[3]{\frac{r}{H}}$ benutzen, oder auch bei Rädern, welche der Zuppingerschen Art nahe kommen, $a = \frac{1}{2}\,r$ bis $\frac{2}{3}\,r$ wählen, jedenfalls muss auch beim höchsten Unterwasserstande a soviel grösser als die Eintauchtiefe h_a sein, dass das Aufschlagwasser völlig im Schaufelkranze Platz hat.

VII. Wahl von k. Es gilt das gleiche wie in § 13 unter VII aufgeführt.

VIII. Bestimmung von b und b_0. Nach Gleichung 4 in § 9 ist $b = \frac{Q}{k\,a\,v}$; b_0 sei ein wenig kleiner als b, etwa $b_0 = b - 0{,}10$ bis $b - 0{,}15$.

IX. Bestimmung der Schaufelteilung, Schaufelzahl, Armzahl. Auch hier gilt das in § 13 unter IX Gesagte.

X. Bestimmung von c_3'. Die Ermittelung von c_3' erfolge nach der in § 13 unter X gegebenen Regel nach Gleichung 94

$$c_3' = \frac{v(r - a \cdot k)}{r}.$$

Bei Rädern mit sehr grossen Werten von $\frac{a}{r}$ und ak ist zu überlegen, ob nicht ein Gerinneabfall anzubringen ist, weil dann die Umfangsgeschwindigkeiten des eingetauchten Schaufelteiles innen und aussen sehr verschieden sind.

XI. Wahl des Spielraumes $\triangle$. Es gilt hier das in § 13 unter XI Gesagte ebenfalls und es ist deshalb darauf zu verweisen.

XII. Bestimmung der Eintauchtiefe h_a. Nach Gleichung 80 (§ 12) ist $h_a = \frac{Q}{b\, c_3{}^1} - \triangle$.

XIII. Bestimmung der Schaufelform und des Winkels β. Es ist genau so zu verfahren, wie in § 13 unter XIII angegeben wurde.

XIV. Bestimmung der Ueberfallhöhe h und der Gestalt des Leitbleches u. s. w. Man ermittele h aus Gleichung 101, welche lautet

$$h = \sqrt[3]{\left(\frac{Q}{2{,}3\, b_0} + \sqrt{h_0{}^3}\right)^2} - h_0$$

hat dann $s_0 = 0{,}9\, h$, und verzeichnet die Strahlmittellinie und die Gestalt des Leitbleches nach dem, was am Anfange dieses Paragraphen in Bezug auf Fig. 51 in dieser Hinsicht gesagt wurde.

XV. Bestimmung von $H_1\, c_1\, \alpha$ u. s. w. Die Höhe, um welche die Radachse über dem Unterwasser liegen muss, ist $r - h_a$, zieht man in der Zeichnung im Abstande $r - h_a$ über dem Unterwasserspiegel eine Horizontale, so muss auf dieser der Mittelpunkt der Radachse liegen. Man nimmt nun H_1 an, es soll möglichst klein sein, muss aber doch auch zu den sonstigen Grössen passen, in der Regel kann etwa $H_1 = 0{,}35$ bis 0,50 Meter sein, je kleiner h, desto kleiner kann H_1 werden, natürlich muss $H_1 > h$ sein, zu einem kleinen v passt ein kleines H_1 u. s. w. Hierdurch ist der auf der Strahlmittellinie liegende Punkt B (Fig. 51) vorläufig bestimmt, man schlägt von ihm aus mit dem Radius r einen Kreis, dessen Schnitt mit der Horizontalen im Abstand $r - h_a$ über dem Unterwasserspiegel den Radmittelpunkt festlegt.

Dem angenommenen Werte von H_1 entspricht ein vorläufiger Wert von $y_0 = 0{,}1\, H$ bis 0,12 und ein vorläufiger Wert von $c_1 = \sqrt{(H_1 - y_0)\, 2\, g}$. Man zeichnet den Radumfangskreis, trägt im Punkt B c_1 nach Grösse und Richtung an, ebenso v, womit α und w_1 bestimmt sind, durch das Parallelogramm der Geschwindigkeiten. Fällt w_1 sehr nahe in die Richtung des äussersten Schaufelelementes und ist es kleiner als v, so können die Werte von H_1 und r beibehalten werden, anderenfalls ist entsprechend zu ändern.

XVI. Berechnung des Wirkungsgrades. Der Verlust y_0 wurde unter XV mit bestimmt, der Gefälleverlust y_1 beim Eintritt des Wassers in das Rad wird (Fig. 51) in gleicher Weise bestimmt, wie es in § 12 in Bezug auf Fig. 43 erläutert wurde. Auch die Verluste y_r y_2 y_u y_z und y_s werden genau so ermittelt, wie beim rückenschlächtigen Kropfrade in § 12 und 13 erklärt; der Wirkungsgrad folgt dann schliesslich nach Gleichung 84, welche lautet

$$\eta = \frac{H - y_0 - y_1 - y_r - y_u - y_2 - y_z - y_s}{H}.$$

§ 15. Das gewöhnliche unterschlächtige Wasserrad.

Beim gewöhnlichen unterschlächtigen Wasserrade, welches hauptsächlich bei sehr kleinen Gefällen (bis 1 Meter) vorkommt, tritt das Wasser nahe an der tiefsten Stelle in das Rad ein, mit einer Geschwindigkeit, welche dem ganzen Gefälle so nahe entspricht, als dies in Rücksicht auf Reibungs- u. s. w. Verluste möglich ist. Entweder wird das Rad mit Spannschützen versehen, oder es läuft in freiem Strome, wie bei Schiffmühlen. Die Wirkung des Wassers beruht auf dem Stoss des rasch fliessenden

Fig. 52.

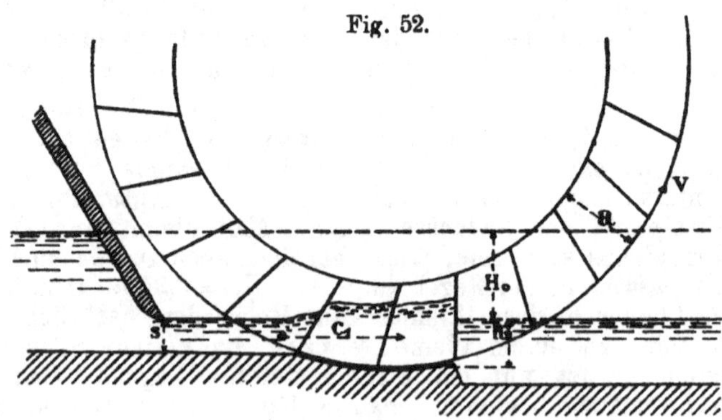

Wassers gegen die langsamer rotierenden Schaufeln. Wie schon am Schlusse des § 9 erklärt wurde, ist selbst im günstigsten Falle hierbei nur ein Wirkungsgrad $\eta = 0{,}5$ möglich, welcher in Wirklichkeit beim unterschlächtigen Wasserrad noch viel kleiner ausfällt, weil ein Teil des Wassers unbenutzt zwischen Rad und Gerinne durchfliesst, weil die Zapfenreibung und dergleichen mehr in Betracht kommt, so dass höchstens auf $\eta = 0{,}25$ bis $0{,}35$

zu rechnen ist. In der Regel kann man aber an Stelle des gewöhnlichen unterschlächtigen Wasserrades entweder ein besseres Wasserrad oder eine Turbine anwenden und man wird deshalb heute nur sehr selten auf Erbauung eines unterschlächtigen Wasserrades älterer Art zurückkommen. Deshalb sollen nachstehend nur die Hauptregeln für die Berechnung angegeben werden, ohne auf eine genauere Herleitung und Begründung einzugehen.

Die Bezeichnungen sind aus der Fig. 52 zu ersehen und sind, soweit sie dort nicht vorkommen, die gleichen wie in den vorhergehenden Paragraphen.

Beim unterschlächtigen Wasserrad mit Spannschützen und kleinem Kropf an der tiefsten Stelle (siehe Fig. 52) mache man

$$r = 2 \text{ Meter bis } 3{,}5 \text{ Meter} \quad \ldots \quad 108.$$

Die Kranztiefe

$$a = 0{,}35 \text{ Meter bis } 0{,}45 \text{ Meter} \quad \ldots \quad 109.$$

Die Neigung des Schützen, welcher so nahe als möglich an das Rad herangerückt wird, gegen die Vertikale wird bestimmt durch den Winkel

$$\vartheta = 30^{\circ} \quad \ldots \quad 110.$$

Die Schaufelteilung kann annähernd bestimmt werden aus

$$e = 0{,}75\, a + 0{,}1 \text{ Meter} \quad \ldots \quad 111.$$

Der Kropfbogen soll zwei Schaufelteilungen umfassen.

Die Schaufeln sind eben und sollen so gegen den Radumfang geneigt sein, dass sie beim Austritt aus dem Kropf senkrecht stehen.

Die Eintrittsgeschwindigkeit in das Rad, c_1, welche auch sehr nahe gleich der Ausflussgeschwindigkeit unter dem Schützen ist, kann man, da c_0 gewöhnlich sehr klein ist und zum grössten Teile verloren geht, berechnen aus

$$c_1 = \varphi \sqrt{2\, g\, H_0} \quad \ldots \quad 112,$$

worin $\varphi = 0{,}95$ gesetzt werden darf.

Den Füllungskoeffizienten nehme man an zu

$$k = 0{,}5 \quad \ldots \quad 113.$$

Die günstigste Umfangsgeschwindigkeit entspricht dem Werte

$$v = 0{,}4 \sqrt{2\, g\, H_0} = 1{,}77 \sqrt{H_0} \quad \ldots \quad 114.$$

Die Radbreite b folgt wie bisher aus $b = \frac{Q}{k \cdot v \cdot a}$.

Die Strahlbreite aus $b_0 = b - 0{,}1$ Meter bis $b - 0{,}15$ Meter.

Die Strahlstärke s ist bestimmt durch die Gleichung

$$\mu \cdot s\, b_0 \sqrt{2\, g\, H_0} = Q \quad \ldots \quad 115$$

oder

$$s = \frac{Q}{\mu\, b_0 \sqrt{2\, g\, H_0}} \quad \ldots \quad 116,$$

worin nach Tabelle 5 im § 1 für einen Neigungswinkel $\vartheta = 30^0$, $\mu = 0,75$ zu setzen ist.

Der Spiegel des aus dem Rad abfliessenden Wassers soll, wie Fig. 52 andeutet, in gleicher Höhe mit dem des zufliessenden Wasserstromes liegen, was die Anordnung eines Gerinneabfalles bedingt. Hinsichtlich der Abflussgeschwindigkeit c_3' gilt das in den vorangehenden Paragraphen Gesagte.

Der Boden des Zuflussgerinnes soll vom Schützen bis an das Rad eine Neigung von $^1/_{20}$ haben.

Häufig geht das Gerinne ohne jeden Kropf gerade unter dem Rade fort und wird dann Schnurgerinne genannt. Eine besondere Art der unterschlächtigen Räder mit Schnurgerinne sind die Pansterräder, so genannt nach den Pansterzeugen. Das sind Hebevorrichtungen, vermittelst welcher die Höhenlage der Radachse, dem Unterwasserstand entsprechend, derart verändert werden kann, dass das Rad nicht zu tief eintaucht. Dass bei solchen Rädern, die wohl kaum noch neu erbaut werden, der Wirkungsgrad infolge des grossen Spielraumes zwischen Rad und Gerinne, welcher bei Hebung der Achse entstehen muss, ein besonders schlechter ist, ist selbstverständlich.

§ 16. Das Poncelet-Rad.

Der minderwertige Wirkungsgråd unterschlächtiger Räder hat den französischen Ingenieur Poncelet zur Erfindung der nach ihm benannten Wasserräder veranlasst, bei denen das Wasser auch nur drch das der Geschwindigkeit entsprechende Arbeitsvermögen wirkt, wie beim gewöhnlichen unterschlächtigen Rade, aber nicht wie bei diesem durch Stoss, sondern durch steten Druck infolge allmählicher Geschwindigkeitsentziehung an gekrümmten Schaufeln.

Diese Räder waren zur Zeit ihrer Erfindung (1826) von grösserer Bedeutung, jetzt werden sie infolge des langsamen Ganges und der verhältnismässig grossen Kosten kaum noch gebaut und es soll deshalb von der Darlegung der sehr interessanten, aber auch etwas weitläufigen Theorie derselben abgesehen werden und nur die für die Konstruktion wichtigsten Resultate derselben mitgeteilt werden. Die betreffenden Angaben sind dem das Poncelet-Rad ganz ausführlich behandelnden § 28 des III. Bandes der Grashofschen „Theoretischen Maschinenlehre" entnommen. Zu eingehenderem Studium des Poncelet-Rades mag man sich an diese Quelle oder auch an Weissbach-Hermanns „Handbuch der Ingenieur- und Maschinenmechanik", Band II, Abteilung 2, halten.

Das Poncelet-Rad ist für Gefälle von 0,5 Meter bis 2 Meter gebaut worden, sein Hauptanwendungsgebiet liegt jedoch zwischen 0,75 bis 1,5 Meter Gefälle, der Wirkungsgrad soll $\eta = 0,60$ bis 0,65 sein. Das Wasser wird durch eine Spannschütze und mit der vollen möglichen Geschwindigkeit in das Rad geleitet; der

Wasserspiegel des abfliessenden Stromes soll in gleicher Höhe mit dem des zufliessenden stehen. Das Gerinne ist mit einem kleinen Kropfe versehen, welcher ungefähr zwei Schaufelteilungen umfasst. Die Schaufeln sind derartig gekrümmt, dass das Wasser

Fig. 53.

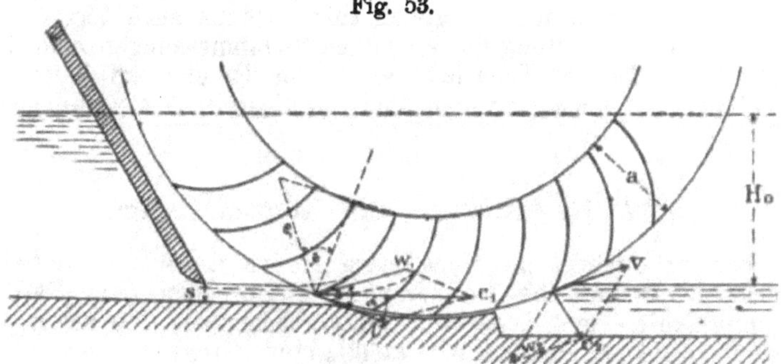

seine Bewegung längs der Schaufel ohne Stoss beginnt, so hoch daran in die Höhe fliesst, als es bei der obwaltenden Geschwindigkeit und den Bewegungswiderständen möglich ist und dann dieselbe Bewegung rückwärts macht. Der Punkt, in welchem das Wasser dann wieder aus dem Rade tritt, liegt annähernd in gleicher Höhe wie der Punkt, in welchem es eintrat, die relative

Gefälle	$H =$	0,5 bis 1 Meter	1 bis 1,5 Meter	1,5 bis 2 Met.
Radius des äusseren Radumfanges	$r =$	H + 1 Meter	H + 1	H + 1
Umfangsgeschwindigkeit	$v =$	$0{,}5\sqrt{2gH}$	$0{,}5\sqrt{2gH}$	$0{,}5\sqrt{2gH}$
Schaufelzahl	$z =$	32 + 8 H	32 + 8 H	32 + 8 H
Absolute Eintrittsgeschwindigkeit des Wassers	$c_1 =$	$0{,}97\sqrt{2gH}$	$4{,}1\sqrt{H}$	$4{,}1\sqrt{H}$
Höhe der Schützenöffnung	$s =$	0,06 r	(0,04 + 0,02 H) r	0,08 r
Kranztiefe	$a =$	0,1 + 0,4 H Met.	0,2 + 0,3 H	0,25 + 0,3 H
Breite des einfliessenden Strahles	$b_0 =$	$\frac{Q}{c_1 s}$	$\frac{Q}{c_1 s}$	$\frac{Q}{c_1 s}$
Winkel zwischen c_1 und v	$\alpha =$	$(12 + 4H)^0$	$(14 + 2H)^0$	18^0
Schaufelwinkel, Winkel zwischen w_1 und v	$\beta =$	$(2\alpha + 1 - H)^0$	2α	36^0
Radius der Schaufelkrümmung	$\rho =$	0,2 + 0,6 H Met.	0,8 Meter	1 Meter
Neigung des Gerinnebodens		$2{,}5^0$	2^0	$\left(1+\frac{H}{2}\right)^0$

Geschwindigkeit w_2 beim Austritt ist nur wenig verschieden von der relativen Geschwindigkeit w_1 beim Eintritt, die absolute Austrittsgeschwindigkeit c_2 aber ist wesentlich kleiner als die absolute Einflussgeschwindigkeit c_1. Die Geschwindigkeit c_3', mit welcher im Untergraben der Abfluss beginnt, soll der Horizontalkomponente von c_2 nahezu gleich sein. (Siehe auch Fig. 53.)

Die zur Bestimmung der einzelnen Radabmessungen erforderlichen Resultate der Theorie sind in der Tabelle auf Seite 115 enthalten. Die Bezeichnungen sind aus Fig. 53 zu ersehen bezw. die früheren.

§ 17. Regulierung der Wasserräder.

Die Arbeitsleistung eines Wasserrades muss dem Arbeitsverbrauch des betriebenen Werkes so entsprechen, dass die Umdrehungszahlen der Triebwerkswellen höchstens innerhalb gewisser von der Betriebsart abhängiger Grenzen schwanken. Andererseits darf, wenigstens nicht längere Zeit, der Wasserverbrauch die Zuflussmenge nicht übersteigen. Treten also zeitweilig längere Perioden eines die normale Leistung übertreffenden Arbeitsbedarfes ein, so darf das Wasserrad bei normalem Gange nicht die volle verfügbare Wassermenge verbrauchen, wenn der Betrieb auf das Wasserrad allein und nicht etwa noch auf eine Dampfmaschine etc. angewiesen ist.

Kann man nun das bei normaler oder unter normaler Leistung übrige Wasser in einem Sammelteiche zurückhalten, so ist die Möglichkeit, Verluste an Arbeitsvermögen hintan zu halten da, muss man aber in der Zeit des durchschnittlichen normalen Arbeitsbedarfes das überschüssige Wasser durch das Freigerinne weglaufen lassen, so entstehen dadurch Arbeitsverluste, welche nicht unbedeutend sein können und im übrigen charakteristisch für solche Motoren sind, welche ein Arbeitsvermögen nutzbar machen, dessen jeweilige Grösse nicht vom Menschen willkürlich bestimmt werden kann.

Während wir bei der Dampfmaschine das Arbeitsvermögen nach Bedarf erzeugen, beziehentlich aus einer Form in die andere umwandeln, können wir beim hydraulischen Motor höchstens in wenigen günstigen Fällen von der Natur gebotenes Arbeitsvermögen kürzere Zeit aufspeichern, in der Regel muss es entweder annähernd ganz so verbraucht werden wie es geboten wird oder der nicht gebrauchte Teil wird unnütz vernichtet.

Tritt eine Periode geringeren Wasserzuflusses ein, so muss, wenn nicht ein Motor anderer Art den Fehlbetrag an Arbeit ersetzt, natürlich der Arbeitsverbrauch des Betriebes beschränkt werden. Damit er möglichst wenig beschränkt werde, ist es wichtig, dass der Wirkungsgrad des Wasserrades auch bei einer kleineren Aufschlagwassermenge als die normale ein möglichst hoher sei. In dieser Hinsicht haben im grossen und ganzen alle Wasserräder die gute Eigenschaft, dass der Wirkungsgrad innerhalb der praktischen Grenzen wenig von der Veränderung der Zuflussmenge abhängt. Die Spannschützen sind noch am wenigsten vorteilhaft, weil bei ihnen das Auftreffen des Wassers im Rade gerade dann besonders tief unter dem Oberwasserspiegel erfolgt, wenn die Wassermenge am kleinsten ist. Beim oberschlächtigen Rade macht das keinen sonderlichen Eindruck und wird aufgewogen durch den späteren Beginn des Ausflusses aus dem Rade, bei den tiefschlächtigen Rädern dagegen ist der Nachteil merklicher. Vollkommener sind in dieser Beziehung der Koulisseneinlauf und der Ueberfalleinlauf. Der Koulissenschützen muss natürlich so angeordnet sein, dass bei kleinster Wassermenge nur die oberste Koulisse geöffnet ist. Der Ueberfalleinlauf wäre überhaupt am besten, wenn man die Gestalt des überfliessenden Strahles etwas zuverlässiger bestimmen könnte und die Form des Leitbleches der Strahlform bei verschiedenen Ueberfallhöhen genau entspräche.

Wenn hier unter Regulierung einstweilen immer nur die Anpassung der Aufschlagmenge an den Arbeitsbedarf oder das Zuflussquantum verstanden wird, so kann man wohl sagen, dass in arbeitsökonomischer Beziehung die Möglichkeit einer vollkommenen Regulierung geboten ist, in Rücksicht auf Einhaltung der gewünschten Umdrehungszahlen sieht die Sache etwas weniger gut aus. Hydraulische Motoren lassen sich in dieser Hinsicht nicht so leicht beeinflussen wie Dampfmaschinen, die Trägheit der bewegten Wassermassen erschwert das rasche Erreichen einer neuen Gleichgewichtslage durch die Regulierung der Zuflussmenge ausserordentlich und man darf bei hydraulischen Motoren, wenigstens für den Fall grösserer Schwankungen im Arbeitsverbrauch, weder zu viel fordern noch versprechen.

Das hier über die Regulierung Gesagte mag einstweilen genügen, es wird später noch weiter davon die Rede sein und Gelegenheit genommen werden, das Vorstehende zu ergänzen.

§ 18. Die Anordnung der Kraftübertragung und der Einzelteile bei Wasserrädern.

Die Uebertragung der Kraft vom Wasserrad auf das zu treibende Werk erfolgt, sofern nicht, wie bei Pochwerken, Hämmern u. s. w., die zu treibende Maschinenwelle mit der Wasserradwelle direkt verkuppelt ist, oder, wie bei Pumpwerken, die Kurbel auf der Wasserradwelle sitzt, in der Regel durch Zahnräder. Gewöhnlich ist dabei die Umdrehungszahl der zu treibenden Welle so gross, dass eine mehrfache Uebersetzung vom Langsamen in das Schnelle erforderlich ist und zwischen Wasserradwelle und Transmission noch ein oder zwei, häufig auch noch mehr Vorgelegewellen eingeschaltet werden. Das Zahnrad auf der Wasserradwelle, meistens ein Stirnrad, macht man immer möglichst gross und man hat deshalb vielfach die durch Fig. 1, Taf. 8, schematisch dargestellte Anordnung gewählt, bei welcher der Zahnkranz an den einen Stirnkranz des Wasserrades, oder auch an das eine Armsystem desselben angeschraubt ist. Hierbei sucht nun die im Zahnkranz wirkende Kraft den einen Stirnkranz des Wasserrades samt seinem Armsystem gegen den anderen zu verdrehen, woraus wieder eine ungünstige Beeinflussung der Haltbarkeit folgt. Man vermeidet diese, indem man, wie die schematische Fig. 2, Taf. 8, zeigt, auf beiden Stirnseiten einen Zahnkranz anbringt. Letztere Konstruktion ist aber verhältnismässig sehr kostspielig und hat, ebenso wie die erstgenannte, immer noch den Nachteil, dass die Zahnkränze dem Wasser zu sehr ausgesetzt sind und sich deshalb rascher als sonst nötig abnutzen. Die beste Anordnung ist deshalb immer noch die durch Fig. 3, Taf. 8, angedeutete, bei welcher ein völlig vom eigentlichen Wasserrad gesondertes Zahnrad mit eigenem Armsystem auf der Welle so sitzt, dass es dem Wasser entzogen ist.

Was die sonstige Anordnung der Vorgelege betrifft, so ist besonders danach zu streben, dass der Zahndruck die Wasserradwelle zu entlasten sucht und die Vorgelegewelle in ihrem Lager festhält, so dass diese nicht zum Schlagen geneigt werden kann. Die Anforderung erfüllt die in Fig. 4, Taf. 8, angegebene Anordnung, bei welcher der vom Widerstand leistenden Getriebe ausgeübte Zahndruck nach oben wirkt.

Die Abmessungen der Zahnräder sind nach den für wichtige Triebwerksräder giltigen Regeln der Maschinenbaukunde zu ermitteln, deren Besprechung nicht Gegenstand dieses Buches ist.

Die Wasserräder selbst werden, wie schon früher erwähnt, teilweise ganz aus Holz, teilweise aus Holz und Eisen und teilweise ganz aus Eisen hergestellt. Welche Bauart die richtigste ist, wird meistens eine Geldfrage sein, bei deren Entscheidung die örtlichen Verhältnisse oft ausschlaggebend sind. In Rücksicht auf den Wirkungsgrad und die Haltbarkeit sind wenigstens Schaufeln aus Eisenblech besonders bei Zellenrädern sehr erwünscht. Die Bauart mit steifen auf Zug und Biegung beanspruchten Armen ist jetzt wohl die vorherrschende, bei älteren Rädern findet man wohl auch das sogenannte Suspensionsprinzip angewandt, welches darin besteht, dass das Rad durch verhältnismässig schwache Stangen (die dann nur auf Zug beansprucht sind) so mit der Welle verbunden ist, dass es an dieser gleichsam aufgehangen ist. Die in der gerade unten befindlichen Radhälfte sitzenden Arme haben dann das Gewicht des ganzen Rades zu tragen, vorausgesetzt, dass die Radkränze starr genug sind. Das Suspensionsprinzip ist stets mit der durch Fig. 2, Tafel 8, dargestellten Zahnkranzanordnung verbunden, die Welle ist dann allerdings nicht auf Verdrehung beansprucht, aber die Zahnradanordnung ist, wie oben gezeigt, nicht so besonders empfehlenswert.

Die hölzernen Schaufeln — Tannenholz, Kiefer, Eiche — werden 25 bis 40 mm stark gemacht, je breiter desto stärker natürlich. Damit der Wasserstoss gegen die äusseren Schaufelkanten möglichst beschränkt wird, werden die Schaufel in der durch Fig. 39 gezeichneten Weise zugeschärft. Zur Befestigung der hölzernen Schaufel in den hölzernen Radkränzen sind in letztere 15 bis 20 mm tiefe Nuten eingestemmt, in welche die Schaufeln eingesetzt werden, die Kränze werden durch eiserne Anker von 15 bis 20 mm Durchmesser verschraubt, so dass die Schaufeln fest zwischen ihnen sitzen.

Eiserne Schaufeln werden in der Regel aus Schmiedeeisenblech hergestellt und erhalten dann, je nach Breite und Schaufelform, eine Dicke von 3 bis 7 mm, 4 mm ist ein häufig anzutreffender Wert. Eiserne Schaufeln werden mit hölzernen Kränzen verschraubt und zwar unter Zuhilfenahme von Winkeleisen, welche an die Schaufeln angenietet werden, bei eisernen Kränzen erfolgt die Verbindung in der Regel lediglich durch Nietung.

Die hölzernen Kränze der Zellenräder werden aus einzelnen Stücken — Felgen — zusammengesetzt. Die einen Ring bildenden Felgen heissen zusammen eine Felgenlage. Jeder Kranz besteht aus 2 Felgenlagen, die mit verwechselten Stossfugen aufeinander liegen.

Die Stärke einer Felgenlage schwankt je nach dem Durchmesser und der Kranztiefe des Rades von 40 bis 80 mm. Die einzelnen Felgen müssen um so kürzer werden, je kleiner der Raddurchmesser und je grösser die Kranztiefe ist, ferner je schmäler die zu verwendenden Bohlen sind. Sehr lange Felgen sind nicht vorteilhaft, weil zu viel Holz verschnitten wird.

Müssen bei Anwendung von Holzschaufeln in die innere Felgenlage Nuten eingestemmt werden, so ist dies bei der Wahl der Felgenstärke derart zu berücksichtigen, dass auch an den durch Nuten geschwächten Stellen mindestens 40 mm Holzstärke bleiben.

Die Verbindung der einzelnen Felgenlagen zum Kranze erfolgt durch hölzerne Nägel oder Schrauben von 30 mm Stärke, dieselben sind unter sich 180 mm und vom Rande wenigstens 60 mm entfernt. Die hölzernen Arme werden an die Kränze angeblattet und mit eisernen Schrauben verschraubt, wie Fig. 5, Taf. 7, zeigt. Die Verbindung mit der Welle erfolgt bei hölzernen Wellen in der Weise, dass die Arme entweder durch die Welle hindurch gesteckt werden, wodurch letztere geschwächt wird, oder in der Weise, wie Fig. 8, Tafel 8, zeigt, um die Welle gelegt werden (Sattelarme), oder schliesslich, indem sie an eisernen Naben verschraubt werden.

Die eisernen Naben für Holzarme, in der Regel aus Gusseisen hergestellt, werden so angeordnet, dass die von den Armen übertragenen Kräfte durch Rippen aufgenommen werden, sowohl in radialer als tangentialer Richtung. Der feste Sitz der Arme in den Naben wird erzielt, indem man die Vertiefungen der Nabe, welche die Armenden aufnehmen, in axialer Richtung zum Rade etwas konisch gestaltet, so dass sich das gleichgestaltete Armende beim Anziehen der Befestigungsschrauben keilartig einpresst.

Als Beispiel von Naben für Holzarme diene Fig. 1, Taf. 5 (aus Bach „Die Wasserräder"). Die hölzernen Wellen werden mit Vorliebe aus Eichenholz gemacht, doch findet man, besonders bei billigen und kleinen Rädern, auch Nadelholz. Die hölzernen Wellen werden mit eisernen Zapfen versehen und mit eisernen Ringen armiert. Die gebräuchlichsten Anordnungen werden durch die Fig. 1 und 6, Taf. 9 (aus Bach „Maschinenelemente") veranschaulicht.

Die Stärke der Welle ist zu berechnen in Rücksicht auf Biegung und Verdrehung, bei den Zapfen ist die Einwirkung der Nässe auf die Abnützung zu beachten.

Eiserne Radkränze werden, sofern sie die Stirnflächen des Schaufelkranzes abschliessen, wie z. B. bei den Zellenrädern, aus Schmiedeeisenblech hergestellt. Die Blechstärke ist abhängig von den Raddimensionen und ist insbesondere auch in Rücksicht darauf genügend gross zu wählen, dass der Kranz in sich steif genug sein muss, um die Lage der Arme gegeneinander einwandfrei zu sichern.

Die vorkommenden Stärken liegen bei solchen Blechkränzen zwischen 4 und 7 mm.

Man kann bei einigermassen grösseren Rädern die Kränze nicht ungeteilt transportieren, sie werden dann in einige gleiche Teile zerlegt, die am Aufstellungsort nur zusammengefügt zu werden brauchen.

In welcher Weise die Kränze anzuordnen sind, zeigen die Tafeln ausgeführter Wasserräder.

Um die Kränze möglichst leicht halten zu können, dabei aber doch die nötige Steifheit und Festigkeit zu erzielen, hat man sie als Gitterwerk hergestellt, z. B. in der Weise, wie die Fig. 7, Taf. 8, zeigt, welche dem Werke „Die Wasserräder" von Bach entnommen ist. Professor von Bach hat derartige Räder mehrfach ausgeführt und empfiehlt die Konstruktion. Bei Rädern mit offenen Stirnseiten werden, wie auch die Beispiele auf unseren Tafeln zeigen, zur Befestigung der Schaufelstühle u. s. w. mehrere schmale Kranzringe angeordnet, die unter sich durch die Schaufeln einesteils und gitterartige Verstrebungen andererseits zusammengehalten werden.

Das eigentliche Armsystem reicht dann häufig nur bis zum inneren Kranz. Die Kranzringe solcher Räder sind wohl zuweilen auch in Gusseisen ausgeführt worden, jetzt dürfte man, wenigstens bei grösseren Durchmessern, kaum etwas anderes als Schmiedeeisen in Form von Walzeisen verwenden.

Die Arme ganz eiserner Räder werden jetzt ebenfalls in der Regel aus Schmiedeeisen (Walzeisen) hergestellt, das ist einfach, solid und billig, gusseiserne Arme sind weder so wohlfeil noch so zuverlässig. Die Naben werden dagegen am besten aus Gusseisen hergestellt, sie sollen einfache Formen haben, die nicht zu Gussspannungen neigen. Mitunter bilden die Naben gleich mit dem zugehörigen Armsystem ein Gussstück. Das kann in manchen

Fällen bei kleinen Durchmessern des Armsystems empfehlenswert sein. Fig. 4, Taf. 9, zeigt eine solche Konstruktion.

Die schmiedeeisernen Arme werden in der Regel einfach mit der Nabe vernietet, wie es die Taf. 5, 6, 7 u. s. w. zeigen. Die Nieten sollen reichlich stark genommen werden, wie Bach hervorhebt, schon in Rücksicht auf die erforderliche Stärke der Heftschrauben, welche beim Zusammenpassen der Radteile in der Werkstatt in die Nietlöcher kommen.

Eine sehr vollkommene, insbesondere für grosse, sehr sorgfältig zu arbeitende Räder geeignete Verbindung der Arme und Nabe stellen die aus Bach, „Die Wasserräder" entlehnten Fig. 6, 7, 8, Taf. 7, dar. Die Arme werden mit der Nabe durch Keile verspannt, welche gespalten sind und nach der Einpassung aufgetrieben werden.

Die eisernen Wellen werden jetzt auch ganz vorwiegend aus Schmiedeeisen, und zwar Flusseisen, gemacht. Die Daseinsberechtigung der gusseisernen Wellen ist bei der leichten, verhältnismässig wohlfeilen Erhältlichkeit schmiedeeiserner Wellen jeder Abmessung eigentlich erloschen, höchstens können manchmal noch hohle gusseiserne Wellen in Betracht kommen.

Die gusseisernen Achsen mit gerippten Querschnitten sind, wie Bach und andere schon längst hervorgehoben haben, geradezu konstruktiv falsch.

Die Lager für Wasserradwellen sind meistens recht einfacher Art, manchmal wirklich zu einfach. Es ist empfehlenswert, gusseiserne Lager mit Sohlplatten zu verwenden. Die Lager können zwar offen sein in Hinsicht auf die stete Anpressung der Welle nach unten, aber schon die Rücksicht auf gute Erhaltung der Zapfen lässt die Anordnung von leichten Deckeln erforderlich erscheinen.

Bei Kropfrädern, wo es wegen thunlichster Beschränkung der Schaufelspaltweiten auf genaue Lagerung ankommt, verwendet man Lager mit verstellbarer Unterschale. Fig. 2, Taf. 9, zeigt ein solches Lager, wie es Bach in seinen Maschinenelementen angibt. Bei diesem wird die gusseiserne Unterschale durch einen darunter liegenden verstellbaren, schmiedeeisernen Keil gehoben oder gesenkt. Der Keil läuft oben und unten auf Bronzeleisten, die Mutter zur Stellschraube des Keiles ist ebenfalls aus Bronze. Näheres ist in der angegebenen Quelle zu finden.

Der sogenannte Radboden, welcher bei manchen Rädern den Schaufelkranz nach innen abschliesst, ist am besten stets aus Holz zu machen, auch bei sonst ganz eisernen Rädern. Blechböden sind weniger angenehm wegen des grösseren Lärmes, welchen das aufschlagende Wasser und dergleichen hervorruft, immerhin sind Blechböden sehr häufig. Die Stärke der hölzernen Böden empfiehlt Bach bei Eichenholz zu 25 bis 30 mm, bei Kiefernholz 30 bis 35 mm zu wählen.

Vierter Teil.

Die Turbinen.

---

§ 19. Wirkung des Wassers in den Turbinen.

Das Wasser wirkt in den Turbinen nicht, wie z. B. im wesentlichen beim oberschlächtigen und rückenschlächtigen Wasserrad durch sein Gewicht, auch nicht wie bei den einfachen unterschlächtigen Rädern durch Stoss, ein solcher soll wenigstens bei guten Turbinen möglichst vermieden werden, sondern durch allmähliche Abgabe des ihm infolge seiner Geschwindigkeit innewohnenden Arbeitsvermögens. Diese Wirkung kommt dadurch zu stande, dass man das Wasser aus einem feststehenden Leitapparat, in geeigneter Richtung, mit der vollen, bei dem Gefälle der betreffenden Wasserkraftanlage möglichen Ausflussgeschwindigkeit oder wenigstens mit einem erheblichen Teile derselben, gegen zweckentsprechend gekrümmte Schaufeln eines in Umdrehung befindlichen Laufrades, dem die Arbeit aufnehmenden und übertragenden Bestandteile der Turbine, strömen lässt. Das Wasser wird durch die Schaufeln gezwungen, die Richtung seiner Bewegung stetig zu ändern, übt dabei einen Druck auf die Schaufeln aus und fliesst schliesslich nach dem Durchströmen der von den Schaufeln im Laufrad gebildeten Kanäle von diesem mit einer Geschwindigkeit ab, welche gegen die dem ganzen Gefälle entsprechende Ausflussgeschwindigkeit um so kleiner ist, je mehr Arbeit dem Wasser in der Turbine entzogen wurde.

Die Geschwindigkeit, mit welcher das Wasser aus dem Leitapparat, Leitrade, tritt, nennt man die absolute Ausflussgeschwindigkeit aus dem Leitrade. Hat diese absolute Ausflussgeschwindigkeit die volle bei dem betreffenden Gefälle mögliche Grösse, so nennt man die Turbine eine Druck-(Aktions-)Turbine, erfolgt dagegen der Ausfluss aus dem Leitrade mit nur einem Teile der möglichen Geschwindigkeit, so hat man es mit einer Ueberdruckturbine (auch Reaktionsturbine genannt) zu thun, weil dann dem

Wasser nach dem Austritt aus dem Leitrad noch ein hydraulischer Ueberdruck innewohnt.

Die Geschwindigkeit, mit welcher das Wasser an den rotierenden Laufradschaufeln entlang strömt, nennt man relative Geschwindigkeit, beim Eintritt in das Laufrad also relative Eintritts-, beim Austritt relative Austrittsgeschwindigkeit. Die Geschwindigkeit, mit welcher das Wasser das Rad thatsächlich verlässt, mit der es in den Raum um die bezw. unter der Turbine strömt, nennt man absolute Ausflussgeschwindigkeit aus dem Laufrade, sie ist die Resultante aus der relativen Austrittsgeschwindigkeit und der Umfangsgeschwindigkeit.

Bei den Druckturbinen behält, abgesehen von Reibungsverlusten und der Höhe des Laufrades bei Axialturbinen, das Wasser die relative Eintrittsgeschwindigkeit bei, es füllt, wie später noch weiter gezeigt wird, die Kanäle des Laufrades im allgemeinen nicht an allen Stellen voll aus.

Bei den Ueberdruckturbinen dagegen muss wegen des beim Eintritt in das Laufrad vorhandenen Ueberdruckes das Wasser die Kanäle überall ausfüllen, und weil bei diesen Turbinen die senkrecht zur Schaufelkurve gemessenen wassererfüllten Querschnitte abnehmen nach dem Austritt zu, muss die relative Geschwindigkeit beim Durchfluss durch das Laufrad wachsen. In diesem Anwachsen der relativen Geschwindigkeit bethätigt das nicht zur Erzeugung der absoluten Ausflussgeschwindigkeit aus dem Leitrade und zur Ueberwindung von Reibung u. dergl. verbrauchte Gefälle seine Wirkung.

Fig. 10, Taf. 2, stellt Leit- und Laufkanal einer Druckturbine, Fig. 12, Taf. 2, dasselbe bei einer axialen Ueberdruckturbine, Fig. 9 und Fig. 11, Taf. 2, stellen die zugehörigen Kranzquerschnitte von Leit- und Laufrad dar. In diesen Figuren ist A B die absolute Ausflussgeschwindigkeit aus dem Leitrade, A C und E H sind die hier gleichen Umfangsgeschwindigkeiten des Laufrades an der Eintritts- und der Austrittsseite, A D ist die relative Eintritts-, E G die relative Austrittsgeschwindigkeit, E F die absolute Austrittsgeschwindigkeit aus dem Laufrade. Die Figuren zeigen die vorstehend besprochenen Geschwindigkeits- und Querschnittsänderungen ohne weitere Erläuterung.

§ 20. Allgemeine Anordnung und Arten der Turbinen.

Jede Turbine, wenigstens der jetzt noch gebräuchlichen, vollkommenen Systeme, muss also nach vorhergehendem einen Leitapparat besitzen, welcher den Abschluss der Wasserzuleitung bildet, ferner besteht sie aus einem Laufrad, dessen Schaufeln die Kraftwirkung des Wassers vermitteln. Das Laufrad selbst sitzt fest auf einer mit ihm rotierenden Welle, welche zur Weiterleitung und Abgabe der Arbeit dient und in geeigneter Weise gelagert ist. Den Zwischenraum zwischen Leit- und Laufrad, der aus praktischen Gründen nicht verschwindend gemacht werden kann, nennt man Spalt.

Schon im vorigen Paragraphen ist auf die Einteilung der Turbinen in Druck- und Ueberdruckturbinen hingewiesen worden, ausserdem können die Turbinen noch verschiedener Art sein in Bezug auf Anordnung des Leitrades und Laufrades, in Bezug auf ihre Aufstellungsart u. s. w.

Die Fig. 1 bis 7, Taf. 2, stellen die gebräuchlichen Anordnungen in Vertikalschnitten schematisch dar; das Leitrad ist bezeichnet mit a, das Laufrad mit b, die Welle mit w, die Wasserzuleitung mit o, das Unterwasser mit u.

Wenn man das Wasser in der Richtung der Turbinenachse durch die Turbine führt, wenn sich also z. B. bei senkrechter Achse die Laufradkanäle unter den Leitkanälen hinbewegen, so nennt man die betreffende Turbine axial beaufschlagt, Axialturbine (Fig. 1, 2, 3, Taf. 2). Fliesst dagegen das Wasser in radialem Sinne hindurch, umgibt also der Schaufelkranz des Laufrades konzentrisch den des Leitrades, oder umgekehrt, so heisst die Turbine innen bezw. aussenschlächtige Radialturbine (Fig. 4, 5, 6, sowie Fig. 7, Taf. 2). Man kann nun dem Laufrad auf seinem ganzen Umfange Wasser aus dem Leitrade zuführen, dann ist die Turbine eine Vollturbine, oder man kann die Anordnung so treffen, dass nur auf einem Teile des Umfanges der Zufluss stattfindet, dann liegt eine Partialturbine vor (Vollturbine z. B. Fig. 1 u. s. w., Partialturbine Fig. 5, Taf. 2). Eine viel gebräuchliche Aufstellungsart, bei manchen Turbinen die günstigste, ist im allgemeinen die, dass sie unmittelbar frei über dem Unterwasser ausgiesst (Fig. 1, Taf. 2), jedoch lässt man auch die Turbine im Unterwasser umgehen (Fig. 3, Taf. 2) und stellt sie besonders in der neueren Zeit sehr häufig auch verhältnismässig hoch über dem Unterwasser auf, mit dem sie dann durch ein bis zum Leitapparat reichendes, das Laufrad umschliessendes Rohr in Verbindung steht. Dieses Rohr taucht natürlich in das Unterwasser soweit ein, dass Schwankungen im Stande desselben nicht etwa die Mündung freilegen und der Luft, die abgesperrt bleiben soll, Zutritt gewähren. Bei einer solchen Turbine — Rohrturbine genannt — wirkt das Gefälle vom Unterwasserspiegel bis zum Laufrad saugend, es dürfte theoretisch so gross sein, dass die Wassersäule dem Druck der Atmosphäre das Gleichgewicht hält, also normal ca. 10,3 Meter, thatsächlich muss es aber kleiner sein, etwa 8 Meter höchstens. Fig. 7, Taf. 2, stellt eine aussenschlächtige Radialturbine obiger Aufstellungsart dar.

Ueber die Vorteile dieser Aufstellungsart wird später noch näher in § 28 die Rede sein.

Der Einbau der Turbinen erfolgt bei niederen Gefällen in unmittelbar an den Obergraben anschliessende gemauerte oder gezimmerte, mitunter auch aus Eisenblech hergestellte, oben offene Kammern; siehe Fig. 1, 7 und 4, Taf. 2. Bei grösseren

Gefällen führt man den Turbinen das Wasser vom Obergraben mittels einer Rohrleitung zu, der Leitapparat ist dann von einem geschlossenen Gehäuse (Kessel, Haube etc.) umgeben, an welches die Rohrleitung anschliesst (Fig. 2 und 3, Taf. 2) oder er bildet nur, wie bei manchen Partialturbinen, einen erweiterten mit Leitschaufeln versehenen Teil der Rohrleitung (Fig. 5 und 6, Taf. 2). Gewöhnlich werden die Turbinen mit stehender Welle gebaut (Fig. 1, 2, 4, 6, 7, Taf. 2), jedoch sind auch solche mit liegender Welle nicht selten (Fig. 3 und 5, Taf. 2). Letztere Bauart, in Verbindung mit Anwendung eines Saugrohres, ermöglicht oft besonders günstige Gesamtanordnungen und ist in neuerer Zeit mit Recht sehr in Aufnahme gekommen.

Leitrad und Laufrad werden meist aus Gusseisen hergestellt, die Schaufeln werden entweder ebenfalls aus Gusseisen gemacht, einzeln, oder aber vorwiegend mit dem Rade in einem Guss gefertigt, oder sie werden aus Eisen- bezw. Stahlblech gebogen und mit eingegossen. In besonderen Fällen werden Laufrad und Leitrad auch aus Bronze, Kanonenmetall etc. hergestellt, aber selten. Die stehenden Wellen der Turbinen sind entweder massive schmiedeeiserne, oder hohle gusseiserne Wellen. Die Hauptlagerung und Stützung erfolgt bei den massiven Wellen durch im Unterwasser befindliche Spurzapfen, oder über dem Oberwasserspiegel angeordnete Ring- oder Kammzapfen. Die hohlen gusseisernen Wellen bekommen immer oben befindliche Spurzapfen, eine Tragstange, deren Achse mit der Wellenachse zusammenfällt und die sich auf einem im Untergraben befindlichen Fundament erhebt, bildet die Unterlage für das Spurlager. Näheres hierüber ist noch in späteren Kapiteln zu besprechen. Fig. 7, Taf. 2, zeigt die Anordnung bei massiver, Fig. 1, Taf. 2, bei hohler Welle. Liegende Wellen werden bei Turbinen wohl ausnahmslos als volle schmiedeeiserne bezw. stählerne Wellen hergestellt.

Theorie der Turbinen.

§ 21. Bezeichnungen.

Zum fortdauernden Gebrauch bei den folgenden Ermittelungen sollen zunächst die Bezeichnungen der wichtigsten für die Berechnung der Turbinen in Betracht kommenden Grössen zusammengestellt werden. Der Leser vergleiche dabei einesteils die schon erwähnten Fig. 10 und 12, Taf. 2, welche die Bezeichnungen der Geschwindigkeiten und Winkel enthalten, anderenteils die Fig. 1, 2, 3, Taf. 3, welche die Gefällebezeichnungen bei den verschiedenen Aufstellungsarten veranschaulichen. Es soll nun bezeichnen:

H das für die Turbine in Betracht kommende Gefälle.

H_0 das Gefälle vom Unterwasser- bis zum Oberwasserspiegel bei der in normalem Gange befindlichen Turbine.

H_1 die Höhe, in welcher der Aufluss aus dem Leitrad über dem Unterwasser erfolgt.

H_2 die Höhe, in welcher der Ausfluss aus dem Laufrade über dem Unterwasser erfolgt.

h_1 der Ueberdruck (über den Atmosphärendruck), welchen das Wasser unmittelbar nach Verlassen des Leitrades, also im Spalt noch besitzt.

h_2 den Ueberdruck (über den Atmosphärendruck), welchen das Wasser nach dem Austritt aus dem Laufrad noch besitzt.

c_0 die Geschwindigkeit des Aufschlagwassers im Obergraben.

c_1 die absolute Ausflussgeschwindigkeit des Wassers aus dem Leitrade.

m die sogenannte Charakteristik, d. h. der Teil des Gefälles H, welcher zur Erzeugung von c_1 verwendet wird, also $c_1 = \sqrt{2 g m H}$.

c_2 die absolute Ausflussgeschwindigkeit des Wassers aus dem Laufrade.

c_3 die Geschwindigkeit des Wassers im Untergraben.

w_1 die relative Eintrittsgeschwindigkeit des Wassers in das Laufrad.

w_2 die relative Austrittsgeschwindigkeit des Wassers aus dem Laufrad.

v_1 die Umfangsgeschwindigkeit des Laufrades an der Eintrittsseite, r_1 zugehöriger Radius.

v_2 die Umfangsgeschwindigkeit des Laufrades an der Austrittsseite, r_2 zugehöriger Radius.

U die Umdrehungszahl des Laufrades pro Minute.

p das Gefälle, welches im Laufrade beschleunigend auf das Wasser wirkt.

c_p die diesem Gefälle entsprechende Geschwindigkeit $c_p = \sqrt{2 g p}$.

α den spitzen Winkel, unter welchem die absolute Ausflussgeschwindigkeit aus dem Leitrade gegen den Radumfang geneigt ist, Winkel, welchen die Leitschaufeln mit dem Radumfang bilden, Winkel zwischen v_1 und c_1.

β den Winkel zwischen v_1 und w_1, Winkel, welchen die Laufradschaufeln an der Eintrittsstelle mit dem Radumfang bilden sollen.

δ den spitzen Winkel zwischen w_2 und v_2, Winkel, unter dem die Laufradschaufeln an der Austrittsstelle gegen den Radumfang geneigt sind.

y_1 den Gefälleverlust infolge der Bewegungswiderstände u. s. w., bei der Bewegung des Wassers bis zum Austritt aus dem Leitrade.

y_2 desgleichen bei der Bewegung durch das Laufrad.

y_3 desgleichen bei der Ausströmung aus dem und beim Abfluss von dem Laufrad bis zum Unterwasser.

f_1 die wirkliche freie Ausflussfläche des Leitrades, gemessen bei Axialturbinen in der Ebene des mittleren Austrittsumfanges, bei Radialturbinen in der entsprechenden Cylinderfläche.

f_2 die wirkliche freie und wassererfüllte Ausflussfläche des Laufrades, in gleicher Weise bestimmt wie f_1.

k der Koeffizient der Radausweitung $k = \frac{f_1}{f_2}$.

z_1 die Zahl der Leitkanäle, s_1 Dicke der Leitschaufeln an der Austrittsstelle.

z_2 die Zahl der Laufradkanäle, s_2 Dicke der Laufradschaufeln an der Eintritts-, s_3 an der Austrittsstelle.

b die lichte Breite des Leitrades an der Ausflussseite.

b_1 und b_2 die lichten Breiten des Laufrades an der Einfluss- und an der Ausflussseite.

e die lichte Weite eines Leitkanales, gemessen im Austrittsumfange des Leitrades.

e_2 die lichte Weite eines Laufradkanales, gemessen im Austrittsumfange des Laufrades.

Q die verfügbare Wassermenge in Kubikmetern.

γ Gewicht eines cbm Wasser = 1000 kg.

φQ die wirksame Wassermenge; also $(1 - \varphi) Q$ den Verlust durch Ausfluss aus dem Spalt.

x die Grösse der Spaltöffnung.

N_0 die verfügbare Leistung in Pferdestärken (PS) $= \frac{QH}{75}$.

N die Nutzleistung
η der Wirkungsgrad $\Big\}$ $N = \eta N_0$.

ε der hydraulische Wirkungsgrad.

ϱ der Teil der verfügbaren Leistung, welcher durch Reibung der Turbinenwelle, Zapfen etc. aufgebraucht wird, also z. B. ϱN_0 der betreffende Betrag in Pferdestärken.

g = 9,81 m pro Sekunde, die Beschleunigung der Schwere.

Alle Geschwindigkeiten verstehen sich in Metern pro Sekunde, alle Gefällegrössen, Druckhöhen und hydraulische Widerstände in Metern-Wassersäule, alle Turbinendimensionen in Metern, alle Flächen in Quadratmetern, alle Wassermengen in Kubikmetern und die Winkel im Gradmafs.

§ 22. Beziehungen zwischen den Gefällegrössen, den Geschwindigkeiten, Schaufelwinkeln und Radabmessungen.

Das Wasser fliesst im Obergraben mit der Geschwindigkeit c_0 zu, bringt also einen Arbeitsinhalt mit, welcher einem Gefälle von $\frac{c_0^2}{2g}$ entspricht, im Untergraben nimmt es dagegen bei seiner Geschwindigkeit c_3 ein Arbeitsvermögen mit hinweg, welches einem Gefälle $\frac{c_3^2}{2g}$ entspricht, also steht zur Verwertung in der Turbine ein Gesamtgefälle zur Verfügung, welches sich ergibt zu

$$H = H_0 + \frac{c_0^2 - c_3^2}{2g} \quad \ldots \; 1.$$

a) Bewegung des Wassers bis zum Ausfluss aus dem Leitrade.

Beim Einfluss in die Turbinenkammer, in das Leitrad und beim Durchfluss durch dieses treten Bewegungswiderstände u. s. w. auf, welche einen Gefälleverlust y_1 verursachen, der übrige Teil des bis zum Ausfluss aus dem Leitrad vorhandenen Gefälles wird zerlegt in das zur Erzeugung der Ausflussgeschwindigkeit c_1 dienende Gefälle m H und die hydraulische Druckhöhe h_1. Es gilt also folgende Gleichung:

$$\frac{c_1^2}{2g} + h_1 = \frac{c_0^2}{2g} + H_0 - H_1 - y_1 \quad \ldots . \; 2$$

oder auch

$$m H + h_1 = \frac{c_0^2}{2g} + H_0 - H_1 - y_1 \quad \ldots . \; 2a.$$

Man erinnere sich hier und bei den folgenden Aufstellungen von Gleichungen immer der im ersten Teil unter Nr 55 gegebenen Gleichungen für die Bewegung des Wassers in Rohrleitungen, sowie der dort vorhergehenden Erklärungen, In obiger Gleichung 2 bezw. 2a ist $\frac{c_0^2}{2g} + H_0 - H_1$ die hydrostatische Druckhöhe für die Austrittsmündung des Leitrades, denn würde diese geschlossen, so käme das Wasser im Obergraben zum Stillstand und stände darin um $\frac{c_0^2}{2g}$ höher als bei der Bewegung, sofern man das für den Obergraben erforderliche Gefälle hier nicht in Betracht zieht. Man kann also Gleichung 2 folgendermassen lesen:

Geschwindigkeitshöhe der Ausflussgeschwindigkeit + hydraulische Druckhöhe an der Ausflussstelle = hydrostatischer Druckhöhe daselbst — Widerstandshöhe für die Bewegung vom Wasserspiegel bis zum Ausfluss.

b) Ausfluss aus dem Leitrade.

Es werde angenommen, dass die Breite b der Kanäle im Verhältnis zum mittleren Radius bei Axialturbinen klein genug ist, dass man auch bei diesen ohne Fehler den Flächeninhalt der von den Turbinenkränzen eingeschlossenen Ringfläche zu

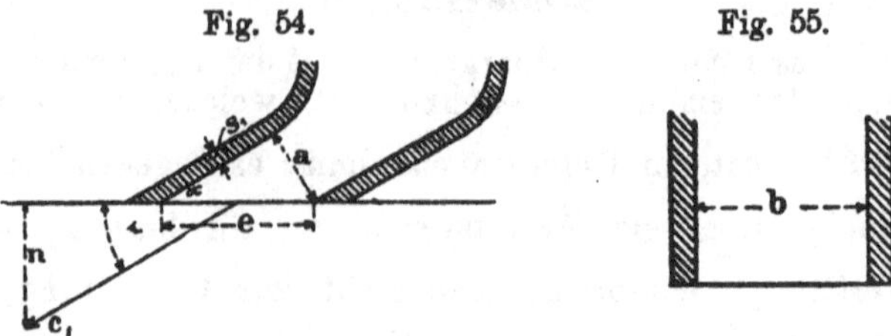

$2 r \pi$ b berechnen darf. Fig. 54 ist der Schnitt eines Leitkanals in der Mitte des Schaufelkranzes, Fig. 55 der Kranzquerschnitt.

Die Weite eines Kanales gemessen senkrecht zur Schaufelrichtung sei a, dann ist die Wassermenge q, welche durch einen Kanal fliesst, $c_1 \cdot a \cdot b$. Bezeichnet e die lichte Weite eines Leitkanales gemessen im Radumfange, so ist $a = e \cdot \sin\alpha$, mithin $q = c_1 \cdot e \sin\alpha \cdot b$ oder $c_1 \sin\alpha \cdot e \cdot b$. Die Grösse $c_1 \sin\alpha$ ist nun nichts anderes als die Geschwindigkeit, mit welcher das Wasser bei Axialturbinen in axialer, bei Radialturbinen in radialer Richtung aus dem Leitrad strömt, sie werde, da sie weiter unten noch gebraucht wird, mit n bezeichnet,

$$c_1 \sin\alpha = n \quad \ldots \quad 3a.$$

Das Leitrad hat z_1 Kanäle, mithin ist die gesamte pro Sekunde durchfliessende Wassermenge $Q = z_1 \cdot c_1 \sin\alpha \cdot e \cdot b = z_1 \cdot n \cdot e \cdot b$. Nehmen wir nun einstweilen an, dass die Fläche $e \cdot b$ wirklich voll zur Geltung komme, so ist $z_1 \cdot e \cdot b = f_1$ und also

$$Q = c_1 \sin\alpha \cdot f_1 = n \cdot f_1 \quad \ldots \quad 3.$$

c) **Eintritt in das Laufrad.**

Der Eintritt in das Laufrad soll im Interesse des bestmöglichen Wirkungsgrades stossfrei erfolgen. Das Wasser muss beim Eintritt in das Laufrad die Umfangsgeschwindigkeit v_1 annehmen und fliesst mit der relativen Geschwindigkeit w_1 an der Schaufel ein. Der stossfreie Eintritt ist gesichert, wenn der Winkel β, welchen die Laufradschaufel mit dem Eintrittsumfang bildet (siehe Fig. 8 und 9, Taf. 2), sich deckt mit dem Winkel, welchen nach dem Gesetz vom Parallelogramm der Geschwindigkeiten w_1 und v_1 einschliessen. Fig. 56 zeigt dieses Parallelogramm.

Fig. 56.

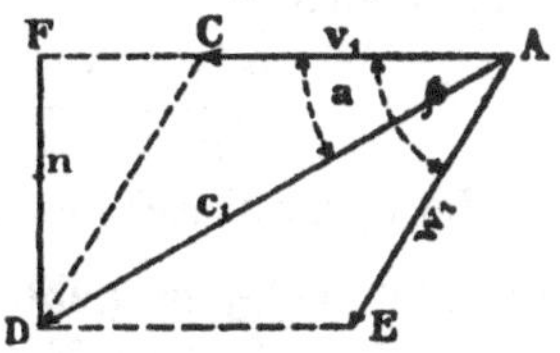

Es geht aus dieser Figur sofort hervor

$DF = c_1 \sin\alpha = n$,

$DC = EA = w_1$,

$\sphericalangle FCD = \sphericalangle CAE = \beta$,

$DF = w_1 \sin\beta = n$,

mithin $w_1 \sin\beta = c_1 \sin\alpha = n$ oder

$$w_1 = c_1 \frac{\sin\alpha}{\sin\beta} = \frac{n}{\sin\beta} \quad \ldots \quad 4,$$

ferner $AC = v_1 = AF - CF = FD(\cot\alpha - \cot\beta)$ oder

$$v_1 = c_1 \sin\alpha(\cot\alpha - \cot\beta) \quad \ldots \quad 5.$$

Setzt man $CF = \triangle$, so kann man auch folgende Beziehung feststellen

$$w_1{}^2 = n^2 + \triangle^2 \quad \ldots \quad 5a.$$

d) **Durchfluss durch das Laufrad.**

Beim Eintritt in das Laufrad hat das Wasser den Ueberdruck h_1 (über die Atmosphäre), beim Austritt dagegen h_2, also ist eine Druckdifferenz $h_1 - h_2$ vorhanden, ausserdem fällt das

Wasser im Laufrad um den Betrag $H_1 - H_2$, mithin wirkt im Laufrad ein Gefälle von $h_1 - h_2 + H_1 - H_2$ auf das Wasser ein; während ein Gefälle y_2 durch Bewegungswiderstände und andere Verluste aufgezehrt wird.

Bei Axialturbinen ergibt sich aus obigen Betrachtungen für w_2 die Gleichung

$$\frac{w_2^2}{2g} = \frac{w_1^2}{2g} + h_1 - h_2 + H_1 - H_2 - y_2 \quad \dots \quad 6a.$$

Bei Radialturbinen kommt nun noch ein anderer Umstand in Betracht. Nach den Lehren der theoretischen Mechanik wirkt die Zentrifugalkraft auf das durch die Kanäle strömende Wasser in der Weise ein, dass das Arbeitsvermögen der relativen Bewegung sich ändert um einen Betrag, welcher bemessen wird durch eine Gefällegrösse von $\frac{v_2^2 - v_1^2}{2g}$, d. h. wenn man absieht von der Einwirkung des Ueberdruckes, so ist

$$\frac{w_2^2}{2g} - \frac{w_1^2}{2g} = \frac{v_2^2 - v_1^2}{2g}.$$

Für Radialturbinen geht also die Gleichung 6a über in

$$\frac{w_2^2}{2g} = \frac{w_1^2}{2g} + \frac{v_2^2 - v_1^2}{2g} + h_1 - h_2 + H_1 - H_2 - y_2 \quad \dots \quad 6.$$

Bei Axialturbinen ist $v_2 = v_1$ anzunehmen, dann geht Gleichung 6 in 6a über. Gleichung 6 stellt den allgemeinen Fall dar und soll in der Folge allein weiter verwendet werden.

Der Wert $h_1 - h_2 + H_1 - H_2 - y_2$ werde bezeichnet mit p, so dass also

$$\frac{w_2^2}{2g} = \frac{w_1^2}{2g} + \frac{v_2^2 - v_1^2}{2g} + p \quad \dots \quad 6b.$$

Ist c_p die Geschwindigkeit, welche einem Gefälle p entspricht, mithin $p = \frac{c_p^2}{2g}$, so geht, wenn man ausserdem die ganze Gleichung mit 2g multipliziert, diese über in

$$w_2^2 = w_1^2 + v_2^2 - v_1^2 + c_p^2 \quad \dots \quad 7.$$

e) **Austritt aus dem Laufrade.**

In der Richtung der Schaufelenden hat das Wasser bei seinem Austritt die Geschwindigkeit w_2, in der Richtung des Radumfanges die diesem eigene Geschwindigkeit v_2, die absolute Ausflussgeschwindigkeit aus dem Laufrad c_2, also die Geschwindigkeit, mit welcher der Raum um das Laufrad durchströmt wird, ergibt sich nach dem Gesetze vom Parallelogramm der Geschwindigkeiten als Resultante von w_2 und v_2; c_2 soll nicht nur möglichst klein, sondern auch gegen den Austrittsumfang senkrecht gerichtet sein. Ein anders gerichtetes c_2 wird eben auch nur im Betrage der senkrechten Komponente für den Abfluss verwendet, die andere Komponente wird nutzlos geopfert.

Der Bedingung des senkrechten Austrittes entspricht die Gleichung

$$w_2{}^2 = v_2{}^2 + c_2{}^2 \quad \ldots \ldots 8$$

und

$$\sin \delta = \frac{c_2}{w_2} \quad \ldots \ldots \ldots \ldots 8a.$$

Beide Gleichungen ergeben sich unmittelbar bei Betrachtung der Fig. 57.

Fig. 57.

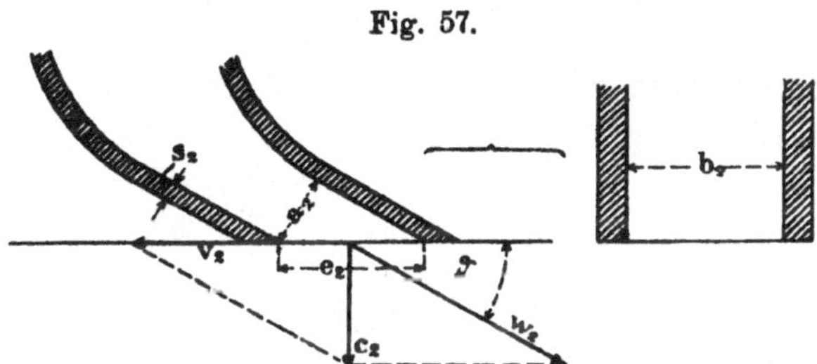

Es sei nun entsprechend den Bezeichnungen u. s. w. bei der Betrachtung des Ausflusses aus dem Leitrade a_2 die Laufradkanalweite senkrecht zur Schaufel, e_2 die lichte Weite im Austrittsumfange und b_2 die lichte Breite des Kanales an der Austrittsseite, dann ist, wenn noch z_2 die Zahl der Laufradkanäle bedeutet,

$$Q = z_2 \cdot a_2 \cdot b_2 \cdot w_2 = z_2 \cdot e_2 \sin \delta \cdot b_2 \cdot w_2,$$

weil aber $\sin \delta \cdot w_2 = c_2$ ist, und $z_2 \cdot e_2 \cdot b_2 = f_2$ muss auch sein

$$Q = f_2 \cdot c_2 \quad \ldots \ldots 9.$$

f) Abfluss von der Turbine.

Das mit c_2 aus der Turbine tretende Wasser hat noch ein dem Gefälle $\frac{c_2{}^2}{2g}$ entsprechendes Arbeitsvermögen und an der Austrittsstelle soll der Druck h_2 herrschen. Vom Laufrad bis zum Unterwasser wirkt noch das Gefälle H_2 auf das Wasser ein, die Bewegungswiderstände und sonstigen Gefälleverluste entsprechen einem Gefällebetrag y_3, im Untergraben aber, wo das Wasser mit c_3 fliesst, muss es noch den einem Gefälle $\frac{c_3{}^2}{2g}$ entsprechenden Arbeitsinhalt haben, daraus folgt die Gleichung

$$\frac{c_3{}^2}{2g} = \frac{c_2{}^2}{2g} + h_2 + H_2 - y_3 \quad \ldots \ldots 10.$$

g) Folgerungen aus den bisherigen Gleichungen.

Nach Gleichung 3 ist $Q = n \cdot f_1$.

Nach Gleichung 9 ist $Q = c_2 \cdot f_2$,

folglich $$1 = \frac{n}{c_2} \cdot \frac{f_1}{f_2}.$$

Der Quotient $\frac{f_1}{f_2}$ ist ein Mafs für die Ausweitung des Laufrades nach der Austrittsseite, er soll nach früherem bezeichnet werden mit k, also

$$\frac{c_2}{n} = k; \quad c_2 = n \cdot k \quad \ldots \quad 11.$$

Nach Gleichung 8 ist $w_2{}^2 = v_2{}^2 + c_2{}^2$.

Nach Gleichung 7 ist $w_2{}^2 = w_1{}^2 + v_2{}^2 - v_1{}^2 + c_p{}^2$,

mithin $$v_2{}^2 + c_2{}^2 = w_1{}^2 + v_2{}^2 - v_1{}^2 + c_p{}^2$$

oder $$v_1{}^2 = w_1{}^2 - c_2{}^2 + c_p{}^2 \quad \ldots\ldots\ldots \quad 12.$$

Nach Gleichung 4 ist $w_1 = \frac{n}{\sin\beta}$,

nach Gleichung 5 ist $v_1 = n(\cot\alpha - \cot\beta)$,

setzt man diese Werte für w_1 und v_1, sowie den Wert, welchen Gleichung 11 für c_2 gibt, in Gleichung 12 ein, so ist

$$n^2\cot^2\alpha - 2n^2\cot\alpha\cot\beta + n^2\cot^2\beta = \frac{n^2}{\sin^2\beta} - n^2k^2 + c_p{}^2$$

oder wegen $\frac{1}{\sin^2\beta} = 1 + \cot^2\beta$

$$n^2\cot^2\alpha - 2n^2\cot\alpha\cot\beta + n^2\cot^2\beta = n^2 + n^2\cot^2\beta - n^2k^2 + c_p{}^2$$

oder $$2n^2\cot\alpha\cot\beta = n^2\cot^2\alpha + n^2k^2 - n^2 - c_p{}^2,$$

setzt man hierin für n seinen Wert $c_1 \sin\alpha$ ein, so geht zunächst obige Gleichung über in

$$2c_1{}^2\sin\alpha\cos\alpha\cot\beta = c_1{}^2\cos^2\alpha + c_1{}^2\sin^2\alpha\, k^2 - c_1{}^2\sin^2\alpha - c_p{}^2,$$

wegen $2\sin\alpha\cos\alpha = \sin^2\alpha$ und $\cos^2\alpha - \sin^2\alpha = \cos 2\alpha$ ist dann

$$c_1{}^2\sin 2\alpha\cot\beta = c_1{}^2\cos 2\alpha + c_1{}^2\sin^2\alpha\, k^2 - c_p{}^2,$$

mithin

$$\cot\beta = \cot 2\alpha + \frac{1}{2}\tan\alpha\, k^2 - \frac{c_p{}^2}{c_1{}^2\sin 2\alpha} \quad \ldots \quad 13.$$

Die Gleichung 13 zeigt, dass für einen gegebenen Winkel α und für ein angenommenes k der Winkel β um so grösser sein muss, je grösser c_p im Verhältnis zu c_1 ist, je mehr die Turbine also mit Ueberdruck arbeitet, andererseits sieht man, dass bei gegebenem α und c_p, β um so grösser wird, je kleiner k ist, also je mehr das Laufrad nach der Austrittsseite zu ausgeweitet wird.

Hat man aber (c_1, α, k und c_p als bekannt vorausgesetzt) $\cot \beta$ bestimmt, dann kann man alle übrigen Grössen leicht berechnen; v_1 nach Gleichung 5, w_1 nach Gleichung 4, v_2 ergibt sich aus v_1 durch $v_2 = \frac{r_2}{r_1} v_1$; c_2 aus Gleichung 11, w_2 aus Gleichung 8 und Winkel δ aus Gleichung 8a.

h) Graphisches Verfahren.

Schneller als die vorstehend angegebene rechnerische Methode führt das von Prof. Herrmann, Aachen, in seinem vorzüglichen Buche „Die graphische Theorie der Turbinen und Kreiselpumpen", sowie in Weisbachs „Ingenieur- und Maschinen-Mechanik", 2. Teil, Abt. 2, angegebene Diagramm zum Ziele, es soll deshalb mit den bisher angewandten Bezeichnungen und in Anlehnung an das Vorangegangene erläutert werden.

Nach Gleichung 5a und Fig. 56 ist $w_1^2 = n^2 + \triangle^2$.

Nach Gleichung 11 ist $c_2^2 = n^2 k^2$,

setzt man diese Werte in Gleichung 12 ein, so erhält man

$$v_1^2 = n^2 + \triangle^2 - n^2 k^2 + c_p^2 \text{ oder}$$

$$v_1^2 - \triangle^2 = n^2 + c_p^2 - (n\,k)^2 \quad \ldots\ldots \quad 14.$$

Diese Gleichung kann geometrisch gelöst werden, denn bezeichnet man die rechte Seite mit M^2, so ist

$$(v_1 - \triangle)(v_1 + \triangle) = M^2,$$

mithin M die mittlere Proportionale zu v_1 und $\triangle$.

Um v_1 zu erhalten, und damit die sonst noch unbekannten Winkel und Geschwindigkeiten, hat man z. B. folgendermassen zu verfahren (siehe Fig. 4, Taf. 3): Man ziehe zwei zu einander senkrechte Gerade, trage vom Schnittpunkt F aus auf der einen $FD = n$ ab, schlage von D aus einen Kreis mit dem Radius c_1, derselbe schneidet die andere Gerade in A; dann ist Winkel $FAD = \alpha$ und $FA = v_1 + \triangle$ (vergl. Fig. 56), nun mache man FG in der Verlängerung von $AF = c_p$ (vorausgesetzt dass $\frac{c_p^2}{2g}$ eine positive Grösse, also dass der Ueberdruck die Verluste im Laufrade überwiegt), ziehe G D, welches gleich $\sqrt{n^2 + c_p^2}$, schlage über G D einen Halbkreis, trage von D aus $DH = c_2 = n\,k$ ab, schlage mit D H den Kreisbogen D J, so ist

$$GJ = \sqrt{n^2 + c_p^2 - (n\,k)^2} = M.$$

Man mache weiter auf D F von F aus $FK = M$ und bestimme auf F A den Mittelpunkt L des Kreises, welcher durch K und A geht; dann ist $LA = v_1$.

Denn $KF^2 = FS \cdot FA$, wegen $SL = LA$ ist also $KF^2 = (LA - FL)(LA + FL)$, da $FA = (LA + FL) = v_1 + \triangle$ und $KF = M$ muss $FS = LA - FL = v_1 - \triangle$ sein oder $2\,v_1 = 2\,LA$, $LA = v_1$.

Zieht man L D, so ist damit w_1 bestimmt (denn $FD^2 + FL^2 = n^2 + \triangle^2$) und Winkel $FLD = \beta$. Aus v_1 bestimmt man $v_2 = \frac{r_2 v_1}{r_1}$, trägt von H aus $HN = v_2$ senkrecht zu D H auf, verbindet N mit D und hat damit $ND = w_2 = \sqrt{NH^2 + HD^2} = \sqrt{v_2^2 + c_2^2}$, sowie Winkel δ = Winkel H N D.

Natürlich kann man noch in anderer Weise Bestimmungsgleichungen für die Turbinenelemente aufstellen und es soll zum Schlusse dieses Abschnittes deshalb noch eine rechnerische Methode ganz kurz dargestellt werden, weil die betreffenden Formeln sehr klar und übersichtlich sind, in den bedeutendsten Lehrbüchern über Turbinen verwendet werden und der Leser sie deshalb schon kennen möchte. (Vergl. Bach, „Die Wasserräder"; Grashof, „Theoret. Maschinen-Lehre", Bd. III.)

Addiert man Gleichung 2, 6 und 10, so erhält man

$$\frac{c_1^2 + w_2^2 + c_3^2}{2g} = \frac{c_0^2 + w_1^2 + c_2^2}{2g} + \frac{v_2^2 - v_1^2}{2g} + H_0 - y_1 - y_2 - y_3,$$

nach Gleichung 1 ist

$$H_0 + \frac{c_0^2 - c_3^2}{2g} = H;$$

ferner ist $H - y_1 - y_2 - y_3$ nichts anderes als das wirksame Gefälle, d. h. das Gefälle, dem die vom Wasser an das Laufrad übertragene Arbeit entspricht, also kann man setzen $H_1 - y_1 - y_2 - y_3 = \varepsilon H$ und mithin

$$\frac{c_1^2 - c_2^2}{2g} + \frac{w_2^2 - w_1^2}{2g} - \frac{v_2^2 - v_1^2}{2g} = \varepsilon H,$$

wegen $w_1^2 = c_1^2 + v_1^2 - 2 c_1 v_1 \cos\alpha$ (siehe Fig. 56) und $w_2^2 = v_2^2 + c_2^2$ (nach Gleichung 8) ist dann nach einigen einfachen Umformungen

$$\varepsilon H = \frac{c_1 v_1 \cos\alpha}{g} \quad \dots . \quad 15.$$

Diese Gleichung zeigt in sehr schöner einfacher Weise, dass die Umfangsgeschwindigkeit einer Turbine bei gegebenem Gefälle und hydraulischem Wirkungsgrad, sowie gegebenem α um so grösser ist, je kleiner c_1 ist, also mit je grösserem Ueberdruck die Turbine arbeitet.

Aus Gleichung 15 folgt wegen $\frac{c_1}{\sin\beta} = \frac{v_1}{\sin(\beta - \alpha)}$ (siehe Figur 56), also $c_1 = v_1 \frac{\sin\beta}{\sin(\beta - \alpha)}$

$$\varepsilon H = \frac{v_1^2}{2g} \frac{\cos\alpha \sin\beta}{\sin(\beta - \alpha)} \quad \text{oder} \quad v_1 = \sqrt{g \varepsilon H \frac{\sin(\beta - \alpha)}{\cos\alpha \sin\beta}}$$

$$v_1 = \sqrt{g \varepsilon H \left(1 - \frac{\operatorname{tg}\alpha}{\operatorname{tg}\beta}\right)} \quad \dots . \quad 16.$$

Weil nun $c_1 = \sqrt{2\,g\,m\,H}$ ist, kann man Gleichung 15 auch schreiben

$$\varepsilon H = \frac{v_1 \cos\alpha}{g} \sqrt{2\,g\,m\,H} \text{ oder}$$

$$v_1 = \frac{\varepsilon}{\cos\alpha} \sqrt{\frac{g\,H}{2\,m}} \quad \ldots . \; 17,$$

setzt man nun beide Ausdrücke (16 und 17) für v_1 gleich, so folgt schliesslich

$$\varepsilon = m \sin 2\alpha (\cot\alpha - \cot\beta) \quad \ldots . \; 18.$$

Da ist ein bequemer Ausdruck zur Bestimmung von β. Damit sind nun alle übrigen Stücke bestimmbar und man berechnet also, nachdem man ε, α und c_1 beziehentlich ε, α und m angenommen, v_1 aus Gleichung 16; v_2 aus $v_2 = \frac{v_1 r_2}{r_1}$ β aus 18; w_1 aus Gleichung 4, w_2 aus Gleichung 6 bezw. 7, c_2 aus Gleichung 8 und δ aus Gleichung 8a.

Sollen die Voraussetzungen, also z. B. $w_2^2 = v_2^2 + c_2^2$ voll zutreffen, so ist natürlich bei der vorliegenden Methode k keine willkürliche Grösse, sondern das Verhältnis der Ausweitung wird durch die Rechnung mittelbar gefunden, indem zu den c_1, w_1 und w_2 die erforderlichen Ausflussquerschnitte bestimmt werden. Soll ein bestimmtes k oder $\frac{b}{b_2}$ eingehalten werden, so rechne man nach der ersten Methode, oder noch besser, wende das graphische Verfahren an.

Bei der Berechnung von Haus aus ein gewisses k fest zu setzen, ist deshalb empfehlenswert, weil bei bekanntem c_1 und α dadurch sofort c_2 bekannt ist (Gleichung 11), c_2 aber gibt in der Regel sofort die durch den Austritt aus dem Laufrade in Verlust geratende Geschwindigkeit an, man kann wenigstens meistens y_3 annähernd $= \frac{c_2^2}{2g}$ setzen.

(Hierüber im folgenden mehr.)

§ 23. Effektverluste, Wirkungsgrad.

Die Effektverluste bestehen aus den hydraulischen Effektverlusten, also solchen, welche die Bewegung des Wassers in der Turbine betreffen, dem Spaltverlust, das ist der Verlust an Aufschlagwasser durch den zwischen Leit- und Laufrad bleibenden Zwischenraum und den Verlusten durch Zapfenreibung, Luftwiderstand u. s. w.

a) Hydraulische Effektverluste.

Die genaue Berechnung, insbesondere der wesentlichsten hydraulischen Verluste, ist zur Zeit weder auf Grund der hydraulischen Theorien noch auf Grund von Versuchsresultaten sicher möglich, man ist zum grossen Teile auf Schätzungen angewiesen, deren verhältnismässige Richtigkeit aber durch die Gesamtresultate bei praktischen Ausführungen bestätigt erscheint.

b) Gefälleverluste bei der Bewegung des Wassers vom Oberwasserspiegel bis zum Austritt aus dem Leitrade.

Das im Obergraben mit der Geschwindigkeit c_0 ankommende Wasser hat bei seinem Eintritt in die Turbinenkammer oder in die zur Turbine führende Rohrleitung gewöhnlich eine andere Bewegungsrichtung und auch eine andere Geschwindigkeit anzunehmen. Erfolgen die Aenderungen nicht durch allmähliche Ablenkung, beziehentlich Querschnittsänderung, so entstehen Gefälleverluste. In den meisten Fällen (siehe Fig. 1, Taf. 2) wird man annehmen müssen, dass c_0 völlig oder zum grossen Teile für die Wirkung in der Turbine verloren geht. Wird die Grösse des Verlustes ausgedrückt durch $\zeta_0 \frac{c_0^2}{2g}$, so ist ζ_0 ein Koeffizient, der den jeweiligen Verhältnissen entsprechend zu wählen ist, $\zeta_0 = 1$ oder $\zeta_0 < 1$; meist wird $\zeta_0 = 1$ zu setzen sein.

Die weitere Bewegung, bestehend in dem Einfluss in die Zuleitung zur Turbine und dem Durchströmen dieser Leitung, ist nach den in § 4 gegebenen Regeln zu beurteilen und man kann danach den Gefälleverlust berechnen zu $\left(0{,}08 + 0{,}025 \frac{l}{d}\right) \frac{u_1^2}{2g}$, worin u_1 die Geschwindigkeit in der Rohrleitung, l die Länge der Leitung, d der Durchmesser. Setzt man für den Wert $\left(0{,}08 + 0{,}025 \frac{l}{d}\right)$ das Zeichen ζ_1, so ist der Verlust für die Zuleitung ausgedrückt durch $\zeta_1 \frac{u_1^2}{2g}$.

Bei Turbinen für niedere Gefälle, welche in oben offenen, unmittelbar an den Obergraben anschliessenden Wasserkammern stehen, kann man ohne Fehler $\zeta_1 \frac{u_1^2}{2g} = 0$ setzen. — Beim Einfluss in das Leitrad veranlassen die Dicken der Leitschaufeln einen mehr oder minder in Betracht kommenden Verlust infolge plötzlicher Querschnittänderung des Wasserstromes. Beim Durchfluss durch das Leitrad macht sich die Reibung an den Kanalwandungen und besonders der Krümmungswiderstand geltend. Diese Verluste bei Einströmung in und Durchfluss durch das Leitrad kann man bestimmen zu $\zeta_2 \frac{c_1^2}{2g}$, worin $\zeta_2 = 0{,}1$ bis $0{,}12$.

Der Ausfluss aus den Leitkanälen ist auch mit einem Gefälleverlust verbunden, welcher daher rührt, dass die an den

Leitkanalmündungen vorüber rotierenden Laufradschaufeln eine, Kontraktion des Wasserstrahles bedingende, Verkleinerung des Ausflussquerschnitts bewirken (siehe Fig. 58). Man lässt deshalb bei praktischen Ausführungen die Laufradschaufeln nicht so wie Fig. 58 zeigt, sondern schärft sie zu, soweit es die Haltbarkeit zulässt, um diese Verluste herabzuziehen, ganz zu vermeiden sind sie dennoch nicht. Die Grösse des Gefälleverlustes kann annähernd zu $\zeta_3 \frac{c_1^2}{2g}$ bestimmt werden, worin ζ_3 ein Koeffizient ist, welcher von den Schaufelstärken u. s. w. abhängig ist. Schätzungsweise und für gute Konstruktionen hinreichend gross dürfte man setzen:

Fig. 58.

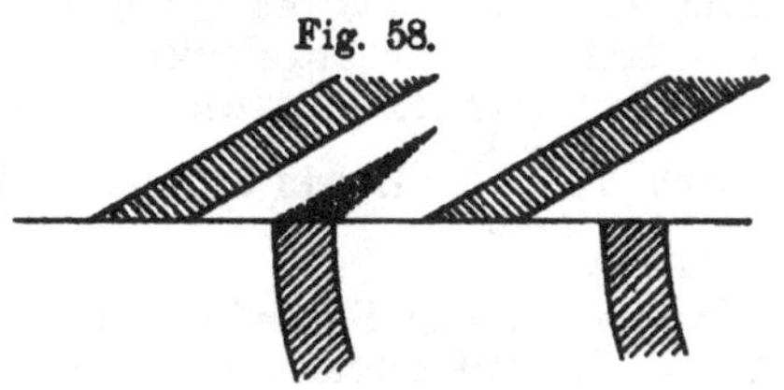

Bei Ueberdruckturbinen mit gusseisernen Schaufeln $\zeta_3 = 0{,}010$
" schmiedeeisernen oder stählernen Schaufeln $\zeta_3 = 0{,}003$
Bei Druckturbinen mit gusseisernen Schaufeln $\zeta_3 = 0{,}023$
" schmiedeeisernen oder stählernen Schaufeln $\zeta_3 = 0{,}010$.

Der Gesamtverlust für die Bewegung vom Oberwasserspiegel bis zum Austritt aus dem Leitrade, y_1, ergibt sich durch Summation der Einzelverluste, und man hat also

$$y_1 = \zeta_0 \frac{c_0^2}{2g} + \zeta_1 \frac{u_1^2}{2g} + (\zeta_2 + \zeta_3) \frac{c_1^2}{2g} \quad . \; . \; . \; . \quad 19.$$

c) **Gefälleverluste beim Einfluss in und Durchfluss durch das Laufrad.**

Die Einflussflächen der Laufradkanäle werden bei der Vorbeibewegung an den Leitschaufelenden von diesen verengt. Bei Ueberdruckturbinen hat das die Wirkung, dass der Eintritt des Wassers mit einer plötzlichen Querschnittsveränderung und zwar mit einer plötzlichen Vergrösserung des Querschnittes verbunden ist, weil infolge des Ueberdruckes das Wasser auch den Raum unter den Leitschaufeln zu erfüllen sucht. Ausserdem erfährt das eintretende Wasser bei Ueberdruckturbinen noch eine andere plötzliche Verringerung der Geschwindigkeit infolge des Spaltverlustes. Bei Druckturbinen bewirken die Dicken der Leitschaufeln, dass ein Teil des Wassers die Laufradschaufel, bezw. den vor der Leitschaufel eintretenden Wasserstrahl nicht unter den dem stossfreien Eintritt entsprechenden Winkel trifft und die Vereinigung der vor und hinter einer Leitradschaufel eintretenden Strahlen unter Wirbelbildung erfolgt.

Die in vorhergehendem erwähnte Einwirkung der Laufradschaufeln auf den aus dem Leitrade tretenden Wasserstrahl macht sich beim Eintritt in das Laufrad auch noch in anderer Weise geltend, indem das Wasser etwas von der dem stossfreien Eintritt in das Laufrad entsprechenden Richtung des Ausflusses aus dem Leitrade abgelenkt wird (siehe Fig. 58).

Es werde der Verlust beim Eintritt in das Laufrad bemessen durch $\psi_1 \frac{w_1^2}{2g}$. Hierin hat man schätzungsweise für Ueberdurckturbinen

mit gusseisernen Schaufeln zu setzen $\psi_1 = 0{,}070$,
für solche mit schmiedeeisernen oder stählernen Schaufeln $\psi_1 = 0{,}025$,
für Druckturbinen im Durchschnitt $\psi_1 = 0{,}06$.

Bei axial beaufschlagten Turbinen finden sich nun aber ausserdem die dem stossfreien Eintritte entsprechende Umfangsgeschwindigkeit und die entsprechenden Schaufelwinkel, wenigstens bei den gewöhnlichen üblichen Schaufelflächen, nur am mittleren Umfange vor und die nach aussen und innen stattfindenden Abweichungen veranlassen Stossverluste, welche jedoch unbeträchtlich sind, wenn die Schaufelbreite b klein ist im Verhältnis zum mittleren Radius r_1, $\left(b = \frac{1}{5} r_1\right)$.

Diese Art Verluste sei mit in die nachstehend erörterten eingeschlossen gedacht. Bei Durchfluss durch das Laufrad verursachen, wie beim Durchfluss durch das Leitrad, die Reibung und die Krümmung der Kanäle einen Gefälleverlust, der ausgedrückt werden kann durch $\psi_2 \frac{w_2^2}{2g}$, worin $\psi_2 = 0{,}1$ bis $0{,}12$ zu setzen.

Der ganze Verlust für die Bewegung des Wassers vom Eintritt bis zum Austritt aus dem Laufrade beträgt hiernach

$$y_2 = \psi_1 \frac{w_1^2}{2g} + \psi_2 \frac{w_2^2}{2g} \quad \ldots\ldots \quad 20.$$

d) Gefälleverlust beim Abfluss von der Turbine.

Bei einem frei über dem Unterwasserspiegel gehenden Laufrad fällt das mit der Geschwindigkeit c_2 austretende Wasser nutzlos um die Höhe H_2 herab, die Geschwindigkeit c_2 selbst wird entweder gar nicht oder doch so wenig für den Abfluss nutzbar, dass in diesem Falle zu setzen ist

$$y_3 = H_2 + \frac{c_2^2}{2g} \quad \ldots\ldots \quad 21.$$

Auch bei im Unterwasser gehenden Laufrädern sieht man die Geschwindigkeit c_2 als verloren an und hat also bei solchen

$$y_3 = \frac{c_2^2}{2g} \quad \ldots\ldots \quad 22.$$

Bei den Rohrturbinen tritt dann ein günstigeres Verhältnis ein, wie bei Turbinen im Unterwasser, wenn die Anordnung so getroffen ist, dass c_2 möglichst allmählich in die in der Abflussleitung herrschende Geschwindigkeit übergeht. Das erreicht man durch entsprechende Gestaltung des Laufrades (siehe z. B. Fig. 7, Taf. 2). Beim Austritt aus dem Laufrad haben die aus sämtlichen Kanälen tretenden Strahlen normal zur Achse, bezw. normal zum Radius den Querschnitt f_2, nach dem Austritt dagegen, wegen des Aufhörens der Schaufeln u. s. w. einen Querschnitt, welcher grösser ist, er sei bezeichnet mit F_2, es tritt also ein Verlust ein von $\frac{c_2^2}{2g}\left[1-\left(\frac{f_2}{F_2}\right)^2\right]$. Wird die mittlere Geschwindigkeit im Abflussrohre mit u_2 bezeichnet, so ist der Reibungsverlust nach früheren $0{,}025\frac{l}{d}\cdot\frac{u_2^2}{2g}$, wenn l die Rohrlänge und d der mittlere Durchmesser. Wenn die Rohrleitung sich allmählich so erweitert, dass das Wasser aus ihr mit der gleichen Geschwindigkeit in das Unterwasser tritt, mit der dieses abfliesst, und wenn die Richtung des austretenden Wassers der Abflussrichtung des Unterwassers ganz oder wesentlich entspricht, so ist

$$y_3 = \frac{c_2^2}{2g}\left[1-\left(\frac{f_2}{F_2}\right)^2\right] + 0{,}025\frac{l}{d}\cdot\frac{u_2^2}{2g} \quad \ldots\ldots \quad 23.$$

Anderenfalls hat man die im Austrittsquerschnitt der Rohrleitung vorhandene Geschwindigkeit als in Verlust kommend noch hinzuzurechnen, ist u_3 diese Geschwindigkeit, so wird

$$y_3 = \frac{c_2^2}{2g}\left[1-\left(\frac{f_2}{F_2}\right)^2\right] + 0{,}025\frac{l}{d}\cdot\frac{u_2^2}{2g} + \frac{u_3^2}{2g} \quad \ldots\ldots \quad 24.$$

Dabei ist aber immer vorausgesetzt, dass, abgesehen von dem durch das erste Glied berücksichtigten plötzlichen Querschnittswechsel, beim Austritt aus dem Laufrad, c_2 allmählich in u_3 übergeht, wo das nicht der Fall, ist Gleichung 22 anzuwenden.

Der hydraulische Wirkungsgrad ist das Verhältnis der an das Laufrad zur weiteren Verwendung abgegebenen Arbeit zu dem ganzen verfügbaren Arbeitsvermögen, also

$$\varepsilon = \frac{(H - y_1 - y_2 - y_3)\,Q}{H\,Q}$$

$$\varepsilon = \frac{H - y_1 - y_2 - y_3}{H} \quad \ldots\ldots \quad 25.$$

Als vorläufige Annahme für die einzelnen Verluste kann man setzen

bei Druckturbinen $\left.\begin{array}{l} y_1 = 0{,}1\ H \\ y_2 = 0{,}04\ H \\ y_3 = 0{,}04\ H \end{array}\right\}$ also $\varepsilon = 0{,}82$.

bei Ueberdruckturbinen $\left.\begin{array}{l} y_1 = 0{,}065\,H \\ y_2 = 0{,}075\,H \\ y_3 = 0{,}040\,H \end{array}\right\}$ also $\varepsilon = 0{,}82$.

Es ist zweifellos, dass bei sehr guten Ausführungen $\varepsilon = 0,85$ und auch mehr beträgt, die vorstehend angegebenen Verluste, wenigstens y_1 und y_2 sind etwas reichlich bemessen, aber das ist in allen Fällen, wo man sich nicht von vornherein auf zuverlässige Erfahrungsresultate stützen kann, nur empfehlenswert.

e) Spaltverlust.

Bei Ueberdruckturbinen besitzt das Wasser beim Austritt aus den Leitkanälen noch den hydraulischen Ueberdruck h_1, in dem die Leitkanäle umgebenden Raume herrscht aber bei den über dem Unterwasser frei gehenden Turbinen der Atmosphärendruck, also der Ueberdruck 0, bei den Rohrturbinen mit bis zum Leitrad reichendem Rohre ein Druck welcher kleiner ist, als der Atmosphärendruck, ein negativer Ueberdruck. Bezeichnet h' den Ueberdruck in dem den Spalt umgebenden Raume, so hat also das aus den Leitkanälen tretende Wasser in Bezug auf den umgebenden Raum den Ueberdruck $h_1 - h'$. Weil nun das Laufrad nie völlig dicht an das Leitrad anschliesst, sondern immer ein kleiner Zwischenraum, „Spalt", bleibt, sucht das Wasser infolge des Ueberdruckes durch den Spalt zu entweichen. Die Wassermenge, welche hierdurch, ohne Arbeit an die Turbine abzugeben, verloren geht, ist $= \mu \cdot x \sqrt{2g(h_1 - h')}$, worin x die Grösse der durch den Spalt gebotenen Ausflussfläche und μ der Ausflusskoeffizient. Also ist die wirksame Wassermenge

$$\varphi Q = Q - \mu x \sqrt{2g(h_1 - h')} \quad \ldots \quad 26.$$

Zur Bestimmung des Ueberdruckes $h_1 - h'$ beachte man folgendes:

Bei in freier Luft umgehenden Turbinen hat h' den Wert o, also

$$\varphi Q = Q - \mu x \sqrt{2g h_1} \quad \ldots \quad 26a.$$

Bei einer im Unterwasser umlaufenden Turbine oder einer Rohrturbine, Fig. 3 und 2, Taf. 3, herrscht an der Austrittsseite des Laufrades der hydraulische Ueberdruck h_2, welcher durch Gleichung 10 zu bestimmen ist. Der Spalt liegt um $H_1 - H_2$ über dem Austritt aus dem Laufrade, also ist $h' = h_2 - (H_1 - H_2)$ und

$$h_1 - h' = h_1 - h_2 + H_1 - H_2 \quad \ldots \quad 27.$$

Bei Unterwasserturbinen übersehe man nicht, dass H_1 und H_2 negative Grössen sind, würde also z. B. der Spalt 0,3 Meter und die Austrittsfläche einer axialen Turbine 0,5 Meter unter dem Unterwasserspiegel liegen, so wäre $H_1 = -0,3$, $H_2 = -0,5$ und also

$$h' = h_2 + 0,3 - 0,5 \text{ und } h_1 - h' = h_1 - h_2 - 0,3 - 0,5.$$

Die Grösse der Fläche x ist verschieden, je nachdem der Ausfluss bei axialen Turbinen am äusseren und inneren, bei

Radialturbinen am unteren und oberen Umfang stattfindet, oder nur an einem. Den axialen beziehentlich radialen Abstand zwischen dem Austrittsumfang des Leitrades und dem Eintrittsumfang des Laufrades macht man so klein als möglich, wie klein er sein darf, hängt im wesentlichen von der Genauigkeit der Herstellung und Montierung ab, grösser als 3 bis 5 Millimeter sollte er keinesfalls sein. Den Ausflusskoeffizient darf man nach Grashof zu $\mu = 0{,}33$ annehmen. Für vorläufige Annahmen kann man den Spaltverlust zu 0,03 Q bis 0,05 Q wählen, also

$$\varphi = 0{,}97 \text{ bis } 0{,}95.$$

f) Reibung der Turbinenwelle u. s. w.

Die Turbinen werden mit stehender oder liegender Welle gebaut, die häufigste Bauart ist die mit stehender Welle, doch hat die Bauart mit liegender Welle in der neueren Zeit in steigendem Maſse Eingang gefunden.

Die stehende Welle wird gelagert durch einen Spurzapfen und zwei oder mehr Halslager, als solche sind eventuell auch Stopfbüchsen anzusehen Der Spurzapfen hat das Gewicht der Turbinenwelle, des Zahnrades (oder dergleichen), des Laufrades, das Gewicht des in diesem befindlichen Wassers, bei axialen Turbinen den Druck des durchströmenden Wassers in der Achsenrichtung u. s. w. aufzunehmen. Die Halslager empfangen den seitlichen vom Triebwerk, einseitiger Beaufschlagung und dergleichen herrührenden Druck. Die liegenden Turbinenwellen haben Stirn- und Halszapfen, welche dann sämtliche Drucke aufzunehmen haben.

Die an den Zapfen auftretende Reibung verzehrt einen Teil der vom Wasser an das Laufrad und von diesem an die Welle übertragenen Arbeit. Dieser Verlust lässt sich nach den Regeln der Mechanik und Maschinenbaukunde berechnen, bei Besprechung der Zapfenordnungen soll darauf noch etwas eingegangen werden, hier mögen zur einstweiligen Bestimmung des Wirkungsgrades vorläufig einige Erfahrungswerte angegeben werden.

Bezeichnet ϱ den verhältnismässigen Verlust durch Zapfenreibung, Luftwiderstand, oder wenn das Laufrad im Wasser geht, auch Verlust hierdurch; also $\varrho H Q$ die ganze durch solche Verluste aufgezehrte Arbeit, so ist nach Versuchen von Bernh. Lehmann („Zeitschr. des Vereins deutscher Ingenieure", Jahrgang 1879)

für Leergang bei Axialturbinen $\varrho = 0{,}014$ bis 0,034,
„ Radialturbinen $\varrho = 0{,}008$ bis 0,017,

für letztere also annähernd halb so gross wie für erstere.

Für den Betriebszustand dürften höchstens die höheren Angaben bei Vorausbestimmung des Wirkungsgrades in Betracht kommen. Nach Bach („Die Wasserräder") soll man mindestens $\varrho = 0{,}03$ annehmen. Je nach den Verhältnissen der Turbine,

Zapfenanordnung u. s. w. kann ϱ sehr verschieden sein, die Angaben darüber schwanken zwischen $\varrho = 0{,}02$ und $\varrho = 0{,}10$.

In normalen Fällen dürfte $\varrho = 0{,}05$ hinreichend sein, um nach der Formel

$$\text{Zapfenreibungsarbeit } A = \varrho\, Q\, H\, \gamma \quad \ldots \ldots \quad 28$$

diese im voraus zu schätzen.

g) Wirkungsgrad.

Von der der Turbine zugeführten Wassermenge Q tritt nach dem vorangegangenen überhaupt nur der Betrag $\varphi\, Q$ in das Laufrad ein und leistet Arbeit. Von der in diesem Wasser enthaltenen Arbeit $\varphi\, Q\, H\, \gamma$ Meterkilogramm werden infolge der hydraulischen Widerstände nur $\varepsilon\, \varphi\, Q \cdot H\, \gamma$ an das Laufrad abgegeben und schliesslich verzehrt die Zapfenreibung noch den Betrag $\varrho\, H\, Q\, \gamma$, also ist die Nutzleistung der Turbine in Pferdestärken

$$N = \varepsilon\, \varphi \frac{Q\, H\, \gamma}{75} - \varrho \frac{Q\, H\, \gamma}{75}.$$

Das Verhältnis der Nutzleistung zur verfügbaren Leistung $\frac{N}{N_0}$, der sogenannte Wirkungsgrad, ergibt sich danach zu

$$\eta = \frac{\varepsilon\, \varphi \frac{Q\, H\, \gamma}{75} - \varrho \frac{Q\, H\, \gamma}{75}}{\frac{Q\, H\, \gamma}{75}} = \varepsilon\, \varphi - \varrho \quad \ldots \ldots \quad 29.$$

Setzt man die für vorläufige Ermittelungen angegebenen Werte ein, so folgt für Ueberdruckturbinen

$$\eta = 0{,}82 \cdot 0{,}97 - 0{,}05 = 0{,}7454 \text{ oder}$$
$$\eta = 0{,}75$$

und für Druckturbinen, bei denen $\varphi = 1$ sein soll, also kein Wasserverlust vorkommen soll

$$\eta = 0{,}82 - 0{,}05 = 0{,}77.$$

Das sind Werte, die mit guten Turbinen recht wohl zu erreichen sind, vielfach hat man noch bessere erzielt

$$\eta = 0{,}80 \text{ bis } 0{,}82 \text{ und darüber.}$$

§ 24. Allgemeines Verfahren bei der Berechnung einer Turbine, Bestimmung der Grundgrössen.

Um an die eigentliche Berechnung einer Turbine herantreten zu können, muss man natürlich schon darüber im klaren sein, welches System, welche Aufstellungsart u. s. w. in Anwendung kommen soll. Ueber die Wahl des Systemes u. s. w. wird später noch das Nötigste mitgeteilt werden. Hier soll einstweilen der

Gang der eigentlichen Rechnung und zwar zunächst für Voll-Turbinen dargelegt werden.

Durch Beobachtung oder frühere Berechnungen müssen folgende Grössen bekannt sein: Wassermenge pro Sekunde Q, Abstand des Ober- und Unterwasserspiegels H_0, Geschwindigkeit im Obergraben c_0, desgleichen im Untergraben c_3.

I. Verfügbares Gefälle. Das verfügbare Gefälle ist zu bestimmen nach Gleichung 1 in § 22

$$H = H_0 + \frac{c_0^2 - c_3^2}{2g}.$$

II. Wassergeschwindigkeiten in der Zu- und der Abflussleitung. Hat die Turbine ein Zuflussrohr, so wählt man die Geschwindigkeit in diesem:

$$u_1 = 0{,}75 \text{ bis } 1{,}50 \text{ Meter} \quad \ldots \quad 30,$$

hat sie ein Abflussrohr, so ist auch die Geschwindigkeit in demselben zu bestimmen, man kann dazu ebenfalls Gleichung 30 benutzen; also $u_2 = 0{,}75$ bis $1{,}50$.

III. Vorläufige Annahme der Radien des Laufrades. Es ist nun zunächst eine vorläufige Annahme über das Verhältnis $\frac{r_2}{r_1}$ zu machen. Bei axialen Turbinen setze man

$$\frac{r_2}{r_1} = 1 \quad \ldots \quad 31.$$

Bei axialen Druckturbinen ist zwar r_2 meist etwas grösser als r_1, aber der Fehler, welchen man begeht, wenn man $r_2 = r_1$ setzt, ist unbedeutend, ausserdem kann man r_2 bei solchen Turbinen erst bestimmen, wenn die Schaufelung entworfen ist und bei Bedarf dann die Rechnung abändern.

Bei innenschlächtigen Radialturbinen nehme man

$$\frac{r_2}{r_1} = 1{,}2 \text{ bis } 1{,}5 \quad \ldots \quad 32,$$

bei aussenschlächtigen Radialturbinen sei

$$\frac{r_2}{r_1} = 0{,}6 \text{ bis } 0{,}8 \quad \ldots \quad 33.$$

Der Radius r_1 des mittleren Eintrittsumfanges des Laufrades ist so zu wählen, dass bei Axialturbinen die Schaufelbreite nicht zu gross ausfällt, wegen der mit der Verschiedenheit der Umfangsgeschwindigkeiten und der Schaufelwinkel zusammenhängenden im vorhergehenden Paragraph erwähnten Effektverluste, bei Radialturbinen steht r_1 in Beziehung zum Durchmesser des Abfluss- bezw. Zuleitungsrohres. Insbesondere bei axialen Turbinen wendet man, wenn es sich um besonders gute Konstruktionen handelt, gern grosse Werte von r_1 an, man behalte aber immer im Auge, dass mit dem Radius das Gewicht der Turbine u. s. w. wächst, also nicht allein der Preis, sondern auch die Zapfenreibung zunimmt. Grosse Werte von r_1 entsprechen ferner kleinen Umdrehungszahlen, kleine Werte von r_1 grossen Umdrehungszahlen.

Bei der Wahl von r_1 halte man sich an erfolgreiche Ausführungen, fehlen passende Beispiele, so kann man nachstehende Regeln benutzen, die auf Grund der Forderung, dass die Radbreite eine gewisse Grösse $b = \frac{1}{3} r_1$ bis $\frac{1}{5} r_1$ nicht überschreiten soll, u. s. w. entwickelt sind.

Für axial beaufschlagte Turbinen kann man setzen

$$r_1 = 0{,}6 \sqrt{\frac{Q}{\sqrt{H}}} \text{ bis } r_1 = 1{,}2 \sqrt{\frac{Q}{\sqrt{H}}} \quad \ldots \quad 34.$$

Diese Ausdrücke eignen sich gut für Ueberdruckturbinen, den kleineren Wert wende man bei niederen Gefällen und grossen Wassermengen, den grösseren bei hohen Gefällen und kleinen Wassermengen an, für Druckturbinen empfiehlt Reifer den Wert

$$r_1 = 0{,}8 \sqrt{\frac{Q}{\sqrt{H}}} \quad \ldots \quad 34\text{a}.$$

Bei innenschlächtigen Radialturbinen nehme man r_1 so an, dass der Leitapparat gut an das Zuflussrohr anschliesst, das wird sich meist ermöglichen lassen bei

$$r_1 = \frac{2}{3} d_1 \text{ bis } r_1 = \frac{5}{8} d_1 \quad \ldots \quad 35,$$

worin d_1 der Durchmesser des Zuleitungsrohres in Metern. Den kleinen Wert verwende man bei grossem, den grösseren bei kleinem d_1. Ist kein besonderes Zuleitungsrohr vorhanden, so bestimme man r_1 nach Gleichung 34 oder 34a.

Bei aussenschlächtigen Radialturbinen nimmt man r_2 möglichst gleich dem Radius des Abflussrohres, dessen Durchmesser d_2 man so bestimmt, dass das Wasser mit einer Geschwindigkeit u_2 in ihm fliesst, welche kleiner als c_2 ist und auch thunlichst klein im Verhältnis zum Gefälle. Hiernach und in Rücksicht auf Gleichung 33 kann man setzen

$$r_1 = 0{,}83\, d_2 \text{ bis } r_1 = 0{,}63\, d_2 \quad \ldots \quad 36,$$

der erstere Wert entspricht dem $\frac{r_2}{r_1} = 0{,}6$, der letztere dem $\frac{r_2}{r_1} = 0{,}8$.

IV. **Höhen H_2 und H_1.** H_2 ist die mittlere Höhe, in welcher der Austritt des Wassers aus der Turbine über dem Unterwasserspiegel (bei positivem H_2) oder unter demselben (bei negativen Werten von H_2) erfolgt. Erfolgt der Austritt aus dem Laufrade frei über dem Unterwasserspiegel, so ist H_2 für die

Ausnutzung völlig verloren, man macht es dann also möglichst klein und zwar bei axialen Ueberdruckturbinen

$$H_2 = 0 \text{ bis } H_2 = 0{,}05 \text{ Meter} \quad \ldots \quad 37,$$

bei axialen Druckturbinen je nach Umständen

$$H_2 = 0 \text{ bis } H_2 = 0{,}10 \text{ Meter} \quad \ldots \quad 37a$$

oder mehr. Das hängt vom Verhalten des Unterwasserspiegels und auch von der Grösse des Gefälles ab.

Bei Radialturbinen ist H_2 abhängig von der Schaufelbreite, vorbehältlich der Korrektur im speziellen Falle sei gesetzt

$$H_2 = 0{,}2\, r_1 \text{ bis } H_2 = 0{,}4\, r_1 \quad \ldots \quad 38.$$

Bei den im Unterwasser gehenden Turbinen ist H_2 eine negative Grösse (vergleiche hierzu das im § 23 beim Spaltverlust Gesagte), man macht es im allgemeinen wohl nicht grösser als erforderlich ist, um das Laufrad völlig einzutauchen, oder bei tiefstem Wasserstande gerade über dem Unterwasserspiegel ausgiessen zu lassen. Als vorläufigen Anhalt benutze man für unter dem Unterwasserspiegel gehende Laufräder

$$\left.\begin{array}{l} \text{bei Axialturbinen } H_2 = 0{,}2\, r_1 \text{ bis } 0{,}3\, r_1 \\ \text{„ Radialturbinen } H_2 = 0{,}3\, r_1 \text{ bis } 0{,}4\, r_1 \end{array}\right\} \quad \ldots \quad 39.$$

Bei Rohrturbinen ist H_2 nach den Anforderungen der örtlichen Verhältnisse innerhalb der zulässigen Grenze (H_2 höchstens = 8 bis 9 Meter) zu wählen. Nach Bach („Die Wasserräder") soll man höchstens machen

$$H_2 = \frac{1}{0{,}11 + 0{,}055\, d_2} \quad \ldots \quad 40.$$

Die Grösse H_1 ergibt sich bei Radialturbinen meist so wenig von H_2 verschieden, dass ohne beachtlichen Fehler für Radialturbinen

$$H_1 = H_2 \quad \ldots \quad 41$$

gesetzt werden darf.

Bei axial beaufschlagten Turbinen (siehe Fig. 1 bis 3, Taf. 3) stellt die Differenz $H_1 - H_2$ die axiale Höhe des Laufrades dar. Diese Höhe kann man vielfach erst beim zeichnerischen Entwurf der Schaufelung genau feststellen, als vorläufiger Anhalt diene

$$\left.\begin{array}{l} H_1 - H_2 = 0{,}2\, r_1 \text{ bei grossem } r_1 \\ \text{bis } H_1 - H_2 = 0{,}3\, r_1 \text{ bei kleinem und mittlerem } r_1 \end{array}\right\} \quad \ldots \quad 42.$$

Das Leitrad macht man meist eben so hoch, wohl auch etwas niedriger als das Laufrad, doch hängt das sehr von der Art der Regulierung, der Beaufschlagung und dergleichen ab.

Aus Gleichung 42 folgt dann bei bekanntem H_2 auch H_1 zu:

$$H_1 = 0{,}2\, r_1 + H_2 \text{ bis } H_1 = 0{,}3\, r_1 + H_2 \quad \ldots \quad 43.$$

Bei im Unterwasser gehenden Turbinen kann H_1 eine negative Grösse sein; siehe hierüber das bei Besprechung des Spaltverlustes im § 23 Gesagte; liegt also die Leitradmündung 0,3 Meter unter dem Unterwasserspiegel, so ist $H_1 = -0{,}3$.

V. Vorläufige Annahme der hydraulischen Effektverluste. Da in den Bestimmungsgleichungen für die Geschwindigkeiten und Winkel die hydraulischen Effektverluste vorkommen und, wenn man rasch einigermassen annähernd richtige Resultate erhalten will, auch bei einer vorläufigen Berechnung nicht vernachlässigt werden dürfen, schätzt man sie einstweilen nach den hierfür im § 23 gemachten Angaben; so dass also für den weiteren Gang der Rechnung y_1 y_2 y_3 und ϱ als bestimmt gelten.

VI. Winkel α. Ein Blick auf die Gleichungen 3a, 3 und 11 zeigt, dass für gegebenes c_1 und k, α die Grösse von c_2 bedingt und weil $\frac{c_2^2}{2g}$ meist als völlig in Verlust kommend anzusehen ist, ergibt sich hieraus, dass kleine Werte von α einem hohen Wirkungsgrade förderlich sind. Man ist aber genötigt, α nicht unter gewissen Grössen zu wählen, weil mit abnehmendem α, f_1, also auch die Grösse der Turbine wächst und weil ferner bei kleinem α und einigermassen enger, im Interesse einer guten Wasserführung auch erforderlichen Schaufelstellung, die normal zur absoluten Ausflussgeschwindigkeit gemessenen Kanalweiten a so klein werden, dass leicht Verstopfung eintritt. Für die gewöhnlich vorkommenden Fälle nehme man

$$\left.\begin{array}{l}\alpha = 18^0 \text{ bei mittleren und hohen Gefällen} \\ \text{bis } \alpha = 25^0 \text{ bei niederen Gefällen}\end{array}\right\} \quad \ldots \quad 44.$$

Mit dem Mittelwert von $\alpha = 22^0$ wird man im allgemeinen hinreichend gute Resultate erzielen.

VII. Bestimmung von c_1 und h_1. Man kann nun c_1 und h_1 ermitteln oder festsetzen. Bei reinen Druckturbinen ist die Bestimmung von c_1 und h_1 abhängig von der Auffassung des Begriffes Druckturbine. Zweifellos am logischsten ist es, wenn man, wie Grashof im III. Bd. seiner „Theoretischen Maschinenlehre" thut, als Druckturbine eine solche ansieht, bei der $h_1 = h_2$ ist. Bei Besprechung einzelner Turbinenarten wird hierauf noch etwas eingegangen werden, vorläufig folgt nachstehendes daraus.

Bei Druckturbinen, wo der Ausfluss frei über dem Unterwasser erfolgt, muss $h_1 = h_2 = 0$ sein.

Bei Unterwasser- oder Rohrdruckturbinen ist h_2 weder von vornherein bekannt noch aus den bisher bekannten Grössen genau zu ermitteln. Die Bestimmung von h_2 ist nachstehend unter IX besprochen; setzt man in der daselbst aufgeführten Gleichung 55: $\frac{c_2^2}{2g} = y_3$, was ja nach dem vorangegangenen Paragraphen meist zutreffend ist, so folgt $h_2 = \frac{c_3^2}{2g} - H_2$, als vorläufiger beziehentlich angenäherter Wert.

Nach Gleichung 2, welche lautet

$$\frac{c_1^2}{2g} + h_1 = \frac{c_0^2}{2g} + H_0 - H_1 - y_1,$$

folgt also für in freier Luft umgehende Druckturbinen mit $h_1 = 0$

$$c_1 = \sqrt{\left(\frac{c_0^2}{2g} + H_0 - H_1 - y_1\right) 2g} \quad . \; . \; . \; . \; 45$$

für Unterwasser bezw. Rohrdruckturbinen, mit $h_1 = \frac{c_3^2}{2g} - H_2 = h_2$

$$\frac{c_1^2}{2g} + \frac{c_3^2}{2g} - H_2 = \frac{c_0^2}{2g} + H_0 - H_1 - y_1$$

oder wenn man einsetzt für $H_0 + \frac{c_0^2}{2g} - \frac{c_0^2}{2g}$ seinen Wert H

$$c_1 = \sqrt{(H - H_1 + H_2 - y_1) 2g} \quad . \; . \; . \; . \; 46.$$

Bei Ueberdruckturbinen wählt man zur Bestimmung von c_1 am besten m; bei den gewöhnlich üblichen Ueberdruckturbinen ist $m = \frac{1}{2}$, man kann aber auch jeden anderen grösseren Wert anwenden und es geschieht auch. Der Wert $m = \frac{1}{2}$ führt zu β nahe 90°. Das ist für eine einfache Gestaltung der Schaufeln günstig.

c_1 ergibt sich also aus

$$c_1 = \sqrt{2gmH} \quad . \; . \; . \; . \; 47.$$

Hieran schliesse sich die Bestimmung von h_1 bei Ueberdruckturbinen, sie erfolgt nach Gleichung 2a, aus welcher sich ergibt

$$h_1 = \frac{c_0^2}{2g} + H_0 - H_1 - y_1 - mH \quad . \; . \; . \; . \; 48.$$

Der Anfänger achte hierbei wieder sorgsam auf das unter IV zum Schluss über H_1 Gesagte.

VIII. Bestimmung von n·k und c_2. Kennt man c_1, so ergibt sich n aus Gleichung 3a:

$$n = c_1 \sin \alpha.$$

Man kann nun in zweierlei Weise weiter verfahren, indem man entweder k annimmt und damit c_2 bestimmt, oder indem man c_2 annimmt und k bestimmt. Will man von der Annahme der Grösse k ausgehen, so setze man: bei axial beaufschlagten Ueberdruckturbinen, wo $m = \frac{1}{2}$ gemacht worden ist

$$k = 1 \quad . \; . \; . \; . \; 49.$$

Bei radialen Ueberdruckturbinen kann man wählen

$$\left.\begin{array}{l}\text{bei innerer Beaufschlagung: } k = \frac{r_1}{r_2} \text{ bis } k = 0{,}8\frac{r_1}{r_2} \\ \text{bei äusserer Beaufschlagung: } k = 1 \text{ bis } k = \frac{1}{2}\end{array}\right\} \quad \ldots\ldots 50.$$

Bei Druckturbinen findet man nach guten Ausführungen

$$k = \frac{1}{2} \text{ bis } k = \frac{1}{3} \quad \ldots\ldots 51,$$

bei hohen Gefällen wähle man den höheren Wert.

Bei Ueberdruckturbinen mit hohen Werten von m nähert man sich, je grösser m, den für Druckturbinen angegebenen Werten von k um so mehr.

Hat man k festgesetzt, so berechnet man c_2 aus

$$\text{Gleichung 11: } c_2 = n \cdot k.$$

Da $\frac{c_2^2}{2g}$ in der Regel ein in Verlust kommender Gefällebetrag ist, soll es möglichst klein sein, in gewöhnlichen Fällen nicht über 0,04 H bis höchstens 0,05 H.

Soll von c_2 ausgegangen werden, so nimmt man dem eben Gesagten entsprechend einen Wert für $\frac{c_2^2}{2g}$ an, man mache

$$\frac{c_2^2}{2g} = 0{,}03\,H \text{ bis } 0{,}05\,H \quad \ldots\ldots 52.$$

Die kleinen Werte passen für hohe, die höheren Werte für niedere Gefälle, im Mittel ist $\frac{c_2^2}{2g} = 0{,}04$ ein in den meisten Fällen brauchbarer Wert.

Hiernach ergibt sich

$$\left.\begin{array}{r}c_2 = \sqrt{2g \cdot 0{,}03\,H} \text{ bis } c_2 = \sqrt{2g \cdot 0{,}05\,H} \\ \text{im Mittel } c_2 = \sqrt{2g \cdot 0{,}04\,H}\end{array}\right\} \quad \ldots\ldots 53.$$

k folgt mit dem berechneten Werte von c_2 aus

$$\text{Gleichnng 11: } h = \frac{c_2}{n}.$$

IX. Ueberdruck nach dem Austritt aus dem Laufrad, h_2. Bei Turbinen, deren Laufrad über dem Unterwasserspiegel in der freien Luft umläuft, kann das Wasser beim Austritt aus dem Laufrad keinen Ueberdruck mehr haben, bei solchen ist also

$$h_2 = 0 \quad \ldots\ldots 54.$$

In den anderen Fällen ermittelt man unter Verwendung der bereits berechneten oder angenommenen Grössen (wozu auch y_3 gehört) h_2 aus Gleichung 10, welche lautet

$$\frac{c_3^2}{2g} = \frac{c_2^2}{2g} + h_2 + H_2 - y_3.$$

Danach ist

$$h_2 = \frac{c_3^2}{2g} + y_3 - \frac{c_2^2}{2g} - H_2 \quad . \; . \; . \; . \; 55.$$

Man hat hierbei im Falle einer Unterwasserturbine des schon mehrfach erwähnten negativen Wertes von H_2 zu gedenken.

X. Berechnung der Grössen p und c_p^2. Im § 22 ist zur Vereinfachung gesetzt worden (siehe Gleichung 6 und 6b)

$$h_1 - h_2 + H_1 - H_2 - y_2 = p \quad . \; . \; . \; . \; 56,$$

nachdem unter IX auch h_2 berechnet wurde, und weil alle übrigen Grössen bekannt bezüglich vorläufig angenommen sind, ist p bestimmt durch Gleichung 56 und der für die weitere Berechnung gebrauchte Wert c_p^2 ergibt sich zu

$$c_p^2 = 2gp \quad . \; . \; . \; . \; 57.$$

Hierbei ist auf folgendes zu achten. Wenn h_2 und h_1 wenig verschieden oder gleich sind, $H_1 - H_2 = o$ oder ein im Vergleich zu y_2 kleiner Wert ist u. s. w., so kann der sich für p aus Gleichung 56 ergebende Zahlenwert negativ sein. Das wird z. B. bei Druckturbinen für höhere Gefälle fast immer eintreten. Hat p einen positiven Wert, so hat es die Bedeutung eines die Bewegung des Wassers beschleunigenden Ueberdruckes, hat es einen negativen Wert, so stellt es den nach Aufzehrung etwa vorhandenen Ueberdruckes noch bleibenden Widerstand gegen die Bewegung dar, während im ersten Falle die beschleunigenden Kräfte überwiegen, überwiegen im letzteren die verzögernden. Würde z. B. sein $h_1 = o$, $h_2 = o$, $H_1 = 0{,}2$, $H_2 = 0{,}1$, $y_2 = 0{,}25$, so würde sein $p = -0{,}15$, also $c_p^2 = -0{,}3\,g$.

XI. Winkel β. Nunmehr folgt aus Gleichung 13, durch Einsetzen der gefundenen Werte von α k c_p^2 und c_1

$$\cot\beta = \cot 2\alpha + \frac{1}{2}\tan\alpha\, k^2 - \frac{c_p^2}{c_1^2 \sin 2\alpha}.$$

Hätte c_p^2 den vorstehend ermittelten Wert $c_p^2 = -0{,}3\,g$, so würde obige Gleichung lauten:

$$\cot\beta = \cot 2\alpha + \frac{1}{2}\tan\alpha\, k^2 - \frac{-0{,}3\,g}{c_1^2 \sin 2\alpha}$$

oder

$$\cot\beta = \cot 2\alpha + \frac{1}{2}\tan\alpha\, k^2 + \frac{0{,}3\,g}{c_1^2 \sin 2\alpha}.$$

XII. Geschwindigkeiten $v_1\, v_2\, w_1\, w_2$. Ist β bestimmt, so folgt aus

Gleichung 5: $v_1 = c_1 \sin\alpha (\cot\alpha - \cot\beta) = n(\cot\alpha - \cot\beta)$

$$v_2 = \frac{r_2}{r_1} v_1$$

und ferner nach

$$\text{Gleichung 4:}\quad w_1 = \frac{c_1 \sin\alpha}{\sin\beta} = \frac{n}{\sin\beta},$$

sowie nach

$$\text{Gleichung 8:}\quad w_2 = \sqrt{v_2^2 + c_2^2},$$

wenn richtig gerechnet ist, muss auch w_2^2 folgen aus

$$\text{Gleichung 7:}\quad w_2^2 = w_1^2 + v_2^2 - v_1^2 + c_p^2.$$

XIII. Winkel δ. Mit den unter VIII und XII bestimmten Werten von c_2 und w_2 ergibt sich aus

$$\text{Gleichung 8a:}\quad \sin\delta = \frac{c_2}{w_2},$$

XIV. Prüfung bezw. endgültige Feststellung der Effektverluste. Nachdem nun alle vorkommenden Wassergeschwindigkeiten ermittelt sind, kann man die hydraulischen Effektverluste prüfen. Man berechnet also nach § 23 aus

$$\text{Gleichung 19:}\quad y_1 = \xi_0 \frac{c_0^2}{2g} + \xi_1 \frac{u_1^2}{2g} + (\xi_2 + \xi_3)\frac{c_1^2}{2g},$$

$$\text{Gleichung 20:}\quad y_2 = \psi_1 \frac{w_1^2}{2g} + \psi_2 \frac{w_2^2}{2g}$$

und je nach der Aufstellungsart der Turbine:

bei Gang in freier Luft nach Gleichung 21: $y_3 = H_2 + \frac{c_2^2}{2g}$,

" " im Unterwasser " " 22: $y_3 = \frac{c_2^2}{2g}$,

bei Rohrturbinen entweder nach

$$\text{Gleichung 23:}\quad y_3 = \frac{c_2^2}{2g}\left(1 - \left(\frac{f_2}{F_2}\right)^2\right) + 0{,}025 \frac{l}{d} \frac{u_2^2}{2g}$$

oder nach

$$\text{Gleichung 24:}\quad y_3 = \frac{c_2^2}{2g}\left(1 - \left(\frac{f_2}{F_2}\right)^2\right) + 0{,}025 \frac{l}{d} \frac{u_2^2}{2g} + \frac{u_3^2}{2g}.$$

Wenn die berechneten Werte den angenommenen annähernd gleich, besonders wenn die berechneten etwas kleiner als die angenommenen sind, kann man mit den bisher erhaltenen oder gewählten Grössen weiter arbeiten, sind dagegen die Unterschiede gross, so wiederholt man die ganze Rechnung, soweit erforderlich, mit den berechneten Werten von $y_1\, y_2\, y_3$, ehe man weiter geht.

XV. Umdrehungszahlen und endgültiger Radius r_1. Sind die Geschwindigkeiten unter Einführung passender Werte der Effektverluste bestimmt, so ermittelt man mit dem unter III festgesetzten Werte von r_1 einen vorläufigen Wert für die Umdrehungen der Turbine pro Minute. Die Zahl dieser Umdrehungen wird bezeichnet mit U und es gilt die Gleichung

$$U \cdot 2\pi r_1 = v_1 \cdot 60 \text{ oder}$$

$$U = 9{,}549 \frac{v_1}{r_1} \quad . \; . \; . \; . \; 58.$$

Die Umdrehungszahl soll natürlich meist eine für die weitere Berechnung der Transmission u. s. w. passende runde Zahl oder doch wenigstens ganze Zahl sein. Ergibt sich mit dem angenommenen Werte von r_1 kein genau passendes U, so setzt man es entsprechend fest. Hätte man also z. B. erhalten $U = 40{,}5$, so würde man festsetzen $U = 40$.

Hierauf ermittelt man nun den endgültigen Wert von r_1 aus Gleichung 58, welche in anderer Form lautet

$$r_1 = 9{,}549 \frac{v_1}{U} \quad . \; . \; . \; . \; 59,$$

dann r_2 aus

$$r_2 = \tau r_1 \quad . \; . \; . \; . \; 59\,a,$$

wenn τ den unter III gewählten Wert von $\frac{r_2}{r_1}$ bedeutet.

Die ursprünglich nach Massgabe des unter III angenommenen r_1 gewählten Grössen, wie $H_1 - H_2$ u. s. w., brauchen, wenn sie sonst passend sind, natürlich nicht geändert zu werden.

XVI. Schaufelzahlen, Schaufelstärken. Kennt man r_1, so kann man die Schaufelzahl wählen. Hierbei beachte man, dass eine grosse Schaufelzahl die Sicherheit der Wasserführung erhöht, aber auch die Reibungsflächen vermehrt, die Verluste infolge der Schaufeldicken anwachsen lässt und dass bei unreinem Wasser u. s. w. enge Schaufelstellungen leicht Anlass zu Verstopfungen geben.

Man kann die Schaufelzahl, ohne an diese Angaben gebunden zu sein, ungefähr wählen:

Bei Partialturbinen mit sehr wenig Leitkanälen; für sehr hohe Gefälle und kleine Wassermengen	$z_1 = 120\,r_1$ bis $80\,r_1$	60.
Bei Druckturbinen mit voller oder doch einen erheblichen Teil des Radumfanges umfassender Beaufschlagung, sowie bei kleineren Ueberdruckturbinen; für hohe und mittlere Gefälle	$z_1 = 70\,r_1$ bis $50\,r_1$	
Bei gleichen Druckturbinen wie vorher sowie bei grösseren Ueberdruckturbinen; für mittlere und niedere Gefälle und grosse Wassermengen	$z_1 = 45\,r_1$ bis $32\,r_1$	

Die Zahl der Leitradschaufeln für Vollturbinen nehme man an zu

$$z_2 = z_1 - 1 \text{ oder } z_2 = z_1 + 1 \quad . \; . \; . \; . \; 61.$$

Die Schaufelstärken nimmt man so klein wie möglich, d. h. so klein, als es die Festigkeit, die zu erwartende Abnutzung (besonders bei sandhaltigem Wasser) und die Herstellungsart erlaubt. Man hat also in jedem Falle alle Einflüsse abzuwägen und man findet an ausgeführten Turbinen deshalb sehr verschiedene Werte, bei gusseisernen Schaufeln schwanken die Stärken zwischen 6 und 14 oder mehr Millimetern und bei Blechschaufeln, worunter immer stählerne oder schmiedeeiserne verstanden werden, zwischen 2 bis 8 Millimetern. Als Anhalt bei der Wahl der Schaufelstärken mögen folgende Formeln dienen, welche die Schaufelstärke in Metern geben.

$$\left.\begin{array}{ll}\text{Gusseiserne Schaufeln} & s_1 = s_2 = s_3 = 0{,}005\, r_1 + 0{,}008 \\ \text{Blechschaufeln} & s_1 = s_2 = s_3 = 0{,}004\, r_1 + 0{,}002\end{array}\right\} \ldots 62.$$

XVII. Ausflussflächen, Radbreiten. Nach Gleichung 3 im § 22 ist die aus dem Leitrade fliessende Wassermenge $Q = c_1 \sin\alpha\, f_1 = n f_1$, worin f_1 die im § 21 angegebene Bedeutung hat, es ist also

$$f_1 = \frac{Q}{c_1 \sin\alpha} = \frac{Q}{n} \quad \ldots 63.$$

Bezeichnet, wie schon vorher, z_1 die Zahl der Leitkanäle, e die im Radumfange gemessene lichte Weite eines Leitkanales an der Stelle, wo das Wasser austritt und b die lichte Breite eines Leitkanales, siehe Fig. 54 und 55, § 22, so würde, wenn die Einwirkung der Laufradschaufeln zu vernachlässigen wäre, $f_1 = z_1 \cdot e \cdot b$ sein.

In Wirklichkeit ist aber die durch die Laufradschaufeln bewirkte Verengung der Leitradmündungen keineswegs verschwindend und mithin ist

$$f_1 = \mu z_1 e b \quad \ldots 64,$$

worin μ ein Koeffizient ist, welcher immer kleiner als 1 ist. Je mehr Schaufeln die Räder haben, je stärker die Schaufeln sind, desto kleiner wird μ sein, je besser die Laufradschaufeln zugeschärft werden, desto grösser μ.

Für normale Verhältnisse setze man

$$\left.\begin{array}{ll}\text{bei gusseisernen Schaufeln} & \mu = 0{,}90 \\ \text{„ Blechschaufeln} & \mu = 0{,}95\end{array}\right\} \ldots 65.$$

Ueber die rechnerische Bestimmung von μ siehe den Aufsatz von Professor Stribeck: Der Einfluss der Schaufelstärken der Turbinen, „Zeitschrift des Vereins deutsch. Ingenieure", Jahrg. 1891, Seite 612.

Die Grösse e ergibt sich, wie ein Blick auf Fig. 54, § 22, lehrt, aus

$$e + \frac{s_1}{\sin\alpha} = \frac{2\pi r_1}{z_1}$$

also

$$e = \frac{2\pi r_1}{z_1} - \frac{s_1}{\sin\alpha} \quad \ldots 66.$$

Gewöhnlich wird man die Schaufelung gleich aufzeichnen und dann e aus der Zeichnung entnehmen. Aus Gleichung 64 folgt nun

$$b = \frac{f_1}{\mu z_1 e}$$

oder wenn für e sein Wert eingesetzt wird

$$b = \frac{f_1}{\mu\left(2\pi r_1 - \frac{s_1 \cdot z_1}{\sin\alpha}\right)} \quad \ldots \quad 67.$$

Die Breite b soll insbesondere bei axial beaufschlagten Turbinen nicht zu gross ausfallen im Verhältnis zu r_1. Die unter III gemachten Angaben zur Wahl von r_1 tragen dem schon thunlichst Rechnung, sollte trotzdem sich ein Wert von b ergeben, der augenscheinlich zu gross ist, so vergrössere man r_1 und ändere die Rechnung soweit erforderlich ab.

Das Laufrad soll das ihm vom Leitrade dargebotene Wasser völlig aufnehmen, es ist zu kontrollieren, ob das zutrifft und es muss, wenn von der Zuschärfung der Laufradschaufeln abgesehen wird, sein:

$$Q = n\left(2\pi r_1 - z_2 \frac{s_2}{\sin\beta} - z_1 \frac{s_1}{\sin\alpha}\right) b \quad \ldots \quad 68.$$

Genau stimmen kann das natürlich meistens nicht, man kann sich begnügen, wenn der berechnete Wert auch etwas grösser ist, als das gegebene Q. Bei Ueberdruckturbinen kommt eigentlich nur φQ in Betracht, aber in Rücksicht auf die beim Einflusse in das Laufrad erfolgenden Geschwindigkeitsänderungen begeht man jedenfalls keinen nennenswerten Fehler, wenn man hier und auch bei der weiteren Ausflussflächenberechnung das volle Q zu Grunde legt.

Die Breite b_1 des Laufrades an der Eintrittsstelle muss etwas grösser als b genommen werden, um bei nicht genauem Rundlaufen des Laufrades Stoss des aus dem Leitrade kommenden Wassers gegen die Radkränze zu vermeiden.

Nach Bach soll man nehmen

$$b_1 = b + 0{,}004 \text{ bis } b + 0{,}010 \quad \ldots \quad 69,$$

je nach der Grösse des Rades und der zu erwartenden Güte der Arbeit. Bei manchen Druckturbinen und zwar bei solchen, wo die Ventilation durch den Spalt erfolgen soll (siehe später), wird b_1 wesentlich grösser gemacht; nach Bach

$$b_1 = \frac{5}{4} b \text{ bis } \frac{3}{2} b \quad \ldots \quad 70$$

und mehr, wenn b sehr klein.

Von den durch die Wassergeschwindigkeiten u. s. w. bedingten wichtigen Abmessungen ist jetzt nur noch, b_2, die lichte Breite des Laufrades an der Austrittsstelle zu bestimmen.

Nach § 21 ist $\frac{f_1}{f_2} = k$, k und f_1 sind bekannt, also

$$f_2 = \frac{f_1}{k} \quad \ldots . \quad 71.$$

Bei den Uebertruckturbinen sowie bei manchen Druckturbinen, insbesondere bei denen, welche man Grenzturbinen nennt, weil sie gewissermassen den Uebergang zu den Ueberdruckturbinen bilden, soll der aus einem Laufradkanale tretende Wasserstrahl den Austrittsquerschnitt ganz ausfüllen. Mit den im § 22, Austritt des Wassers aus dem Laufrade, angenommenen Bezeichnungen ist aber in diesem Falle (siehe Fig. 57) $f_2 = z_2$, $e_2 b_2$ und e_2 muss sich in ähnlicher Weise wie e nach Gleichung 66 ergeben aus

$$z_2 e_2 = 2 \pi r_2 - z_2 \frac{s_3}{\sin \delta} \quad \ldots . \quad 72.$$

und also

$$f_2 = \left(2 \pi r_2 - z_2 \frac{s_3}{\sin \delta}\right) b_2 \quad \ldots . \quad 73.$$

Bei Druckturbinen mit freiem Strahl, das sind solche, bei denen das durch einen Laufradkanal strömende Wasser nur mit der konkaven Schaufelfläche in Berührung ist, bei denen also der Austrittsquerschnitt nicht ganz vom Wasser erfüllt sein soll, muss f_2 kleiner als $z_2 e_2 b_2$ sein, also b_2 grösser als bei voller Erfüllung der Kanäle.

Setzen wir fest, dass der vom Wasser eingenommene Teil der lichten Weite e_2 der Laufradkanäle nur 0,85 e_2 betragen soll, so folgt, dass

$$f_2 = 0{,}85 \left(2 \pi r_2 - z_2 \frac{s_3}{\sin \delta}\right) b_2 \quad \ldots . \quad 74.$$

Setzt man in Gleichung 73 und 74 für f_2 den durch Gleichung 71 bestimmten Wert ein, so erhält man zur Bestimmung von b_2 die folgenden Formeln:

Für Ueberdruckturbinen oder Druckturbinen mit voller Erfüllung des Ausflussquerschnittes

$$b_2 = \frac{f_1}{k\left(2 \pi r_2 - z_2 \frac{s_3}{\sin \delta}\right)} \quad \ldots . \quad 75.$$

Für Druckturbinen mit freiem Strahl (sogenannten Girard-Turbinen)

$$b_2 = \frac{1{,}18\, f_1}{k\left(2 \pi r_2 - z_2 \frac{s_3}{\sin \delta}\right)} \quad \ldots . \quad 76.$$

Vielfach wird man e_2 der Zeichnung entnehmen, dann kann man an Stelle der Gleichung 75 schreiben

$$b_2 = \frac{f_1}{k \cdot z_2 \cdot e_2} \quad \ldots \; 75a$$

und an Stelle von Gleichung 76

$$b_2 = \frac{1{,}18\, f_1}{k \cdot z_2 \cdot e_2} \quad \ldots \; 76a.$$

XVIII. Wirkungsgrad. Die Verluste $y_1\, y_2\, y_3$ sind schon unter XIV bestimmt worden, also kann der hydraulische Wirkungsgrad ermittelt werden nach

$$\text{Gleichung 25:} \quad \varepsilon = \frac{H - y_1 - y_2 - y_3}{H}.$$

Der Spaltverlust kann berechnet werden nach den im vorhergehenden Paragraphen angegebenen Regeln und die wirksame Wassermenge φQ nach

$$\text{Gleichung 26:} \quad \varphi Q = Q - \mu x \sqrt{2 g (h_1 - h^1)}.$$

Die Ausflussfläche des Spaltes, x, ist dabei, wenn mit σ die Spaltweite, d. h. der radiale oder axiale Abstand von Leit- und Laufrad im Spalt bezeichnet wird und der Ausfluss nach zwei Seiten stattfinden kann, zu ermitteln aus

$$x = \sigma \cdot 4 \pi r_1 \quad \ldots \; 77.$$

Die Grösse σ ist, wie schon früher erwähnt, möglichst klein, höchstens $\sigma = 0{,}003$ bis $\sigma = 0{,}005$ Meter zu machen.

Die Berechnung der Turbine, soweit sie hydraulischer Natur und also Sache der eigentlichen Turbinentheorie ist, schliesst hiermit ab. Die Bestimmung des ganzen Wirkungsgrades erfolgt nach Gleichung 29, § 23, sie erfordert noch die Kenntnis der Zapfenreibungsarbeit und dergleichen, diese kann für vorläufige Ermittelungen nach den hierzu im § 23 gemachten Angaben geschätzt werden, im übrigen aber wird man sie erst nach erfolgtem völligen Entwurf, wenigstens der Hauptteile, berechnen.

Anwendung des graphischen Verfahrens. Will man das im § 22 angegebene graphische Verfahren anwenden, was seiner Einfachheit und Sicherheit wegen überhaupt empfehlenswert ist, zum mindesten aber als Kontrolle jedesmal angewendet werden kann, so ist der Gang der Rechnung genau wie vorher unter I bis X angegeben. Hat man p bestimmt, so ermittelt man c_p aus $c_p = \sqrt{2 g p}$. Damit sind alle Grössen bestimmt, um die im § 22 angegebene Konstruktion durchzuführen, welche uns an Stelle der vorstehend unter XI, XII und XIII ausgeführten Rechnungen die Grössen v_1, β, w_1 und nach Ermittelung von v_2 auch w_2 und δ liefert. Im übrigen verfährt man weiter, wie vorher unter XIV bis XVIII.

Eine mitunter vorkommende, erforderliche, kleine Abänderung der geometrischen Konstruktion muss hier noch besprochen werden. Wie schon vorher unter X erläutert, wird p nicht selten einen negativen Wert haben, beispielweise sei, wie unter X, einmal $p = -0{,}15$, also $c_p^2 = -0{,}3\,g$. Die der graphischen Ermittelung zu Grunde liegende Gleichung 14 würde also lauten $y_1^2 - \triangle^2 = n^2 + (-0{,}3\,g) - (n\,k)^2$, oder anders geschrieben $v_1^2 - \triangle^2 = n^2 - (+\sqrt{0{,}3g})^2 - (n\,k)^2$, hieraus folgt die nachstehende Art der Konstruktion:

In Fig. 5, Taf. 3, ist $D\,A = c_1$, $F\,D = n$, $\sphericalangle F\,A\,D = \alpha$. Ueber $F\,D$ ist ein Halbkreis geschlagen, darin $F\,G = c_p$, wobei c_p als Kathede eines rechtwinkeligen Dreieckes eingetragen, D mit G verbunden, darüber wieder ein Halbkreis geschlagen und $D\,J = D\,H = n\,k$ gemacht; $G\,J$ ist das gesuchte M (siehe § 22), im übrigen ist gerade so zu verfahren, wie bei der im § 22 angegebenen Methode.

Anwendung der Gleichungen 15 bis 18. Man verfährt bis zur Bestimmung von c_1 und h_1, wie schon unter I bis VII erläutert; dann nimmt man $\varepsilon = 0{,}82$ bis $0{,}85$ an, bestimmt weiter

v_1 aus Gleichung 15: also $v_1 = \dfrac{\varepsilon\, g\, H}{c_1 \cos \alpha}$,

β aus Gleichung 18: also $\cot \beta = \cot \alpha - \dfrac{\varepsilon}{m \sin 2\alpha}$,

v_2 aus $v_2 = \dfrac{v_1\, r_2}{r_1}$, n aus $n = c_1 \sin \alpha$,

w_1 aus Gleichung 4, also $w_1 = \dfrac{n}{\sin \beta}$.

Hiernach ermittelt man, wie unter IX und X dieses Paragraphen, h_2, indem man vorläufig $y_3 = \dfrac{c_2^2}{2\,g}$ annimmt; $\left(\text{also } h_2 = \dfrac{c_3^2}{2\,g} - H_2\right)$ und bestimmt p sowie c_p^2.

Nun findet man:

w_2 aus Gleichung 7, also $w_2 = \sqrt{w_1^2 + v_2^2 - v_1^2 + c_p^2}$,

c_2 aus Gleichung 8, also $c_2 = \sqrt{w_2^2 - v_2^2}$,

δ aus Gleichung 8a, also $\sin \delta = \dfrac{c_2}{w_2}$.

Es ergibt sich nunmehr durch Berechnung von y_1, y_2, y_3, ob ε richtig gewählt, sowie ob $\dfrac{c_2}{2\,g} = y_3$ ist. Nach Bedarf ist die Rechnung abzuändern, indem man die gefundenen Werte für ε, c_2, y_3 einsetzt. Hierauf berechnet man k aus Gleichung 11, also $k = \dfrac{c_2}{n}$ und verfährt weiter wie beim ersten Verfahren unter XV bis XVIII.

Berechnung der Partialturbinen. Ergibt sich bei geringen Wassermengen der Durchmesser einer Vollturbine unzulässig klein, so hat man eine Partialturbine anzuwenden, das heisst, man hat dem Laufrad nicht auf dem ganzen Umfange, sondern nur auf einem Teile desselben Wasser zuzuführen. Die Berechnung hat dann so zu erfolgen, dass man die Dimensionen einer Vollturbine für eine entsprechend grössere Wassermenge berechnet. Bezeichnet i den Beaufschlagungsgrad, also das Verhältnis des beaufschlagten Umfanges zum ganzen Umfange, Q wie bisher die zur Verfügung stehende Wassermenge, so hat die Berechnung der Turbine für eine Wassermenge $= \frac{Q}{i}$ zu erfolgen, i ist dabei den Umständen entsprechend zu wählen. Hätte sich z. B. für eine Wassermenge Q nach Gleichung 34a der Wert $r_1 = 0{,}15$ Meter ergeben, die noch zulässige Umdrehungszahl erfordere aber $r_1 = 0{,}6$ Meter, so wäre $i = \frac{1}{4}$ zu wählen und die Turbine für 4 Q zu berechnen.

Ist die Berechnung der Vollturbine für die Wassermenge $\frac{Q}{i}$ durchgeführt, so hat man beim Entwurf der Partialturbine nur zu beachten, dass von den der Vollturbine entsprechenden z_1 Leitkanälen für die Partialturbine nur $i z_1$ gebraucht werden. Man achte bei der Wahl von z_1 mit darauf, dass $i z_1$ eine ganze Zahl ist.

Hätte man z. B. bei $i = \frac{1}{4}$, $z_1 = 48$ genommen, so würden nur $\frac{48}{4} = 12$ Leitkanäle zur Bewältigung der Wassermenge Q in Benutzung zu nehmen sein.

Die erläuterten Berechnungsmethoden sind natürlich nicht die einzigen möglichen, man kann noch in sehr verschiedener Weise und gleich gut vorgehen, aber es ist weder möglich noch erforderlich, alle Berechnungsarten hier darzustellen, der aufmerksame Leser wird erforderlichenfalls selbst Abänderungen treffen können und anderweit angegebenes verstehen.

§ 25. Schaufelform, Schaufelflächen, Kranzquerschnitt.

Den Schaufelkranz einer Axialturbine denkt man sich durch eine durch die Mitten der oberen Laufradschaufelkanten (bezw. unteren Leitradschaufelkanten) gelegte Cylinderfläche geschnitten, bei Radialturbinen dagegen durch eine zur Turbinenachse senkrechte, die Schaufelkanten in der Mitte schneidende Ebene. Die Kurven, nach denen die Schaufeln die betreffende Cylinderfläche oder Ebene schneiden, sind die Schaufelkurven, die Schnittfläche einer Schaufel nennt man Schaufelprofil.

Bei Axialturbinen pflegt man zur besseren Betrachtung die cylindrische Schnittfläche in einer Ebene auszubreiten, davon ist schon mehrfach, ohne dass es besonders erwähnt wurde, Gebrauch gemacht worden.

Die Schaufelkurven sollen so beschaffen sein, dass die relative Bahn eines mittleren Wasserfadens eine möglichst sanft und stetig gekrümmte Kurve ist, welche den mittleren Eintritts- und Austrittsumfang des Leitrades oder Laufrades unter den der besten Leistung entsprechenden Winkeln schneidet.

Man findet also bei bekanntem Kranzquerschnitt der Turbine die Schaufelprofile, indem man den relativen Wasserweg durch eine geeignete Kurve festlegt, welche, wenn es sich um das Leitrad handelt, den Eintrittsumfang in der Regel unter 90°, den Austrittsumfang unter dem Winkel α schneidet, während die entsprechende Kurve für das Laufrad, dessen Eintrittsumfang unter dem Winkel β, den Austrittsumfang unter dem Winkel δ schneiden muss und dann in einer Anzahl Punkte die den lichten Kranzbreiten und relativen Geschwindigkeiten entsprechenden halben Strahlstärken nach links und rechts, senkrecht zur mittleren Wasserbahn aufträgt.

Die so erhaltenen Punkte bestimmen die den Wasserstrahl begrenzenden Kurven, die eine, im Sinne der Bewegung vorn gelegene, bestimmt wieder die konkave Schaufelfläche, die andere kommt als Begrenzung des konvexen Schaufelrückens bei Ueberdruck- und Grenzturbinen in Betracht.

Bei den Leitkanälen, ferner bei den Laufradkanälen der Druckturbinen mit freiem Strahl und der Ueberdruckturbinen mit erheblichem Ueberdruck, bei denen Winkel $\beta \geqq 90^0$ wird, kann man den relativen Wasserweg wohl auch ohne weiteres als Schaufelkurve benutzen, gegen welche das Wasser wirkt; bei den Laufrädern der Turbinen mit schwachem Ueberdruck und Grenzturbinen geht das nicht an.

Die Turbinenkanäle sollen nun weiter so beschaffen sein, dass das Wasser möglichst wenig darin an Gefälle verliert, sie sollen also möglichst kurz und möglichst wenig scharf gekrümmt sein. Da es ferner wünschenswert ist, beim Ausfluss aus dem Leitrade oder Laufrade jegliche Kontraktion zu vermeiden, werden die Schaufelenden vielfach geradlinig ausgebildet. Auf einer je grösseren Länge aber die Schaufelkurve ganz oder nahe geradlinig ist, auf einer um so kürzeren Strecke muss die erforderliche Krümmung erfolgen, der Krümmungswiderstand aber ist von erheblichem Einfluss auf den Bewegungswiderstand. Bei den Laufradschaufeln findet nur dort, wo der Wasserstrom abgelenkt wird, Arbeitsabgabe statt, die geradlinigen Teile sind wertlos für dieselbe. (Vergl. den schon genannten Aufsatz von Stribeck, „Zeitschrift des Vereins deutscher Ingenieure“, 1891, Seite 612.) Man thut also zweifellos gut, die Schaufelprofile an der Austrittsseite des Leitrades mit geradlinigen parallelen Enden zu versehen, beim Laufrad ist zwar natürlich auch nach einem kontraktionslosen Verlauf der Kanalenden zu streben, doch wird man sich damit zu begnügen suchen, dabei höchstens das äussere Ende des konvexen Schaufelprofiles (Rücken) geradlinig zu machen.

Bei Druckturbinen mit freiem Strahl, bei denen steter Gang über dem Unterwasser sicher ist und der Wasserstrom den Schaufelrücken nicht netzt, ist das letztere auch überflüssig. Was die Gestaltung der Kurve des relativen Wasserweges anlangt, so lassen sich wohl die meisten Konstrukteure von der Erfahrung und dem Gefühl leiten. Es sind zwar mancherlei interessante Gesetze in dieser Hinsicht aufgestellt worden, aber es ist fraglich, ob der Erfolg der aufgewandten Mühe entspricht.

Ein wesentliches Erfordernis ist jedoch folgendes: Die Schaufeln des Laufrades müssen so gekrümmt sein, dass das Wasser immer im Sinne der Umdrehungsbewegung dagegen presst und nicht etwa das Bestreben hat, sich loszulösen. Bei Ueberdruckturbinen sowie bei axialen und von aussen beaufschlagten radialen Druckturbinen wird dieser Forderung ohne besondere weitere Maſsnahmen Genüge geleistet, nicht aber bei von innen beaufschlagten radialen Druckturbinen. Die ausführliche Widergabe oder gar Herleitung der hierbei zu beachtenden mechanischen Gesetze geht über den Rahmen dieses Buches hinaus. Hier sollen deshalb nur Resultate, welche daraus folgen, angegeben werden. Leser, welche sich eingehender unterrichten wollen, finden darüber das Nötige in Weissbachs „Lehrbuch der Ingenieur- und Maschinenmechanik“, Bd. I; Bach, „Die Wasserräder“ und Grashof, „Theoretische Maschinenlehre“, Bd. III.

In Fig. 59 stellt die Kurve ab die Schaufelkurve des Laufrades einer von innen beaufschlagten radialen Druckturbine dar. Es bezeichne ρ_1 den Radius der Schaufelkrümmung an der Eintrittsstelle des Wassers bei a, ρ_2 den Radius der Schaufelkrümmung an der Austrittsstelle b; die übrigen noch zu verwendenden Bezeichnungen haben die schon früher beigelegten Bedeutungen. Dann muss nach Grashof, „Theoretische Maschinenlehre“, Bd. III, § 42, wenn die oben erwähnte Forderung erfüllt werden soll, sein:

Fig. 59.

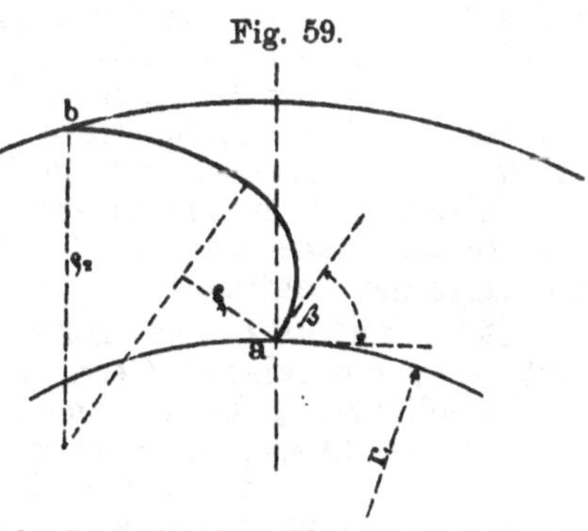

$$\left.\begin{array}{ll} \text{für Punkt a:} & \dfrac{r_1}{\rho_1} > \dfrac{v_1}{w_1}\left(2 + \dfrac{v_1}{w_1}\cos\beta\right) \\ \text{für Punkt b:} & \dfrac{r_2}{\rho_2} > \dfrac{v_2}{w_2}\left(2 - \dfrac{v_2}{w_2}\cos\delta\right) \end{array}\right\} \quad \ldots\ldots 78.$$

Dabei soll die Krümmung von aussen nach innen zunehmen, also das grössere ρ_2 allmählich in das kleinere ρ_1 übergehen.

Die Schaufelflächen werden in verschiedener Weise gebildet. Bei axialen Turbinen ist es viel gebräuchlich, die Schaufelfläche dadurch zu bilden, dass man eine die Turbinenachse unter 90° schneidende Gerade längs der Schaufelkurve hinführt (Fig. 6, Taf. 3). Die so entstehende Fläche ist eine Schraubenfläche mit veränderlicher Steigung. Von manchen Konstrukteuren wird, insbesondere bei axialen Druckturbinen, eine cylindrische Schaufelfläche angewandt. Diese lässt man in der Weise entstehen, dass man die erzeugenden Grade parallel einer angenommenen Anfangslage längs der Schaufelkurve hinführt. Man kann z. B., wie in Fig. 7, Taf. 3, die an der Austrittsseite liegende Schaufelkante radial stellen und dann in jedem anderen Punkte der Schaufelkurve die erzeugende Gerade parallel dazu legen.

Bei Radialturbinen sind die Schaufelflächen vielfach Cylinderflächen, gebildet durch Verschiebung einer zur Turbinenachse parallelen Geraden längs der Schaufelkurve, doch findet man besonders bei den Francisturbinen jetzt vielfach abweichend gebildete Schaufelflächen, die bedingt sind durch besondere Kranzquerschnitte der Laufräder. Hierüber sollen einige erläuternde Angaben weiter unten bei Besprechung der von aussen beaufschlagten Radialturbinen in § 28 gemacht werden.

Den Kranzquerschnitt der Turbinenlaufräder führt man bei axialen Ueberdruckturbinen symmetrisch aus, wie es z. B. Fig. 11, Taf. 2, zeigt. Bei axialen Druckturbinen findet man auch sehr häufig symmetrischen Kranzquerschnitt, bei Anwendung von Schraubenflächen für die Schaufeln ist aber ein gewisser unsymmetrischer Querschnitt richtiger. Eine Betrachtung der Fig. 6, Taf. 3 (nach einer Textfigur in Bach, „Die Wasserräder") wird das zeigen. Der Austritt eines Wasserteilchens aus dem Leitrad erfolgt bei A in einer zum mittleren Radumfang tangentialen und gleichzeitig zur Turbinenachse parallelen Ebene. AB ist die Gerade, nach welcher die Ebene des mittleren Eintrittsumfanges des Laufrades von dieser Ebene geschnitten wird.

Beim Eintritt in das Laufrad zerlegt sich die Geschwindigkeit c_1 in die relative Geschwindigkeit w_1 und die Umfangsgeschwindigkeit v_1, beide liegen natürlich in der schon genannten tangentialen Ebene, in welcher das Wasserteilchen infolge des Beharrungsvermögens auch zu bleiben sucht, wenn es nicht gewaltsam daran gehindert wird und das wünscht man bei Druckturbinen nicht.

Während das Wasserteilchen mit der Geschwindigkeit w_1 längs der Schaufel hinfliesst, bewegt es sich auch mit der Geschwindigkeit v_1 in der Richtung AB. Bezeichnet AC die Länge des relativen Wasserweges, so ist, wenn man, was bei Druckturbinen für höhere Gefälle annähernd zutrifft, $w_1 = w_2$ annimmt, die Zeit t, welche das Wasserteilchen braucht, um von A bis C zu kommen, $t = \frac{AC}{w_1}$. In der gleichen Zeit hat das Wasserteilchen in der Richtung AB den Weg $\frac{AC}{w_1} \cdot v_1$ zurückgelegt. Macht man also $CE = \frac{AC}{w_1} \cdot v_1$, so ist E der Punkt im Raume, wo das Wasserteilchen thatsächlich aus dem Laufrade tritt. Wenn man für jeden Punkt von AC so verfährt, erhält man die Kurve AE, das ist der absolute Wasserweg. Zieht man durch E (auf AB) den Radius EM, so schneidet dieser den mittleren Eintrittsumfang in C_1, das ist, wenn man annimmt, dass angenähert $CC_1 = \frac{AC}{w_1} \cdot v_1 = CE$, der Punkt, bis zu welchem der Radpunkt C in der Zeit t gekommen ist. Man sieht nun, dass das Wasserteilchen, welches im Abstand $r_1 = MA$ in das Laufrad eintrat, in einem Abstand ME austritt, welcher nicht gleich $MC = MA$, sondern grösser ist, also einen unsymmetrischen Kranzquerschnitt bedingt. Bestimmt man für alle Punkte des absoluten Wasserweges AE die zugehörigen Entfernungen von M, so erhält man leicht AE_2, die Projektion des mittleren Wasserweges auf die radiale Ebene des Kranzquerschnittes, wie es Fig. 6, Taf. 3, zeigt.

Trägt man von allen Punkten der Kurve AE_2 die halbe Breite des Wasserstrahles nach jeder Seite ab, so erhält man die Begrenzungen des Strahles für den Kranzquerschnitt und kann diesen dann entsprechend gestalten.

Bei cylindrischen Schaufelflächen kann man durch geeignete schräge Lage der Eintrittskante gegen den Radius die Abweichung C_1E sehr verringern bezw. aufheben (siehe z. B. Fig. 7, Taf. 3).

Die Kranzquerschnitte der Radialturbinen sind teils unsymmetrisch, teils symmetrisch. Unsymmetrische Kranzquerschnitte findet man bei vielen von aussen beaufschlagten Radialturbinen; Fig. 1 und 2, Taf. 18, stellen dergleichen Kranzquerschnitte dar.

Die Kranzquerschnitte der Leiträder sind, soweit sie nicht infolge der Regulierungseinrichtungen Abweichungen erfordern, symmetrisch gestaltet.

§ 26. Die Abmessungen einzelner Turbinenteile, Zapfenanordnungen, Zapfenreibung, Kraftübertragung.

Es kann in einem Buche wie dem vorliegenden nicht daran gedacht werden, Konstruktionsregeln für alle Fälle zu geben, vielmehr muss eine Beschränkung auf das Notwendigste und am meisten vorkommende eintreten. Das kann um so mehr geschehen, als die Belehrung über die Bemessung einzelner Maschinenteile dem Spezialgebiete der Maschinenelemente bezw. Festigkeitslehre zukommt.

Radkränze. Die Stärken der Radkränze sind sehr abhängig von der Schaufelart, bei Verwendung von Blechschaufeln muss die Kranzstärke grösser sein als bei Schaufeln, welche mit dem Rade in einem Gusse hergestellt sind. Unter 20 mm sollte man mit der Kranzstärke nicht gehen. Bei Turbinen mit hohen Umdrehungszahlen hat man den Einfluss der Zentrifugalkraft zu beachten. Bezeichnet S die von der Zentrifugalkraft hervorgerufene Spannung pro qcm in kg, γ das Gewicht der Volumeneinheit des Kranzes, v die Umfangsgeschwindigkeit, g die Beschleunigung der Schwere, alles bezogen auf cm, so ist

$$S = \frac{\gamma v^2}{g} \quad .\ .\ .\ .\ 79.$$

S soll die zulässige Beanspruchung des betreffenden Materials natürlich nie überschreiten.

Arme. Auf die Arme wirkt die vom Drucke des Wassers gegen die Schaufeln herrührende, Arbeit leistende, Kraft biegend in der Richtung des Radumfanges, ferner wirkt darauf das Gewicht des Wassers im Rade, der axiale bezw. radiale Druck des strömenden Wassers und das Eigengewicht des Rades. Bezeichnet man mit K die am Eintrittsumfang angreifende Umfangskraft, welche der von der Turbine zu leistenden Arbeit entspricht, mit P den Druck des Wassers, welchen es infolge seiner Bewegung axial bezw. radial auf die Schaufelflächen und Kranzflächen ausübt, mit W das Gewicht des im Laufrade befindlichen Wassers, mit L das Gewicht des Laufrades, alles in kg, mit A die Anzahl der Arme, mit r_1 den Radius des Eintrittsumfanges, mit v_1 die Umfangsgeschwindigkeit und mit M das biegende Moment, dann kann man bei axialen Vollturbinen setzen

$$M = \frac{r_1}{A} \sqrt{K^2 + (P + W + L)^2} \quad .\ .\ .\ .\ 80.$$

Bei radialen Turbinen wirkt P zwar meist auch biegend, aber an einem von r_1 verschiedenen Hebelarm und mitunter auch in entgegengesetztem Sinne wie die anderen Kräfte, so dass die Gleichung für das biegende Moment nach den jeweiligen Verhältnissen zu bestimmen ist.

Die Grössen W und L sind im einzelnen Falle aus den Dimensionen des Laufrades zu berechnen, A ist erfahrungsgemäss anzunehmen, eventuell probeweise.

K kann man bestimmen aus

$$K = 1000 \cdot \frac{\varepsilon Q H}{v_1} \quad .\ .\ .\ .\ 81,$$

worin Q in Kubikmetern, H und v_1 in Metern, ferner P aus

$$P = \frac{1000\,Q}{g}(u - c_2) + 2\pi r_1 (b_1 + 2 b_k)(h_1 - h_2)\,1000 \quad .\ .\ .\ .\ 82,$$

worin b_k die Kranzstärke in Metern, alle übrigen Bezeichnungen haben die gleiche Bedeutung wie früher.

Vielfach, und besonders bei rasch gehenden Turbinen, ordnet man keine einzelnen Arme an, sondern verbindet den Radkranz mit der Nabe durch einen vollen Teller, was hinsichtlich des Luftwiderstandes vorteilhafter ist.

Nabe. Die Wandstärke der Nabe ist meist sehr angenähert gleich dem halben Wellendurchmesser, die Länge annähernd gleich der Höhe des Laufrades.

Welle. Die stehenden Wellen der Turbinen sind hohle gusseiserne oder volle schmiedeeiserne bezw. stählerne Wellen. Meist ist die Beanspruchung der Welle eine mehrfache und zwar auf Verdrehung, Biegung und Zug, so dass von Fall zu Fall eine verschiedene Berechnung einzutreten hat. Die Biegungsmomente rühren im wesentlichen von den zur Kraftübertragung dienenden Zahnrädern u. s. w. her, bei einigermassen geschickter Konstruktion lässt sich ihr Einfluss beschränken. Insbesondere wirkt in dieser Hinsicht eine solche Anordnung des auf der Turbinenwelle sitzenden Rades, dass die vom tangentialen Zahndruck herrührende, an der Welle angreifende Kraft durch das Halslager geht (so z. B. Fig. 1, Taf. 14).

Bezeichnet: D den äusseren Wellendurchmesser in Zentimetern,
D_0 den inneren Durchmesser hohler, gusseiserner Wellen in Zentimetern,
U die Umdrehungszahl pro Minute,
N die Anzahl der Pferdestärken,

so kann man in vielen Fällen, wo keine wesentlichen Biegungsmomente etc. vorliegen, folgende Formeln benutzen:

für hohle, gusseiserne Wellen $\begin{cases} D = 20\sqrt[3]{\frac{N}{U}} & \ldots 83 \\ D_0 = 0{,}6\,D & \ldots 84 \end{cases}$ (nach Reifer),

für schmiedeeiserne Wellen $D = 15\sqrt[3]{\frac{N}{U}} \ldots 85,$

für stählerne Wellen $D = 12\sqrt[3]{\frac{N}{U}} \ldots 86.$

Bei Turbinen mit liegender Welle ist der Einfluss der biegenden Momente, welche von dem Eigengewicht der Welle, dem Gewicht des Laufrades, Zahnrades oder dergl. herrühren, sehr wesentlich, dieselben sind deshalb immer in Rücksicht darauf zu berechnen.

Zapfenanordnungen, Zapfenlager. Von den Zapfen und Lagern für liegende Turbinenwellen kann hier abgesehen werden, weil dergleichen ganz den sonst gebräuchlichen Anordnungen und Formen des Maschinenbaues entsprechen, die Zapfenanordnungen der stehenden Turbinenwellen sind dagegen in vieler Beziehung Spezialanordnungen und sollen deshalb einer kurzen Betrachtung unterzogen werden.

Die stehende Welle einer Turbine ist durch einen Stützzapfen so zu lagern, dass das auf ihr festsitzende Laufrad in der richtigen Lage zum Leitrade bleibt. Da infolge Abnutzung des Zapfens und seines Lagers allmählich eine Senkung der Welle eintritt, muss, um die normale Lage wieder herstellen zu können, der Zapfen oder das Lager mit einer Stellvorrichtung versehen werden. Der Stützzapfen einer Turbine kann unten an der Welle angebracht sein, dann heisst er Unterzapfen oder auch häufig Unterwasserzapfen, weil er meist unter dem Wasserspiegel liegt, er kann ferner im mittleren Teile, oder am oberen Ende der stehenden Welle liegen, dann wird er Mittel- bezw. Oberzapfen und weil er dabei über dem Wasser liegt, auch Ueberwasserzapfen genannt.

Ueberwasserzapfen, bei denen also die Welle mit dem Laufrad am Zapfen gleichsam aufgehangen ist, verdienen im allgemeinen den Vorzug, weil sie leichter zugänglich, also leichter kontrollierbar und leichter schmierbar sind als Unterwasserzapfen.

Eine Zusammenstellung der verschiedensten Zapfenanordnungen, wie sie nach den gebotenen Umständen, z. B. die durch ihren Turbinenbau wohl bekannte Maschinenfabrik von Queva & Komp. in Erfurt ausführt, bieten Fig. 8 bis 18, Taf. 3 (aus dem Prospekt der Firma entnommen).

Fig. 8, 9, 10, 11, Taf. 3, sind Ueberwasserzapfen für hohle gusseiserne Wellen, und zwar ist Fig. 10 ein Mittelzapfen, also ein solcher, bei welchem die Welle noch nach oben weiter fortgesetzt ist, die anderen sind Endzapfen. In den Figuren bedeutet t die Tragstange für das eigentliche Spurlager, l den Lagerkörper, s die Spurplatten etc., z den Spurzapfen, welcher mit flachgängigem Schraubengewinde versehen ist, um entweder durch Drehung des Zapfens bei festgehaltener Mutter, oder durch Drehung der in vertikaler Lage festgehaltenen Mutter bei an der Drehung verhindertem Zapfen verstellt werden zu können. Das Muttergewinde ist mit m bezeichnet, das Schmiergefäss mit o. Die Drehung des Zapfens zur Höhenverstellung erfolgt bei den durch Fig. 8 und 9 dargestellten Anordnungen vermittelst des mit d bezeichneten Sechskantes und Schraubenschlüssels, für sehr grosse Belastungen ist die Anordnung nach Fig. 11, Taf. 3, bestimmt. Bei dieser ist zur Verstellung ein Schneckenrad d auf das oberste Zapfenende gesetzt, welches durch eine Schnecke e angetrieben werden kann. Die Verstellung des Mittelzapfens Fig. 10, Taf. 3, erfolgt durch Drehung der Mutter m.

Die Zapfen samt Muttern etc. stehen mit der Welle durch eine Haube h in Verbindung, vielfach bilden der obere Teil und die Welle auch ein Ganzes (siehe z. B. Fig. 1, Taf. 3). Zwischen Welle und Tragstange sind zur Erhaltung der konzentrischen Lage beider Teile Büchsen eingesetzt, in Fig. 8, Taf. 3, ist eine solche als Stopfbüchse mit Liderung ausgebildet, um den Oelabfluss zu hindern.

Fig. 12, 13, 14, Taf. 3, stellen sogenannte Ringspurzapfen dar, wie sie bei Anwendung voller Wellen erforderlich sind. Ringspurzapfen bedingen grössere Reibungsverluste als einfache volle Spurzapfen und sind empfindlicher gegen Aufstellungfehler und dergl. Man wendet sie deshalb nur dann an, wenn man entweder mit dem sogenannten vollen Zapfen nicht mehr auskommt, oder wenn besondere Verhältnisse es erfordern, also wenn z. B. die Anordnung einer Tragstange nicht gut möglich ist, oder wenn grösste Einfachheit aus Preisrücksichten erwünscht ist. Die Bezeichnungen in den Fig. 12, 13, 14, Taf. 3, sind dieselben wie vorher. Zur Aufnahme des Schmiermaterials dient gewöhnlich ein mit dem Lagerkörper vereinigter, die Spurplatten umgebender Behälter. Zum Schutze gegen Verschmutzung sind die Zapfen mit glockenförmigen Abdeckungen versehen. Zur Aufnahme seitlicher Kräfte, also zur Erhaltung der genauen senkrechten Lage der Welle dienen die als Halslager ausgebildeten oder als einfache Büchsen angeordneten Führungen f. Fig. 15, Taf. 3, zeigt einen sogenannten Kammzapfen, den man als mehrfachen Ringspurzapfen betrachten kann. Dergleichen Zapfen sind nur in seltenen Fällen wirklich am Platze, wenn die einfachen Zapfen zu grosse Dimension bekommen und infolgedessen übermässige Reibungsarbeit bedingen würden.

Fig. 16, 17 und 18, Taf 3, stellen Unterzapfen dar, die Bezeichnungen sind die gleichen wie bei den anderen Figuren, Fig. 16 und 17 sind Zapfen mit metallischen Lagerungen, Fig. 18 ist ein Pockholzzapfen, der, wenn der Zutritt des Wassers zu den reibenden Flächen gesichert ist, keiner weiteren Schmierung bedarf. Die Unterwasserzapfen kommen jetzt selten vor, sie sind durch die meistens weit vorteilhafteren Oberzapfen etc. verdrängt. Pockholzzapfen findet man allenfalls bei billigen Turbinen, wo es besonders auf grosse Einfachheit ankommt.

Fast alle der vorerwähnten Fig. 8 bis 17, Taf. 3, zeigen die Anwendung mehrerer Spurplatten übereinander, das ist nur in seltenen Fällen wirklich erforderlich, meist genügt eine einzige. Bei der Anwendung mehrerer Platten hat man die Absicht, für den Fall, dass eine derselben durch zu hohe Reibung nicht mehr richtig funktioniert, die reibende Fläche selbstthätig nach einer anderen Platte zu verlegen.

Zwei Zeichnungen von Zapfen, wie sie die Maschinenfabrik „Germania" in Chemnitz ausführt, sind durch Fig. 3 und 4, auf Taf. 16, in so grossem Mafsstabe wiedergegeben, dass in Rücksicht auf das Vorangegangene wohl besondere Erläuterungen unnötig sind.

Die aufeinander gleitenden Teile der Zapfenlager etc. sind Stahl und Bronze, Stahl und Gusseisen u. s. w. Auch die einfachen sogenannten vollen Spurzapfen sind auch stets mit einer zentralen Durchbohrung zu versehen, welche die Möglichkeit eines unverhältnismässigen Anwachsens des Druckes pro Flächeneinheit, wie sie eintreten kann, bei der zuerst von aussen nach innen fortschreitenden Abnutzung des Zapfens, verhindern soll.

Die Lagerung der Spurplatte macht man vorteilhaft kugelig, um eine leichte Einstellung normal zum axialen Druck zu sichern.

Berechnung der Zapfen. Bei der Berechnung der Spurzapfen sind insbesondere zwei Gesichtspunkte massgebend; erstens müssen die Dimensionen so gross sein, dass der Druck auf die Flächeneinheit (z. B. auf 1 qcm) eine gewisse Grösse nicht überschreitet, weil sich sonst das Schmiermaterial nicht zwischen den arbeitenden Flächen hält, und zweitens so gross, dass die infolge der Zapfenreibung entstehende Wärme rasch genug abgeleitet wird, um Erhitzungen zu vermeiden. Beiden Forderungen muss in jedem Falle genügt werden, die Bedingungen, unter denen es geschieht, sollen nach den diesbezüglichen Ausführungen in Bachs „Maschinenelementen", IV. Auflage, hier kurz angegeben werden. Es bezeichne:

Z den ganzen axialen, vom Zapfen aufzunehmenden Druck in kg.
P den vom Wasser infolge seiner Bewegung in axialer Richtung auf das Laufrad ausgeübten Druck in kg.
W das Gewicht des im Laufrade befindlichen Wassers in kg.
L das Gewicht des Laufrades in kg.
T das Gewicht der Turbinenwelle einschliesslich Zapfen, Zahnrad u. s. w. in kg.
Y die bei Kegelrädertrieb auftretende axiale Komponente des Zahndruckes.

Dann ist

$$Z = P + W + L + T + Y \quad . \; . \; . \; . \; 87.$$

Hierin ist P bestimmt durch Gleichung 82, die übrigen Grössen sind nach den Dimensionen der Turbine etc. zu berechnen oder auch auf Grund bekannter Ausführungen vorläufig zu schätzen.

Es bedeute ferner:

d den äusseren Zapfendurchmesser in cm,
d_0 den inneren Zapfendurchmesser bei Ringzapfen in cm,
k die zulässige Belastung (Flächenpressung) pro qcm Zapfenfläche in kg,
U die Umdrehungszahl in der Minute,
A_z die hinsichtlich der Erwärmung noch zulässige Zapfenreibungsarbeit pro qcm der Spurfläche,
μ den Koeffizienten der Zapfenreibung.

Dann soll nach Bach sein: Für sogenannte volle Spurzapfen:

$$z = k \frac{\pi}{4} d^2$$

um der ersten Forderung zu genügen betr. die Belastung, oder

$$d = \sqrt{\frac{z}{0{,}8\,k}} \quad . \; . \; . \; . \; 88,$$

ferner

$$A_z \geq \frac{\mu\, Z\, U}{3000 \cdot d}$$

um der zweiten Forderung hinsichtlich Wärmeableitung zu genügen oder

$$d \geqq \frac{\mu Z U}{3000 A_z} \quad . \; . \; . \; . \quad 89.$$

Für **Ringspurzapfen**, bei denen man passenderweise den inneren Durchmesser d_0 annimmt, welcher bei vollen Wellen immer etwas grösser als der den Zapfen tragende Wellenteil sein muss, geht Gleichung 88 über in

$$d = \sqrt{\frac{Z}{0{,}8\,k} + d_0^2} \quad . \; . \; . \; . \quad 88\,a$$

und Gleichung 89 in

$$d \geqq \frac{\mu Z U}{3000 A_z} + d_0 \quad . \; . \; . \; . \quad 89.$$

In obigen Formeln kann man setzen:

$\mu = 0{,}05$ (für Stahl auf Bronze),
$k = 60$ bis 90 (in normalen Fällen höchstens $k = 100$),
bei Pockholz $k = 25$,
$A_z = 0{,}67$ bis $1{,}67$.

Der Zapfen ist allemal nach beiden Formeln (88 und 89 bezw. 88a und 89a) zu berechnen und der grössere sich ergebende Wert anzuwenden. Hinsichtlich der Koeffizienten k und A_z sei bemerkt, dass man nicht ohne zwingende Gründe von den niederen Werten abgehen soll, und dass höhere Werte überhaupt nur zulässig sind bei ganz guter Ausführung der Arbeit und sorgfältigster Schmierung.

Die Kammzapfen sind als mehrfache Ringzapfen anzusehen, hat ein Kammzapfen a Ringe, so ist der einzelne Ring für einen Druck $\frac{Z}{a}$ zu berechnen. Man darf sich freilich der völlig gleichmässigen Verteilung des Druckes auf die einzelnen Ringe nicht gar so unbedingt versichert halten und aus diesem Grunde sind k und A_z möglichst niedrig anzunehmen.

Die Tragstange der Zapfenlager für hohle gusseiserne Wellen wird in der Regel aus Schmiedeeisen gemacht und kann, wenn biegende Kräfte durch geeignete Anordnung der Wellenlagerung etc. im wesentlichen vermieden sind, berechnet werden nach

$$d_1 = \sqrt[4]{\frac{Z\,l^2}{6}} \quad . \; . \; . \; . \quad 90,$$

worin d_1 der Durchmesser der Tragstange in cm,
l die Länge in Metern,
Z der Zapfendruck in kg.

Arbeit der Zapfenreibung. Bezeichnet A die Arbeit der Zapfenreibung in Meterkilogramm pro Sekunde, so ist mit den bisherigen Bezeichnungen:

$$\text{für volle Spurzapfen } A = \frac{1}{2}\,\mu Z d \frac{U\pi}{60} \quad . \; . \; . \; . \quad 91,$$

worin aber d in Metern zu verstehen ist,

für Ringspurzapfen $A = \frac{1}{2} \mu Z (d + d_0) \frac{U \pi}{60}$ . . . . 92.

Setzt man für μ den Wert 0,05 ein und für π 3,14, so gehen die Gleichungen über in

$$A = \frac{Z d U}{764} \quad \ldots\ldots\ldots \; 91\,a,$$

$$A = \frac{Z (d + d_0) U}{764} \quad \ldots\ldots \; 92\,a.$$

Die Reibung der Welle in den Halslagern und Führungen ist am besten, so weit als möglich, für jedes Lager etc. zu ermitteln, häufig schätzt man jedoch diese Reibungsarbeiten und gleichzeitig den Luftwiderstand u. s. w. dadurch mit, dass man in Gleichung 91 und 92 einen höheren Wert als $\mu = 0{,}05$ einsetzt. Als passender Wert wird $\mu = 0{,}1$ empfohlen, mit welchem die Gleichungen lauten

$$A = \frac{Z d U}{382} \quad \ldots\ldots\ldots \; 91\,b,$$

$$A = \frac{Z (d + d_0) U}{382} \quad \ldots\ldots \; 92\,b.$$

Der in § 23 und Gleichung 28 gebrauchte Wert ρ des verhältnismässigen Effektverlustes durch Zapfenreibung etc. ergibt sich nach Gleichung 91a, 92 oder 91b und 92b aus $\rho Q \gamma H = A$, indem man den Zahlenwert von A einsetzt.

Anordnung der Kraftübertragung. Die Kraftübertragung erfolgt bei Turbinen mit stehender Welle meistens durch Kegelräder auf eine liegende Welle, seltener findet man (z. B. in Mühlen) die Kraftübertragung durch Stirnräder oder auch Riemenscheiben auf eine oder mehrere stehende Wellen. Zum Antrieb von Pumpwerken wird, bei passender Umdrehungszahl der Turbine, die Kurbel mitunter gleich auf die Turbinenwelle gesetzt, bei Dynamomaschinen ebenso der rotierende Anker. Bei Turbinen mit liegender Welle, die vorwiegend bei erheblicheren Gefällen angeordnet werden und meist eine verhältnismässig hohe Umdrehungszahl haben, geschieht die Kraftübertragung meistens durch Riementrieb oder direkte Ankuppelung der zu treibenden Welle an die Turbinenwelle, so besonders bei Dynamomaschinen. Bei den stehenden Wellen der Turbinen sucht man, wie schon früher bemerkt wurde, sowohl hinsichtlich möglichst günstiger Beanspruchung der Welle, als auch in Rücksicht auf dauernd gute Lage des Zapfens, der Tragstange etc. biegende Momente nach Möglichkeit zu vermeiden und ordnet deshalb Lager, Zahnräder u. dergl. so an, dass die vom Zahndruck herrührende, durch die Wellenmitte gehende Kraft durch ein Lager oder doch sehr nahe an einem solchen vorbei geht und also entweder gar kein Biegungsmoment oder doch nur ein schwaches hervorruft.

Recht gute Anordnungen in dieser Beziehung zeigt die auf Taf. 14 dargestellte, von der Maschinenfabrik „Germania" in Chemnitz gebaute Turbine für die elektrische Zentrale der Gemeinde Copitz, sowie die Fig. 2 und 3, Taf. 4, welche aus dem Prospekte der Maschinenfabrik von Voith in Heidenheim entnommen sind, eine Francisturbine darstellend.

Auf Einzelheiten der Lagerkonstruktionen u. s. w. einzugehen, ist bei dem beschränkten Umfange dieses Buches nicht möglich, Beispiele bieten die Tafeln.

§ 27. Regulierungseinrichtungen für Turbinen.

Sowohl Aenderungen des Arbeitsverbrauches in dem von der Turbine zu treibenden Werke, als auch Aenderungen im Wasserzufluss, erfordern, wie schon bei den Wasserrädern besprochen, dass die Turbinenleistung ohne Abweichung von der günstigsten Umdrehungszahl wenigstens in gewissen Grenzen veränderlich, regulierbar ist.

Dabei ist es aus wirtschaftlichen Gründen wünschenswert, dass der Wirkungsgrad sich bei veränderter Leistung möglichst wenig vermindert. Dass er bei abnehmender Leistung im allgemeinen auch bei den vollkommensten Regulliereinrichtungen nicht auf der Höhe wie bei günstigster voller Beanspruchung der Turbine bleiben kann, ist selbstverständlich, denn alle von den Eigengewichten der beweglichen Teile u. s. w. herrührenden Reibungsverluste behalten ihre volle Grösse bei und zu ihnen treten noch eventuell die vom Regulierungssystem und der Turbinenart abhängigen, als Folge der Regulierung auftretenden hydraulischen Effektverluste.

Wie sich die einzelnen Turbinenarten hinsichtlich des Wirkungsgrades bei der Regulierung durch Veränderung der Aufschlagmenge verhalten, soll Ausführungen im nächsten Paragraphen überlassen bleiben, hier sei nur bemerkt, dass durch Anwendung geeigneter Turbinensysteme und geeigneter Reguliervorrichtungen in den meisten Fällen eine praktisch völlig zufriedenstellende Lösung der Aufgabe möglich ist.

Handelt es sich nur darum, bei einem für die Maximalleistung fortwährend reichlich genügenden Wasserzufluss die Umdrehungszahl der Turbine bei verändertem Arbeitsverbrauch des Werkes konstant zu erhalten, so kann dieser Zweck dadurch erreicht werden, dass an Stelle ausgeschalteter oder leer gehender Arbeitsmaschinen eine Arbeit verzehrende Bremsvorrichtung in Thätigkeit tritt. Derartige Bremsregulatoren sind vom praktischen Standpunkte gewiss in manchen Fällen nicht nur am Platze, sondern auch unentbehrlich, aber immer nur eine wirtschaftlich prinzipiell unvollkommene Regulierung, ihre Besprechung wird nach Möglichkeit bei den selbstthätigen Regulierungseinrichtungen erfolgen.

Gewöhnlich liegt der Fall so, dass in Rücksicht auf die Schwankungen des Arbeitsbedarfes über und unter die Normalleistung das nutzlose Vernichten von Arbeit möglichst unterbleiben möchte, ausserdem ist sehr häufig der Wasserzufluss schwankend und deshalb muss eine vollkommene Turbinenregulierung danach streben, die zum Durchfluss durch die Turbine kommende Wassermenge dem Arbeitsbedarf oder dem Wasserstande anzupassen.

Man kann den Wasserverbrauch einer Turbine in verschiedener Weise beeinflussen, nachstehend sollen die gebräuchlichen Arten besprochen werden.

a) Regulierung durch Schützen im Zufluss- bezw. Abflussrohre oder Gerinne.

Wird eine im Zuflussgerinne befindliche Schützenöffnung behufs Verminderung der Wassermenge verkleinert, so hat das zur Folge, dass der Wasserspiegel in der anschliessenden (hier offen gedachten) Turbinenkammer so lange sinkt, bis die Ausflussgeschwindigkeit aus dem Leitrade, c_1, sich so weit verringert, dass bei der unverändert gebliebenen Ausflussfläche des Leitrades nicht mehr Wasser aus- als zufliesst. Es kommt also diese Regulierung auf eine mit der Verringerung des Wasserverbrauches verknüpfte nutzlose Vernichtung eines Teiles des Gefälles hinaus. Von der Erhaltung eines guten Wirkungsgrades kann dabei, wenn es sich um grössere Arbeitsschwankungen handelt, nicht die Rede sein, denn es kommt noch in Betracht, dass der dem besten Wirkungsgrade entsprechende stossfreie Eintritt des Wassers in das Laufrad verloren geht, wenn c_1 sich ändert.

Schützen im Untergraben bewirken Erhöhung des Unterwasserspiegels, wirken also auch durch Gefällevernichtung und ebenso die Drosselklappen im Zu- oder Abflussrohre.

Wenn man also diese Regulierungsarten auch nicht als vollkommen ansehen darf, so können sie, allein oder in Verbindung mit anderen, unter Umständen doch praktisch am Platze sein.

b) Regulierung durch Veränderung der Weite einzelner Leitkanäle.

Bei axialen Turbinen hat zuerst Fontaine, von dem auch die Einführung der Hohlwellen mit Ueberwasserspurzapfen herrührt, für jeden Leitkanal einen vertikalen Schieber (siehe Fig. 28, Taf. 3) angeordnet, welcher eine der Schaufel angepasste Form hat, so dass durch seine Verstellung die Dicke des aus einer Leitzelle fliessenden Wasserstrahles und damit die Wassermenge verändert wird. Diese Art der Regulierung hat den Mangel, dass durch das Niederstellen des Schiebers gleichsam die Schaufeldicken im Leitrade vergrössert werden und dann die hierdurch bedingten schädigenden Einflüsse zur Geltung kommen und zwar um so mehr, je geringer die ausfliessende Wassermenge sein soll. In welcher Weise die Schaufelstärken zu hydraulischen Effektverlusten Anlass geben, ist im § 23 bei Besprechung der Gefälleverluste beim Eintritt des Wassers in das Laufrad erwähnt.

Bei von aussen beaufschlagten Radialturbinen, den sogenannten Francis-Turbinen, ist eine Regulierung gebräuchlich, welche ebenfalls in Veränderung der Leitkanalweiten besteht; Fig. 9, Taf. 4, stellt dieselbe schematisch dar, s sind die Schaufeln des Laufrades, l die Leitschaufeln, diese sind drehbar um die Zapfen z. Erfolgt die Drehung im Sinne des eingezeichneten Pfeiles, so erweitern sich die Leitkanäle, bei entgegengesetzter Drehung verengern sie sich. Die Drehung sämtlicher Leitschaufeln erfolgt gleichzeitig vermittelst der Hebelarme a, der auf einem Ring b sitzenden Zapfen m und der am Ringe b, sowie den Regulierwellen d angebrachten Verzahnung n. Von den beiden Wellen d wird nur eine direkt angetrieben, von dieser erfolgt die Uebertragung der Bewegung mittels der Hebel e und Zugstange t auf die andere. Bei dieser Regulierung werden also die Ausflussquerschnitte des Leitrades verändert ohne die bei der Art bemerkte Nebenwirkung, dafür aber tritt ein anderer Umstand auf, welcher ungünstig ist, und zwar ist das die Veränderung des Winkels α, welche mit der Drehung der Leitschaufeln verbunden ist. Da nur für eine bestimmte Grösse von α stossfreier Eintritt gesichert ist, wird also bei der Regulierung ein mit Stoss erfolgender Wassereintritt bei allen anderen Beaufschlagungen wie der normalen eintreten. Trotzdem ist aber diese Regulierung in den Verhältnissen, wo sie in Betracht kommt, das sind solche, wo es sich nicht um Extreme handelt, recht gut, darauf wird bei Besprechung der einzelnen Turbinenarten und ausgeführter Anlagen noch zurückzukommen sein.

Eine andere Regulierung für Radialturbinen, welche auch hier eingereiht werden kann, besteht darin, dass man sowohl Leit- wie Laufrad in axialer Richtung in mehrere sich entsprechende Teile, Etagen, zerlegt, so dass also jedes Leit- und jedes Laufrad aus einer gewissen Anzahl übereinander liegender Schaufelkränze besteht. Dann kann man durch einen axial verstellbaren cylindrischen Schieber mehr oder weniger Kränze abschliessen.

Fig. 10, Taf. 7, stellt eine solche Regulierung durch einen Vertikalschnitt schematisch dar. Es ist a das Leitrad, b das Laufrad, c der cylindrische Schieber. Sowohl Leitrad wie Laufrad sind in 3 Kränze von sich entsprechenden Höhen geteilt. Hebung des Schiebers bis 1 vermindert die Beaufschlagung um $^1/_3$, bis 2 um $^2/_3$ u. s. w.

Diese Regulierung ist einfach und prinzipiell richtig, hat aber den Nachteil, dass man, wenn sie gut wirken soll, an die beschränkte Zahl Abstufungen der Beaufschlagung gebunden ist.

Vollkommen würde eine ähnliche Regulierung sein, wenn man die Kränze nicht durch feste Zwischenwände zerlegte, sondern die Kanalbreiten durch bewegliche Böden veränderlich machte. Derartige Regulierungen sind von Nagel und Kämp, sowie von Zeidler ausgeführt worden, aber nur vereinzelt zur Anwendung gekommen, sie sind zu kompliziert.

c) Regulierung durch Abschluss einzelner Leitkanäle.

Die Regulierung durch Abschluss der einzelnen Leitkanäle nach einander ist besonders für Druckturbinen und für Axialturbinen überhaupt die zweckmässigste und gebräuchlichste Art. Wenn man dafür Sorge trägt, dass die sämtlichen geöffneten und die sämtlichen geschlossenen Leitkanäle je eine ununterbrochene Reihe bilden, oder doch wenigstens, um einseitigen Druck auf das Laufrad und die Welle zu meiden, höchstens je zwei diametral gegenüberliegende Gruppen, so wird auch hinsichtlich des Wirkungsgrades von dieser Regulierungsart das verhältnismässig beste geleistet. Der Abschluss einzelner Leitkanäle oder auch kleiner Gruppen von solchen erfolgt durch ebene Ringschieber, cylindrische Ringschieber, horizontale oder vertikale, ebene Einzelschieber, Klappen, Deckel u. s. w., die Zahl der verschiedenen Anordnungen ist sehr gross.

Fig. 19 bis 27, Taf. 3, sind eine Reihe Regulierungssysteme obiger Art dargestellt, wie sie die Maschinenfabrik von Queva & Komp. in Erfurt für ihre Turbinen verwendet (dem Prospekte der Firma entnommen). Die Figuren sind leicht verständlich und da eine genaue Einzelbeschreibung hier zu weit führen würde, seien die Erläuterungen auf das Wesentlichste beschränkt. Die in den genannten Figuren eingeschriebenen Buchstaben haben folgende Bedeutungen: a Leitrad, Leitkanal, b Laufrad, Laufradkanal, s Schieber, Abschlussorgan für Leitkanäle, t Triebwerk zur Bethätigung der Regulierung, w Turbinenwelle.

Fig. 19, Taf. 3, zeigt eine Regulierung für Axialturbinen, der Leitapparat besteht aus einem festliegenden Teile s und einem drehbaren a, (eigentl. Laufrad). Die Kanalmündungen liegen in a nach oben hin in zwei halbringförmigen Gruppen von verschiedenen Radien, entsprechend ebenso die Oeffnungen für die Leitkanäle in s. Durch Drehen des Leitrades a vermittelst angegossenem Zahnkranz und Getriebe t kommen die Leitkanäle unter die geschlossenen Flächen von s zu liegen, beim Drehen um eine Schaufelteilung treten allemal zwei Kanäle von a je einer von jeder Gruppe ausser Thätigkeit.

Fig. 20 und 21, Taf. 3, sind Regulierungen für Radialturbinen. Die Einflussmündungen der Leitkanäle liegen auf dem halben Umfange etwas über, auf dem halben Umfange etwas unter den Ausmündungen. In Fig. 20 steht der Leitapparat a fest, der cylindrische Schieber umgibt ihn und wird durch einen mit ihm verbundenen Zahnkranz und Getriebe t mit Welle in Drehung versetzt. In Fig. 21 ist das Ende der Zuflussleitung als feststehender, cylindrischer, oben natürlich geschlossener Schieber gedacht, der

Leitapparat wird gedreht. Die Oeffnungen in dem Schieber sind den Einflussöffnungen der Leitkanäle entsprechend angeordnet.

Fig. 23, Taf. 3, stellt eine nach gleichem Prinzip angeordnete Regulierung für Axialturbinen dar, mit zwei beweglichen, ebenen, flachen, halbringförmigen Schiebern, Fig. 24, Taf. 3, das gleiche mit konischen Schiebern, während in Fig. 26, Taf. 3, der eine Schieber ein ebener Halbring s_1, der andere ein cylindrischer Halbring s_2 ist. Die bisher beschriebenen Regulierungen vermögen die Beaufschlagung von o bis voll zu ändern. Die durch Fig. 25, Taf. 3, veranschaulichte Anordnung ist für solche Fälle bestimmt, wo man mit der Beaufschlagung nicht unter die Hälfte herabgehen will, sie hat nur einen konischen Halbringschieber.

Fig. 22, Taf. 3, veranschaulicht eine Rollschützen-Regulierung. Bei einer solchen werden die Leitkanäle geöffnet oder geschlossen durch Auf- oder Abwickeln von zwei als Ringsektoren geformten Lederstreifen (auch Gummistreifen) auf kegelförmige Rollen. Die beiden einander diametral gegenüberliegenden Rollen befinden sich in einem gemeinschaftlichen, um die Turbinenachse drehbaren Lagergestell. Jede Rolle ist mit einem auf der Rollenachse sitzenden Zahnrad versehen, welches in einen auf dem Leitradboden befestigten Zahnkranz eingreift. Durch die Drehung des Lagergestelles mit den Rollen wird also auch eine Drehung der Rollen um ihre Achsen hervorgerufen und damit die Auf- bezw. Abwickelung der Lederstreifen.

Die Anwendung senkrechter Schieber zum Absperren einzelner Leitkanäle zeigt Fig. 27, Taf. 3. Im linken Teil der Figur ist ein Leitkanal radial geschnitten, während rechts der Schnitt durch mehrere Leitkanäle nach dem mittleren Radumfange gezeichnet ist. Jeder Leitkanal hat einen Schieber s_1, eine Anzahl solcher Schieber (hier drei) bilden allemal eine im Ganzen bewegte Gruppe, indem sie durch das Verbindungsstück s mit der Schieberstange s_0 verbunden sind. Die Bewegung der Schieber erfolgt durch die mit t bezeichneten Teile und zwar folgendermassen. Ueber dem Leitapparat liegt konzentrisch zur Turbinenwelle ein drehbares Nutenrad, welches vermittelst Rollen auf einer ringförmigen Bahn läuft. Die Drehung des Nutenrades erfolgt durch ein Zahnradvorgelege. Das Nutenrad hat zwei um den ganzen Schieberhub übereinander liegende parallele Nuten, welche durch ein geeignet schräg liegendes Nutenstück verbunden sind. Jede Schieberstange steht durch einen Ring mit daran sitzendem, in die Nut eingreifenden Bolzen mit dem Nutenrad in Verbindung. Wird dieses gedreht, so behält jeder Bolzen so lange seine Höhenlage bei, bis das aufsteigende, die obere und die untere Nut verbindende Stück herankommt, welches ihn zwingt, auf schiefer Ebene aufwärts oder abwärts zu gleiten, je nachdem in welcher Richtung die Drehung des Nutenrades erfolgt und je nachdem, ob sich der Bolzen in der oberen oder unteren Nut befindet.

Fig. 27, Taf. 3, zeigt auch noch eine besonders zu erklärende Anordnung. Wie man sieht, befindet sich in jedem Schieber eine Oeffnung, an welche sich die röhrenförmige Stange anschliesst, das Verbindungsstück für mehrere Schieber ist ebenfalls ein Rohr und ebenso die, die ganze Gruppe bewegende Hauptstange. Man bezweckt mit dieser Einrichtung den unter geschlossenen Leitkanälen hingehenden Laufradkanälen Luft zuzuführen, was bei Ueberdruckturbinen und Grenzturbinen rätlich ist, um den Durchfluss des Wassers durch das Laufrad möglichst störungslos zu gestalten.

Schliesslich sei noch eine Turbinenregulierung besprochen, bei welcher der Abschluss einzelner Leitkanäle durch drehbare Klappen erfolgt. Fig. 4 bis 6, Taf. 10, veranschaulichen eine derartige Konstruktion, D. R.-P. 16152 (Erfinder: Zivilingenieur und Mühlenbaumeister J. Heyn, Stettin), Fig. 5, Taf. 10, ist ein radialer Schnitt durch das Laufrad, Fig. 4, Taf. 10, ein in der Ebene ausgebreiteter Schnitt nach dem mittleren Leitradumfang, Fig. 6, Taf. 10, eine perspektivische Gesamtansicht. Letztere weicht insofern von Fig. 5, Taf. 10, etwas ab, als in Fig. 5 der Bewegungsmechanismus am inneren Leitradumfang, hier dagegen am äusseren liegt. Die Leitkanäle a sind oben mit Klappen c versehen, welche um die radial liegenden Zapfen d e in den Lagern l drehbar sind.

Die Bewegung der Klappe c wird vermittelt durch den radial an ihr sitzenden Zapfen f und den zur Turbinenachse konzentrischen drehbaren Schützring g, dessen Drehung durch den angegossenen Zahnkranz n, Getriebe o und Welle p ermöglicht ist. Der Schützring g ist an der Seite, wo die Zapfen f liegen, mit in der Regel zwei einander diametral gegenüberliegenden, geeignet geformten Hubbahnen h versehen. Wird g in der Pfeilrichtung gedreht, so greift die Hubbahn zunächst mit dem schwach geneigten Teile unter den Zapfen f der geschlossenen Klappe c und zwingt diesen beim Weiterschreiten zur Hebung und Drehung der Klappe um d e. Ist die Klappe c in die Lage c_1 gekommen, also geöffnet, so bleibt f in der erreichten Lage auf dem am Schützring hinlaufenden Rand i.

Bei entgegengesetzter Drehung des Schützringes g stösst die Nase k auf dem Rand i, gegen den Zapfen f und leitet damit den Klappenschluss ein.

Was für eine Regulierung im einzelnen Falle am empfehlenswertesten ist, hängt wesentlich von den jeweiligen Umständen ab, nicht nur die Beaufschlagungs- und Wirkungsart der Turbine, sondern auch die Grösse der Turbine, des Gefälles, die mehr oder minder erforderliche Raschheit der Regulierung, Zuverlässigkeit des Abschlusses u. s. w. sind massgebend. Dem beschränkten Rahmen des Buches entsprechend sollen nur einige Bemerkungen in dieser Hinsicht noch folgen.

Ebene und konische Ringschieber schliessen unter dem Drucke des Wassers dicht ab, sind aber des grossen Wasserdruckes wegen bei hohen Gefällen und grösseren Schieberdimensionen schon etwas schwer beweglich. Cylindrische Schieber können durch symmetrische Anordnung entlastet werden (Fig. 20 und 21, Taf. 3). Entlastung ebener etc. Schieber durch den Auftrieb einer Schwimmglocke ist der Maschinenfabrik Geislingen durch D. R.-P. Nr. 75302 geschützt. Leicht beweglich und verhältnismässig gut schliessend sind die Regulierungen mit senkrechten Schiebern, Klappen und Rollschützen (siehe Fig. 22 und 27, Taf. 3 und Fig. 46, Taf. 10). Als sehr leicht und rasch regulierend müssen auch die bei Radialturbinen angewandten Regulierungen mit drehbaren Leitschaufeln (Fig. 9, Taf. 4) gelten.

§ 28. Bemerkungen über die einzelnen Turbinenarten.

a) Ueberdruckturbinen im allgemeinen.

Unter Ueberdruckturbinen werden nach den vorangegangenen Darlegungen solche verstanden, bei denen ein, meistens erheblicher Teil des Gefälles erst im Laufrad in Geschwindigkeit umgesetzt wird, bei denen also das Wasser bei seinem Eintritt in das Laufrad einen hydraulischen Ueberdruck hat, welcher grösser als der an der Austrittsseite des Laufrades etwa vorhandene Ueberdruck ist, es ist also $h_1 > h_2$ das Kennzeichen der Ueberdruckturbine. In den allermeisten Fällen ist (bezogen auf den Atmosphärendruck) auch $h_1 > 0$, jedoch ist der Begriff der Ueberdruckturbine hieran nicht gebunden, weil bei Rohrturbinen z. B. h_2 meist eine negative Grösse sein wird, also die Differenz $h_1 - h_2$ immerhin ein positives Resultat, einen die Wasserbewegung beschleunigenden Ueberdruck ergibt, auch bei $h_1 = 0$.

Auch die Grösse der Charakteristik m ist in hohem Grade Kennzeichen der bei einer Turbine gewählten Art der Gefällewirkung, bei ausgesprochenen Ueberdruckturbinen ist m wesentlich kleiner als eins ($m = 0{,}6$, $m = 0{,}5$, mitunter sogar $m = 0{,}4$). Man darf aber hierbei nicht ausser acht lassen, dass bei axialen, über dem Unterwasser gehenden Druckturbinen für kleinere Gefälle, wo der Wert $H_1 - H_2$ im Verhältnis zu H gross ausfällt, $m = \frac{c_1{}^2}{2\,g\,H}$ nicht unbeträchtlich kleiner als eins sein kann, ohne dass man deshalb solche Turbinen als Ueberdruckturbinen bezeichnet. Allerdings wirkt bei solchen Druckturbinen auch ein beträchtlicher Teil des Gefälles erst im Laufrad auf das Wasser ein, durch Beschleunigung der Bewegung, aber nirgends herrscht dabei ein zur Ausfüllung der Laufradkanäle zwingender Ueberdruck, welcher wesentliches Erfordernis der Ueberdruckturbine ist.

Bei der Berechnung der Ueberdruckturbinen ist die Annahme von m wesentlich. Es sei hier nur noch auf die Gleichungen 13 und 15, § 22, hingewiesen, aus denen hervorgeht, dass unter sonst gleichen Umständen die Umfangsgeschwindigkeit v_1 einer Turbine, ebenso wie der Winkel β um so grösser ausfallen, je kleiner m und damit c_1, je grösser also der Ueberdruck ist. Es ist jedoch keinesfalls ratsam, m übermässig klein zu wählen, wegen des mit h_1 wachsenden Spaltverlustes, m = 0,5 sollte nicht unterschritten werden. Man erhält mit m = 0,6, m = 0,7 etc. Ueberdruckturbinen gleicher Güte wie mit m = 0,5, für dieses sprechen allenfalls die sich ergebenden Winkelverhältnisse und Schaufelformen. Hinsichtlich der letzteren muss noch bemerkt werden, dass die Laufradkanäle stets so gestaltet sein müssen, dass w_1 stetig auf w_2 wächst. Sonst braucht hier über die Berechnung und dergleichen nichts gesagt zu werden, da das Erforderliche im § 24 angegeben ist.

Besonderer Besprechung bedarf das Verhalten in Bezug auf Regulierung und den Gang im Unterwasser. Auf die Regulierung durch Schützen im Zufluss- oder Abflussgerinne soll nach dem, was im vorigen Paragraphen gesagt ist, hier nicht weiter zurückgekommen werden, sondern es werde die Regulierung durch Abschluss von Leitkanälen betrachtet. Da bei Ueberdruckturbinen ein Teil des Gefälles erst im Laufrade auf die Geschwindigkeit des Wassers wirkt, erfordert der gesetzmässige und störungsfreie Durchfluss des Wassers durch die Laufradkanäle steten Zusammenhang des Wassers in diesen mit der im und über dem Leitapparat stehenden Wassersäule. Tritt z. B. bei in der Luft umgehendem Laufrad ein leerer Kanal desselben hinter dem abgeschlossenen Teil des Leitapparates hervor vor den ersten beaufschlagten Leitkanal, so wird bis zur Füllung des Laufradkanales die Einströmung des Wassers mit grösserer Geschwindigkeit erfolgen als dem stossfreien Eintritt entspricht. Gelangt ferner ein Laufradkanal nach dem Passieren des beaufschlagten Leitradteiles an den abgeschlossenen Teil, so wird der Zusammenhang mit dem Oberwasser unterbrochen, es kann kein Ueberdruck wirken, die Beschleunigung der Bewegung des Wassers hört auf und der Ausfluss aus dem Laufradkanal ist, falls nicht gehörig für Luftzufuhr gesorgt wird, erschwert. Der Wirkungsgrad wird also durch die Regulierung beeinträchtigt und zwar wächst die Beeinträchtigung verhältnismässig rascher als die Beaufschlagung abnimmt.

Vielfach macht man sich aber hierüber falsche Vorstellungen, es wird oft gesagt, der Wirkungsgrad der Ueberdruckturbinen sinke bei abnehmender Beaufschlagung so rasch, dass man am besten bei ihnen sich mit Regulierung durch die Schützen im Zulauf- oder Ablaufgerinne begnüge, oder ganz verzichte. So schlimm ist es nun nicht, so lange es sich nicht um sehr grosse Unterschiede in der Beaufschlagung handelt und für Ventilation der abgesperrten Kanäle Vorkehrungen getroffen sind. So ergeben die von Prof. Schröter im Jahrgang 1886 der „Zeitschrift des Vereins Deutscher Ingenieure" veröffentlichten Resultate seiner Bremsversuche an den (von der Maschinenfabrik Augsburg gebauten) Jonvalturbinen der Nähfadenfabrik Göggingen, dass beim Sinken der Beaufschlagung von voll auf $^3/_4$ der Wirkungsgrad abnahm um 0,025 (von 0,820 auf 0,795) und dass er bei halber Beaufschlagung nur 0,07 weniger wie bei voller betrug. Andere Beispiele werden bei Besprechung der Francis-Turbinen angeführt werden.

Was den Gang im Unterwasser anlangt, so ist dieser hinsichtlich des hydraulischen Wirkungsgrades bei voller Beaufschlagung ohne schädlichen Einfluss, weil das mit Ueberdruck durch die Laufradkanäle fliessende Wasser diese überall gänzlich erfüllt. Bei nur teilweiser Beaufschlagung führt der Gang im Unterwasser insofern eine Störung herbei, als die unter dem nicht beaufschlagten Teile des Leitapparates befindlichen Laufradkanäle von, in Bezug auf sie, ruhendem Wasser erfüllt werden. Sobald ein solcher Laufradkanal in den Bereich der Beaufschlagung kommt, stösst der eintretende Wasserstrahl gegen die ruhende Wasserfüllung, welcher Vorgang natürlich mit einem hydraulischen Effektverlust verknüpft ist. Dieser Umstand tritt aber nicht nur bei den Ueberdruckturbinen, sondern auch bei Druckturbinen auf, wenn sie im Unterwasser gehen. Die Ueberdruckturbinen sind nach obigem besonders geeignet für nicht zu sehr schwankende Aufschlagwassermengen, Gang im Unterwasser (Stau) und hohe Umdrehungszahlen.

Um auch bei niedrigstem Stande des Unterwassers das volle Gefälle auszunützen, legt man die Turbine entsprechend tief oder man ordnet sie als Rohrturbine an, deren Abfallrohr bis unter den tiefsten Wasserstand reicht. Die Ueberdruckturbinen mit schwachem Ueberdruck ($m = 0,7$ bis $0,9$) sind auch für weitgehende Veränderung der Beaufschlagung und veränderlichen Unterwasserstand empfehlenswert, sie sind den Grenzturbinen gleichwertig und was über deren Eigentümlichkeiten und rechnerische Erfordernisse, Gestaltung und Laufradkanäle u. s. w. zu sagen sein wird, gilt auch hier. Die Anwendung des schwachen Ueberdrucks in obigem Sinne empfiehlt J. J. Reifer in seiner Schrift „Einfache Berechnung der Turbinen" ganz besonders.

b) **Druckturbinen im allgemeinen.**

Schon im § 24 unter VII ist darauf hingewiesen worden, dass zur Kennzeichnung einer Druckturbine $h_1 = h_2$ gilt. Wenn $h_1 = h_2$ ist, herrscht zwischen der Eintritts- und der Austrittsseite des Laufrades kein hydraulischer Ueberdruck und es folgt ferner daraus, dass bei der gewöhnlichen Sachlage (H_1 und H_2 klein im Verhältnis zu H) die Ausflussgeschwindigkeit aus dem Leitrade den grössten möglichen Wert erreicht. Vielfach findet man die Druckturbinen als solche definiert, bei denen $h_1 = o$, d. h. bei denen das Wasser im Spalt keinen Ueberdruck über den Luftdruck mehr hat. Das ist ja in den bei weitem meisten Fällen, wo eben der Spalt in der Luft liegt, richtig, es ist aber schon nicht richtig, wenn, was ja allerdings seltener vorkommt, bei diesen Turbinen der Spalt im Unterwasser liegt. Die im Unterwasser arbeitenden Druckturbinen sind, sofern sie für diesen Fall richtig konstruiert sind, sogenannte Grenzturbinen, welche den Uebergang zu den Ueberdruckturbinen bilden und soweit man diese als Gruppe für sich betrachtet und als Druckturbinen in engerem Sinne die mit freiem Strahl ansieht, kann man für solche $h_1 = o$ als allgemeine Bedingung aufstellen, weil für Anwendung derartiger Druckturbinen die Lage des Laufrades über dem Unterwasser vorzuschreiben ist.

c) Druckturbinen mit freiem Strahl.

Wenn $h_1 = h_2 = o$ ist, strömt das Wasser an der konkaven Seite der Laufradschaufeln hin, ohne Zwang den Kanal allenthalben zu erfüllen. Es übt dabei nur infolge seiner Ablenkung und Veränderung der absoluten Geschwindigkeit einen stetigen Druck in der Bewegungsrichtung der Schaufeln auf diese aus, während es bei Ueberdruckturbinen ausserdem nach allen Richtungen gegen die Kanalwandungen presst. Bei Verwendung überall gleich dicker Schaufeln ist der Wasserstrahl bei Druckturbinen höchstens an der Eintritts- und an der Austrittsstelle des Laufrades in Berührung mit dem konvexen Schaufelrücken, er fliesst im übrigen frei längs der konkaven Schaufelseite hin, daher der Name Freistrahlturbine. Dass es sich so verhält, lehrt ein Blick auf Fig. 10, Taf. 2, man hat nur zu bedenken, dass die relative Geschwindigkeit w_2 sich bei Druckturbinen meist, wenig von w_1 unterscheidet, das Wasser also annähernd mit einer gleichbleibenden mittleren Geschwindigkeit längs der Schaufel fliesst und mithin der senkrecht zum relativen Wasserweg gemessene Strahlquerschnitt überall annähernd der gleiche ist. Die lichte Kanalweite, senkrecht zur relativen Wasserbahn gemessen, nimmt aber bis zum Scheitelpunkt der Schaufelkrümmung zu, gleichzeitig wächst meist die Schaufelbreite, also muss dort, wo der Schaufelrücken seinen Scheitelpunkt hat, wo er beginnt sich nach rückwärts zu krümmen, ein nicht vom Wasser erfüllter Teil des Kanalraumes bleiben. Geht das Laufrad frei über dem Unterwasser, so ist dieser übrig bleibende Teil mit Luft erfüllt. Das Wasser reisst immer etwas Luft mit fort, soll keine Störung des Wasserdurchflusses stattfinden, so muss der Zutritt frischer Luft von aussen her ermöglicht sein, man nennt das Ventilation der Turbinen. Die Ventilation geschieht entweder durch in den Seitenkränzen angebrachte Oeffnungen (siehe z. B. die Turbine auf Taf. 14) oder durch die Eintrittsfläche des Laufrades, dann muss die Kranzbreite b_1 entsprechend grösser als b, die des Leitrades, gewählt werden, wie das schon im § 24 unter XVII, Gleichung 71, angegeben wurde.

Taucht nun das Laufrad einer solchen Turbine einigermassen in das Unterwasser, so tritt an die Stelle der Luft Wasser, es entstehen Wirbel in den Kanälen und der Wirkungsgrad wird beeinträchtigt, deshalb sind Freistrahlturbinen für den Gang im

Unterwasser am wenigsten geeignet. Man kann annehmen, dass bei völliger Eintauchung des ganz beaufschlagten Laufrades der Wirkungsgrad um 0,08 bis 0,10 weniger beträgt, wie wenn es in freier Luft umgeht.

Da bei den Druckturbinen die über den Leitradmündungen stehende Wassersäule eine Wirkung auf das einmal ausgeflossene, im Laufrade befindliche Wasser nicht mehr auszuüben hat, fallen die bei den Ueberdruckturbinen erwähnten nachteiligen Einwirkungen der Regulierung durch Abschluss von Leitkanälen weg, und es ist in der That die Druckturbine mit freiem Strahl die geeignetste Turbine für solche Fälle, wo eine weitgehende Regulierung ohne erhebliche Beeinträchtigung des Wirkungsgrades erforderlich ist, sie ist ferner einzig geeignet als Partialturbine gebaut zu werden, immer Gang über dem Unterwasser vorausgesetzt.

Die Erfahrung hat gezeigt, dass bei gut konstruierten Turbinen der hier betrachteten Art einer Abnahme der Beaufschlagung von voll auf 0,5 ein gleichmässiges Sinken des Wirkungsgrades mit der Beaufschlagung um im Ganzen 0,02 bis 0,03 höchstens entspricht. Beim Gang im Unterwasser tritt bei nur teilweiser Beaufschlagung ein erheblicheres Sinken des Wirkungsgrades ein, denn zu der mit dem Gange im Unterwasser auch schon bei voller Beaufschlagung verbundenen Abnahme des Wirkungsgrades tritt noch die der partialen Beaufschlagung beim Gang im Unterwasser eigene, erhöhte Abnahme des Wirkungsgrades. Schon bei Besprechung der Ueberdruckturbinen ist darauf hingewiesen worden, dass in einem solchen Falle die nicht beaufschlagten Laufradkanäle von relativ ruhendem Wasser erfüllt werden, welches bei Beginn der Einströmmung von Wasser aus dem Leitrade unter Stoss des eintretenden Strahles in Bewegung gesetzt werden muss.

Hieraus folgt, dass ausgesprochene Partialturbinen für sehr veränderliche Unterwasserstände prinzipiell am wenigsten geeignet sind.

Die sonst ausgezeichneten Eigenschaften der Druckturbinen mit freiem Strahl sind Veranlassung gewesen, das man nach Anordnungen getrachtet hat, welche die üblen Einwirkungen des Ganges im Unterwasser beseitigen, und diese Turbinenart auch hierfür geeignet machen sollten. Es gehören hierher die Hydropneumatisation von Girard, die Grenzturbinen (Hänelsche Rückschaufeln) und die Kombinationsturbine von J. B. Lehmann. Die Grenzturbinen werden nachher als Gruppe für sich besprochen, die Beschreibung der Kombinationsturbine soll im siebenten Teile dieses Buches gebracht werden, über die Hydropneumatisation sei kurz folgendes angeführt.

Der französische Ingenieur Girard, welcher für die Entwickelung der Druckturbinen mit freiem Strahl bahnbrechend wirkte, umgab das Laufrad mit einem nur nach unten offenen, luftdichten Gehäuse, welches an den Wasserkasten oder den Leitapparat anschloss. Durch Hineindrücken von Luft in dieses

Gehäuse wurde das Wasser so weit hinausgepresst, bis der Ausfluss aus dem Laufrade über dem so künstlich gesenkten Unterwasserspiegel stattfand. Fig. 8, Taf. 11, veranschaulicht eine solche Anordnung im Vertikalschnitt. A ist das Laufrad, B das Leitrad, l eine Luftpumpe, r deren Antrieb, a b c die Druckluftleitung, g h ein Rohr, welches über dem gesenkten Wasserspiegel beginnt und nach oben führt, s die vordere Abschlusswand für den Laufradraum. Die Luftpumpe l drückt durch die Leitung a b c Luft in den das Laufrad umgebenden Raum, und dadurch das Wasser so lange aus diesem unter s hinweg, bis der Spiegel unter die Rohrmündung g gesunken ist, dann entweicht die Luft durch g h.

Die Hydropneumatisation ist eine gewiss sinnreiche Einrichtung, Girard hat sie mehrfach angewandt, dauernd in die Praxis des Turbinenbaues hat sie sich nicht einzubürgern vermocht.

Hinsichtlich der Berechnung der Druckturbinen mit freiem Strahl ist nur noch darauf hinzuweisen, dass die Bestimmung c_1, w_1, w_2 u. s. w. wegen der Unsicherheit, welche der Berechnung oder Schätzung der hydraulischen Effektverluste anhaftet, immer Werte von nicht ganz vollkommener Genauigkeit ergibt, so dass, wenn man z. B. c_1 kleiner als es sein kann, w_2 aber grösser erhielte als es wirklich ist, die genaue Anpassung des Ausflussquerschnittes im Laufrad an den berechneten Wert w_2 leicht bewirken kann, dass unbeabsichtiger Weise ein Ueberdruck zur Geltung kommt. Aus diesem Grunde ist es auch empfehlenswert, b_2 etwas grösser zu nehmen als es bei voller Erfüllung der Austrittsfläche der Leitkanäle und dem berechneten w_2 sein müsste, und dementsprechend sind im § 24 für Freistrahlturbinen die Gleichungen 74 und 76 empfohlen.

Ferner wird man die der Berechnung zu Grunde zu legende Wassermenge etwas reichlicher, als gerade erforderlich, wählen können.

d) Grenzturbinen.

Grenzturbinen sind solche Druckturbinen, bei denen der senkrecht zur relativen Wasserbahn gemessene lichte Kanalquerschnitt der Laufradkanäle überall mit dem, der relativen Geschwindigkeit entsprechenden, in gleicher Weise gemessenen Querschnitt des Wasserstromes übereinstimmt. Während also bei den Druckturbinen mit freiem Strahl der Wasserstrahl prinzipiell nur mit der hohlen Schaufelfläche in Berührung sein soll, muss er bei den Grenzturbinen auf allen Seiten die Kanalwandungen netzen. Fig. 8, Taf. 2, veranschaulicht den Kanal einer axialen Grenzturbine. Hänel, weiland Direktor der Gräflich Stollbergschen Maschinenfabrik in Magdeburg, erzielte schon 1858 die erforderliche Kanalgestaltung dadurch, dass er auf die einfache Schaufel noch ein, dem konkaven Teil des Wasserstrahles angepasstes Rückenstück ansetzte, nach ihm werden derartige Turbinen als solche mit **Hänelschen** Rückschaufeln bezeichnet.

Bei der Berechnung der Grenzturbinen hat man auf Erfüllung der Bedingung $h_1 = h_2$ zu achten, und dabei für den Gang im Unterwasser die Gleichungen 46 und 55 in § 24 zu benutzen. Da in Gleichung 46 der Wert von c_1 ermittelt ist mit der Annahme $h_2 = \frac{c_3^2}{2g} - H_2$, so hat man, falls die später erfolgte Ermittelung von h_2 aus Gleichung 55 einen erheblich von obiger Annahme abweichenden Wert ergibt, mit demselben c_1 aus Gleichung 2 zu ermitteln und dieses c_1 weiter zu benutzen. Ergibt sich der aus Gleichung 55 bestimmte Wert von h_2 nur etwas kleiner als der angenommene Wert $h_1 = h_2 = \frac{c_3^2}{2g} - H_2$, so kann man h_1 und c_1 unverändert beibehalten, hat aber im übrigen mit dem durch Gleichung 55 gefundenen h_2 zu rechnen. In einem solchen Falle, wo also h_1 ein wenig grösser als h_2 wäre, ist die Turbine dann streng genommen schon eine Ueberdruckturbine, aber das schadet nichts.

Man ist bei der Unsicherheit in der Bestimmung der hydraulischen Effektverluste überhaupt nie ganz sicher, dass man genaue Erfüllung der Kanäle einerseits und vollständige Vermeidung des Ueberdruckes andererseits erzielt. Die Kanalerfüllung ist aber das Wesentliche und man kann deshalb der Ansicht **Reifers**, dass es überhaupt am besten sei, von Haus aus mit einem schwachen Ueberdruck zu rechnen, nur beipflichten.

Die Abmessungen der Grenzturbinen (auch der Turbinen mit schwachem Ueberdruck) werden vielfach in Rücksicht auf die veränderlichen Wasserverhältnisse nicht einfach nach der normalen Leistung zu bestimmen sein.

Liegt z. B. der Fall so, dass bei steigendem Unterwasserspiegel das Gefälle abnimmt (wenn, wie es meist der Fall, der Oberwasserspiegel nicht in gleichem Mafse steigt oder steigen darf), die verfügbare Aufschlagwassermenge aber so wächst, dass auch bei niedrigerem Gefälle und dem dann zu erwartenden verminderten Wirkungsgrade die normale Nutzleistung durch erhöhte Beaufschlagung erzielt werden kann und soll, so wird man die Aufgabe mit einer Turbine etwa folgendermassen lösen können: Es sei Q' die Wassermenge, welche die Turbine beim kleinsten Gefälle H' und dem Wirkungsgrade η' verarbeiten muss, um die gleiche Leistung zu ergeben wie bei normalen Verhältnissen mit Q, H, η, dann ist

$$Q' = \frac{\eta}{\eta'} \frac{Q\,H}{H'} \quad . \; . \; . \; . \; 93.$$

Wenn die voll beaufschlagte Turbine beim Gefälle H' die Wassermenge Q' durchfliessen lässt, so würde sie beim grösseren Gefälle H und ebenfalls voller Beaufschlagung eine noch grössere Wassermenge Q_{max} verbrauchen, welche sich annähernd ergibt aus

$$\frac{Q_{max}}{Q'} = \frac{\sqrt{H}}{\sqrt{H'}} \quad \text{oder} \quad Q_{max} = Q'\sqrt{\frac{H}{H'}} \quad . . . . 94,$$

hierin der Wert von Q' aus Gleichung 93 eingesetzt gibt

$$Q_{max} = \frac{\eta}{\eta'}\left(\frac{H}{H'}\right)^{\frac{3}{2}} Q \quad . . . . 95.$$

Dieses Q_{max} ist der Berechnung von r_1 b_1 b b_2 u. s. w. überhaupt aller die Ausflussflächen beeinflussenden Abmessungen zu Grunde zu legen. Die Winkel und Geschwindigkeiten werden natürlich den normalen Gefällegrössen entsprechend ermittelt.

Bei normalem Gange wird die Turbine also nur teilweise beaufschlagt sein, der Beaufschlagungsgrad i ergibt sich annähernd zu

$$i = \frac{Q}{Q_{max}} = \frac{\eta'}{\eta}\left(\frac{H'}{H}\right)^{\frac{3}{2}} \quad . . . . 96.$$

Selbstverständlich handelt es sich bei den obigen Formeln nur um Annäherungswerte, die spezielle Berechnung der Turbine muss dann ergeben, wie weit dieselben zutreffend sind.

Dass man natürlich nicht übermässige Unterschiede auf diese Weise ausgleichen soll, ist wohl selbstverständlich. Fällt i klein aus, z. B. $1 < 0{,}7$ bis 0,5, so ist stets sorgfältig zu prüfen, ob man nicht besser thut, eine Doppelkranzturbine (siehe später) oder zwei getrennte Turbinen anzuordnen u. s. w.

Die Gestaltung der Laufradkanäle hat nach dem, was schon im Vorangegangenen darüber gesagt wurde, in der Weise zu erfolgen, dass man für eine hinreichend grosse Anzahl Punkte des mittleren relativen Wasserweges die senkrecht zu diesem stehenden Kanalquerschnitte bestimmt und daraus die senkrecht zum relativen Wasserweg gemessenen Kanalweiten. Man muss hierzu sowohl für jeden Punkt die entsprechende Kanalbreite als auch die relative Geschwindigkeit kennen. Die Kanalbreiten ergibt der Kranzquerschnitt, den man in der Regel so annimmt, dass b_1 allmählich, und zwar erst etwas langsamer, dann rasch und nach der Ausmündung zumeist wieder langsamer in b_2 übergeht. Man vergleiche im übrigen das im § 25 über die Schaufeln und den Kranzquerschnitt Gesagte und die Abbildungen. Hinsichtlich der relativen Geschwindigkeiten wird man, falls w_1 verschieden von w_2 ist, festsetzen, dass w_1 auf der ganzen Länge des mittleren relativen Wasserweges, gleichmässig bis zu w_2 wachsen oder abnehmen soll, damit ist die Grösse der relativen Geschwindigkeit für jeden Punkt bestimmt.

Bezeichnet w_r allgemein die relative Geschwindigkeit, b_r die Kanalbreite, a_r die Kanalweite, q die pro Sekunde durch einen Kanal fliessende Wassermenge, so ist

$$q = w_r \cdot a_r \cdot b_r, \text{ also}$$

$$a_r = \frac{q}{w_r \cdot b_r} \quad . . . . . 97.$$

Trägt man in jedem Punkte des mittleren, relativen Wasserweges $\frac{a_r}{2}$ nach beiden Seiten senkrecht dazu auf, so bestimmen die die einzelnen Punkte verbindenden Kurven die Begrenzungslinien des Wasserstromes und damit die Schaufelprofile im Schnitt nach dem mittleren Radumfang.

Ueber den Einfluss des Ganges im Unterwasser und der Regulierung auf den Wirkungsgrad ist anzuführen, dass voll beaufschlagte Grenzturbinen beim Gange im Unterwasser sich verhalten wie Ueberdruckturbinen, die Regulierung wirkt beim Gange über dem Unterwasser nicht anders auf den Wirkungsgrad, als bei den Druckturbinen mit freiem Strahl, beim Gange im Unterwasser sinkt bei nur teilweiser Beaufschlagung der Wirkungsgrad allerdings etwas, aber doch nicht so beträchtlich, wie bei Freistrahlturbinen. Die Grenzturbinen (ebenso die Ueberdruckturbinen mit schwachem Ueberdruck) eignen sich verhältnismässig am besten von allen für veränderliche Wasserstände und Wassermengen.

e) **Axialturbinen.**

Die axial beaufschlagten Turbinen sind wohl dio verbreitetsten, ihre Anordnung erscheint hinsichtlich der Bewegung des Wassers vom Ober- zum Unterwasserspiegel als die im allgemeinen natürlichste, freilich ist bei ihnen aber das Laufrad und vielfach auch das Leitrad schwer zugänglich, was insbesondere bei unreinem Wasser störend sein kann. Die axialen Turbinen werden sowohl als Ueberdruck- wie als Druckturbinen gebaut. Die axialen Ueberdruckturbinen sind am bekanntesten als Henschel-Jonval-Turbinen, sie werden häufig auch nur Jonval-Turbinen genannt, nach Jonval, weiland Werkmeister der Köchlinschen Maschinenfabrik in Mühlhausen, die Priorität gebührt aber der Maschinenfabrik von Henschel & Sohn in Kassel, welche schon 1841 eine derartige Turbine in Betrieb brachte.

Die üblichen Henschel-Jonval-Turbinen entsprechen meist annähernd den Bedingungen $m = 0{,}5$, $k = 1$, $r_1 = r_2$. Winkel α wird 18^0 bis 25^0 gemacht, β ergibt sich dann nahe 90^0. Sie werden vorzugsweise für volle Beaufschlagung bestimmt und höchstens mit gröberen Regulierungseinrichtungen versehen (Klappendeckel für Kanalgruppen, Handdeckel, Schütze im Abflussrohr etc.) und finden Anwendung bei niederen und mittleren Gefällen, grossen und gleichbleibenden Wassermengen.

Die axialen Druckturbinen haben als meist genannte Vertreterin die Girard-Turbine, so genannt nach dem schon erwähnten französischen Ingenieur Girard, welcher die Anwendung des freien Strahles einführte.

Diese Turbinen haben sich infolge ihrer grossartigen Erfolge rasch das ihnen zukommende Anwendungsgebiet erobert, sie sind als gut regulierbar und hohen Wirkungsgrad gebend für Wasserkräfte mit sehr veränderlichen Wassermengen, aber gar nicht oder nur wenig veränderlichem Unterwasserstand, die von vielen Konstrukteuren bevorzugte Turbinenart. Man war früher vielfach der Meinung, dass andere Turbinenarten den Wirkungsgrad der Girard-Turbinen nicht erreichen konnten, die neuere Zeit hat jedoch gezeigt, dass das doch der Fall ist und da sich überdies auch eine durchaus befriedigende Konstanz des Wirkungsgrades bei Ueberdruckturbinen für veränderliche Beaufschlagung ergeben hat, spielt die axiale Girard-Turbine nicht mehr die gleich bedeutende Rolle wie früher.

Das Charakteristische der Girard-Turbinen liegt einerseits in der Bedingung $h_1 = h_2 = o$ und andererseits in der Kranzausweitung des Laufrades nach der Austrittsseite hin, also $k < 1$ und zwar meist $k = \frac{1}{2}$ bis $\frac{1}{3}$. Hinsichtlich der Gestaltung des Kranzquerschnittes und der Schaufeln sei auf § 25 verwiesen.

Man findet vielfach noch auf Grund älterer Theorien die Angabe $\beta = 2\alpha$, das ist zwar eine sehr bequeme aber keineswegs richtige Formel, auch $\operatorname{tg}\beta = 2 \operatorname{tg}\alpha$ ist nicht streng richtig, weil in dieser Gleichung weder die hydraulischen Widerstände, noch die Höhe des Laufrades $(H_1 - H_2)$ berücksichtigt sind, man halte sich an die etwas umständlicheren aber genaueren Ermittelungen und Angaben der §§ 22 bis 24.

f) Doppelkranzturbinen.

Für Wasserkräfte, welche sowohl stark schwankendes Gefälle, wie stark schwankende Aufschlagmengen haben, oder auch in solchen Fällen, wo bei niederem Gefälle möglichst grosse Wassermengen mit nur einer Turbine von nicht zu grossem Platzbedarf verarbeitet werden sollen, behilft man sich vielfach vorteilhaft durch Anwendung mehrkränziger Axialturbinen.

Eine solche besteht im Grunde genommen aus mehreren Turbinen von verschiedenen Durchmessern, welche gemeinschaftlich auf derselben Welle sitzen und deren Umfangsgeschwindigkeiten sich also verhalten müssen, wie die mittleren Radien. Je nach den Erfordernissen des speziellen Falles ordnet man 2 auch 3 für Ueberdruck berechnete Kränze an, mehrkränzige Henschel-Jonval-Turbinen (siehe Fig. 7, Taf. 4), oder aber man setzt die Turbine aus einer Ueberdruck- und einer Druckturbine (auch Turbine mit schwachem Ueberdruck) zusammen, der Ueberdruckkranz erhält dann den grösseren Durchmesser, weil die höhere Umfangsgeschwindigkeit am besten für den höheren Ueberdruck passt (siehe Fig. 8, Taf. 4). Turbinen letzterer Art vereinigen in gewissem Grade die Vorteile beider Systeme, sie werden wohl auch Kombinationsturbinen genannt, obgleich diese Bezeichnung von Haus aus von einer einkränzigen eigenartig konstruierten Turbine, D. R.-P. 7544, J. B. Lehmann, in Anspruch genommen worden ist.

g) Radialturbinen, von innen beaufschlagt.

Die erste Turbine, welche den besseren Wasserrädern an Wirkungsgrad gleich kam, war eine von innen beaufschlagte, radiale Ueberdruckturbine. Der Erfinder derselben war der Ingenieur Fourneyron zu Besançon, welcher 1829 mit ihr einen von der Societé d'encouragement in Paris ausgesetzten Preis errang.

Durch Zuführung des Wassers von unten, siehe das Schema Fig. 6, Taf. 2, kann bei solchen Turbinen die Zugänglichkeit der Radkanäle sehr erhöht werden, weil das Laufrad leicht entfernbar gemacht werden kann, ausserdem kann man dabei eine durch den Wasserdruck bewirkte Entlastung des Zapfens erzielen. Ein interessantes Beispiel dieser Art bieten die für die Ausnutzung der Niagarafälle gebauten Fourneyron-Turbinen, worüber Abbildungen und nähere Angaben im Jahrgang 1893 der „Zeitschrift des Vereins deutscher Ingenieure", Seite 832 etc. zu finden sind.

Die Radialturbinen mit innerer Beaufschlagung und stehender Welle sind die verhältnismässig am seltensten angewandte Turbinenart, dagegen kommen partial beaufschlagte Turbinen dieser Bauart, aber mit liegender Welle (sogenannte Schwammkrugturbinen), bei hohen und höchsten Gefällen und kleinen Wassermengen vorzugsweise zur Anwendung. Ueber die Berechnung braucht den Angaben, welche sich in den §§ 22 bis 24 finden, nichts besonders hinzugefügt zu werden, betreffs der Schaufelform aber sei erinnert, dass die Gleichungen Nr. 78 im § 25 erfüllt sein müssen.

Als Radialturbinen mit innerer Beaufschlagung, aber ohne besonderen Leitapparat, sind auch die schottischen Turbinen und das Segnersche Reaktionsrad anzusehen, ferner wäre hier noch die Cadiatsche Turbine zu nennen, sie alle kommen aber praktisch als hydraulische Motoren kaum noch in Betracht, wegen des höchst ungünstigen Wirkungsgrades.

h) Radialturbine, von aussen beaufschlagt.

Die von aussen beaufschlagten Radialturbinen kommen im wesentlichen als Ueberdruck-Vollturbinen vor, unter dem Namen Francis-Turbinen, so genannt nach dem amerikanischen Ingenieur Francis, welcher diese Turbinenart besonders in Anwendung gebracht hat. Seltener kommen diese Radialturbinen als Druckturbinen (System Lejeune) vor, als Partialturbinen wurden sie ehedem unter dem Namen Tangentialräder häufig angewandt. Derartige Tangentialräder erreichen aber in der Regel den Wirkungsgrad gut konstruierter Partialturbinen anderer Beaufschlagungsart nicht. Als eine Abart des Tangentialrades kann man auch das in Amerika viel gebrauchte Peltonrad ansehen. Näheres über dieses Rad findet man in der „Zeitschrift des Vereins deutscher Ingenieure", Jahrgang 1892, Seite 1181 und 1551 und Jahrgang 1893, Seite 172.

Auch bei uns scheint sich das Peltonrad ganz gut eingeführt zu haben und in den Verhältnissen, für welche es bestimmt, die ihm zugeschriebenen guten Eigenschaften zu bestätigen. Dem Peltonrad verwandt sind auch die von manchen Firmen gebauten aussenschlächtigen Partialturbinen mit löffelartig gestalteten Schaufeln; im letzten Teile des Buches finden sich nähere Angaben über eine derartige Turbinenkonstruktion.

Die Francis-Turbinen haben den Vorteil, dass sie für die Aufstellung über dem Unterwasser sehr geeignet gestaltet werden können und dass damit leichte Zugänglichkeit des Leit- und Laufrades, sowie bequemer Einbau damit verknüpft sind. Die Fig. 2 und 3, Taf. 4, dem Prospekt der Maschinenfabrik von J. M. Voith in Heidenheim entnommen, stellen eine Francis-Turbine dar, im Gange und stillgesetzt mit aufgehobenem Laufrad, zur Reinigung bereit. Sie werden natürlich allemal als Rohrturbinen zu konstruieren sein und nützen dann trotz hoher Lage über dem Unterwasser das Gefälle auch bei niedrigem Stande voll aus.

Francis-Turbinen werden nicht nur mit stehender Welle gebaut, wie Fig. 2 und 3, Taf. 4, zeigen, sondern auch mit liegender Welle, und das sogar in neuerer Zeit mit Vorliebe; besonders wenn es sich darum handelt, Dynamomaschinen direkt anzukuppeln u. dergl. Bei höheren Gefällen versieht man dann auch die Francis-Turbinen oft mit geschlossenen Gehäusen, Zu- und Abflussrohren. Derartige Konstruktionen sind jetzt sehr beliebt und mit Recht, denn besonders in Rücksicht auf die Anwendung längerer Saugrohre zum Abfluss ist dabei eine sehr zweckmässige und bequeme Aufstellung in gut zugänglichen Maschinenräumen möglich.

Als Beispiele für derartige Turbinen können die im 7. Teile beschriebenen Spiralturbinen der Firma Voith in Heidenheim gelten; ferner ist eine Francis-Turbine mit liegender Welle, geschlossenem Gehäuse und angebautem Regulator, gebaut von Escher, Wyss & Komp. in Zürich für die Firma Goujon Frères, Weberei in Tancon, auf Taf. 18 durch Fig. 3 und 4 dargestellt; die ganze Hauptanordnung wird danach ohne weiteres klar sein; bemerkt werde nur, dass die Turbine mit 13,5 m Gefälle und ca. 900 l grösster Wassermenge pro Sekunde arbeitet, 5 m des Gefälles wirken saugend, die normale Umdrehungszahl beträgt 330 Umdrehungen pro Minute.

Francis-Turbinen werden vielfach mit der durch Fig. 9, Taf. 4, schematisch dargestellten Regulierung versehen und zwar mit gutem Erfolge. Die Maschinenfabrik Germania in Chemnitz und die Maschinenfabrik von Voith in Heidenheim geben an, dass bei ihren Francis-Turbinen der Wirkungsgrad bei halber Beaufschlagung etwa 0,05 weniger wie bei der Normalleistung beträgt, das bestätigt die schon an anderer Stelle ausgesprochene Ansicht, dass auch Ueberdruckturbinen in vernünftigen Grenzen, ohne zu beträchtlichen Verlust an Wirkungsgrad, regulierbar sind.

Interessant in dieser Beziehung ist die in Fig. 4, Taf. 4, wiedergegebene graphische Darstellung der Endresultate einer längeren Reihe von Bremsversuchen, welche im Jahre 1891 an einer von J. M. Voith in Heidenheim für das Königlich Württembergische Hüttenwerk Königsbronn gebauten Francis-Turbine vorgenommen wurden.

In der genannten Figur sind auf der Geraden AQ die den verschiedenen Beaufschlagungsgraden entsprechenden Wassermengen als Abscissen aufgetragen. A entspricht der Beaufschlagung Null, Q der vollen Beaufschlagung, die Ordinaten der Kurve AB geben die den einzelnen Beaufschlagungsgraden entsprechenden normal zur Ausflussgeschwindigkeit gemessenen Leitkanalweiten, die Kurve AC entspricht den Wirkungsgraden, Kurve AD den Nutzleistungen bei den verschiedenen Beaufschlagungen. Als Gefälle ist dabei der Abstand des Ober- und Unterwasserspiegels (in den Ableitungen und Formeln dieses Buches mit H_0 bezeichnet) im Betrage von 3,7 Meter in Rechnung gestellt.

Die Kurve AC zeigt, dass bei 0,8 bis 0,9 Beaufschlagung der Wirkungsgrad seinen Höchstwert mit 0,812 erreicht, dass er bei voller Beaufschlagung 0,797, bei halber Beaufschlagung noch 0,776 und bei 0,3 Beaufschlagung immerhin 0,715 beträgt. Näheres über die Turbine selbst und die einzelnen Versuche gibt die „Zeitschrift des Vereins deutscher Ingenieure", Jahrg. 1892, Seite 797.

Aehnlich sind die Ergebnisse der Versuche an der oben erwähnten Francis-Turbine der Maschinenfabrik Escher, Wyss & Komp. für die Firma Goujon Frères in Tancon, welche folgende Wirkungsgrade ergeben:

bei 1/4 Beaufschlagung, Wirkungsgrad: 0,72,
bei 1/2 „ „ 0,79,
bei 3/4 „ „ 0,82,
bei voller „ „ 0,77.

In neuerer Zeit findet man bei Francis-Turbinen vielfach Kranzquerschnitte und Schaufelformen, welche von den in § 25 angegebenen allgemeinen Regeln erheblich abweichen, sich von Haus aus an den Turbinen amerikanischer Konstruktion fanden und jetzt häufig bei den auf dem europäischen Kontinent gebauten Francis-Turbinen gebraucht werden, weil derartige Turbinen bei relativ kleinen Durchmessern, also hohen Umdrehungszahlen, doch für erhebliche Wassermengen ausreichen. Fig. 3 und 4, Taf. 18, zeigen einen Kranzquerschnitt entsprechender Art, noch ausgesprochener aber wird das Konstruktionsprinzip durch Fig. 1 und 2, Taf. 18, erläutert, während die Figuren auf Tafel 12 einer Francis-Turbine entsprechen, deren Kranzquerschnitt und Schaufelform mehr den allgemeinen Regeln des § 25 folgen.

Bei einem Kranzquerschnitt nach Fig. 1 und 2, Taf. 18, entspricht die absolute Ausflussgeschwindigkeit c_2 sehr nahe der Geschwindigkeit im Abflussrohre. Die Umfangsgeschwindigkeit v_2 des Laufrades an der Austrittsseite ist aber, da die Austrittskanten der Schaufeln nicht auf einer mit der Turbinenachse konzentrischen Cylinderfläche liegen, an verschiedenen Stellen der Austrittskante sehr verschieden, es nähert sich in dieser Hinsicht die Turbine einer Axialturbine mit im Verhältnis zum mittleren Radius sehr erheblicher Schaufelbreite. Soll also der stossfreie Austritt annähernd an allen Punkten der Austrittsschaufelkante gewahrt werden, und das ist wegen der unter Umständen erheblichen Differenzen infolge der bedeutenden Unterschiede der Durchmesser sehr erwünscht, dann muss der Austrittswinkel δ nicht nur für den mittleren Wasserfaden, sondern auch für den innersten, für den äussersten und eine Reihe dazwischen liegender Wasserfäden bestimmt werden.

Hierbei wolle man sich das in § 22d über den Durchfluss des Wassers durch das Laufrad Gesagte vergegenwärtigen.

Das auf Beschleunigung des Wassers im Rade hinwirkende Gefälle p, welches man bei der allgemeinen Berechnung der Turbine bestimmte, wird man ohne beachtlichen Fehler für alle Wasserfäden konstant nehmen können. Damit ist die Bestimmung der Werte der relativen Austrittsgeschwindigkeiten w_2 für verschiedene Abstände von der Turbinenachse bezw. verschiedene Werte von v_2 ohne weiteres möglich.

Will man nun die absolute Austrittsgeschwindigkeit constant für alle Abstände von der Achse beibehalten, so ergibt sich für jeden Punkt Winkel δ durch Konstruktion aus v_2, c_2 und w_2. Hierbei zeigte sich nun öfters, dass c_2 nicht senkrecht zu v_2 steht, doch ist das nicht von Belang, sofern die Abweichungen nicht erheblich sind, und die senkrecht zu v_2 stehende Komponente nicht so klein wird, dass die Ausflussweiten, senkrecht zu w_2 gemessen, zu eng werden. Ist letzteres der Fall, so muss event. der Winkel δ vergrössert und ein teilweise erhöhter Wert von c_2 in den Kauf genommen werden, wenn nicht durch Aenderungen in den Durchmessern oder dergl. Abhilfe geschaffen werden kann.

Das voraus geschickt, darf hinsichtlich der Gestaltung der Schaufelflächen auf die ausführlichen Darlegungen in dem Werke „Die Francis-Turbinen" von Müller, ferner auf die Aufsätze von Speidel und Wagenbach, „Zeitschrift der Vereins deutscher Ingenieure", Jahrg. 1899, Nr. 20, von Hummel: „Dinglers Polytechn. Journal", Jahrgang 1899, Heft 1 und 2 und von Baashuus: „Zeitschr. des Vereins deutscher Ingenieure", Jahrgang 1901, Nr. 45, verwiesen worden.

Fünfter Teil.

Wahl des Motors.

---

§ 28. Allgemeine Grundlagen.

Wir haben bei der Besprechung der einzelnen Wasserräder und Turbinen gesehen, das jedem Systeme besondere mehr oder minder hervortretende Eigentümlichkeiten anhaften, welche seine Anwendung in dem einen Falle empfehlen, im anderen hindern, so dass es eben keinen Universalmotor gibt, welcher jeder beliebigen Wasserkraft aufgezwungen werden darf. Die Auswahl des passenden Systemes und die Bestimmung der Konstruktionsgrundlagen ist oftmals eine Aufgabe, welche den vollen Scharfsinn und die grösste Erfahrung des entwerfenden Ingenieurs und gehörige Einsicht des Abnehmers verlangt.

Die Wahl des Motors soll so erfolgen, dass er den gegebenen Gefälle- und Wasserverhältnissen angemessen ist, insbesondere ist hierbei zu berücksichtigen, ob das Gefälle oder die Wassermenge oder beide wesentlichen Schwankungen unterliegen oder nicht. Da natürlich Veränderungen von sehr kurzer Dauer bei weitem nicht den Einfluss auf die Systemwahl haben können, wie solche, welche lange anhalten, wird man bei sorgfältigen Projektvorbereitungen in einem längeren Zeitraum Beobachtungen über Wassermenge und Gefälle anstellen, woraus sich dann erst ergibt, welche Verhältnisse als normal anzusehen sind und wie weit aussergewöhnlichen Umständen Rechnung zu tragen ist.

Weiter soll der Motor, hinsichtlich des Systemes sowohl als der Abmessungen, der Beschaffenheit des Wassers angepasst sein. Man hat demnach festzustellen, ob das Wasser mehr oder weniger rein ist und welcher Art die Unreinigkeiten sind. Hierher gehören auch die Eisverhältnisse und dergleichen. Ferner soll der Motor eine den Verhältnissen des zu treibenden Werkes möglichst gut entsprechende Umdrehungszahl haben, damit kostspielige und

Arbeit vezehrende Uebersetzungen thunlichst beschränkt werden können.

Liegen die Verhältnisse so, dass die Wasserkraft voll ausgenutzt werden soll, so wird man in der Regel einen recht hohen Wirkungsgrad wünschen. Wenn die Wasserkraft nur zu einem Teile benutzt wird und also verfügbares Arbeitsvermögen im Ueberschuss vorhanden ist, spielt ein besonders hoher Wirkungsgrad keine so hervorragende Rolle, dann wird ein möglichst geringer Herstellungspreis wichtiger sein.

Weder der hohe Wirkungsgrad noch die Billigkeit dürfen aber auf Kosten der Betriebssicherheit des Motors erkauft werden. Insbesondere sind die einem hohen Wirkungsgrad entsprechenden, aus der Theorie folgenden Konstruktionsverhältnisse in manchen Fällen der Betriebssicherheit gar nicht dienlich (dünne Schaufeln, kleine Schaufelteilungen) und es unterliegt keinem Zweifel, dass der Wirkungsgrad bis zu einem gewissen Grade zurücktreten muss, wenn es sich darum handelt, den störungsfreien Betrieb des Motors zu sichern. Der Abnehmer darf deshalb nicht auf ein Paraderesultat bei der Abnahme hindrängen und muss bei der Auswahl des Lieferanten sich Klarheit zu verschaffen suchen, welches Angebot neben gutem Wirkungsgrad unter normalen Verhältnissen auch einen solchen und höchste Betriebssicherheit unter weniger günstigen Umständen erwarten lässt.

§ 30. Vergleich der Wasserräder und Turbinen, Anwendungsgebiete derselben.

Je grösser das Gefälle ist, desto kleiner werden im allgemeinen die Durchmesser der Turbinen, bei den Wasserrädern dagegen wächst im allgemeinen der Durchmesser mit dem Gefälle und damit das Gewicht, der Preis und, wenigstens über einer gewissen Grenze, die Schwierigkeit der soliden Herstellung. Bei hohen Gefällen, etwa von 8 bis 10 Meter an, kommen deshalb Wasserräder meist überhaupt nicht in Betracht.

Die mittleren Gefälle bilden das Gebiet, wo Wasserrad und Turbine in Wettbewerb treten, so lange es sich um mittlere Wassermengen handelt, bei sehr grossen Wassermengen werden die Wasserräder unmässig breit, während die Abmessungen der Turbinen verhältnismässig bescheiden sind. Der Wirkungsgrad ist bei beiden Arten gleich, sorgfältige Konstruktion vorausgesetzt.

Bei sehr kleinen Gefällen wird die Anordnung der Turbinen schon schwierig, und geeignet gebaute Wasserräder sind leichter anzuordnen, weniger teuer und geben einen befriedigenden Wirkungsgrad.

Die Veränderlichkeit des Unterwasserstandes kann bei freihängenden Wasserrädern den Wirkungsgrad sehr ungünstig beeinflussen, bei Turbinen, welche in Rücksicht auf diesen Umstand konstruiert wurden, ist dieser Einfluss verschwindend, bei Kropfwasserrädern guter Bauart ist das Gleiche der Fall, wenn die Schwankungen nicht zu beträchtlich sind.

In Bezug auf den Einfluss, welchen Veränderungen der Aufschlagwassermenge ausüben, sind die geeigneten Turbinen den Wasserrädern gleichwertig, aber es ist doch zu bemerken, dass es bei den Wasserrädern keiner so besonderen Anordnungen und ausgesprochenen konstruktiven Eigenheiten bedarf, wie bei den Turbinen in solchen Fällen, wo auch noch Schwankungen des Unterwasserstandes zu beachten sind.

Die Beschaffenheit des Wassers ist bei Wasserrädern ziemlich gleichgültig, bei Turbinen gar nicht. Letztere sind empfindlicher gegen Unreinigkeiten und Grundeis. Die besonders bei recht engen Kanälen leicht eintretenden Verstopfungen sind, auch wenn bei der Anordnung der Anlage hierauf Rücksicht genommen wurde, was keineswegs immer der Fall ist, meist nicht ohne Umständlichkeiten oder gar längere Störungen zu beseitigen. Dagegen stört bei ungeheizten Radstuben der Eisansatz an den Wasserrädern manchmal auch sehr empfindlich, während Turbinen davon mehr verschont bleiben.

Die Wasserräder haben alle eine, im Vergleich zu den Turbinen sehr niedrige Umdrehungszahl. Hierin liegt in vielen Fällen ein erheblicher Nachteil der Wasserräder.

Die meist erforderlichen mehrfachen Vorgelege verzehren einen nicht unerheblichen Arbeitsbetrag und sind, da man die Anwendung der Zahnräder gern thunlichst beschränkt, auch sonst eine unliebsame Beigabe.

Die Dauerhaftigkeit der Wasserräder und Turbinen ist, beiderseits solide, eiserne Konstruktionen vorausgesetzt, wohl annähernd die gleiche, allenfalls möchte noch den Wasserrädern ein Vorzug zu zuerkennen sein, weil sie einfacher und leichter zu unterhalten sind. Auch die Anschaffungskosten werden im Durchschnitt bei mittleren Verhältnissen wenig differieren. Bei sehr grossen Leistungen freilich fällt der Vergleich meist ganz zu Ungunsten der Wasserräder aus, entweder schon des Rades allein wegen, oder aber der kostspieligeren Gerinnebauten halber. Bei sehr kleinen Leistungen tritt das Wasserrad wieder in den Vordergrund.

Das Anwendungsgebiet der Wasserräder liegt nach dem Vorangegangenen im Bereiche der kleinen und mittleren Gefälle. Bei sehr kleinen Gefällen kommen die Wasserräder fast ausschliesslich in Betracht, bei den mittleren besonders dann, wenn es sich um recht unreines oder stark Grundeis führendes Wasser handelt. Die einfachsten Konstruktionen sind besonders für solche Fälle am Platze, wo die einsame Lage des zu errichtenden Werkes darauf hinweist, wo es sich um vorübergehende Anlagen oder besonders billigen Preis handelt.

Hierher gehören die so häufig anzutreffenden hölzernen, oberschlächtigen Wasserräder für kleine und mittlere Wassermengen, an denen jedoch, wenigstens bei Neuanlagen, die Schaufeln aus Blech gemacht werden sollten. Für bessere Wasserradanlagen kommen bei Gefällen von über 0,5 Meter bis 3 Meter nur Kropfräder in Betracht, die hinsichtlich des Wirkungsgrades mit den Turbinen mindestens wetteifern können. Freilich ist der langsame Gang für manche Fälle ein Hindernis. Grössere Wassermengen bedingen auch bei mittleren Gefällen meist die Anwendung von Turbinen, dagegen sind Wasserräder für kleine Wassermengen auch bei Gefällen von 3 bis 8 Metern oftmals entschieden das Beste und zwar kommen bei den höheren Gefällewerten im wesentlichen oberschlächtige Räder in Betracht.

Die Turbinen sind besonders bei mittleren und hohen Gefällen mit Vorteil verwendbar, für letztere kommen sie, von den seltenen Wassersäulenmaschinen abgesehen, eigentlich allein in Betracht. Das Mindestgefälle kann man zu 1,2 bis 1,5 Meter annehmen, obwohl mitunter noch kleinere Werte vorkommen. Bei den mittleren Gefällen spricht für die Turbinen der Umstand, dass sie leicht grossen Wassermengen angepasst werden können, ohne zu erhebliche Abmessungen zu erhalten. Sie sind also bei grösseren Wassermengen den Wasserrädern auch bei mittleren Gefällen vorzuziehen, besonders wenn auch die grössere Umdrehungszahl ins Gewicht fällt. Dagegen ist die Anwendung bei sehr unreinem Wasser doch weniger rätlich, sofern mit einem Wasserrad sonst auszukommen ist; ist letzteres nicht der Fall, so verdienen jedenfalls solche Turbinenkonstruktionen den Vorzug, welche auf leichte Reinigung der nicht zu eng gehaltenen Kanäle berechnet sind. (Siehe Fig. 3, Taf. 4, und vergleiche auch das über Francis-Turbinen Gesagte.)

Steht immer mindestens so viel Wasser zur Verfügung, dass die Turbine stets nahezu voll beaufschlagt werden kann, so sind bei niederen und mittleren Gefällen Ueberdruckturbinen am besten am Platze. Dieselben haben verhältnismässig die grössten Umdrehungszahlen und kleinsten Dimensionen, fallen also am billigsten aus. Die Regulierung kann in völlig genügender Weise dabei z. B. durch Ringschützen, oder drehbare Leitschaufeln erfolgen. Für weitgehende Regulierung ist die Anwendung höheren Ueberdruckes, wie wir früher sahen, prinzipiell weniger geeignet; wenn von manchen Seiten behauptet wird, dass der Wirkungsgrad bei der Regulierung erheblich sinkt, so ist das, wie schon erwähnt, für mässige Verhältnisse unbedingt übertrieben, und insbesondere die neueren Ausführungen radialer Ueberdruckturbinen beweisen, dass besonders für grössere Leistungen das Anwendungsgebiet der Ueberdruckturbinen auch bei veränderlichen Wassermengen ein ziemlich weites ist.

Für sehr wechselnde Aufschlagwassermengen kommen, je nachdem, ob der Unterwasserstand erheblichen Schwankungen unterliegt oder nicht, Grenzturbinen oder Druckturbinen mit freiem Strahl in Betracht, für hohe Gefälle insbesondere partial beaufschlagte Turbinen letzterer Art.

Die Bauart mit stehender Welle bildete bisher im grossen und ganzen die Regel, Partialturbinen für sehr hohe Gefälle (über 15 Meter) und kleine Wassermengen werden vielfach als von innen beaufschlagte Radialturbinen mit liegender Welle ausgeführt. Auch Vollturbinen baut man in dieser Weise, wenn sehr hohe Umdrehungszahlen erzielt werden und Dynamomaschinen etc. direkt an die Turbinenwelle gekuppelt werden sollen. (Siehe z. B. Fig. 3, Taf. 2, und Fig. 5, 10, 11, Taf. 4.)

Bei den niederen und mittleren Gefällen (bis 5 Meter) erfolgt die Aufstellung der Turbine gewöhnlich in offenem Wasserkasten, bei höheren Gefällen tritt an dessen Stelle ein geschlossenes Gehäuse aus Gusseisen oder Schmiedeeisenblech nebst Zuleitungsrohr.

Diese kurzen Bemerkungen mögen genügen, im übrigen sei auf das bei den einzelnen Wasserrädern und Turbinen Gesagte wiederholt verwiesen. Uebergrosse Ausführlichkeit hätte auch keinen Zweck, denn es ist doch nicht möglich, ein Rezept zu verfassen, nach welchem die Wahl des Motors mühelos und ohne spezielles Studium des Einzelfalles kurzer Hand erfolgen könnte.

Sechster Teil.

Regulatoren für Turbinen und Wasserräder.

---

§ 31. Allgemeines über Regulatoren für hydraulische Motoren.

In den vorhergehenden Abschnitten ist schon erklärt worden, dass einesteils Schwankungen im Wasserzufluss, andererseits Schwankungen im Arbeitsverbrauch Regulierungseinrichtungen erfordern und es sind auch die Einrichtungen an den Motoren beschrieben und beurteilt worden, vermöge deren der Wasserverbrauch verändert werden kann. Die Bethätigung der Schützen u. s. w., welche dazu dienen, kann nun, und so ist es in sehr vielen Fällen, durch Menschenhand erfolgen, selbstredend unter Benutzung von geeigneten Antriebsvorrichtungen, Vorgelegen u. s. w. Ein Handregulator ist die einfachste aber freilich auch in der Wirkung unvollkommenste Einrichtung, insofern als man ein einigermassen strenges Einhalten der normalen Umdrehungszahl des Motors bei unregelmässigen und plötzlichen Schwankungen des Arbeitsverbrauches nicht erzielen kann, es müsste denn ein Mann ständig am Regulator stehen und einen Geschwindigkeitsanzeiger beobachten. Die Veränderungen des Wasserstandes sind meist leichter zu berücksichtigen.

Um diesen Uebelstand zu umgehen, hat man automatische Regulatoren konstruiert, welche ohne Zuthun der Menschenhand wirken sollen. Solche Regulatoren, welche den Zweck haben, den Wasserverbrauch dem Arbeitsverbrauch anzupassen, welche die Umdrehungszahl konstant erhalten sollen, werden Geschwindigkeitsregulatoren genannt, während solche Regulatoren, welche den Wasserverbrauch dem Zufluss entsprechend regeln sollen, Wasserstandsregulatoren heissen, weil ihre Wirkung durch die Schwankungen des Wasserstandes bedingt ist.

Zunächst mögen die Geschwindigkeitsregulatoren besprochen werden. Die Erfolge, welche man mit der Konstruktion derartiger Apparate erzielt hat, haben freilich lange Zeit den Erwartungen und Versprechungen vielfach nicht entsprochen, einesteils weil die Apparate für die Verwendung an hydraulischen Motoren nicht vollkommen genug waren, anderenteils weil die genaue Regulierung der hydraulischen Motoren überhaupt besonders schwierig, viel schwieriger als z. B. diejenige der Dampfmaschine ist, deren Regulatoren als Muster vorschwebten. Das hat folgende Ursachen: die Regulierorgane der Turbinen und Wasserräder sind bei weitem schwerer zu verstellen, als die der Dampfmaschinen und der bei diesen vorherrschend im Gebrauch befindliche direkt wirkende Regulator, also ein solcher, bei dem die Wirkung der Centrifugalkraft direkt das Regulierorgan beeinflusst, ist bei den normalen Wasserrädern und Turbinen gar nicht verwendbar. Die Einwirkung der Regulierung auf den Gang erfolgt bei Dampfmaschinen, wenigstens solchen mit guten Steuerungen, rasch, schon weil die Dauer der Verstellung eine verschwindende ist. Die Regulierorgane der Turbinen und Wasserräder, besonders der ersteren, lassen sich bei grösseren Anlagen meist keineswegs so plötzlich verstellen, dazu wäre ein oft unverhältnismässiger Arbeitsaufwand erforderlich und weiter spielt das Beharrungsvermögen der in allen Fällen verhältnismässig grossen bewegten Wassermassen eine Rolle, während die Masse des bei Dampfmaschinen in Bewegung befindlichen Dampfes dagegen geringfügig ist.

An die Stelle des nicht brauchbaren, direkt wirkenden Regulators ist nun der indirekt wirkende Regulator getreten. Das ist ein solcher, bei dem der Zentrifugalregulator nur die Aufgabe hat, ein von der Kraftmaschine selbst bewegtes Triebwerk einzurücken, welches die Bethätigung des Regulierorganes ohne Abhängigkeit von der Grösse der Verstellungskraft des Zentrifugalregulators besorgt.

An Stelle des von der zu regulierenden Kraftmaschine selbst bewegten Triebwerkes kann natürlich auch ein unabhängiger kleinerer Motor treten. Diese Anordnung, welche besonders dann vorteilhaft ist, wenn relativ erhebliche Energiemengen für die Regulierung zu Gebote stehen sollen, wird in neuerer Zeit viel angewandt, man bezeichnet den Hülfsmotor dann auch oft als Servomotor, und verwendet als Triebkraft sowohl Presswasser als Elektrizität.

Die einfachste Form eines indirekt wirkenden Regulators ist durch Fig. 3, Taf. 9, schematisch dargestellt. Die Regulatorwelle w_1 wird durch Kegelräder r_0 von der Welle w_2 angetrieben, auf der Regulatorwelle sitzt, axial verschiebbar mit Nut und Feder, die Hülse H, welche die Kegelräder r_1 und r_2 trägt. Der Ausschlag der Schwungkugeln K veranlasst eine Bewegung der Hülse H, je nachdem, ob dieselbe nach oben oder unten erfolgt, kommt entweder das Rad r_1 oder das Rad r mit r_2 in Eingriff und die nach dem Regulierschieber, Schützen oder dergleichen führende Welle w_3 wird rechts oder links gedreht, öffnet oder schliesst.

Dem Gleichgewicht zwischen Arbeitsverbrauch und Leistung entspricht also nur eine einzige Lage der Hülse H, die Mittellage, bei jeder anderen ist die Regulierung in Thätigkeit und hört nicht eher auf zu wirken, als bis die normale Umgangszahl wieder erreicht ist. Dieses Verhalten gibt nun zu Unannehmlichkeiten Anlass. Nehmen wir an, es sei eine Aenderung des Arbeitsverbrauches eingetreten, die Umdrehungszahl des Motors suche zu steigen, die Schwungkugeln des Regulators steigen, die Hülse hebt sich, die Regulierung wirkt. Nach einer gewissen Zeit hat das Regulierorgan, der Schützen oder dergl., die Stellung erlangt, welche dem Wasserverbrauch entspricht, der dem verringerten Arbeitsbedarf angemessen wäre, jetzt müsste also die Regulierung aufhören. Das geschieht nun nicht, denn während des Regulierens ist die Geschwindigkeit des Motors noch etwas gewachsen, infolge des Beharrungsvermögens der bewegten Massen vergeht eine gewisse Zeit, bis der verringerte Zufluss die Umdrehungszahl wieder herabsetzt und ausserdem fängt der Regulator erst dann an in seine Mittellage zurückzugehen, wenn die Umdrehungszahl schon etwas unter die normale gesunken ist. Trotzdem die Stellung des Regulierorganes genügend verändert ist, arbeitet die Regulierung fälschlich weiter, verringert den Zufluss zu sehr, so dass schliesslich die Umdrehungszahl zu sehr sinkt und das umgekehrte Spiel beginnt. Diese Erscheinung — das Ueberregulieren — zeigen die älteren automatischen Regulatoren meistens und deshalb sind sie fast unbrauchbar, neuere Anordnungen suchen das zu vermeiden durch Anwendung von sog. Stellhemmungen u. s. w. an den Regulatoren.

Das Prinzip derartiger neuerer Regulatoren dürfte durch folgende Betrachtungen klar werden. Stellen wir uns vor, dass, sobald in dem durch Fig. 3, Taf. 9, dargestellten Regulator eine Verschiebung der Hülse H eingetreten ist, die Welle w_3 mit dem Rade r_2 dieser Bewegung aufwärts oder abwärts folgt, was durch einen geeigneten Mechanismus — die Stellhemmung — bewirkt wird, so würde der kaum hergestellte Eingriff zwischen Zahnrädern r und r_2 oder r_1 und r_2 alsbald wieder unterbrochen, die Drehung von w_3 würde wieder aufhören und nur wieder eintreten, wenn eine neue Verschiebung der Hülse infolge anhaltenden Steigens der Umdrehungszahl wieder erfolgte u. s. w.

Dieses Regulieren in Absätzen vermeidet das Ueberregulieren, weil die Unterbrechungen der Herbeiführung des Beharrungszustandes günstig sind, ferner kann der Beharrungszustand in jeder Stellung des Regulators eintreten, nicht nur bei der Mittellage, und die Umdrehungszahl des Motors würde also in dem Mafse konstant sein, in welchem die den verschiedenen Kugellagen des Regulators entsprechenden Umdrehungzahlen konstant wären, vollkommene Empfindlichkeit und unverzügliche Einwirkung des Regulators vorausgesetzt.

Die Empfindlichkeit des Regulators ist zwar nie ganz vollkommen, aber immer gross genug zu machen, um unseren Ansprüchen zu genügen, was von der Schnelligkeit der Einwirkung meistens nicht behauptet werden kann. Die Regulierung wird um so schneller erfolgen können, je leichter beweglich das Regulierorgan ist, die Ringschieber sind in dieser Beziehung am schlechtesten, drehbare Leitschaufeln und einzeln bewegte Klappen u. s. w. noch das Beste.

Solche Resultate wie bei den Dampfmaschinen dürfen nach dem oben Gesagten bei Turbinen und Wasserrädern mit Regulierung der Zuflussmenge nicht erwartet und gefordert werden, immerhin hat man mit neueren Regulatoren die Schwankungen der Umdrehungszahl auf 2 bis 3 Prozent nach oben und unten beschränkt.

Die Schwierigkeit, eine sehr gute Regulierung durch automatische Beeinflussung der Aufschlagwassermenge zu erzielen, besonders aber die schlechten Erfolge vieler älterer Regulatoren dieser Art, haben Veranlassung gegeben, noch ein anderes Prinzip der Regulierung in Gebrauch zu nehmen. Es ist das die Regulierung durch künstliche automatische Gleicherhaltung des Arbeitsverbrauches, welche dadurch herbei geführt wird, dass man die infolge Ausschaltung von Arbeitsmaschinen etc. frei werdende Arbeit durch Bremsvorrichtungen aufzehren lässt. Diese Art der Regulierung ist prinzipiell unwirtschaftlich und eigentlich nur da ohne wirtschaftlichen Nachteil, wo das zur Verfügung stehende Arbeitsvermögen stets im Ueberschuss vorhanden ist. Praktisch sind aber derartige Bremsregulatoren doch oft recht wertvoll, man kann mit ihnen recht gute Einhaltung der normalen Umdrehungszahl erreichen, der wirtschaftliche Nachteil, den erst genannten Regulatoren gegenüber, verschwindet insofern vielfach, als auch bei der Verringerung der Aufschlagmenge ein Arbeitsverlust entsteht dadurch, dass das nicht verbrauchte Wasser dann oft über das Wehr fliesst. Ein Nachteil, der stets vorhanden ist, besteht darin, dass der Bremsregulator nicht in der Lage ist, einer momentanen Erhöhung des Arbeitsbedarfes über die Normalleistung Rechnung zu tragen. Die Beaufschlagung einer Turbine kann man bei Bedarf stets so einrichten, dass einige Kanäle im Ueberschuss vorhanden sind, welche vorübergehend beaufschlagt werden bei plötzlich eintretendem erhöhten Arbeitsverbrauch. Wollte man ähnliches mit dem Bremsregulator erzielen, so müsste er schon bei normalem Gange einen Arbeitsbetrag ständig abbremsen, es würde also dauernd ein Teil des Arbeitsvermögens unnütz geopfert. Bei Kraftüberschuss hat das nichts zu sagen, wohl aber dann, wenn die Wasserkraft gerade hinreicht.

Wenden wir uns jetzt zu den automatischen Wasserstandsregulatoren, so können wir uns kürzer fassen. Die Schwankungen im Wasserzufluss sind weder so plötzlicher noch so oft eintretender Art, wie die Schwankungen des Arbeitsbedarfes. Die menschliche Beobachtung und das Eingreifen der Menschenhand genügen deshalb allermeist, freilich ist dabei eine jederzeit ganz vollkommene Ausnutzung des dargebotenen Arbeitsvermögens nicht möglich, doch kommt es dann darauf auch gewöhnlich nicht an. Anders liegt die Sache in dem Falle, wo die Wasserkraft nicht völlig für den Betrieb ausreicht und deshalb noch mit einem anderen Motor — Dampfmaschine, Gasmotor oder dergleichen — zusammen arbeitet. Dann wird man wünschen, die Wasserkraft stets völlig auszunutzen, um bei der anderen Betriebskraft zu sparen. Die Geschwindigkeitsregulierung ist dann Aufgabe der Dampfmaschine u. s. w., während der Wasserverbrauch des Wasserrades oder der Turbine von einem Wasserstandsregulator beeinflusst wird. Die Wasserstandsregulatoren müssen in der Regel auch indirekt wirkende Regulatoren sein, an Stelle des Zentrifugalregulators bei den Geschwindigkeitsregulatoren tritt ein Schwimmer, durch dessen Hebung oder Senkung der Mechanismus zur Bethätigung des Schützen, Schieber oder dergleichen in Wirksamkeit versetzt wird.

§ 32. Beschreibung einiger selbtthätiger Regulatoren.

Da es weder der Umfang noch der Zweck dieses Buches gestattet, einen ausführlichen Bericht über die verschiedenen Regulatorkonstruktionen zu geben, sollen, um wenigstens das Verständnis zu erleichtern, nur einige selbstthätige Regulatoren besprochen und durch Abbildungen erläutert werden, dabei wird man sich auf Geschwindigkeitsregulatoren zu beschränken haben, weil diese am meisten vorkommen.

Ueber Wasserstandsregulatoren findet man näheres in einem Aufsatze von Pfarr in der „Zeitschrift des Vereins deutscher Ingenieure", Jahrgang 1891, Seite 891 bis 898, wo auch die Geschwindigkeitsregulatoren und die ganze Frage der Regulierung überhaupt in vorzüglicher Weise behandelt werden.

Als Vertreter der einfachen, älteren, selbstthätigen Regulatoren, welche die Beaufschlagung beeinflussen, dienen die in Fig. 7, 8, 9, Taf. 10, abgebildeten Regulatoren mit Klinkenmechanismus (dem Prospekt von Queva & Komp. entnommen). Auf der die Regulierschütze oder dergleichen antreibenden Welle w (Fig. 7 und 8, Taf. 10) sitzen zwei Klinkräder, so gezahnt, dass die Vorschubrichtung des einen der des anderen entgegengesetzt ist. Die den Vorschub der Klinkenräder bewirkenden Klinken i i_1 sitzen an einem gemeinsamen Bolzen, welcher in der Nabe n am Ende des um die Welle w frei beweglichen Hebels h befestigt ist. Der Hebel h wird von einer besonderen Welle w_1, welche auch zum Antrieb des Zentrifugalregulators C dient, durch Exzenter und Zugstange e bewegt. Bei der normalen Stellung des Zentrifugalregulators sind die Klinken i i_1 durch ein Gleitblech b am Eingriff in die Klinkräder gehindert, je nachdem, ob sich der Zentrifugalregulator aus seiner Mittellage hebt oder senkt, wird der Eingriff der einen oder der anderen Klinke hergestellt, indem das Blech b so verschoben wird, dass einer von zwei darin angebrachten Ausschnitten unter die Klinke desjenigen Klinkrades kommt, dessen Drehung Schluss oder Oeffnung der Regulierung bewirkt. Die Verschiebung des Bleches b, welches durch zwei Arme R konzentrisch zur Welle w geführt wird, erfolgt durch die vom Zentrifugalregulator direkt bethätigte Hebel- und Stangenverbindung r_1 r.

Um auch bei kleineren Durchmessern der Klinkräder eine genügende Regulierlänge zu erzielen, macht man dieselben breit und gibt der Welle w am einen Ende Gewinde, so dass sie sich während der Drehung axial verschiebt. An den Grenzen der Regulierung hört der Apparat von selbst auf zu funktionieren.

Der Apparat ist auch, wie die Zeichnung erkennen lässt, zur Handregulierung (H) eingerichtet und mit einer Vorrichtung versehen, welche den Stand des Regulierorganes anzeigt.

Der durch Fig. 9, Taf. 10, dargestellte Apparat ist eine vollkommenere Art des vorbeschriebenen, während bei letzterem der Vorschub des Klinkrades absatzweise erfolgt, geschieht dies bei jenem mehr kontinuierlich, weil zwei Klinkensysteme angeordnet sind.

Während die Bewegung des Regulierorganes bei den oben geschilderten Konstruktionen durch vom Motor angotriebene Wellen und Räder erfolgt, stellt der durch Fig. 7 und 8, Taf. 9, dargestellte, ebenfalls von Queva & Komp. in Erfurt gebaute Regulator eine Konstruktion dar, bei welcher Wasserdruck dies besorgt. Je nachdem, ob das Druckwasser in den Cylinder C (siehe genannte Figur) durch r_1 oder r_2 eintritt (und auf der entgegengesetzten Seite austritt), wird der bei normaler Umgangszahl des Motors in der Mitte des Cylinders stehende Kolben K nach links oder rechts geschoben und das in geeigneter Weise mit dem Kolben beziehentlich der Kolbenstange verbundene Regulierorgan bethätigt. Die Regelung des Wassereinflusses erfolgt durch den Zentrifugalregulator R, welcher den Steuerkolben k im Steuercylinder S durch Hebel h und Gestänge g bewegt. Der Steuercylinder ist durch Fig. 7, Taf. 9, besonders dargestellt. Einer Hebung des Zentrifugalregulators entspricht eine Senkung des Steuerkolbens, das durch w in den Steuercylinder eintretende Druckwasser kann dann durch r_2 in den Cylinder C überfliessen, das auf der anderen Seite durch r_1 abfliessende Wasser fliesst oben zum Steuercylinder bei a_1 hinaus. Bei einer Senkung des Zentrifugalregulators ist die Sache umgekehrt, der Ausfluss des abgehenden Wassers erfolgt dann durch die Oeffnung a_2 unten im Steuercylinder.

Zum Betriebe des Regulators genügt bei höheren Gefällen der durch diese gebotene Wasserdruck, bei kleineren Gefällen dagegen würde künstliche Erzeugung des erforderlichen Druckes durch Pumpwerke und dergleichen nötig sein, so dass der Apparat also wesentlich nur für höhere Gefälle in einfacher Weise anwendbar ist.

Der Wasserverbrauch soll nach Angabe der Firma nicht ins Gewicht fallen. Der Apparat hat die Eigenschaft, dass bei geringen Schwankungen der Geschwindigkeit des Motors, die Verstellung des Regulierorganes nur langsam erfolgt, weil infolge des langsamen Steigens bezw. Sinkens des Zentrifugalregulators die Ausflussöffnungen im Steuercylinder nur allmählich freigelegt werden und also zunächst ein erhebliches Drosseln des Druckwassers stattfindet. Die Stärke des auf den Regulierkolben K wirkenden Druckes ist also vom Stande des Zentrifugalregulators abhängig, die Regulierung erfolgt annähernd in dem Maſse, wie es die Veränderung des Arbeitsbedarfes verlangt, das Ueberregulieren wird thunlichst vermieden.

In dieser Hinsicht ist obige Konstruktion den erstgenannten überlegen, nach Angabe des Prospektes von Queva & Komp. soll sie eine recht gute Einhaltung der normalen Umlaufszahl ermöglichen. Bemerkt sei noch, dass der Apparat Herrn Ingenieur J. B. Lehmann in Erfurt im Jahre 1878 patentiert wurde.

Als Vertreter der mit Stellhemmung versehenen neueren Geschwindigkeitsregulatoren mögen die patentierten Konstruktionen von J. M. Voith und A. Pfarr, O. Schmeisser, Karlshütte, Alfeld a. d. Leine und Escher, Wyss & Komp., Zürich, aufgeführt werden.

Der von J. M. Voith und A. Pfarr konstruierte Regulator ist veranschaulicht durch Fig. 4, 5 und 6, Taf. 6, welche ebenso wie das Wesentliche des folgenden Textes dem schon erwähnten Aufsatz Pfarrs im Jahrgang 1891 der „Zeitschrift des Vereins deutscher Ingenieure" entnommen ist.

Die Verstellung des Regulierorganes erfolgt durch die mit Riemenbetrieb versehene Welle g (siehe Fig. 4, Taf. 6). Auf dieser Welle g sitzt eine lose Riemenscheibe e, auf welcher der von der Antriebsvorgelegewelle kommende Riemen liegt, wenn die normale Umdrehungszahl eingehalten wird. Die Riemenscheibe d sitzt fest auf der Welle g, auf ihr muss der Riemen liegen, wenn der Wasserzufluss vermindert werden soll, die Vermehrung des Wasserzuflusses erfolgt, wenn der Riemen auf der Riemenscheibe f liegt, diese sitzt auf einer lose um g drehbaren kurzen Hohlwelle und bewirkt durch die Kegelräder a b c eine entgegengesetzte Drehung der Welle g, wie die Scheibe d. Die Verschiebung des Riemens erfolgt durch eine Riemengabel, deren Bewegung durch den Zentrifugalregulator eingeleitet wird. Dieser verschiebt nämlich bei seiner Bewegung nach oben oder unten vermittelst eines um m drehbaren Hebels die um die Welle l rotierende Daumenscheibe i, diese schlägt an eine der Rollen p oder q (Fig. 4, 5, 6, Taf. 6) und dreht hierdurch den Teil s s', welcher auf die Riemengabel wirkt, nach der einen oder anderen Seite. Der Zentrifugalregulator hat also keine andere Arbeit zu leisten als die Verschiebung der Daumenscheibe, das Verschieben des Riemens wird dann schon durch das Getriebe selbst besorgt. Bei n greift an den Hebel eine Oelbremse an, welche plötzliche

Schwankungen hindert, bei o sind Justiergewichte angebracht. Die richtige Einstellung der Oelbremse ist von grösster Wichtigkeit, weil durch sie besonders das Ueberregulieren verhindert wird, der Kolben der Oelbremse hat eine durchbohrte Stange, deren Durchflussöffnung durch eine Ventilschraube w reguliert wird.

Was die Stellhemmung anlangt, so besteht diese darin, dass bei Drehung der Kegelräder a b c, also sobald reguliert wird, auch die Stirnräder t und u in Umdrehung gesetzt werden, u sitzt aber auf einer Schraubenspindel v, durch deren Drehung der Stellschlitten r, an welchem vermöge des drehbaren Teiles s die Anschlagrollen p und q sitzen, auf- oder abwärts bewegt wird.

Dem Steigen des Zentrifugalregulators folgt also auch ein Steigen des Stellschlittens r und die Daumenscheibe i kommt immer wieder in die Mittellage zwischen p und q, sobald also die Drehung der Welle g zu lange anhält und der Zentrifugalregulator einigermassen sinkt, schlägt i gegen q und führt wieder Oeffnung herbei; wäre die Stellhemmung nicht vorhanden, so würde i an p anliegend geblieben sein und der Zentrifugalregulator müsste erst unter die ursprüngliche Mittellage sinken, ehe die Regulierung wieder einsetzt.

Dieser Regulator soll eine Turbine mit geeignet konstruiertem Leitapparat in 20 bis 40 Sekunden völlig öffnen oder schliessen, so dass Schwankungen im Arbeitsverbrauch von 10 bis 20 Prozent ohne erhebliche Geschwindigkeitsunterschiede ausgeglichen werden. Versuche mit einem solchen Regulator an einer Turbine der Papierfabrik Oberlenningen haben das bestätigt. (Siehe „Zeitschrift des Vereins deutscher Ingenieure", Jahrgang 1895, Seite 936.)

Zur Erläuterung des Schmeisserschen Regulators, D. R.-P. Nr. 71406, dienen die Angaben der Patentschrift, die zugehörigen Zeichnungen sind durch die Fig. 4 bis 8, Taf. 13, teilweise wiedergegeben. Der Apparat besteht aus einem Zentrifugalregulator B, welcher auf einen Klinkenmechanismus d i h g einwirkt, der seinerseits wieder die Verstellung eines mit Reibscheibenantrieb versehenen Wendegetriebes n q r u u. s. w. besorgt. Das Wendegetriebe aber wird durch eine Stellhemmung beeinflusst, so dass der Einrückung durch den Regulator bezw. das Schaltzeug die Ausrückung immer wieder folgt. Zur kurzen näheren Erläuterung der Figuren diene folgendes. Der Antrieb des Apparates erfolgt durch die Riemenscheibe a und Welle b (siehe Fig. 4). Letztere treibt durch die Kegelräder e e die stehende Welle des Zentrifugalregulators B an, auf welcher auch eine zum Antrieb des Wendegetriebes dienende Riemenscheibe l sitzt. Das Exzenter e auf Welle b bewegt durch Zugstange c ein lose auf der Welle k sitzendes Klinkrad d. Dieses bewirkt, je nachdem, ob das vom Zentrifugalregulator durch Stange f und Hebel g verstellbare Gleitblech der einen oder der anderen von zwei am Hebel i sitzenden Klinken h den Eingriff in das Rad d gestattet, eine Drehung des auf der Welle k fest sitzenden

Hebels i nach rechts oder links so lange, bis bei normaler Umdrehungszahl die Klinken wieder beide auf dem Gleitblech aufliegen. Jeder Stellung des Regulators entspricht infolgedessen eine bestimmte Stellung des Regulierorganes. Das Bremsrad M mit der Bremse L wirkt gleichsam als Gegenklinke, es sichert die Einhaltung der Stellung. Die Drehung der Welle k durch den Hebel i bewirkt durch die Hebelverbindung v w x die Drehung des Armes o um seine mit der Achse des Zentrifugalregulators zusammenfallende Achse p p. Am bewegten Ende des Armes o sitzen auf senkrechter Welle die von l aus getriebene Riemenscheibe m und die Antriebsreibscheibe n des Wendegetriebes. So lange n sich in der der normalen Umdrehungszahl entsprechenden Mittellage befindet, werden die von ihr angetriebenen, lose auf Welle s sitzenden Reibscheiben q q mit gleicher Geschwindigkeit aber in entgegengesetzter Richtung gedreht, so dass die Wirkungen auf das Vierkegelräderwendegetriebe r r u u sich aufheben. Sobald aber die Scheibe n aus der Mittellage verschoben wird, bewegt sich die eine Scheibe q mit vermehrter, die andere mit verminderter Geschwindigkeit, infolgedessen wird das Wellenkreuz $f_1 f_1$ (Fig. 6) des Wendegetriebes in Umdrehung versetzt und damit auch die mit ihm fest verbundene Welle s s. Von der Welle s s wird die Bewegung durch Zahnräder z z u. s. w. weiter geleitet nach dem Regulierorgan. Durch die Bewegung des Zahnrades z wird, vermittelst einer an R angehangenen Zugvorrichtung mit eingeschalteten Schraubenfedern und Spannzeug R D E H F G, Fig. 5 und 8, der Hebel x um den Drehpunkt α (in welchem Stange w anschliesst) gedreht und zwar so, dass die Antriebsreibscheibe n sich entgegengesetzt bewegt wie unter Einwirkung der Drehung von k, sie kommt wieder in die Mittellage. Die Regulierung setzt, nachdem sie allmählich verlangsamt wurde, aus, bis ein neuer Eingriff zwischen dem Klinkrad a und einer Klinke i sie etwa wieder einleitet. Die wirklichen Ausführungen dieses Regulators weichen von der dargestellten Konstruktion etwas ab, sowohl in Bezug auf die Anordnung des Hebels o als auf die Hemmung. Letztere ist folgendermassen eingerichtet. Auf der Welle s ist an einem Ende Gewinde aufgeschnitten, die darauf sitzende Mutter wird bei der Drehung von s verschoben und im Hebel, in welchem die Mutter sitzt, gedreht, die Hebelbewegung aber wirkt auf die Drehung des Armes o. (Fig. 4 und 8, Taf. 13. Fig. 9, Taf. 13, zeigt eine Gesamtansicht.) Der Regulator wird vom Eisenwerk Karlshütte in Alfeld a. d. Leine in 5 Grössen, von $^1/_{12}$ bis $2^1/_3$ Pferdestärken Arbeitsleistung bei der Verstellung gebaut.

Der Regulator System Escher, Wyss & Komp. ist ein hydraulischer Regulator eigener Art. Seine Konstruktion geht aus Fig. 6 u. 7, Taf. 18, und der nachstehenden Beschreibung der Firma Escher, Wyss & Komp. hervor.

Der Regulator besteht aus einem mit Oel gefüllten Gehäuse A, mit zwei aus je zwei Stirnrädern und einem dieselben dicht umschliessenden Gehäuse bestehenden Kapselwerken B, welche mit je einem ihrer Stirnräder fest auf einer Welle C sitzen, die von D her angetrieben wird.

Beide Kapselwerke greifen mittels Verzahnung in ein gemeinschaftliches Winkelrad E, welches fest auf einer Welle F sitzt.

Zwischen beiden Kapselwerken sitzt ebenfalls eine gemeinschaftliche Steuervorrichtung G, welche mittels Gehänge H, J, K von dem auf der Welle C sitzenden Pendel L aus bethätigt wird.

Mutter M, Spindel N und die Räder O, P bilden die sogenannte Rückführung, eine Vorrichtung, welche zur Verhinderung des Ueberregulierens allgemein bekannt und gebräuchlich ist.

Zur Beschreibung der Wirkungsweise übergehend, sei zuerst erwähnt, dass ein Kapselwerk, welches in der auf dem Grundriss angegebenen Drehrichtung angetrieben wird, als Pumpe wirkt und zwar bei Q saugend, bei R fördernd. Wird nun die Oeffnung R geschlossen, so dass kein Oel mehr aus dem Kapselgehäuse entweichen kann, so können die beiden Kapselräder nicht weiter ineinander rollen und die Welle C nimmt das ganze Gehäuse B in der Rotation mit.

Die Oeffnung Q steht in Verbindung mit der Füllung des Gehäuses A, Oeffnung R durch einen Kanal in Verbindung mit der Steuervorrichtung G, welche derart eingerichtet ist, dass das Pendel L nur eine kleine Bewegung ausführen muss, um entweder den Druckkanal R des unteren oder des oberen Kapselwerkes B zu schliessen und dadurch eine Kuppelung des betreffenden Kapselwerkes mit der Welle C zu bewerkstelligen.

Je nachdem nun das untere oder das obere Kapselwerk gekuppelt ist, wird die Welle F im einen oder im anderen Sinne getrieben und kann vermittelst des Getriebes S auf die Regulierung der Turbine im Sinne des Oeffnens oder des Schliessens einwirken.

Es liegt auf der Hand, dass dieser Regulator in jedem Augenblick zu regulieren beginnen oder wieder aufhören kann, dass das Pendel keinen grossen Weg zurückzulegen und keine Energie auszuüben hat und demgemäss schon bei der kleinsten Tourendifferenz auf die Turbine einwirken kann.

Als Beispiele für Bremsregulatoren mögen der Bandbremsregulator Patent Reis und der hydraulische Bremsregulator von Schrieder in Säckingen dienen. Der Reissche Bandbremsregulator wird durch die Fig. 1, 2 und 3, Taf. 6, dargestellt, welche der „Zeitschrift des Vereins deutscher Ingenieure", Jahrgang 1903 und einem Prospekt von N. T. Stumbeck entnommen sind. Auf der durch Riemenscheibe a angetriebenen, liegenden Welle b sitzt fest die Bremsscheibe c, um sie ist das Bremsband d gelagert. Dieses ist bei o, an dem die Bremsscheibe umgebenden gusseisernen Gehäuse befestigt und wird durch den zweiarmigen Hebel e e gespannt, welcher um f drehbar ist. Die Verstellung des Hebels e erfolgt durch die von einem Kegelräderwendegetriebe g in Drehung versetzte Schraubenspindel s.

Zum Antrieb des Wendegetriebes dienen in bekannter Weise die festen Riemenscheiben h h, auf der losen Riemenscheibe h_1 läuft der Riemen, wenn die normale Umdrehungszahl eingehalten wird. Die Antriebsscheibe zu h h h sitzt auf der Welle b und ist mit m bezeichnet. Die Verschiebung des Riemens von der losen Scheibe h_1 auf eine der beiden Antriebsscheiben h h des Wendegetriebes erfolgt vom Zentrifugalregulator R durch Hebel k und Riemenführer i. Der Antrieb des Zentrifugalregulators R geschieht durch die Kegelräder n n und die Riemenscheiben q p. Die Räder des Wendegetriebes g laufen in einem Oelgehäuse, die Kühlung der Bremsscheibe erfolgt durch Wasser, welches durch r fliesst. Das Anziehen und Lockern der Bremse soll sehr rasch, bei etwa zwei Umdrehungen der Spindel s, erfolgen. Damit das Bremsband sich beim Lockern der Bremse auch rasch von der Scheibe ablöst, sind die Federn v angebracht, welche es abziehen. Um die Lagerdrucke möglichst zu vermindern, wird in den Fällen, wo der Zug des Bremsbandes beim Bremsen das Gewicht der Welle und Bremsscheibe übersteigt, der überschüssige Vertikaldruck durch einen oben im Gehäuse angebrachten verstellbaren Bremsbacken aufgenommen. Dieser Regulator ist mit gutem Erfolge, hinsichtlich der Regulierung, bei Wasserkraftanlagen von 40 und 50 Pferdestärken in Anwendung gekommen, er wird in Deutschland von der Firma L. A. Riedinger, Maschinen- und Bronzewarenfabrik in Augsburg und N. T. Stumbeck, Maschinenfabrik in Rosenheim, in Oesterreich-Ungarn von Ganz & Komp. in Budapest gebaut.

Zur Erläuterung des Konstruktionsprinzipes des Schriederschen hydraulischen Bremsregulators dienen die Fig. 5 und 6, Taf. 16. Der Regulator besteht aus einer rotierenden Pumpe a mit zwei Kolbenkörpern, diese saugt durch das Rohr b Wasser aus einem Kasten d und drückt dasselbe durch Rohr c und Kolbenventil e in den Kasten zurück. Das Ventil e ist hinsichtlich seiner Stellung vom Stande des Zentrifugalregulators f abhängig, welcher bei seiner Hebung oder Senkung das Ventil durch Hebel g und Zugstange h hebt oder senkt. Der Antrieb der Pumpe erfolgt nur an dem einen Kolbenkörper durch die Riemenscheibe, der Zentrifugalregulator wird durch die Kegelräder k k und Welle mit Riemenscheibe l betrieben. Um plötzliche Schwankungen am Regulator auszugleichen, ist die Oelbremse m angebracht.

Bei normalem Gange steht das Kolbenventil e so, dass es dem Wasser einen so reichlichen Durchflussquerschnitt bietet, dass die zur Hindurchdrückung des Wassers erforderliche Arbeit der Gesamtarbeit des Motors gegenüber verschwindend ist, steigt die Umdrehungszahl des Motors, also auch der von dem Motor direkt oder durch die Transmission angetriebenen Pumpe und des Regulators, so wird durch Hebung des Zentrifugalregulators das Kolbenventil e so verstellt, dass der Durchflussquerschnitt abnimmt. Die Geschwindigkeit des Wassers muss, damit die von der Pumpe unverändert gross gelieferte Wassermenge das Ventil noch passieren kann, erheblich wachsen, folglich auch der Druck des Wassers in der Rohrleitung c, wobei auch das Anwachsen des Bewegungswiderstandes hinzukommt, die Pumpe geht schwerer, der Arbeitsverbrauch steigt und zwar so lange, als die Verminderung des Durchflussquerschnittes im Ventil e anhält. Diese hört erst auf, wenn der Regulator zur Ruhe kommt, also die Arbeitsleistung der Pumpe den durch Ausschalten von Arbeitsmaschinen der Fabrikation oder dergleichen entstandenen Arbeitsüberschuss aufzehrt.

Die gegenwärtige Ausführungsform des Schriederschen Regulators weicht von der vorstehend beschriebenen im Prinzip gar nicht, wohl aber in der Gesamtanordnung und Einzelheiten vorteilhaft ab. Fig. 6, Taf. 16, gibt ein Schaubild davon.

Besonders zu bemerken ist, dass zur Ableitung der beim Bremsen entstehenden Wärme eine Kühlvorrichtung und zur Vermeidung von Brüchen ein Sicherheitsventil angebracht ist.

Siebenter Teil.

Ausgeführte Wasserrad- und Turbinenanlagen.

---

§ 33. Oberschlächtiges Wasserrad der Holzmühle (Besitzer Herr Christ) in Lollar a. d. Lahn, gebaut von der Maschinenfabrik Esslingen.

Das durch Fig. 2 und 3, Taf. 5, in $^1/_{20}$ der natürlichen Grösse dargestellte Wasserrad der Holzmühle in Lollar a. d. Lahn, dient zum Betriebe einer Mahlmühle, es wurde von der Maschinenfabrik Esslingen ganz aus Eisen und Stahl erbaut und ist seit 1877 im Betrieb. Die Welle besteht aus Stahl, die 4 darauf sitzenden Naben aus Gusseisen, die Armsysteme aus Walzeisen, die drei Kränze und die Schaufeln aus Schmiedeeisenblech.

Die wichtigsten Kronstruktionsverhältnisse sind folgende: Gefälle $H_0 = 4{,}65$ Meter, Wassermenge $Q = 0{,}500$ cbm pro Sekunde, äusserer Radius des Schaufelkranzes $r = 2{,}1$ Meter, also Durchmesser 4,2 Meter, lichte Breite des Rades (beide Schaufelkränze) $b = 2{,}5$ Meter, lichte Breite des Einlaufes $b_0 = 2{,}4$ Meter, Anzahl der Umdrehungen pro Minute $U = 4{,}8$, also Umfangsgeschwindigkeit $v = 1{,}056$ Meter, das ist ein ausnehmend niedriger Wert. Die Kranztiefe a beträgt 0,3 Meter, also der Füllungsgrad ungefähr $k = 0{,}64$, ein verhältnismässig recht hoher Wert.

Die Zahl der Radschaufeln in jedem Schaufelkranze ist $z = 42$, also die Schaufelteilung $e = 0{,}314$ Meter. Das Freihängen H_2 beträgt 0,045 Meter und die grösste Nutzleistung soll $N = 24$ Pferdestärken sein.

Die stählerne Welle hat eine Gesamtlänge von 4,63 Meter, sie hat einen Stirnzapfen von 160 Millimeter Durchmesser und einen Halszapfen von 190 Millimeter Durchmesser. Die Kraftübertragung erfolgt durch Zahnräder, das Stirnrad sitzt auf dem einen Ende der Welle im Innern des Mühlengebäudes.

Die Zuleitung des Wassers in das Rad erfolgt durch ein eisernes Gerinnestück, dasselbe ist ausser mit dem üblichen

Spannschützen noch mit einer besonderen Gerinneablassvorrichtung versehen.

Sonstige Einzelheiten sind der Zeichnung zu entnehmen.

§ 34. Oberschlächtiges Wasserrad mit Koulisseneinlauf für die Firma Gutmann & Söhne in Gmünd, gebaut von der Maschinenfabrik Esslingen.

Ein oberschlächtiges Wasserrad besonders eigenartiger Anordnung ist das durch Fig. 7 und 8, Taf. 6, in $^1/_{15}$ der natürlichen Grösse dargestellte, von der Maschinenfabrik Esslingen gebaute Rad. Bei demselben erfolgt die Einführung des Wassers in das Rad durch einen besonderen Leitapparat, den man als Koulisseneinlauf bezeichnen kann. Diese Anordnung ist gewählt, um dem Rade — wie bei rückenschlächtigen Rädern — eine solche Umdrehungsrichtung zu geben, dass die Radbewegung im unteren Teile mit der Abflussrichtung des Wassers übereinstimmt, bei Stauwasser ist das bekanntlich von Vorteil. Man könnte das Rad wohl auch als freihängendes, rückenschlächtiges Rad bezeichnen, wenn man nicht gewöhnt wäre, unter rückenschlächtigen Rädern solche zu verstehen, bei denen der Einlauf schon etwas tiefer unter dem Radscheitel erfolgt. Das vorliegende Wasserrad ist ganz aus Eisen gebaut, es hat zwei Stirnkränze und einen Mittelkranz, welche ebenso wie die Schaufeln aus Schmiedeeisenblech bestehen, es hat ferner drei Armsyteme mit je fünf Armen aus [-Eisen an drei gusseisernen Naben, die Welle ist aus Stahl, hat 4,1 Meter Gesamtlänge und zwei Stirnzapfen von 120 Millimeter Durchmesser, das zur Weiterleitung der Kraft dienende eiserne Stirnrad sitzt nahe dem einen Stirnzapfen auf der Welle innerhalb der Radstube.

Der gusseiserne Koulissenapparat, welcher am Gerinneboden befestigt ist, besitzt zwei Leitkanäle, ein oben darauf gleitender Schieber dient zur Regulierung des Wasserverbrauches. Der an das Rad führende Gerinneteil ist aus Eisenblech hergestellt und ruht auf Trägern und Säulen.

Die wichtigsten Konstruktionsverhältnisse sind folgende: Gefälle $H_0 = 2{,}68$ Meter, Wassermenge $Q = 0{,}350$ cbm pro Sekunde, äusserer Radius des Schaufelkranzes $r = 1{,}15$ Meter, lichte Breite eines Schaufelkranzes $\frac{b}{2} = 1{,}244$ Meter, also lichte Breite beider Schaufelkränze zusammen 2,488 Meter, lichte Breite des Einlaufes 2,35 Meter, Kranztiefe $a = 0{,}225$ Meter, Freihängen $H_2 = 0{,}075$ Meter. Das Rad hat eine Schaufelzahl $z = 25$ in jedem Kranze, also eine Schaufelteilung $e = 289$ Millimeter. Die Schaufeln des einen Kranzes sind um eine halbe Teilung gegen die des anderen versetzt. Die Umfangsgeschwindigkeit ergibt sich für die normale Umdrehungszahl von $U = 11^1/_4$ pro Minute zu rund $v = 1{,}36$ Meter und der Füllungskoeffizient zu $k = 0{,}46$, letzterer Wert ist verhältnismässig hoch. Die Leistung des Rades soll 9 Pferdestärken betragen, das würde einem ungefähren Wirkungsgrade $\eta = 0,72$ entsprechen.

§ 35. Mittelschlächtiges Wasserrad mit Ueberfalleinlauf und Kropf, gebaut für eine Wasserkraftanlage in Argentinien von der Maschinenfabrik Esslingen.

Die Fig. 1 bis 4, Taf. 7, stellen ein mittelschlächtiges Wasserrad dar, dasselbe ist mit Ueberfalleinlauf und Kropf versehen und wegen des hohen im Kropf liegenden Gefälle mit 2 geschlossenen Stirnkränzen ausgeführt. Die Welle ist aus Stahl, im ganzen 4,155 Meter lang, darauf sitzen 2 gusseiserne Naben für je 8 daran fest genietete Wasserradarme, der Querverband wird durch die an den Stirnkränzen angenieteten Schaufeln gebildet. Ein eigentlicher Radboden ist nicht vorgesehen, sondern die Schaufeln erstrecken sich dafür entsprechend in der Richtung des inneren Kranzumfanges. Schaufeln wie Kränze sind aus Schmiedeeisenblech, die Arme u. s. w. aus Walzeisen. Der sehr dicht an das Rad anschliessende Kropf ist gemauert, der mit hölzerner Schützentafel, eisernem Leitblech und einem Führungsstück versehene Ueberfallschützen wird durch zwei Schraubenspindeln gehoben und gesenkt, der Antrieb der Schraubenspindeln erfolgt durch Kegelrädervorgelege und ein Handrad. Das Abflussgerinne schliesst sich ohne Abfall an den Kropf an. Die Fortleitung der Kraft erfolgt durch Stirnräder, das auf der Wasserradwelle sitzende Stirnrad befindet sich am Wellenende.

Folgende sind die wichtigsten Abmessungen u. s. w. des betreffenden, seit 1886 in Betrieb befindlichen Wasserrades: Gefälle $H_0 = 4$ Meter, Wassermenge $Q = 0,675$ Kubikmeter, äusserer Radius des Schaufelkranzes $r = 3,5$ Meter, Kranztiefe $a = 1,225$ Meter, lichte Breite des Rades $b = 1,552$ Meter, Eintauchtiefe $h_a = 0,4$ Meter, Schaufelzahl $z = 56$, also Schaufelteilung $e = 0,392$ Meter, die Umdrehungszahl ist $U = 3$ pro Minute, also die Umfangsgeschwindigkeit $v = 1,1$ Meter, der Füllungskoeffizient würde sich zu ungefähr $k = 0,32$ berechnen.

Die Leistung wird von der Maschinenfabrik Esslingen zu $N = 24$ angegeben, das setzt einen Wirkungsgrad von ungefähr $\eta = 0,665$ voraus.

§ 36. Tiefschlächtiges Wasserrad mit Ueberfalleinlauf und Kropf, gebaut für die Pulverfabrik Rottweil in Rottweil a. Neckar von der Maschinenfabrik Esslingen.

Für kleine, schwankende Gefälle und schwankende Aufschlagmengen häufig stark verunreinigten Wassers sind, wie schon früher erwähnt, häufig tiefschlächtige, nach Art der Zuppingerschen Konstruktionen ausgeführte Wasserräder am besten am Platze, es sollen deshalb mehrere Beispiele dieser Gattung vorgeführt werden. Zunächst sei das von der Maschinenfabrik Esslingen gebaute Wasserrad für die Pulverfabrik Rottweil aufgeführt, welches in Fig. 5 und 6, Taf. 8, in $^1/_{25}$ der natürlichen Grösse gezeichnet ist. Die Hauptabmessungen und dergleichen sind folgende: Gefälle $H_0 = 1$ Meter bis 2 Meter, Wassermenge $Q = 0{,}8$ bis 2,5 cbm pro Sekunde, äusserer Radius $r = 3{,}25$ Meter, Radbreite $b = 3$ Meter, Kranztiefe $a = 1{,}65$ Meter, Eintauchtiefe $h_a = 0{,}475$ bis 0,650 Meter, Schaufelzahl $z = 56$, also Schaufelteilung $e = 0{,}365$ Meter, Umdrehungszahl $U = 3{,}5$ pro Minute. Die Umfangsgeschwindigkeit beträgt hiernach $v = 1{,}19$ Meter, der Füllungskoeffizient $k = 0{,}135$ bis 0,420. Die maximale Leistung soll 35 Pferdestärken betragen.

Die Zuführung des Wassers geschieht durch einen Ueberfalleinlauf, der sich unmittelbar an den gemauerten Kropf anschliesst, und aus einem feststehenden gusseisernen Anschluss und Führungsstück, sowie dem eigentlichen Schützen mit Bohlentafel, gusseiserner Leitschaufel, Zahnstangen u. s. w. besteht. Das Rad ist an den Stirnseiten offen, der Kropf deshalb mit sogenannten Wasserbänken versehen, welche den Austritt des Wassers aus den Stirnflächen thunlichst verhindern sollen. Das Abflussgerinne schliesst ohne Abfall an den Kropf an.

Das eigentliche Wasserrad besteht aus 3 Kranz- und Armsystemen. Jedes Armsystem besteht aus einer gusseisernen Nabe, sechs bis zum inneren Umfang des Schaufelkranzes reichenden Armen und 4 schmalen Stirnkränzen aus Walzeisen. An den Kränzen sind die eisernen Schaufelstiele befestigt, auf denen die Schaufelbretter ruhen, letztere sind aus Schwarzwälder Tannenholz gefertigt. Die Schaufelstiele bilden auch den radialen Verband der einzelnen Kränze, ausserdem sind noch besondere Verstrebungen hierzu angebracht, wie das aus der Zeichnung (Fig. 5, Taf. 8) hervorgeht, wo man auch die axiale Versteifung der drei Armsysteme erkennt (Fig. 6, Taf. 8).

Die stählerne Welle hat eine Gesamtlänge von 5,135 Metern und 360 Millimeter grössten Durchmesser, sie ist mit einem Stirnzapfen von 200 und einem Halszapfen von 260 Millimeter Durchmesser versehen. Hinter dem Halszapfen sitzt freigehend das zur Kraftübertragung dienende eiserne Stirnrad von 4,32 m Durchmesser mit 144 Zähnen von 280 Millimeter Breite. Sonstige Einzelheiten sind aus der Zeichnung zu entnehmen. Bemerkt sei noch, dass der Neckar das Aufschlagwasser liefert, welches im Herbst sehr viel Laub und im Winter Eis führt.

Das Wasserrad ist seit 1887 im Gange und dient zum Betriebe eines Sägewerkes und einer Dynamomaschine für elektrische Beleuchtung.

§ 37. Tiefschlächtiges Wasserrad mit Ueberfalleinlauf und Kropf, gebaut für Herrn G. Markurt in Findenwirunshier in Mecklenburg von der Maschinenfabrik Esslingen.

Ein anderes tiefschlächtiges Rad, in Bezug auf manche Einzelanordnung von dem vorgenannten abweichend, und wie dieses von der Maschinenfabrik Esslingen gebaut, ist durch die Fig. 4 und 5, Taf. 9, in 1/20 natürl. Grösse veranschaulicht. Auch dieses Rad hat drei Kranz- und Armsysteme, aber die Arme sind mit den Naben und den innersten Kränzen aus Gusseisen so hergestellt, dass jedes Naben- und Armsystem nur aus 2 durch Schrauben verbundenen Teilen besteht. Auch der Ueberfalleinlauf ist etwas anders wie bei der vorigen Konstruktion, er ist aus Blech, Holz und Walzeisen hergestellt. Der Kropf ist gemauert, die Kranzringe, Schaufelstiele, Verstrebungen u. s. w. sind aus Walzeisen, die Schaufeln aus Tannenholz, nach innen sind Stossbretter angebracht, um das Uebertreten des Wassers in das Radinnere zu verhindern. Die hauptsächlichsten Abmessungen und Konstruktionsverhältnisse sind folgende: Gefälle H_0 = 1,82 Meter, Wassermenge Q = 3 Kubikmeter pro Sekunde, das Wasser führt im Winter sehr viel Grundeis, Radius des äusseren Radumfanges r = 2,72 Meter, Radbreite b = 3,18 Meter, Kranztiefe a = 1,46 Meter, Zahl der Schaufeln z = 40, also Schaufelteilung ungefähr e = 0,427 Meter, Spielraum im Gerinne $\triangle$ = 5 Millimeter. Das Rad hat offene Stirnseiten. Die Eintauchtiefe h_a = 0,665 Meter. Die Umdrehungszahl U beträgt sechs pro Minute, also ist die Umfangsgeschwindigkeit v = 1,709 Meter. Dieser im Vergleich zum vorher beschriebenen Rade sehr hohe Wert war bedingt durch den Umstand, dass das vom früheren Wasserrad noch vorhandene Triebwerk bei der Neuanlage wieder verwendet wurde. Der Füllungskoeffizient ergibt sich ungefähr zu k = 0,38. Der Schützenscheitel liegt in der tiefsten Stellung 0,8 Meter unter dem normalen Oberwasserspiegel, der höchste Stand wird bei 0,6 Meter unter dem Oberwasserspiegel erreicht. Die Nutzleistung N soll 50 Pferdestärken betragen, dem entspräche ein Wirkungsgrad η = 0,66. Zur Weitergabe der Kraft dienen Stirnräder, das auf der Wasserradwelle befindliche Rad sitzt am äussersten Wellenende im Werksgebäude. Die stählerne Welle hat eine Gesamtlänge von 5,11 Meter, 350 Millimeter grössten Durchmesser, einen Halszapfen von 250 Millimeter Durchmesser und einen Stirnzapfen von 215 Millimeter Durchmesser. Das Aufschlagwasser liefert das Flüsschen Elde in Mecklenburg, das Rad ist seit 1886 im Betrieb.

§ 38. Tiefschlächtiges Wasserrad mit Ueberfalleinlauf und Kropf, gebaut von der Maschinenfabrik Germania in Chemnitz für die Papierfabrik der Herren Mahla und Gräser, Remse.

Als letztes Beispiel ausgeführter Wasserräder sei das von der Maschinenfabrik Germania, Chemnitz, für die Herren Mahla und Gräser in Remse gebaute, tiefschlächtige Wasserrad aufgeführt. Dasselbe ist durch Fig. 1, 2 und 3 auf Taf. 10 in $^1/_{50}$ natürl. Grösse dargestellt und wie die vorher beschriebenen mit einem Ueberfallschützen und gemauertem Kropf versehen. Um die Unreinigkeiten, welche sich in der für den Schützen erforderlichen Gerinnevertiefung, dem Wassersack, ansammeln, leicht beseitigen zu können, ist eine nach dem Unterwasser führende Rohrleitung angebracht, deren Mündung im Wassersack durch einen Klappdeckel verschlossen ist.

Die wichtigsten Konstruktionsverhältnisse sind bei diesem Rade folgende: Gefälle $H_0 = 1{,}6$ Meter bis 1,2 Meter, Wassermenge ungefähr $Q = 1{,}6$ bis 2,5 Kubikmeter, Radius des äusseren Radumfanges $r = 3$ Meter, Radbreite $b = 3{,}3$ Meter, Eintauchtiefe $h_a = 0{,}40$ bis 0,65 Meter, Kranztiefe $a = 1{,}60$ Meter, Schaufelzahl $z = 42$, also Teilung $e = 0{,}449$ Meter. Die Umdrehungszahl ist $U = 4$ pro Minute, also die Umfangsgeschwindigkeit $v = 1{,}255$ Meter, die Nutzleistung dürfte $N = 22$ bis 26 Pferdestärken sein.

Das Rad ist, mit Ausnahme der Schaufeln, ganz aus Eisen erbaut und an den Stirnseiten offen. Die Schaufeln sind aus Holz. Es hat drei Armsysteme, jedes zu 8 Armen. Die Arme, Kranzringe, Schaufelstiele und Verstrebungen sind aus Walzeisen, die Naben aus Gusseisen. Die Wasserbänke sind mit Holzbelag versehen, um möglichst dichten Anschluss an die Stirnseiten der Schaufeln zu erreichen. Die schmiedeeiserne Welle ist im ganzen 6 Meter lang, hat 300 Millimeter grössten Durchmesser und ist mit einem Stirn- und einem Halszapfen von 180 Millimeter Durchmesser versehen.

Die Zahnradvorgelege zur Weiterleitung der Kraft sind sowohl hinsichtlich ihrer Anordnung als auch ihrer Abmessungen in der Zeichnung deutlich zu erkennen. Das Rad dient zum Betriebe von Holländern und dergl. in der Papierfabrik von Mahla und Gräser in Remse.

§ 39. Turbinen von Girard.

Bei dem grossen Interesse, welche die in ihrer Art bahnbrechenden Konstruktionen Girards auch heute noch verdienen, darf es als gerechtfertigt erscheinen, die Reihe der Beschreibungen ausgeführter Turbinen-Konstruktionen mit der kurzen Betrachtung einiger Ausführungen Girards zu beginnen.

Fig. 9, Taf. 11, stellt eine radiale Girard-Turbine vor, welche für Donkin & Komp. in London gebaut wurde. Das Gefälle beträgt 5,2 Meter, die Wassermenge 2,4 Kubikmeter pro Sekunde, die Leistung 110 Pferdestärken. Das Wasser wird durch eine weite Rohrleitung zugeführt, an welche sich der, nach oben zu einem geschlossenen Wasserkasten erweiterte Leitapparat anschliesst. Zur Regulierung dient ein cylindrischer Schieber. Die Turbine ist mit hohler, gusseiserner Welle und Oberwasserspurzapfen versehen, die Kraftübertragung erfolgt durch Kegelräder.

Eine Partialturbine von Girard für 50 Meter Gefälle, 0,270 Kubikmeter Aufschlagwasser und 135 Pferdestärken-Leistung ist durch Fig. 10 auf Taf. 11 veranschaulicht. Es ist eine axiale Druckturbine, die Zuleitung des Wassers erfolgt durch eine mit Absperrschieber versehene, unmittelbar an den Leitapparat anschliessende Rohrleitung. Die Regulierung erfolgt durch einen ebenen Bogenschieber. Das Laufrad hat 1,3 Meter mittleren Durchmesser, die Umdrehungszahl beträgt 226 pro Minute, die mittlere Umfangsgeschwindigkeit würde also ungefähr 15,4 Meter betragen.

Das von Girard mitunter angewandte Prinzip der Hydropneumatisation ist schon in Vorangegangenem erwähnt und in Bezug auf Fig. 8, Taf. 11, erklärt worden. Die durch genannte Figur dargestellte axiale Druckturbine ist für 1,930 Meter Gefälle und 4,728 Kubikmeter Wasser pro Sekunde bestimmt, die Leistung soll 195 Pferdestärken betragen. Sie hat einen mittleren Durchmesser von 3,6 Meter und macht 18 Umdrehungen pro Minute.

Fig. 7, Taf. 11, stellt schliesslich noch eine von Girard konstruierte Regulierung für Axialturbinen dar. Die Leitkanäle sind oben durch eine Anzahl ebener, ringsektorförmiger Schieber v v abgedeckt, diese können durch die Hebel T an den Führungen U radial verstellt werden. Die Bewegung der Hebel T erfolgt durch Drehung der Bolzen E, welche bewirkt wird durch den Daumen D und die entsprechend gestalteten Hebel R. Der Daumen D wird mittels Zahnrädertrieb um die Turbinenwelle gedreht.

§ 40. Turbinenanlage der „Isarwerke" in Höllriegelsgereuth bei München, gebaut von der Maschinenfabrik Augsburg.

Die Gesellschaft „Isarwerke" in München-Thalkirchen hat in Höllriegelsgereuth die Wasserkraft der Isar durch eine Turbinenanlage von 2000 Pferdestärken zum Betrieb eines Elektrizitätswerkes nutzbar gemacht. Es sind im ganzen 4 Jonval-Turbinen vorhanden, welche, wie die kleine Planskizze, Fig. 4, Taf. 11, zeigt, in einer Reihe nebeneinander liegen. Die Turbinen mit Zubehör sind sämtlich von der Maschinenfabrik Augsburg in Augsburg gebaut und zwar 2 Stück im Jahre 1894, die beiden anderen im Jahre 1896.

Fig. 5 und 6, Taf. 11, stellen zwei der übrigens untereinander gleichen Turbinen dar. Es sind folgende wichtigste Konstruktionsdaten zu verzeichnen: Gefälle $H_0 = 3{,}5$ Meter, Wassermenge $Q = 13{,}5$ Kubikmeter, Radius des mittleren Lauf- und Leitradumfanges $r_1 = 1{,}5$ Meter, Umdrehungen pro Minute $U = 35$.

Der äussere Durchmesser des Laufrades beträgt 3,75 Meter, dieses Mafs gibt ein gutes Bild von der bedeutenden Grösse der Turbinen.

Bei normalem Unterwasserstande schneidet das Laufrad unten mit dem Unterwasserspiegel ab, bei höheren Unterwasserständen liegt das Laufrad und mitunter auch das Leitrad im Unterwasser. Die Turbinen sind mit Abflussrohren versehen, welche an den Leitapparat dicht anschliessen und unten durch einen cylindrischen Regulierschützen abgeschlossen sind.

Die Hebung oder Senkung des Schützens bewirkt die Regulierung der durch die Turbine gehenden Wassermenge. Ausser der Ringschützenregulierung, welche zur Ausgleichung der gewöhnlichen Betriebsschwankungen dient, sind auch noch Regulierklappen über den Eintrittsmündungen von Leitkanälen angebracht, deren Benutzung bei dauernder Veränderung des Wasserzuflusses eintritt. Die Turbinen sind mit gusseisernen Hohlwellen mit Mittelspurzapfen versehen, an welche die massiven, oberen Wellenstücke angekuppelt sind, jede Welle hat ausser der Führung im Leitradboden noch zwei Halslager. Die Kraftübertragung erfolgt durch Kegelräder.

Die Turbinenkammer ist ganz in Mauerwerk hergestellt. Um die Turbine trocken legen zu können, sind im Abflussgerinne Nuten in die senkrechten Wände eingelassen, in welche Bohlen eingeschoben werden können. Der Obergraben kann durch einen senkrechten Schützen abgesperrt werden, vor welchem sich der eiserne Schutzrechen befindet. Um eine bequeme Reinigung des Laufrades und dergl. vornehmen zu können, ist eine besondere Hebevorrichtung vorgesehen. Am Leitradboden sind nämlich zwei Zugstangen angebracht, dieselben sind an den oberen Enden mit Gewinde versehen und werden durch die Muttern zweier mit Klinkzeugen versehenen Schraubenwinden gehoben oder gesenkt. Die Vorrichtung ist leicht aus Fig. 5 und 6, Taf. 11, zu erkennen, die Schraubenwinden sind in Fig. 6 bei der rechten Turbine angegeben.

Für die Bewegung sonstiger schwerer Teile sind Laufkrahne oben im Maschinenhaus angebracht.

§ 41. Francis-Regulierturbine der Papierfabrik des Herrn Oswald Meyh in Zwickau i. S., gebaut von der Maschinenfabrik „Germania" in Chemnitz.

Auf Taf. 11 ist die Anlage einer von der Maschinenfabrik „Germania" in Chemnitz für Herrn Oswald Meyh in Zwickau gebauten, zum Betriebe einer Papierfabrik dienenden Francis-Turbine durch Fig. 1 bis 3 in 1/50 der natürlichen Grösse dargestellt. Fig. 1 bis 3, Taf. 12, geben Einzelheiten von Leit- und Laufrad in 1/5 der natürlichen Grösse. Ueber die allgemeinen guten Eigenschaften der Francis-Turbinen ist schon im § 28 das Nötige gesagt worden, so dass hier nicht weiter darauf zurückgekommen zu werden braucht. Die Turbine ist, wie das bei Francis-Turbinen üblich, so hoch über dem Unterwasser aufgestellt, dass sie auch bei Hochwasser durch Abschluss des Obergrabens trocken gelegt werden kann. Die Turbinenkammer ist aus Holz und Mauerwerk hergestellt, die Turbine sitzt auf einem einfachen Balkenrahmen, die Stützsäule für den Oberwasserzapfen ist, wie Fig. 1, Taf. 12, zeigt, in einem, in den Abflussstutzen eingesetzten Steg befestigt.

Nachstehend sind die wichtigsten Abmessungen kurz angegeben. Gefälle $H_0 = 2{,}3$ Meter, Wassermenge $Q = 2{,}6$ Kubikmeter, äusserer Laufradradius $r_1 = 1$ Meter, innerer Laufradradius $r_2 = 0{,}8$ Meter. Umdrehungszahl $U = 44$ pro Minute, also Umfangsgeschwindigkeit $v_1 = 4{,}6$ Meter. Das Abflussrohr hat oben einen Durchmesser von 1,7 Meter, es reicht bis unter den tiefsten Wasserstand. Bei Mittelwasser ist $H_1 = 0{,}95$ Meter. Die Gestalt der Schaufeln und dergleichen konstruktive Einzelheiten sind aus Fig. 1 bis 3, Taf. 12, zu ersehen, dort findet man auch die nötige Auskunft über die Anordnung der Regulierung, welche durch gleichzeitiges Verstellen sämtlicher Leitschaufeln bewirkt wird. Der Antrieb der Regulierung erfolgt von oben durch Wellen und Rädervorgelege mit Handantrieb, eine Anzeigevorrichtung gibt die Grösse der Eröffnung an.

Die Leitschaufeln drehen sich um annähernd in der Mitte sitzende feste Bolzen, an den äusseren Enden sitzen kurze Zapfen, welche, wie Fig. 2, Taf. 12, zeigt, in die Nuten eines zum Leitraddeckel konzentrischen Ringes eingelassen sind und von diesem in der Umfangsrichtung mitgenommen werden. Am Ringe sind zwei diametral gegenüberliegende Zahnbogen angebracht, in welche, wie Fig. 3, Taf. 12, zeigt, Getriebe eingreifen, durch deren Drehung der Nutenring und mit ihm die Schaufeln bewegt werden.

Die Turbine leistete bei den vom Regierungsbaumeister Töpel, Leipzig, ausgeführten Bremsversuchen bei einem Wasserverbrauch von 2,55 Kubikmetern und 2,165 Meter Gefälle (Abstand der Wasserspiegel) 57,1 Pferdestärken, was einem auf das genannte Gefälle bezogenen Wirkungsgrade $\eta = 0{,}776$ entspricht.

§ 42. Turbinenanlage für das Elektrizitätswerk der Gemeinde Copitz, gebaut von der Maschinenfabrik „Germania", Chemnitz.

Die Gemeinde Copitz in Sachsen, an der Elbe gegenüber der Stadt Pirna gelegen, hat in den Jahren 1894 und 1895 ein Elektrizitätswerk errichtet, dessen Maschinenanlage, im sogenannten Liebethaler Grund, auf Mühlsdorfer Flur gelegen, die Wasserkraft des Flüsschens Wesenitz nutzbar macht. Die Gesamtanlage wird durch Fig. 1, 2 und 3, Taf. 13, dargestellt, Taf. 14 gibt eine der Turbinen im Mafsstabe 1 : 10 wieder. Es sind zwei axial beaufschlagte Druckturbinen aufgestellt, jede vermag bei 11 Metern Gefälle, 0,9 Kubikmetern Wasser pro Sekunde und 150 Umdrehungen pro Minute 100 Pferdestärken zu leisten. Das Wasser wird den Turbinen durch eine schmiedeeiserne Rohrleitung von 1,5 Meter Durchmesser und 321 Meter Länge zugeführt, welche sich vor den Turbinen in zwei kurze Stränge teilt. An jedem der Zweigstränge ist das geschlossene, schmiedeeiserne Gehäuse einer Turbine durch einen 1,075 Meter weiten Stutzen angeschlossen, Fig. 1 und 3, Taf. 13, zeigen das. In die Zweigleitung jeder Turbine ist eine Drosselklappe eingeschaltet, deren Bewegung durch einen Handregulierapparat vom Maschinenraum aus erfolgen kann, ausserdem ist an die eine Zweigleitung noch ein Spülrohr mit zugehörigem Absperrschieber angeschlossen, welcher ebenfalls durch Handrad und Stange von oben zu bedienen ist (siehe Fig. 1 und 3, Taf. 13).

Die Turbinen (siehe Figuren auf Taf. 14), Girardscher Bauart, mit stehenden Wellen haben ventilierte Laufräder von 0,9 Meter mittlerem Durchmesser mit 34 Blechschaufeln, der Leitapparat ruht auf 4 gusseisernen Säulen und 1 dergleichen Grundplatte, auf welcher auch der Tragbock für die Tragstange des Oberwasserspurzapfens angebracht ist. Die Regulierung erfolgt durch Abschluss einzelner Leitkanäle, wozu ein geteilter Ringschieber mit einer ebenen und einer cylindrischen Abschlussfläche auf dem Leitapparate jeder Turbine angebracht ist.

Die Bethätigung der Schieber erfolgt durch Handregulatoren. Zur selbstthätigen Geschwindigkeitsregulierung dienen neuerdings Bremsregulatoren, welche in den Zeichnungen auf Taf. 13 nicht mit angegeben sind, weil sie erst nach Erbauung des Werkes beschafft wurden.

Die Turbinen sind mit geschlossenen, schmiedeeisernen Einlaufgehäusen von 1,300 Meter Durchmesser und 1,385 Meter Höhe versehen, für den Durchgang der hohlen gusseisernen Wellen ist durch ein Rohr Platz geschaffen, so dass Stopfbüchsen vermieden sind. Die Welle ist am unteren Ende sorgsam an der Tragstange durch eine auswechselbare Büchse geführt, oben sind 2 Halslager, das eine davon am Ende der Welle, angeordnet (siehe Taf. 14). Die Zapfenkonstruktion ist nach Taf. 14 leicht zu erkennen, eine grössere und noch deutlichere Abbildung eines derartigen Zapfens ist auf Taf. 16 durch Fig. 3 gegeben. Die Kraftübertragung erfolgt von den Turbinenwellen durch Kegelräder auf eine liegende Transmission (siehe Fig. 2, Taf. 13 und Taf. 14). Die Anordnung der Kegelräder ist auf Taf. 14 zu sehen, sie ist so getroffen, dass die senkrecht zur Turbinenwelle angreifende Komponente des Zahndruckes durch das obere Endlager geht. Die liegende Transmission (siehe Fig. 1 bis 3, Taf. 13) besteht aus 2 Strängen, welche durch eine Ausrückkuppelung verbunden werden können. Jeder Strang treibt durch Riemscheiben eine Wechselstromdynamomaschine für 70000 Watt Leistung bei 3000 Volt Spannung und 500 Umdrehungen pro Minute, sowie die zugehörige Gleichstrom-Erregermaschine. In der Regel ist ein Maschinensatz im Betriebe, man kann durch Einschalten der Kuppelung der Transmission natürlich auch die Dynamos des einen Satzes mit der Turbine des anderen treiben, falls die eine Turbine nicht gangbar ist. Bezüglich der Lagerung und sonstiger Einzelheiten der Transmission, welche übrigens 300 Umdrehungen pro Minnte macht, darf auf die Zeichnungen verwiesen werden.

Zum Schlusse seien noch die Hauptgrössen für die Berechnung der Turbinen, soweit sie die Zeichnungen erkennen lassen, mit den schon früher stets gebrauchten Buchstabenbezeichnungen zusammengestellt:

$H_0 = 11$ Meter, $H_1 = 0{,}190$ Meter, $H_2 = 0{,}050$ Meter, die Laufräder gehen frei über dem Unterwasser.

$Q = 0{,}9$ Kubikmeter (bei voller Beaufschlagung), $r_1 = r_2 = 0{,}45$ Meter.

$U = 150$ pro Minute, also $v_1 = 7{,}06$ Meter, $b' = 0{,}092$ Meter.

$b_1 = 0{,}110$ Meter und $b_2 = 0{,}260$ Meter.

Die Turbinen und Zubehör wurden von der Maschinenfabrik „Germania" in Chemnitz gebaut und die elektrischen Anlagen von der Aktiengesellschaft vorm. Schuckert & Komp. in Nürnberg geliefert.

§ 43. Turbinenanlage für die Holzschleiferei der Herren Geilsdorf und Heinel in Fischersdorf a. d. Saale, gebaut von der Maschinenfabrik „Germania" in Chemnitz.

Die von der Maschinenfabrik „Germania" vorm. J. Schwalbe & Sohn in Chemnitz gebaute Turbinenanlage der Holzschleiferei Fischersdorf a. d. Saale besteht aus einer Girard-Turbine und zwei Francis-Turbinen, jede für 5 cbm Wasser pro Sekunde bei 3 m Gefälle und einer Leistung von 150 Pferdestärken.

Auf Taf. 15 sind Grundriss und Aufriss der Anlage durch Fig. 2 und 1 in $^1/_{50}$ der natürlichen Grösse dargestellt. Fig. 1 und 2 auf Taf. 16 geben Seitenrisse, in der Richtung der Aufschlaggräben genommen.

Die Girard-Turbine, welche, wie Fig. 1, Taf. 15, zeigt, mit stehender, gusseiserner Hohlwelle und einem auf besonderem Unterbau mit Fundament im Untergraben ruhenden Leitapparat versehen ist, hat hauptsächlich die Aufgabe, bei schwachem Zufluss zu arbeiten und die Regulierung zu übernehmen, zu letzterem Zwecke ist sie mit vertikalen Schiebern versehen, ähnlich wie in Fig. 27, Taf. 3, dargestellt. Das Laufrad hat einen mittleren Radius von $r_1 = 1,2$ Meter, da es 31,7 Umdrehungen in der Minute macht, ist die Umfangsgeschwindigkeit $v_1 = 3,98$ Meter. Die beiden diametral gegenüber liegenden Leitradkanäle, welche bei der Regulierung zuerst abgesperrt werden, sind mit Luftzuführungsrohren versehen, welche, wie Fig. 1, Taf. 15, zeigt, bis über den Oberwasserspiegel führen. Der Zweck dieser Anordnung ist der, dass auch bei partialer Beaufschlagung und hohem Unterwasserstand der Durchfluss des aus den letzten beaufschlagten Leitkanälen fliessenden Wassers durch das Laufrad unter genügendem Luftzutritt erfolgt. Für höheren Wasserstand sind im übrigen die beiden Francis-Turbinen vorgesehen, dieselben sind als Vollturbinen von gleichen Abmessungen gebaut und werden erst in Betrieb gesetzt, wenn die volle erforderliche Aufschlagwassermenge zur Verfügung steht, was mit einem erhöhten Unterwasserstand zusammen eintritt. Jede der Francis-Turbinen ist mit einem Abflussrohre von 2,5 Meter lichter Weite versehen, das Laufrad hat 2,8 Meter äusseren Durchmesser, also ist $r_1 = 1,4$ Meter, die Umdrehungszahl beträgt $U = 35,7$ in der Minute, also ist die Umfangsgeschwindigkeit $v_1 = 5,23$. Hier zeigt sich auffällig der Einfluss des Ueberdruckes auf die Umfangsgeschwindigkeit. Während dieselbe bei der einen Druckturbine 3,98 Meter beträgt, erreicht sie bei der mit verhältnismässig hohem Ueberdruck, aber sonst doch unter gleichen Gefälleverhältnissen arbeitenden Francis-Turbine 5,23 Meter, also rund 30 Prozent mehr. Deshalb ist auch die Umdrehungszahl der Francis-Turbinen trotz der grösseren Laufraddurchmesser grösser als die der Girard-Turbine in vorliegendem Falle.

Die Leiträder der Francis-Turbinen ruhen auf Rahmen von ⊥Trägern, die Tragstange für die Welle ist aber in einem besonderen auf der Gerinnesohle fundamentierten Bock befestigt und hat in einem in das Abflussrohr eingesetzten Steg noch eine Führung erhalten.

Die Turbinen geben die Kraft durch Kegelräder an eine oben liegende gemeinschaftliche Transmission weiter, diese ist derart mit lösbaren Kuppelungen ausgerüstet, dass man einzelne Turbinen nach Bedarf ausschalten kann.

In den senkrechten Wänden des Abflussgerinnes, sowie der die einzelnen Turbinen trennenden Pfeiler sind, wie die Zeichnungen auf Taf. 15 und 16 zeigen, ebenso wie bei anderen Turbinenanlagen Nuten angebracht, in welche Holzbohlen eingesetzt werden, wenn der Raum unter den Turbinen trocken gelegt werden soll. Ueber sonstige Einzelheiten, Schützen, Rechen u. s. w. geben die Zeichnungen Aufschluss.

§ 44. Kombinationsturbine von H. Queva in Erfurt.

Die Herrn Ingenieur Bernhard Lehmann, in Firma H. Queva & Komp. in Erfurt im Jahre 1879 unter Nr. 7544 patentierte Kombinationsturbine ist eine axial beaufschlagte

Druckturbine, deren eigenartige Anordnung den Zweck hat, die Vorteile des Freistrahles mit denjenigen Eigenschaften zu vereinen, welche der Gang im Unterwasser erfordert. Die Lösung der Aufgabe ist in etwas verschiedener Weise vorgesehen, die wichtigste dürfte folgende sein. Die Laufradkanäle a sind, wie Fig. 6, Taf. 4, zeigt, mit sogenannten Rückschaufeln versehen, damit beim Gang im Stau die Kanäle völlig vom strömenden Wasser erfüllt werden, es sind aber auch Ventilationsöffnungen b im äusseren Laufradkranz angebracht, welche, wie der Querschnitt in Fig. 6, Taf. 4 und Fig. 1, Taf. 4, zeigen, in einen das Laufrad aussen umgebenden ringförmigen Kanal c münden. Dieser Kanal wird nach oben durch einen am Leitapparat sitzenden Ring e abgeschlossen und ist durch Rohre d in Verbindung mit der Luft.

Beim Gang über dem Unterwasser ist also vermöge der Oeffnungen b und Rohre d die für Freistrahlwirkung erforderliche Luftzufuhr gewährleistet, beim Gang im Unterwasser dagegen wird der Kanal c mit Wasser erfüllt und die Luft abgesperrt. Der Kanal c und die Rohre d haben auch die vorteilhafte Wirkung, bei nur partialer Beaufschlagung den unter geschlossenen Leitkanälen befindlichen Laufradkanälen Verbindung mit der Luft zu gewähren.

§ 45. Spiralturbinen von J. M. Voith in Heidenheim a. d. Brenz.

Mit dem Namen Spiralturbinen bezeichnet die Firma J. M. Voith in Heidenheim die von ihr in neuerer Zeit eingeführten Francis-Turbinen mit liegender Welle und geschlossenem eisernen Einlaufgehäuse von spiralförmigem Verlaufe. Auf Taf. 4 sind 3 solche Turbinen durch Fig. 5, 10 und 11 dargestellt.

Die Möglichkeit, Francis-Turbinen leicht hoch über dem Unterwasser aufstellen zu können, macht dieselben in Verbindung mit der radialen Wasserzuführung und bei Anwendung liegender Wellen ganz besonders für solche Fälle geeignet, wo die zu betreibende Welle direkt mit der Turbinenwelle verkuppelt werden möchte und die Turbine also im gleichen Raume wie die zu treibende Maschine stehen soll.

Die Zuleitung des Wassers zu solchen Turbinen erfolgt ebenso wie die Ableitung durch Rohrleitung, die Regulierung entweder durch drehbare Leitschaufeln oder Ringschützen. Letztere Anordnung genügt bei vielen Anlagen, besonders bei kleineren, Fig. 5, Taf. 4, zeigt einen derartigen Fall.

Zwei grössere Turbinen mit drehbaren Leitschaufeln sind durch Fig. 10 und 11 auf Taf. 6 dargestellt.

Fig. 10, Taf. 4, veranschaulicht eine für die Papierfabrik Oberlenningen u. Teck gebaute Spiralturbine. Der eine Stirndeckel ist abgenommen, man erkennt die Leitschaufeln, das Spiralgehäuse u. s. w., die Regulierung erfolgt automatisch durch einen Geschwindigkeitsregulator von der in § 32 beschriebenen Pfarr-Voithschen Bauart, derselbe ist auf dem Bilde zu sehen. Das Gefälle beträgt bei dieser Turbine 17 Meter, die Wassermenge 1 Kubikmeter in der Sekunde, die Umdrehungszahl 250 in der Minute und die Leistung 180 Pferdestärken, der Wirkungsgrad beträgt 0,81, wie Herr Professor Teichmann, Stuttgart, durch Versuche festgestellt hat (Zeitschrift des Vereins deutscher Ingenieure, Jahrgang 1895, Seite 936). Die Turbinenwelle liegt 5 Meter über dem Unterwasserspiegel und ist mit der Welle der zu treibenden Dynamomaschine direkt gekuppelt.

Fig. 11, Taf. 4, zeigt uns eine für die Fürstlich Hohernzollernsche Hüttenverwaltung Laucherthal bei Sigmaringen gebaute Spiralturbine, bei welcher das Gefälle 9,5 Meter und die Leistung 190 Pferdestärken beträgt. Das Spiralgehäuse ist abgenommen, der Deckel gelöst, das Laufrad etwas herausgezogen. Wie das Bild sehen lässt, ist die Abnahme des Deckels und Anpressung desselben sehr bequem gemacht.

Dass derartige Spiralturbinen erst bei einigermassen höheren Gefällen angebracht sind, ist in Hinsicht auf die ganze Anordnung selbstverständlich, die ausführende Maschinenfabrik von J. M. Voith gibt in ihrem Prospekt an, dass sie die betreffenden Turbinen bei Gefällen über 6 Meter mit Vorliebe vorschlage.

§ 46. Turbine für die elektrische Beleuchtungsanlage der mechanischen Bindfadenfabrik Immenstadt, gebaut von J. J. Rieter in Winthérthur.

Zum Betriebe der mechanischen Bindfadenfabrik Immenstadt in Bayern dienen drei von der Maschinenfabrik Aktiengesellschaft vorm. Johann Jakob Rieter & Komp. in Winterthur gebaute Hochdruckturbinen von 450, 350 und 100 Pferdestärken, die beiden grösseren sind für die eigentliche Fabrikation bestimmt, die kleinste zum Antrieb der elektrischen Beleuchtungsanlage.

Die zur Ausnutzung kommende Wasserkraft hat ein Gefälle von rund 180 Metern, die Wassermenge beträgt im Durchschnitt 0,5 Kubikmeter pro Sekunde. Die Zuleitung des Aufschlagwassers erfolgt durch eine 1061 Meter lange Rohrleitung, welche zum Teil aus gusseisernen Rohren von 550 Millimeter Durchmesser, zum Teil aus schmiedeeisernen Rohren von 480 Millimeter Durchmesser besteht. Die drei Turbinen sind sämtlich als von innen partial beaufschlagte radiale Druckturbinen mit freiem Strahl und liegender Welle gebaut, die mit ihnen erzielten guten Resultate lassen sie besonders geeignet erscheinen als Beispiele für Hochdruckturbinen zu dienen. Besonders interessant ist die kleinste Turbine, welche durch die Figuren 60, 61 und 62 durch Aufriss, Grundriss und Seitenansicht veranschaulicht ist. Die wichtigsten Konstruktionsverhältnisse sind folgende: Gefälle $H_0 =$ 174 Meter, Wassermenge $Q = 0{,}061$ Kubikmeter, innerer Laufraddurchmesser 1,16 Meter, äusserer Laufraddurchmesser 1,39

Meter, Leitschaufelwinkel $\alpha = 22^0$, Laufradschaufelwinkel an der Eintrittsseite $\beta = 41^0$, an der Austrittsseite $\delta = 20^0$. Der Leitapparat hat eine lichte Breite $b = 0{,}055$ Meter, das Laufrad innen eine solche $b_1 = 0{,}078$ Meter und aussen $b = 0{,}164$ Meter. Die Schaufelzahl des Laufrades beträgt $z_2 = 100$.

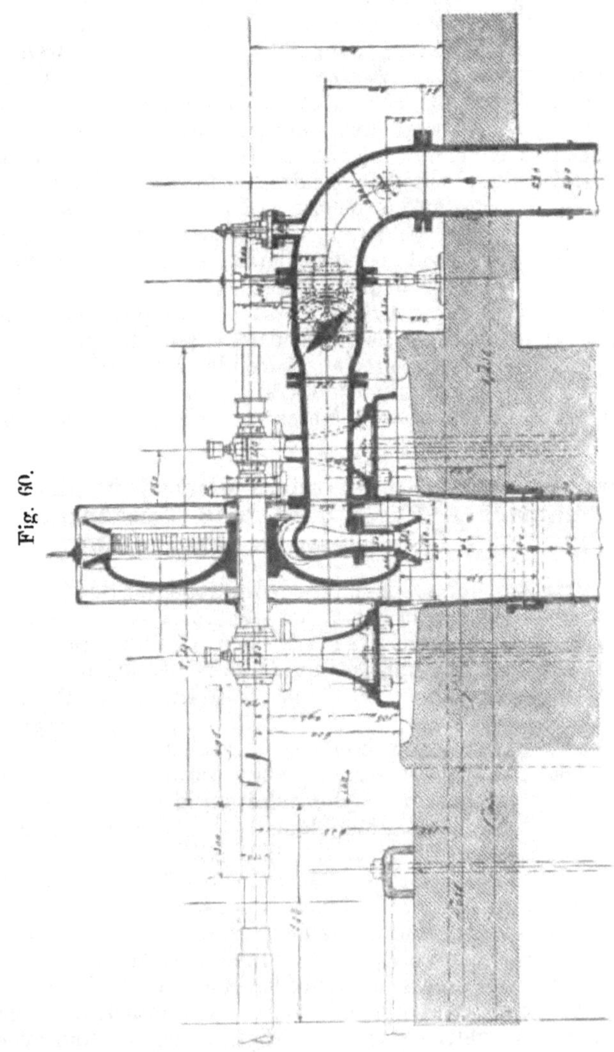

Fig. 60.

Die dem normalen Gefälle entsprechende Umdrehungszahl U beträgt 430 pro Minute, also ist die normale Umfangsgeschwindigkeit $v_1 = 25{,}2$ Meter.

Fig. 61.

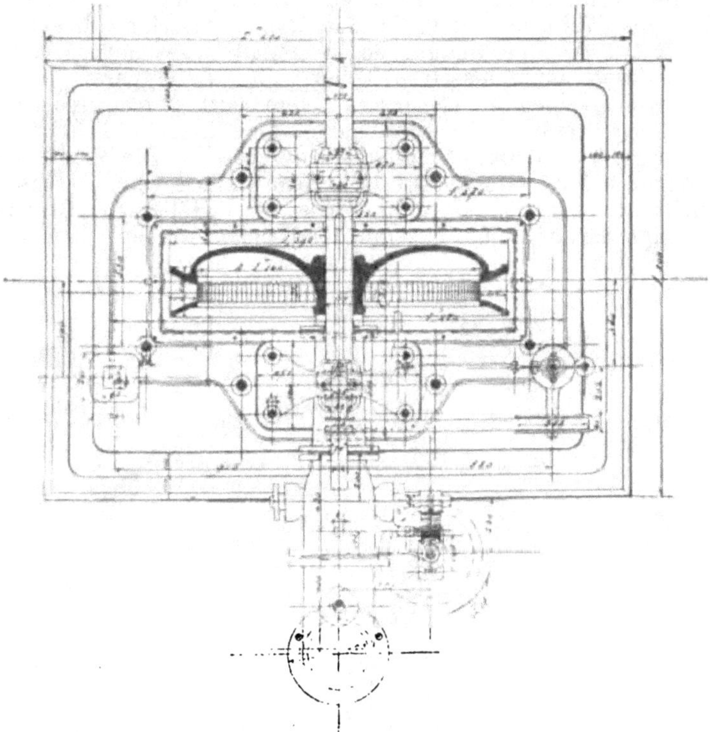

Fig. 62.

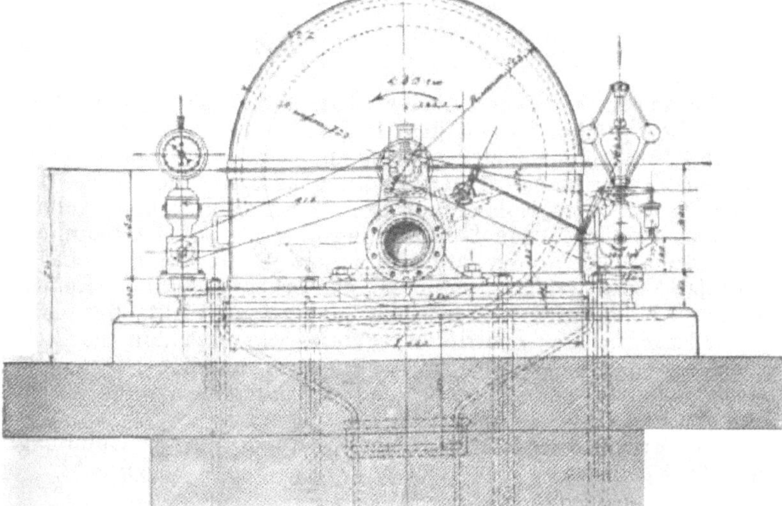

Die Turbine hat, wie schon gesagt, eine liegende Welle, an welche die Welle der zu treibenden Dynamomaschine direkt gekuppelt ist. Die Verbindung des Schaufelkranzes mit der Welle erfolgt durch einen massiven Teller. Der Leitapparat besteht aus einem einzigen Kanal, dessen Querschnitt durch eine drehbare Zunge verändert werden kann. Der Leit- und Regulierapparat ist durch Fig. 63 besonders dargestellt. Die Verstellung der Zunge erfolgt selbstthätig unter dem Einfluss eines Geschwindigkeitsregulators in folgender Weise. Der Hebel zur Drehung der Zunge ist durch eine Zugstange mit einem Kolben verbunden,

Fig. 63.

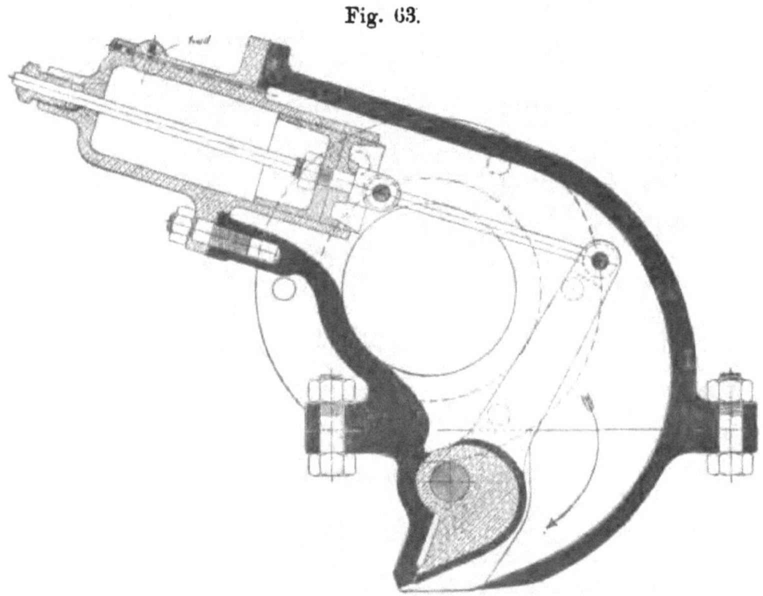

welcher in einem Steuercylinder sitzt, der Raum hinter dem Kolben im Cylinder ist mit dem Raum vor dem Kolben, der Zuleitung, durch einen feinen mit einem Ventil versehenen Kanal verbunden. Bei geschlossenem Ventil pflanzt sich der Druck der Zuleitung vor dem Kolben auf das Wasser hinter dem Kolben fort und das durch den Leitkanal strömende, auf die Regulierzunge drückende Wasser dreht diese bis in die äusserste Lage. Wird das Ventil geöffnet, so nimmt der Druck hinter dem Kolben ab, der Kolben wird in den Cylinder hineingedrückt, der Leitkanal verengt. Der Zentrifugalregulator hat also nur die Stellung des kleinen Ventiles zu besorgen, er öffnet es, wenn die Geschwindigkeit zu hoch steigt und er schliesst es, wenn sie zu sehr sinkt.

Für gröbere Regulierung ist ausserdem in der Zuleitung eine für Handbetrieb eingerichtete Drosselklappe angebracht.

Die Lagerböcke für die Turbinenwellen sitzen auf einem gemeinschaftlichen gusseisernen Grundrahmen, an dem auch das das Laufrad umgebende Schutzverdeck aus Eisenblech angebracht ist.

Die Leistungsfähigkeit der Turbine ist durch Bremsversuche von Professor Schröter in München bestimmt worden. Aus den Versuchsergebnissen folgt als höchster Wirkungsgrad $\eta = 0{,}785$. Das Gefälle — hydraulischer Druck im Einlaufapparat unmittelbar vor der Turbine — betrug dabei 159,6 Meter, die Wassermenge 0,06279 Kubikmeter und die Umdrehungszahl 384 in der Minute. Diese günstigste Umdrehungszahl weicht deshalb von der oben angegebenen normalen Zahl von U = 430 ab, weil das Gefälle kleiner wie das als normal betrachtete war.

Die vorstehenden Angaben und Abbildungen sind der Schrift „Die Hochdruck-Turbinenanlage der mechanischen Bindfadenfabrik Immenstadt, von J. J. Reifer, Professor am Technikum in Winterthur" entnommen, welche die Erbauerin der Turbinen dem Verfasser zur Benutzung gegeben hat. Dort findet man auch eingehendere Mitteilungen über die anderen Turbinen und die Bremsversuche.

§ 47. Turbine für das Elektrizitätswerk Wynau, gebaut von der Aktiengesellschaft J. J. Rieter in Winterthur.

Die Aktiengesellschaft Elektrizitätswerke Wynau in Wynau, Kanton Bern, Schweiz, benutzt zum Betriebe ihrer Anlagen die Wasserkraft der Aare. Es sind zu diesem Zwecke 5 Turbinen zu je 750 Pferdestärken und 2 zu 120 Pferdestärken aufgestellt worden, die grossen zum Antriebe der Wechselstromdynamomaschinen, die kleinen zum Antriebe der Erreger-Dynamomaschinen. Sämtliche Turbinen sind im Jahre 1895 von der Aktiengesellschaft vorm. J. J. Rieter & Komp. gebaut worden. Es sind — auch die kleineren — zweikränzige, axial beaufschlagte Rieter-Turbinen, d. h. Turbinen mit schwachem Ueberdruck, welche für veränderliche Beaufschlagung und Gang im Unterwasser konstruiert sind.

Eine der grossen Turbinen ist auf Taf. 17 durch einen Vertikalschnitt, und eine Anzahl Schnitte senkrecht zur Turbinenachse dargestellt. Es sind folgende wichtigste Abmessungen und Konstruktionsverhältnisse zu vermerken: Gefälle $H_0 = 4$ bis 4,3 Meter, Wassermenge Q = 18,8 bis 17,4 Kubikmeter, normale Nutzleistung N = 750 Pferdestärken.

Es sind zwei axial beaufschlagte Schaufelkränze angeordnet, der äussere Leitschaufelkranz ist mit senkrechten Regulierungsschiebern versehen, deren Bethätigung durch Drehung eines oben befindlichen Nutenrades selbstthätig unter dem Einflusse eines Geschwindigkeitsregulators erfolgt, und zwar mit solcher Präzision, dass, wie die ausführende Firma angibt, einer Kraftschwankung von

$^1/_3$ des Gesamtbetrages der vom äusseren Kranz geleisteten Arbeit eine Schwankung der Umdrehungszahl um nur 4 Prozent nach oben oder unten entspricht.

Es beträgt für den äusseren Schaufelkranz der mittlere Laufraddurchmesser auf der Eintrittsseite $r_1 = 1{,}5$ Meter, die Umdrehungszahl der Turbine ist $U = 41{,}5$ in der Minute, also die mittlere Umfangsgeschwindigkeit des äusseren Schaufelkranzes $v_1 = 6{,}5$ Meter.

Die lichte Breite der Leitkanäle beträgt $b = 0{,}430$ Meter, die lichte Breite der Laufradkanäle $b_2 = 0{,}480$ Meter. Die Schaufelzahl beträgt im äusseren Leitradkranz $z_1 = 45$, im äusseren Laufradkranz $z_2 = 44$.

Die inneren Turbinenkränze haben als Radien $r_1 = r_2 = 1{,}030$ Meter, die lichten Kanalbreiten sind $b = b_1 = 0{,}430$ Meter, $b_2 = 0{,}635$, die Schaufelzahlen $z_1 = 30$, $z_2 = 35$. Die mittlere Umfangsgeschwindigkeit ist $v_1 = 4{,}46$ Meter. Das Laufrad ist 0,35 Meter, das Leitrad 0,34 Meter hoch.

Wie die Zeichnung erkennen lässt, greift das Leitrad nach aussen über das Laufrad und ist sowohl am äusseren wie inneren Umfang mit einem Falz versehen. Diese Maſsregel ist zur Verminderung des Spaltverlustes getroffen und setzt zu ihrer erfolgreichen Anwendung genaue Arbeit voraus, was am besten einzusehen ist, wenn man sich vergegenwärtigt, dass der äussere Laufraddurchmesser unten 3,75 Meter beträgt.

Die stehende gusseiserne Hohlwelle ist aus zwei Teilen gekuppelt, sie hat in der Hauptsache 440 Millimeter äusseren und 290 Millimeter inneren Durchmesser und trägt am oberen Ende einen Spurzapfen. Die schmiedeeiserne Tragsäule für das Spurlager sitzt in einem auf der Sohle des Abflussgrabens befestigten Fundamentbock, hat 12,45 Meter Länge und 200 bis 220 Millimeter Durchmesser. Zur Sicherung der gegenseitigen Lage von Welle und Tragstange sind 3 Führungsbüchsen angebracht, eine mittlere, eine untere und eine obere unter dem Spurlager. Die Welle selbst ist über und unter dem zur Kraftübertragung dienenden Kegelrade durch je ein Halslager gelagert, soweit sie im Wasser steht, ist sie mit einem an den Leitradboden reichenden zweiteiligen Schutzrohr umgeben. Das obere Halslager ist, soweit es nicht schon im vertikalen Hauptschnitt zu erkennen ist, durch den Schnitt CC noch besonders dargestellt, das zweite untere Halslager durch den Schnitt DD. In diesem ist auch die Anordnung des Regulierrades zu erkennen. Dasselbe wird sowohl in senkrechter wie wagerechter Richtung durch eine Anzahl in Kreise angeordneter Leitrollen geführt.

Die Wasserkammer ist völlig in Mauerwerk ausgeführt, ein in dieses eingelassener eiserner Tragring nimmt die Turbine auf. Den ebenfalls in Mauerwerk hergestellten gewölbten Fussboden des Maschinenraumes durchsetzt die Turbinenwelle in einem mit dem Mauerwerk verbundenen gusseisernen Kranze, welcher zugleich als Grundplatte für ein Halslager dient.

Die Kraftübertragung von der Turbinenwelle auf die Dynamomaschinenwelle erfolgt unmittelbar durch Kegelräder, von denen das eine mit 144 dreiteiligen Holzkämmen von 119,4 Millimeter Teilung, also 5,472 Meter Durchmesser auf der Turbinenwelle, das andere mit 40 Eisenzähnen und 1,52 Meter Durchmesser auf der liegenden Welle der Dynamomaschine sitzt. Bei der Wichtigkeit der Räder sind dieselben mit grosser Zahnbreite von 650 Millimeter ausgeführt worden.

Die liegende Welle macht 150 Umdrehungen in der Minute, ihre Abmessungen, sowie die Lagerkonstruktion — es sind Oelkammerlager verwendet — sind aus der Zeichnung zu erkennen.

§ 48. Konusturbinen der Maschinenfabrik von Escher, Wyss & Komp. in Zürich.

Turbinen des Kraftwerkes Lyon.

Für solche Fälle, in welchen mit einer Turbine grosse Wassermengen bei möglichst kleinem Durchmesser, also hoher Umdrehungszahl, verarbeitet werden sollen, hat die Firma Escher, Wyss & Komp. in Zürich die sogen. Konusturbinen konstruiert und erfolgreich ausgeführt. Das Charakteristische an dieser Turbinenart ist die konische Form des mehrkränzigen Laufrades, welches mit einem gleichfalls entsprechend mehrkränzigen Leitapparat umgeben ist, der natürlich das Laufrad mit konischer Mantelfläche umschliesst, nach aussen hin aber cylindrische Mantelflächen von verschiedenem Durchmesser hat, so dass jeder Leitradkranz mit einem Ringschützen abgeschlossen werden kann.

Die nähere Konstruktion der Turbinen fraglicher Art geht aus Fig. 5, Taf. 18, hervor, welche den Schnitt durch eine Konusturbine wiedergibt, wie solche für das Kraftwerk der Stadt Lyon zur Anwendung gekommen sind.

Ueber diese grossartige Anlage mögen hier einige Angaben folgen, welche einem von der Firma Escher, Wyss & Komp. in der „Zeitschrift des Vereins deutscher Ingenieure", Band 45, veröffentlichten Aufsatze, welcher freundlichst zur Benutzung überlassen wurde, entnommen sind.

Das Werk ist gebaut für 22000 Pferdestärken Leistung. Das Gefälle beträgt 10 bis 12 Meter, ausnahmsweise bei starkem Hochwasser 8 Meter. Es sind 8 Turbinen zu je 1500 Pferdestärken, 8 zu 1250 Pferdestärken und 3 zu 250 Pferdestärken vorgesehen, alle sind mit Drehstromdynamos direkt gekuppelt. Unsere Fig. 5, Taf. 18, bezieht sich auf die Turbinen von 1250 Pferdestärken. Wie man sieht, bilden diese Konusturbinen den Uebergang von mehrkränzigen Axialturbinen zu Radialturbinen; es ist schon eine Art Francis-Turbine.

Die Turbinen sind mit gusseisernen Mänteln versehen und über dem Unterwasser aufgestellt, ein Saugrohr stellt den Abfluss her. Es sind 3 Schaufelkränze angeordnet, denen 3 senkrecht bewegte Ringschieber entsprechen. Die beiden unteren Schieber balancieren sich gegenseitig aus. Der oberste Schaufelkranz wird nur bei Hochwasser mit benutzt, der Schieber desselben, in der Regel also geschlossen, wird nur bei Bedarf in das Regulier-getriebe eingeschaltet. Die Regulierung selbst erfolgt im übrigen automatisch, durch Krafteinschaltung, mittels eines Regulators mit hydraulischem Hilfsmotor. Die Umdrehungszahl der Turbine beträgt 120 pro Minute.

Als besondere Eigentümlichkeit der Turbinen ist der aus der Zeichnung zu erkennende mit einfacher Labyrinthdichtung, also ohne Liderung im Gehäuse, geführte Entlastungskolben zu nennen. Bei dem grossen Durchmesser der Turbine ist der Zapfendruck natürlich bedeutend (42635 kg), durch den Wasserdruck gegen den Kolben von unten her werden 22000 kg aufgehoben, den Rest muss der Zapfen aufnehmen.

§ 49. Hochdruckturbinen der Maschinenfabrik von Escher, Wyss & Komp. in Zürich.

Für hohe Gefälle und mässige Wassermengen bauen Escher, Wyss & Komp. in Zürich Hochdruckturbinen, welche mit radial stehenden von aussen beaufschlagten löffelartigen Schaufeln versehen sind und in dieser Hinsicht dem Peltonrade ähneln, so dass sie hier als Vertreter der entsprechenden Turbinengattung aufgeführt werden können.

Fig. 8, Taf. 18, stellt einen Schnitt durch eine Hochdruckturbine fraglicher Art dar, welcher den Regulierapparat mit umfasst. Fig. 64 und 65 geben äussere Ansichten wieder. Die Firma gibt dazu folgende Beschreibung.

Die Achse der Turbine ist horizontal gelagert. Die aus Bronze hergestellten Schaufeln sind löffelförmig gestaltet und durch Schrauben am Laufrad befestigt. Der Leitapparat wird durch eine gusseiserne Düse D gebildet, deren rechteckige Ausflussöffnung durch eine in gusseisernem Gehäuse der Turbine drehbar gelagerte, genau eingepasste Zunge L aus Stahlguss verschliessbar ist. Diese Zunge, die den einen Schenkel eines Winkelhebels bildet, ist in ihrer Lagerung gegen das Druckwasser einseitig abgedichtet und wird von diesem nach oben gepresst. Sie schliesst den Einlauf nur dann, wenn am anderen hydraulisch entlasteten Schenkel des Winkelhebels eine Kraft wirkt. Diese wird von einem Druckkolben P ausgeübt, dessen untere Fläche dauernd dem Wasserdruck ausgesetzt ist, während seine obere Fläche teilweise oder vollständig durch ein Druckwasserventil a entlastet wird. Letzteres wird durch ein kleineres Ventil s vom Zentrifugalregulator aus mittels Druckwassers gesteuert und setzt den Cylinderraum oberhalb des Druckkolbens P entweder mit dem Druckwasser oder dem Ausfluss E in Verbindung. Der Zentrifugalregulator ist mit Federbelastung k ver-

Fig. 64.

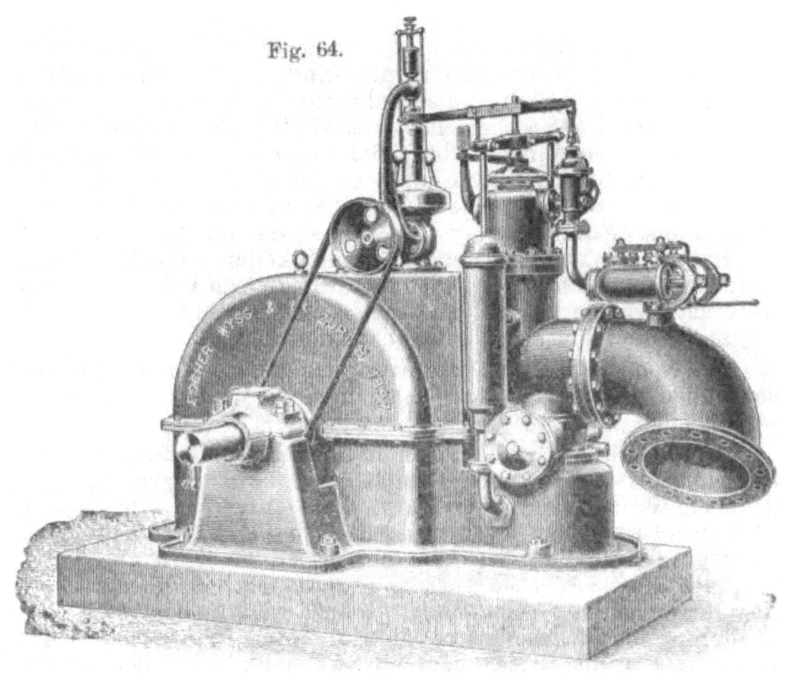

sehen und hat lediglich das kleine Steuerventil s zu öffnen oder zu schliessen. Der von ihm zu überwindende Arbeitswiderstand ist somit äusserst gering und seine Empfindlichkeit um so grösser, als seine Pendel auf Schneiden t gelagert sind. Seine Bewegungen werden durch eine regulierbare Oelbremse f gedämpft und auf das genannte Steuerventil s durch ein Gestänge a, b, c, d übertragen, welches mittels eines Handrades m zum Zweck des Anlassens und Abstellens der Turbine, sowie für Einstellen des Regulators auf verschiedene Geschwindigkeiten verstellt werden kann und ausserdem nach bekanntem Prinzip ein Ueberregulieren dadurch verhindert, dass jede vom Regulator auf das Ventil s bethätigte Bewegung sich selbstthätig unterbricht.

Um vom Ventil s Fremdkörper abzuhalten, wird demselben das nötige Druckwasser durch ein Filter zugeleitet. Dieses kann während des Betriebes gereinigt werden.

Bei plötzlichen Regulierungen in erheblichem Umfange können bei den meist vorhandenen recht langen Rohrleitungen ganz bedeutende Drucksteigerungen bezw. Wasserstösse in der Leitung oder der Turbine eintreten, wenn nicht besondere Vorkehrungen hiergegen getroffen werden. Man hat deshalb bei den vorliegenden Turbinen einen seitlichen Ausfluss angeordnet, welcher durch die Reguliervorrichtung selbstthätig geöffnet wird, sobald eine Verminderung der Wassermenge eintritt, unter Einwirkung eines Kataraktes schliesst sich dann die Oeffnung allmählich wieder selbst. Die Oeffnung des Abflusses erfolgt immer in angemessenem Verhältnis zum Abschluss des Leitapparates.

Ueber die mit solchen Turbinen erzielten Resultate geben die Versuche Aufschluss, welche an den Turbinen der elektrischen Zentrale der Carbidfabrik der Herren P. & H. Spoerry in Flums angestellt wurden.

Die für 800 Pferdestärken Leistung bei 500 Umdrehungen pro Minute und 320 Meter Gefälle berechneten Turbinen ergeben bei einer Ausnutzung bis zu ca. 1100 Pferdestärken einen Wirkungsgrad von 81 Prozent, bei einer Nutzleistung von 860 Pferdestärken einen solchen von 82 Prozent und bei annähernd halber Belastung (420 Pferdestärken) einen solchen von 76,2 Prozent.

Bei plötzlicher Entlassung der mit 500 Pferdestärken arbeitenden Turbine trat eine Druckschwankung von nur 2,4 Prozent, eine Differenz der Umdrehungszahlen von 485 bis 510, also 25 Umdrehungen oder 5 Prozent ein.

Zeitfracht Medien GmbH
Ferdinand-Jühlke-Straße 7
99095 Erfurt, Deutschland
produktsicherheit@kolibri360.de